D1764144

சந்தியா
பதிப்பகம்

யூ ஹுவா

யூ ஹுவா, 1960இல் சீனாவில் பிறந்தவர். சீனாவில் கலாசார புரட்சி நிகழ்ந்தபோது பள்ளிப் படிப்பை முடித்திருந்தார். பிறகு ஐந்து ஆண்டுகள் பல் மருத்துவராகப் பணியாற்றிய பிறகு 1983இல் சிறுகதை எழுதத் தொடங்கினார். 1992இல் இவரது 'வாழ்வதற்காக' (To Live) என்ற நாவல் வெளிவந்தது. பின்னர் இந்த நாவல் திரைப்படமாகத் தயாரிக்கப்பட்டது. சீனாவில் தடை செய்யப்பட்ட இத்திரைப்படம் சர்வதேச விருது பெற்றது. தற்போது தமிழில் மொழிபெயர்க்கப் பட்டுள்ள (Chronicle of a blood merchant) என்ற இந்த நாவல் 1994இல் வெளியானது. சீனமொழியில் எழுதப்பட்ட இவரது இந்த இரண்டு நாவல்களும் மற்ற படைப்புகளும் பிரெஞ்சு, ஜெர்மன், இத்தாலி, ஸ்பானிஷ், ஜப்பான், கொரியா உள்ளிட்ட பல்வேறு மொழிகளில் மொழிபெயர்க்கப் பட்டு வெளியிடப்பட்டுள்ளன. சிறப்புமிக்க 'ஜேம்ஸ் ஜாய்ஸ் ஃபவுன்டேஷன்' விருது பெற்ற முதல் சீன எழுத்தாளர் என்ற பெருமைக்குரியவர் யூ ஹுவா, கடந்த இருபது ஆண்டுகளில் மிகவும் பேசபட்ட, வாசகர்களிடம் பெரும் பாதிப்பை ஏற்படுத்தியுள்ள சீனாவின் பத்து நூல்களில் யூ ஹுவாவின் 'ரத்தம் விற்பவனின் சரித்திரம்' இடம் பெற்று வருகிறது. இந்த மொழிபெயர்ப்பு நாவலைத் தொடர்ந்து யூ ஹுவாவின் 'வாழ்வதற்காக' என்ற நாவலும் வெளிவர உள்ளது.

In arrangement with
YU HUA
C/o The Johanne Wang Agency

'ரத்தம் விற்பவனின் சரித்திரம்' சீனாவின் மையப்பகுதிக்கு நம்மை இட்டுச் செல்கிறது. சாதாரண சீனர்கள் வாழும் நகரங்களுக்கும் தெருக்களுக்கும் முன்வாசலுக்கும் அடுக்களைக்கும் படுக்கையறைக்கும் நம்மை நகர்த்திச் செல்கிறது. இவர்கள் மாபெரும் வீரர்களோ அல்லது அரசியல்வாதிகளோ இல்லை. கண்ணியத்தோடும் நம்பிக்கையோடும் வாழ எத்தனிக்கும் இவர்களது துணிவும் முனைப்புமே இவர்களை உண்மையான அருஞ்செயல் வீரர்களாக்குகின்றன. இந்நூல் ஒரு மாணிக்கக்கல்.

வாங் பிங்
சீன எழுத்தாளர்

ரத்தம் விற்பவனின் சரித்திரம்

யூ ஹுவா

தமிழில்
யூமா வாசுகி

சந்தியா பதிப்பகம்
சென்னை - 600 083

ரத்தம் விற்பவனின் சரித்திரம்
சீன மொழியில்

யூ ஹுவா

தமிழில்

யூமா வாசுகி

முதற்பதிப்பு: 2014
அளவு : டெமி • தாள் : 60 gsm • பக்கம்: 304
அச்சு அளவு : 11 புள்ளி • விலை : **ரூ. 250/-**
அச்சாக்கம் : சென்னை மைக்ரோ பிரிண்ட் பி.லிமிட்,
சென்னை - 29.

சந்தியா பதிப்பகம்
புதிய எண் 77, 53வது தெரு, 9வது அவென்யூ,
அசோக் நகர், சென்னை - **600 083.**
தொலைபேசி: 044 : 24896979

Tamil Translation copy right
Sandhya Publications

ISBN: 978-93-84915-08-7

Raththam Virpavanin Sariththiram

(Tamil Translation of the Novel
Originally published in china as *Xu Sanguan mai Xue Ji*)

© **Yu Hua**

Tamil Translation

Yuma Vasuki

Printed at Chennai Micro Print Pvt Ltd.,
Chennai - 29.

Published by
Sandhya Publications
New No. 77, 53rd Street, 9th Avenue, Ashok Nagar,
Chennai - 600 083. Tamilnadu.
Ph : 044 - 24896979

Price Rs. 250/-

sandhyapathippagam@gmail.com
sandhyapublications@yahoo.com

www.sandhyapublications.com

யூ ஹுவாவின் படைப்புலகம்

பதற்றம் மிகுந்த மாவோ காலத்து சீனாவின் குடும்ப வாழ்க்கையை இலகுவானதாகவும் சிக்கல் நிறைந்ததாகவும் காட்சிப்படுத்தும் யூ ஹுவாவின் எழுத்துகளில் அன்பும் கொடூர நகைச்சுவை உணர்வும் இரண்டறக் கலந்து வாசகரை வசீகரிக்கிறது. யூ ஹுவாவின் நகையுணர்வு மனதை கலங் கடித்து வாழ்க்கையின் அர்த்தமின்மையையும் கொடூரத்தையும் வெளிப்படுத்துகிறது.

மாவோ சீனாவின் வரலாற்றை, பண்பாட்டை, மரபுகளை, சிதைவுகளை, யூ ஹுவாவின் கதாபாத்திரங்கள் நமக்கு வெளிப்படுத்துகின்றன. அவரது மொழியும் நடையும் மனதை கொள்ளையிடுகின்றன.

“ஒவ்வொரு மனிதனுக்கும் அவனுக்கென்று ஆசைகள் உண்டு; உணர்ச்சிகள் உண்டு. தனது நடைமுறை வாழ்க்கையில் அவன் அவற்றை வெளிப்படுத்த இயலாது. ஆனால் எழுத்தில் பிரவேசிக்கிறபோது, நீ உருவாக்கிக் கொண்ட உனது கற்பனை உலகத்தில் இந்த ஆசைகளையும் உணர்ச்சிகளையும் நீ வெளிப்படுத்தமுடியும். எழுதுவது என்பது எனது வாழ்க்கையை நிறைவடையச் செய்கிறது.

“என் வாழ்வில் இரண்டு வழிகள் உள்ளன. “ஒன்று நிஜம் மற்றது புனைவு. இவ்விரண்டுக்கும் உள்ள உறவு, நோய்க்கும் ஆரோக்கியத்திற்கும் உள்ள உறவு போன்றது.

“ஒன்று வலுப்பெற்றால் மற்றது நலிவடைய வேண்டும். என் கற்பனை வாழ்க்கையில் சுவராசியம் அதிகரிக்க அதிகரிக்க எனது நிஜ வாழ்க்கையில் ஈடுபாடு குறைந்து கொண்டே

இருக்கிறது. ஆனால் நாம் வியக்கும் விஷயமோ, எது தேக நலம்? எது நோய் என்பதே" என்று சொல்கிறார் யூ ஹுவா.

தனது குடும்ப ஜீவனத்திற்காக தன் ரத்தத்தை விற்கும் ஒரு சீனனின் கதைதான் 'ரத்தம் விற்பவனின் சரித்திரம்.' ஒரு காலகட்டத்தில் ரத்தம் விற்பது என்பது சீனாவில் வாழும் ஏழைகளின் தொழிலாக இருந்தது. ரத்தம் விற்கும் இடங்களின் பாதுகாப்பின்மை எய்ட்ஸ் நோயாளிகளை உருவாக்கியது. சீன மரபில் ரத்த விற்பனை என்பது ஒரு ஈனத் தொழிலாக கருதப்பட்டது ஒரு நகை முரண்.

யூ ஹுவா பிறந்தபோது நிலவிய கடும் பஞ்சம் லட்சக் கணக்கான சீனர்களை பலிகொண்டது. அந்த மூன்றாண்டு பஞ்சம், 1959இல் தொடங்கி நீடித்தது. அவரது மாணவப் பருவத்தில் சீனாவில் கலாசார புரட்சி நிகழ்ந்தது. பின்னர் தின்னமேன் சதுக்க கலகத்தையும் நேரடியாகக் கண்டார். இந்த நிகழ்வுகளின் விளைவுகளை ரத்தம் விற்பவனின் கதா பாத்திரங்கள் வெளிப்படுத்துகின்றன.

இந்தப் பின்னணியில்தான் 'ரத்தம் விற்பவனின் சரித்திரம்' உருவாக்கப்பட்டுள்ளது. இருபதாம் நூற்றாண்டில் சீனர்கள் சந்தித்த துன்பியல் வாழ்க்கை முறையை விஷத்தனமான நகைச் சுவையோடு சொல்கிறது இந்த நாவல். மனிதத்திற்கும் மிருகத்தனத்திற்குமான போராட்டமாக அமைந்திருக்கும் இந்த நாவலில் கல்நெஞ்சமும் கருணை உள்ளமும் எதிரெதிர் பிம்பங்களாகத் தொடர்கின்றன.

விம்மிச்சிந்துகிற கண்ணீரும் வெடித்துச் சிதறும் வன் முறையும் ஒருங்கிணைந்த துயர காவியம் இது.

ரத்தம் விற்பவனின் சரித்திரம்

1

நகரத்தில் ஒரு பட்டு நூல் கம்பெனியில் நூல் நூற்பவர்களுக்கு பட்டு நூல் புழுக்கூடுகள் வினியோகம் செய்கிற வேலையை செய்து வந்தான் ஸூ ஸன்க்வான். அவன் இன்று கிராமத்திலுள்ள தாத்தாவைச் சந்திக்கிறான். வயது மூப்பால் தாத்தாவின் கண்கள் ஒளி குறைந்து மங்கிப்போயிருந்தன; வாயிலருகில் நிற்பவர்கள் யார் என்று தெரிந்துகொள்வதே சிரமமாக இருந்தது. இன்னும் கொஞ்சம் பக்கத்தில் வந்து நிற்கும்படி ஸு ஸன்க்வானிடம் அவர் சொன்னார். ஒரு நிமிடத்திற்கும் அதிகமாக அவனை உற்றுப் பார்த்த பிறகு தாத்தா கேட்டார்: “மகனே, உன் முகம் எங்கே?”

ஸூ ஸன்க்வான் சொன்னான்: “தாத்தா, நான் மகன் அல்ல. பேரப்பிள்ளை. என் முகம் உங்களுக்கு மிகப் பக்கத்திலிருக்கிறது.” அவன் தாத்தாவின் கையைப் பிடித்து தன் முகத்தோடு சேர்த்து சற்று வருட அனுமதித்து மீண்டும் மடியிலேயே வைத்தான். தாத்தாவின் உள்ளங்கை கச்சா பட்டு நூல் போன்று அவனுக்குத் தோன்றியது.

தாத்தா கேட்டார்: “ஏன் உன் அப்பா என்னைப் பார்க்க வரவில்லை?”

“அப்பா வெகு காலம் முன்பாகவே இறந்துவிட்டாரே.”

தாத்தா தலையசைத்தார். உதடுகளுக்கிடையில் எச்சிலின் ஒரு நூல் வெளியே வந்தது. அவர் தலை சரித்து அதை மீண்டும் உள்ளிழுத்தார். எச்சில் சற்று உட்சென்றது.

“மகனே, உன் ஆரோக்கியம் எப்படியிருக்கிறது?”

“நன்றாயிருக்கிறது.” ஸூ ஸன்க்வான் சொன்னான்: “தாத்தா, நான் உங்கள் மகன் இல்லை.”

தாத்தா தொடர்ந்தார்: "நீ ரத்தம் விற்பதுண்டா?"

ஸூ ஸன்க்வான் தலையசைத்தான்: "இல்லை, இல்லை. நான் ஒருபோதும் என் ரத்தத்தை விற்றதில்லை."

"மகனே," தாத்தா அழைத்தார்: "நீ நல்ல ஆரோக்கியத்துடன் இருப்பதாகச் சொல்கிறாய். ரத்தம் விற்றதே இல்லையென்றும் நீ சொல்கிறாய். நீ என்னை ஒரு முட்டாளாக்க முயற்சிக்கிறாய் என்று நினைக்கிறேன்."

"என்ன சொல்கிறீர்கள் தாத்தா? எனக்கு ஒன்றும் புரியவில்லை. முதுமையால் உங்களுக்கு புத்தி மந்தமாகிவிட்டதா?"

தாத்தா தலையாட்டினார்.

ஸூ ஸன்க்வான் மறுபடியும் சொன்னான்: "நான் உங்கள் மகன் அல்ல. பேரப் பிள்ளை."

"மகனே," தாத்தா தொடர்ந்தார்: "உன் அப்பா நான் சொல்வதைக் கேட்கவில்லை. நகரத்தில் ஏதோ ஒரு மலரிலோ எதிலோ அவன் விழுந்துவிட்டான்."

"தங்க மலர். அதுதான் என் அம்மா."

"உன் அப்பாவுக்கு வயது வந்துவிட்டது என்று என்னிடம் சொன்னான். நகரத்துக்குச் சென்று பூவையோ எதையோ கல்யாணம் செய்ய வேண்டும் என்றும் சொன்னான். அப்போது நான் சொன்னேன், அடே, உன் இரண்டு அண்ணன்களும் இன்னும் கல்யாணம் செய்யவில்லை. மூத்தவர்களின் கல்யாணம் இதுவரை முடியாத நிலையில், அவர்களுக்கு முன்னால் இளையவன் பெண் கட்ட எப்படி அனுமதிக்க முடியும். அப்படி விளையாட இங்குள்ள சட்டம் அனுமதிக்காது."

௰

ஸூ ஸன்க்வான் தன் நான்காவது சித்தப்பா வீட்டு மேலிருந்து அடிவானத்தைப் பார்த்துக்கொண்டிருந்தான். ஆகாயம் ரத்த நிறத்திலிருந்தது. தூரத்திலுள்ள சேறு நிறைந்த வயல்களிலிருந்து ஆரம்பித்து, வயல்களையெல்லாம் பிரகாசத்தில் மூழ்கடித்துக் கொண்டு, அதன் விளைச்சல்களையெல்லாம் சிவப்புத் தக்காளி நிறத்தில் விசாலமாக்கிக்கொண்டு... எல்லாம் கடும் சிவப்பா யிருந்தது. சிறிய கால்வாய்கள், விசாலமான நிலங்களின் வழியாகக் கடந்து செல்லும் நடை பாதைகள், மரங்கள், வேய்ந்த குடில்கள்,

மீன் குளங்கள் அவ்வளவு ஏன், கிராமத்து புகைக் குழாய் களிலிருந்து எழும் புகைகூட.

ஸூ ஸன்க்வான் சித்தப்பாவின் வீட்டருகில் முலாம்பழ வயலில் உரமிட்டுக்கொண்டிருந்தான். அந்த நேரத்தில் இரண்டு பெண்கள் நடந்து சென்றார்கள். ஒருத்தி வயதானவள் மற்றொருத்தி இளம்பெண். ஸூ ஸன்க்வானின் சித்தப்பா சொன்னார்: "க்வி ஹுவா வளருந்தோறும் அவளின் அம்மாவைப் போலவே இருக்கிறாள்."

இளம் பெண் சிரித்தாள். வயதானவள், ஸூ ஸன்க்வான் வீட்டுக் கூரை மீது நிற்பதைப் பார்த்தாள். "உங்கள் வீட்டுக் கூரை மீது நிற்பது யார்?"

சித்தப்பா சொன்னார்: "அது என் மூன்றாவது சகோதரனின் மகன்."

கீழிருந்து மூவரும் மேலே ஸூ ஸன்க்வானைப் பார்த்தார்கள். கீழே நின்ற க்வி ஹூவா என்ற இளம் பெண்ணை பார்த்தபோது ஸூ ஸன்க்வான் மெல்லச் சிரித்தான். க்வி ஹூவா தரையைப் பார்த்தாள். வயதான பெண் சொன்னாள்: "இவன் இவனது அப்பாவைப்போலவே இருக்கிறான்."

சித்தப்பா கேட்டார்: "க்வி ஹுவாவின் திருமணம் அடுத்த மாதம், அல்லவா?"

வயதான பெண் தலையசைத்துச் சொன்னாள்: "அடுத்த மாதம் அவள் திருமணம் இல்லை. நிச்சயம் செய்ததை நாங்கள் துண்டித்துவிட்டோம்."

"நிச்சயித்து முடிவு செய்ததை துண்டித்துவிட்டீர்களா?" உரம் தூவும் கரண்டி கீழே விழுந்தது.

அந்த வயதான பெண் தாழ்ந்த குரலில் சொன்னாள்: "பையனின் ஆரோக்கியம் சரியில்லை. அவனால் ஒரு வேளைக்கு ஒரு கிண்ணம் சோறுதான் சாப்பிட முடியும். க்வி ஹுவாகூட இரண்டு கிண்ணம் சாப்பிடுவாள்."

சித்தப்பாவும் தாழ்ந்த குரலில் கேட்டார்: "அந்தப் பையன் எப்படி தன் உடம்பைக் கெடுத்துக்கொண்டானோ என்னமோ?"

"என்ன நடந்தது என்று எனக்குத் தெரியவில்லை. ஒரு வருட காலமாக அவன் ரத்தம் கொடுக்கவே போகவில்லை என்று ஆட்கள் சொன்னார்கள். அப்போதே எனக்குச் சந்தேகம்

ஏற்பட்டுவிட்டது. நான் அவனை இரவுச் சாப்பாட்டுக்கு அழைத்தேன். அவன் எவ்வளவு சாப்பிடுகிறான் என்று நான் நேரடியாகப் பார்க்க முடியும் அல்லவா? அவன் இரண்டு பெரிய கிண்ணம் அளவு சாப்பிட்டான் என்றால் எனக்குக் கொஞ்சம் ஆசுவாசமாக இருந்திருக்கும். மூன்று கிண்ணம் சாப்பிட்டால் க்வி ஹுவா அவனுக்குத்தான். அவன் ஒரு கிண்ணம்தான் சாப்பிட்டான். இன்னும் கொஞ்சம் கொடுக்க முற்பட்டபோது, 'போதும், வயிறு நிறைந்துவிட்டது, இனி சாப்பிட முடியாது' என்று சொன்னான். கொஞ்சம்கூட சாப்பிட முடியாத ஒரு முதிர்ந்த இளைஞனை கொஞ்சம் கற்பனை செய்து பாருங்கள். நான் முடிவு செய்தேன், உண்மையாகவே இவனுக்கு ஏதோ பிரச்சினை இருக்கிறது."

சித்தப்பா அவளை ஆமோதித்து தலையசைத்தார்: "நீங்கள் நன்றாகச் சிந்திக்கிற அம்மாதான்."

அவள் சொன்னாள்: "அதற்காகத்தானே அம்மாக்கள்."

மீண்டும் அவர்கள் ஸூ ஸன்க்வானைப் பார்த்தார்கள். அவன் அந்த இளம்பெண்ணைப் பார்த்து மெல்லச் சிரித்துக் கொண்டிருந்தான். வயதான பெண் சொன்னாள்:

"அப்பாவைப்போலவே இருக்கிறான்."

ஒருவர் பின் ஒருவராக இருவரும் நடந்து சென்றார்கள். அவர்கள் இருவருக்கும் பெரிய நிதம்பங்கள். மேலிருந்து பார்க்கும்போது ஸூ ஸன்க்வானுக்கு அவர்களின் நிதம்பங்கள் எங்கு முடிகின்றன, தொடைகள் எங்கே ஆரம்பிக்கின்றன என்று அறிவதற்குச் சிரமமாக இருந்தது. சித்தப்பா மீண்டும் உரமிடத் தொடங்கினார். சூரியன் மறைந்தது. அந்தி வெளிச்சத்தில் அவர் உருவம் மேலும் மேலும் தெளிவற்றுப் போனது.

"சித்தப்பா, இனி எவ்வளவு நேரம் வேலை செய்ய வேண்டும்?"

"இப்போது முடிந்துவிடும்." சித்தப்பா சொன்னார்.

"சித்தப்பா, எனக்குப் புரியாத விஷயம் ஒன்றிருக்கிறது. அதைப் பற்றி உங்களிடம் கேட்கலாமா?"

"கேள்."

"ரத்தம் விற்பவர்கள் உண்மையில் ஆரோக்கியவான்கள் என்பது சரிதானா?"

"சரிதான்" சித்தப்பா சொன்னார்: "க்வி ஹுவாவின் அம்மா சொன்னதை நீயும் கேட்டாயல்லவா? இந்த ஊரில் ரத்தம் விற்காத ஆண்களுக்கு பெண் கிடைக்காது."

"இது என்ன சட்டம்?"

"சட்டம் உண்டா இல்லையா என்றெல்லாம் எனக்குத் தெரியாது. ஆனால் ஆரோக்கியம் உள்ள எல்லோரும் ரத்தம் விற்கச் செல்கிறார்கள். ஒரு முறை ரத்தம் கொடுத்தால் முப்பத்தைந்து யுவான் கிடைக்கும். ஆறு மாதம் வயல்களிலிருந்து சம்பாதிப்பதைவிட எவ்வளவோ அதிகம். ரத்தம் கிணற்று நீர்போலத்தான். அள்ளவில்லையென்றால் அது வற்றிப்போகும், ஆனால் என்றும் அதைப் பயன்படுத்தினாலோ முன்பு இருந்த அளவு தண்ணீர் ஊறவும் செய்யும்."

"அப்படியென்றால் நீங்கள் சொல்வது சரியென்றால் ரத்த விற்பனை என்பது பணம் காய்க்கும் மரம்தான்."

"அது உன் ஆரோக்கியத்தைப் பொறுத்திருக்கிறது. ஆரோக்கியம் இல்லையென்றால் ரத்தம் விற்கும்போது நீ உன் வாழ்க்கையையும் விற்பாய். ரத்தம் விற்கும்போது மருத்துவமனை உன்னைப் பரிசோதிக்க வேண்டும். முதலில் நீ ஆரோக்கியவானா இல்லையா என்று பரிசோதிப்பதற்கு ஒரு சோதனைக்குழாயில் கொஞ்சம் ரத்தம் எடுப்பார்கள்... ஆரோக்கியம் இருந்தால்தான் அவர்கள் ரத்தம் விற்க அனுமதிப்பார்கள்."

"சித்தப்பா, நான் ரத்தம் விற்கக்கூடிய நிலையில் இருக்கிறேன் என்று நினைக்கிறீர்களா?"

கூரை மீது நிற்கும் மகனைப் பார்த்தார். நிர்வாண உடலுடன் இளித்துக் காட்டிக்கொண்டு அவனும் திரும்பிப் பார்த்தான். கையின் தசை உறுதிப்பட்டதாகத் தோன்றியது. அதனால் சொன்னார்: "நீ ரத்தம் விற்கலாம்."

மற்றொரு எண்ணம் ஏற்படுவதுவரை ஸூ ஸன்க்வான் தனக்குத்தானே சிரித்துக்கொண்டான். கீழே சித்தப்பாவைப் பார்த்தான், "சித்தப்பா நான் இன்னொன்றும் கேட்க விரும்புகிறேன்."

"என்ன?"

"மருத்துவமனையில் பரிசோதிக்க ஒரு சிறிய சோதனைக்குழாயில் ரத்தம் எடுப்பார்கள் என்று சொன்னீர்கள் அல்லவா?"

“ஆமாம்.”

“அதற்குப் பணம் தருவார்களா?”

“இல்லை.” சித்தப்பா சொன்னார், “அதை நீ இலவசமாகக் கொடுக்கிறாய்.”

ஃ

மூவரும் பாதையில் கீழ் நோக்கி நடந்துகொண்டிருந்தார்கள். அவர்களில் அதிக வயதானவர் முப்பதுகளில் உள்ளவர்; மிகவும் இளமை பத்தொன்பது வயதுள்ள ஒருவன். அவர்களுக்கிடையில் நடக்கும் ஸூ ஸன்க்வானின் வயதோ, இதற்கு இடைப்பட்டது. உடன் நடக்கும் இருவரிடம் அவன் சொன்னான், “உங்கள் கையில் தர்ப்பூசணிகள் உண்டு, பாக்கெட்டில் பெரிய கிண்ணங்களும் உண்டு. நீங்கள் நகரத்தில் ரத்தம் விற்பதுடன் சேர்த்து தர்ப்பூசணிகளும் விற்க முடிவு செய்திருக்கிறீர்களா? உங்களிடம் நான்கு தர்ப்பூசணிகள்தான் இருக்கின்றன. ஏன் இவ்வளவு குறைவாக? ஆறு ராத்தல் வீதம் கொண்டு வரக் கூடாதா? இந்தக் கிண்ணங்கள் எதற்கு? ஏன் உணவு எதுவும் எடுத்து வரவில்லை? மதிய உணவுக்கு நீங்கள் என்ன சாப்பிடப்போகிறீர்கள்?”

“நாங்கள் ரத்தம் கொடுக்கப் போகும்போது உணவு எதுவும் எடுத்துச் செல்வதில்லை.” பத்தொன்பது வயதுக்காரன் ஜென்லோங் பதில் சொன்னான்: “ரத்தம் விற்று முடிந்த பிறகு நாங்கள் ஒரு கிண்ணம் பன்றி ஈரலும் மஞ்சள் அரிசியால் தயாரித்த ஒயினும் குடிப்பதற்காக பக்கத்து உணவு விடுதிக்கு செல்வோம்.”

ஸூ ஸன்க்வான் கேட்டான்: “நானூறு மில்லி லிட்டர் ரத்தம் கொடுப்போம் என்றுதானே நீங்கள் சொன்னீர்கள்? அது சரியாக எவ்வளவு?”

ஆ ஃபாங் பாக்கெட்டிலிருந்து ஒரு கிண்ணத்தை எடுத்தான், “இந்தக் கிண்ணத்தைப் பார்த்தாயா?”

“ம்.”

ஒரு தடவைக்கு இரண்டு கிண்ணம் ரத்தம்.

“இரண்டு கிண்ணமா?” ஸூ ஸன்க்வான் மூச்சிழுத்தான். “ஒன்றிரண்டு துளி ரத்தம் உண்டாக்க ஒரு கிண்ணம் அரிசி வேண்டும் என்று அவர்கள் சொல்கிறார்கள். அப்படியென்றால் இரண்டு கிண்ணம் ரத்தம் உண்டாக எத்தனை கிண்ணம் உணவு சாப்பிட வேண்டும்?”

ஆ ஃபாங்கும் ஜென்லோங்கும் மெல்லச் சிரித்தார்கள், "சோறு மட்டும் தின்பதால் பயனில்லை. பன்றி ஈரல்தான் சாப்பிட வேண்டும். அரிசி ஒயினும் குடிக்க வேண்டும்."

"ஸூ ஸன்க்வான்" ஜென்லோங் தொடர்ந்தான்: "எங்கள் கையில் ஏன் அதிக தர்ப்பூசணிகள் இல்லை என்று நீ சந்தேகித்தாய் அல்லவா? நான் உன்னிடம் ஒரு தகவலையும் சொல்கிறேன். இந்த தர்ப்பூசணிகள் விற்பதற்கல்ல. அன்பளிப்பு."

ஆ ஃபாங் சொன்னான்: "இந்த தர்ப்பூசணிகள் ரத்த அதிகாரி லீக்கு."

"இந்த அதிகாரி லீ யார்?"

சிறியதொரு மரப் பாலத்துக்குப் பக்கத்தில் அவர்கள் வந்திருந்தார்கள். தூரத்திலிருந்து ஒரு சிறிய ஓடை வயல்களிடையே அகலம் பெரிதும் சிறிதுமாக சென்றது. நீருக்கு மேலிருந்த பச்சை நிறமுள்ள களைகள் ஓடைக் கரைக்கும், அதற்குமப்பாலிருந்த நெல் வயல்களுக்குமாக படர்ந்திருந்தது.

ஆ ஃபாங் நடப்பதை நிறுத்தினான். "ஜென்லோங்கிடம் சொன்னான்: "ஜென்லோங், நாம் தண்ணீர் குடிப்பதுதான் நல்லது."

தர்ப்பூசணிகள் தொங்கவிட்டிருந்த கம்பைத் தரையில் வைத்துவிட்டு ஜென் லோங் கத்தினான்: "தண்ணீர் குடிப்பதற்கு நேரமாகிவிட்டது."

பாக்கெட்டிலிருந்த கிண்ணங்களை எடுத்துக்கொண்டு ஓடைக் கரையில் இறங்கினார்கள். ஸூ ஸன்க்வான் மரப் பாலத்தின் நடுவில் வந்து பார்த்து நின்றான். அவர்கள் கிண்ணங்களை ஓடையில் முக்கினார்கள். தண்ணீரின் அழுக்குகள் விலகிப் போவதுவரை அசைத்தார்கள். அது முடிந்து ஓசையுடன் நான்கைந்து கிண்ணங்கள் வீதம் தண்ணீர் குடித்தார்கள்.

அவர்களுக்கு மேலே நின்றுகொண்டு ஸூ ஸன்க்வான் உரத்த குரலில் கேட்டான்:

"காலைச் சாப்பாட்டுடன் உப்பிலிட்ட ஊறுகாய் நிறையச் சாப்பிட்டீர்களா?"

ஆ ஃபாங் மேலே பார்த்தான்: "நாங்கள் காலை உணவே சாப்பிடவில்லை. எட்டுக் கிண்ணம் தண்ணீர் குடித்தோம். இப்போது குடித்தது தவிர நகரத்தில் இன்னும் நிறையக் குடிக்க வேண்டும். எங்கள் வயிறு வெடிப்பதுவரை, எங்கள் ஈறு

வலிப்பதுவரை. ஏனென்றால் எவ்வளவு அதிகம் தண்ணீர் குடிக்கிறோமோ அந்தளவு ரத்தம் கிடைக்கும். தண்ணீர் ரத்தத்தில் கரைந்துவிடும்.

"தண்ணீர் சேரும்போது ரத்தம் தண்ணீர் போலாகுமோ?"

"உண்மையில் ஆகும். அதைத் தவிர இன்னும் பல விஷயங்கள் இருக்கின்றன."

"நீங்கள் ஏன் கிண்ணம் வைத்திருக்கிறீர்கள் என்று எனக்கு இப்போது புரிந்தது." கீழே ஓடைக்குள் இறங்கியவாறு ஸூ ஸன்க்வான் சொன்னான்: "யாராவது எனக்கு ஒரு கிண்ணம் கொடுங்கள். நானும் கொஞ்சம் குடிக்கிறேன்."

ஜென்லோங் கிண்ணம் கொடுத்தான்: "என்னுடையதை எடுத்துக்கொள்."

கிண்ணத்துடன் ஓடையின் ஓரத்தில் ஸூ ஸன்க்வான் குந்தியிருந்தான்.

ஆ ஃபாங் சொன்னான்: "மேலே உள்ள தண்ணீர் அழுக்காக இருக்கும். அடியிலும் அப்படித்தான். இடையில் உள்ள தண்ணீரைத்தான் குடிக்க வேண்டும்."

ஓடையில் தண்ணீர் குடித்த பிறகு பாதையில் நடையைத் தொடர்ந்தார்கள். இப்போது ஆ ஃபாங்கும் ஜென்லோங்கும் அருகருகே நடந்தார்கள். அவர்கள் சுமந்து நடக்கும் கம்பிலிருந்து லயத்துடன் எழும் கீச்சொலியைக் கேட்டுக்கொண்டு ஸூ ஸன்க்வான் அவர்களுக்குப் பக்கத்தில் நடந்தான்.

ஸூ ஸன்க்வான் சொன்னான்: "நீங்கள் இவ்வளவு தூரம் இதைச் சுமந்துகொண்டு நடக்கிறீர்களே, நானும் ஒன்று எடுத்துக்கொள்கிறேன்."

ஜென்லோங் சொன்னான்: "ஆ ஃபாங்கின் சுமையைக் கொஞ்ச நேரம் பிடித்துக்கொள்."

ஆ ஃபாங் சொன்னான்: "இவ்வளவு குறைவான தர்ப்பூசணிகள் எனக்கு ஒரு பிரச்சினையே இல்லை. நகரத்தில் தர்ப்பூசணி விற்பதற்கு ஒரே நேரத்தில் நூறு ராத்தல்வரை நான் சேர்ப்பதுண்டு."

ஸூ ஸன்க்வான் கேட்டான்: "நீங்கள் அதிகாரி லீயைப் பற்றிச் சொன்னீர்கள் அல்லவா? யார் அவர்?"

"அதிகாரி லீ." ஜென்லோங் விளக்கினான்: "ஆஸ்பத்திரிக்காக ரத்தம் வாங்கும் பொறுப்பு வகிக்கும் வழுக்கைத் தலையர். யாரால் ரத்தம் விற்க முடியும், அல்லது முடியாது என்று முடிவு செய்பவர்."

"அதனால்தான் நீங்கள் அவரை ரத்த அதிகாரி என்று சொல்கிறீர்கள்." ஸூ ஸன்க்வான் உறுதிப்படுத்திக்கொண்டான்.

ஆ ஃபாங் தொடர்ந்தான்: "சில முறை நிறைய மனிதர்கள் ரத்தம் விற்க வருவதுண்டு. ஆனால் அது தேவைப்படும் நோயாளிகள் ஆஸ்பத்திரியில் அதிகம் இருக்க மாட்டார்கள். அப்படியான நேரங்களிலெல்லாம், அவரின் விருப்பமான பக்கத்திலிருப்பவர்களுக்குத்தான் ரத்தம் விற்பதற்கு வாய்ப்புக் கிடைக்கும்."

இன்னும் விளக்கமாக ஆ ஃபாங் சொன்னான்: "ரத்த தலைவரின் விருப்பமான பக்கத்தில் என்பதன் சரியான அர்த்தம் இதுதான். ரத்த தலைவரின் சொந்த வார்த்தைகளில் சொல்வதாயிருந்தால் ரத்தம் விற்காதபோதும் தன்னை நினைவுகூர்பவன். அடிக்கடி நினைவுகூர்பவன், அடிக்கடி அவரை நினைவுகூர்வது என்றால் என்ன அர்த்தம்?"

சுமந்துவரும் கம்பில் ஆடி அசைந்துகொண்டிருக்கும் தர்ப்பூசணிகளைச் சுட்டிக்காட்டி ஆ ஃபாங் சொன்னான்: "அடிக்கடி நினைவுகூர்வது என்றால் இதுதான் அர்த்தம்."

"அவரை நினைவுகூர்வது நாங்கள் மட்டுமல்ல." ஜென்லோங் மேலும் சொன்னான். "யாங் எனும் அந்த இளம் பெண்ணும் அவரை எப்போதும் நினைவுகூர்கிறாள்."

இருவரும் ஒரு கேலிச் சிரிப்பு சிரித்தார்கள். ஆ ஃபாங் ஸூ ஸன்க்வானிடம் சொன்னான்: "போர்வைக்குள் அவரின் விருப்பமான பக்கத்தை அவள் அடைகிறாள். அவள் ரத்தம் விற்க விரும்பினால் மற்ற எல்லோரும், அவர்கள் யாராக இருந்தாலும் விலகி நிற்க நேரும். அவளை யாரேனும் குற்றம் சொன்னாலோ, அவன் அழிவற்றவன் என்றால்கூட ரத்தம் கொடுக்க ரத்த அதிகாரி லீ அனுமதிக்க மாட்டார்."

பேசிப் பேசி அவர்கள் நகரத்துக்கு அருகில் வந்துவிட்டார்கள். நகரத்துக்கு வந்தபோது ஸூ ஸன்க்வான் தலைமை ஏற்றுக்கொண்டான். ஏனென்றால் அவன் அந்த நகரத்தில் உள்ளவன். அவனுக்கு பாதைகளெல்லாம் நன்றாகத் தெரியும். இன்னும் கொஞ்சம் தண்ணீர் குடிக்கக் கூடிய ஒரு நல்ல இடம்

வேண்டும் என்று அவர்கள் அவனிடம் கேட்டார்கள். ஸூ ஸன்க்வான் சொன்னான்: "நகரத்துக்கு வந்துவிட்டால் நீங்கள் ஓடையில் தண்ணீர் குடிக்காதீர்கள். அது முற்றிலும் அழுக்கு. கிணற்று நீர் குடிப்பதற்கு நான் அழைத்துச் செல்கிறேன்."

இருவரும் ஸூ ஸன்க்வானின் பின்னால் சென்றார்கள். வளைந்து திரும்பி இடுங்கிய சந்துகளினூடே கொண்டு செல்லும்போது அவன் சொன்னான்: "என்னால் இனியும் தாக்குப்பிடிக்க முடியாது. சிறுநீர் கழிப்பதற்கான இடத்தைக் கண்டுபிடித்தே ஆக வேண்டும்."

ஜென்லோங் சொன்னான்: "நீ இப்போது சிறுநீர் கழிக்க வேண்டாம். சிறுநீர் கழித்தால் குடித்த அந்தத் தண்ணீரெல்லாம் பயன்படாமல் போய்விடும். பிறகு கொஞ்சம் ரத்தம்தான் மிச்சமிருக்கும்."

ஆ ஃபாங், ஸூ ஸன்க்வானிடம் சொன்னான்: "நாங்கள் உன்னைவிட எவ்வளவோ அதிகம் குடித்தோம். ஆயினும் நாங்கள் தாக்குப்பிடிக்கிறோம் அல்லவா?" அவன் ஜென்லோங்கிற்கு நேராகத் திரும்பினான். "அவனது மூத்திரப் பை சிறியது."

நிறைந்து தொங்கும் மூத்திரப் பையின் வலியால் அவனது புருவங்கள் வளைந்தன. ஸூ ஸன்க்வான் நடை வேகம் இன்னும் கொஞ்சம் மட்டுப்பட்டது. சந்து வழியே நடந்தான். "இதனால் சாவு வருமோ?"

"சாவு வருமோ என்று கேட்டால்?"

"என்னைக் கொல்லுமா என்று. நான் கேட்பது என் வயிறு வெடிக்குமா என்று?"

"உன் பல்லின் ஈறுகள் வலிக்கின்றனவனா?" ஆ ஃபாங் கேட்டான்.

"என் பற்களா? பார்க்கிறேன்... இல்லை... எனக்கு இல்லை என்று தோன்றுகிறது."

"அப்படியென்றால் பயப்படுவதற்கு ஒன்றுமில்லை. பற்கள் வலிக்காதவரை மூத்திரப் பை வெடிப்பதற்கான சாத்தியம் குறைவு." ஆ ஃபாங் உறுதியாகச் சொன்னான்.

ஸூ ஸன்க்வான் அவர்களை, மருத்துவமனைக்குப் பக்கத்தில் உள்ள அனேக வருடப் பழைய ஒரு மரம் விதானம்போன்று கவிந்திருக்கும் கல் பாவிய கிணற்றுக்கு அவர்களை அழைத்து

வந்தான். நேர்த்தியாகச் சுற்றி வைக்கப்பட்டிருக்கும் சணற் கயிறு கட்டிய, மரத்தாலான ஒரு வாளி கிணற்றின் பக்கத்தில் கிடந்தது. அவர்கள் வாளியைத் தண்ணீரிலிட்டார்கள். முகத்தில் விழும் அடி ஓசைபோன்று அது தண்ணீரில் சென்று விழுந்தது. ஒரு வாளி நீர் மொண்டு ஜென்லோங்கும் ஆ ஃபாங்கும் ஆளுக்கு இரண்டு கிண்ணங்கள் குடித்தார்கள். ஆ ஃபாங் தன் கிண்ணத்தை ஸூ ஸன்க்வானிடம் கொடுத்தான். அவனும் ஒரு கிண்ணம் தண்ணீர் குடித்தான். ஆ ஃபாங்கும் ஜென்லோங்கும், மேலும் இன்னொரு கிண்ணம் குடிக்கும்படி ஸூ ஸன்க்வானைக் கட்டாயப்படுத்தினார்கள். ஆனால் கிண்ணத்தில் நீர் நிறைத்து ஒன்றிரண்டு முறை ருசித்துப் பார்த்த பிறகு மிச்சமிருந்த நீரை அவன் அந்த வாளியிலேயே திரும்ப ஊற்றினான்: "என் சிறுநீர்ப் பை சிறியது. இனி கொஞ்சம்கூடக் குடிக்க என்னால் முடியாது."

கர்ப்பத்தின் கடைசி மாதத்தில் இருக்கும் பெண்களைப்போல அவர்கள் கவனத்துடன் மருத்துவமனையின் ரத்தம் கொடுக்கும் அறைக்கு நடந்தார்கள்; சிறுநீரைத் தடுத்தாட்கொள்வதற்கான பிரயத்தனத்தின் காரணமாக அவர்கள் முகம் தக்காளிச் சிவப்பாயிருந்தன. ஆ ஃபாங்கும் ஜென்லோங்கும் ஸூ ஸன்க்வானைவிட அதிமான எச்சரிக்கையுடன் நடந்தார்கள்; ஏனென்றால் அவர்களுக்கு தர்ப்பூசணி கட்டித் தொங்கவிட்ட கம்பின் பாரமும் இருந்தது. அவர்களின் கரங்கள் தர்ப்பூசணி கட்டிய கயிற்றைச் சுற்றிப் பிடித்திருந்தன; அதன் காரணமாக அது ஒவ்வொரு அடி வைப்பிலும் அதிகமாக அசைந்தாடவில்லை. ஆனால் மருத்துவமனையின் வராந்தா சிறியது. அதனால் அங்கே நெருக்கியடித்துக்கொண்டிருப்பவர்கள் கம்புகளைத் தள்ளினார்கள், உரசினார்கள். ஆ ஃபாங்கின், ஜென்லோங்கின் சிறுநீர்ப் பைகளை பெருக்கச் செய்யும் தண்ணீர் தர்ப்பூசணிகளைப்போல அசைந்தாடின. அவர்களின் முகங்கள் வலியால் கோணலுற்றன. யாராவது ஒவ்வொரு முறை தட்டும்போதும் அசைந்தாடும் தர்ப்பூசணிகளின் ஆட்டத்தை நிறுத்துவதற்காக அவர்கள் சற்று நேரம் நிற்கவேண்டியிருந்தது. கம்புகள் மீண்டும் நேராக ஆகும்போது வலியுடன் அவர்கள் நடை தொடர்ந்தனர்.

ரத்தம் கொடுக்கும் அறையில் ஒரு மேசைக்குப் பின்னால் திறந்து வைத்த மேசை இழுப்பறையில் காலைத் தூக்கி வைத்துக்கொண்டு கால்களைப் பரப்பி தொடையிடுக்கைக் காணத் தக்க விதமாக ரத்த அதிகாரி லீ அமர்ந்திருந்தார். பித்தான்கள் கழன்றிருந்தன. அதனூடே பூப்போட்ட உள்ளாடை தெரிந்தது.

ரத்த அதிகாரி லீயைத் தவிர அந்த அறையில் வேறு யாரும் இல்லை. அவரைப் பார்த்த உடனேயே ஸூ ஸன்க்வான் தனக்குள் யோசித்தான். "இவர்தான் ரத்த அதிகாரி லீ. பொரித்த பட்டு நூல் புழுக்கள் விற்க வரும் அந்த வழுக்கைத் தலையர்தானே இவர்?"

ஆ ஃபாங்கும் ஜென்லோங்கும் சுமந்துகொண்டிருக்கும் கம்புகளை அங்கும் இங்கும் மாற்றுவதைப் பார்த்தபோது ரத்த அதிகாரி லீ கால்களைத் தரையிலிட்டார். இனிமையான ஒரு சிரிப்புச் சிரித்தார்: "அப்படியென்றால் அது நீங்கள் இருவர்தானா?" பிறகு ஸூ ஸன்க்வானைப் பார்த்து அவர் ஜாடை காட்டினார்: "இவனை முன்பு எங்கோ நான் பார்த்திருக்கிறேன்."

"இவன் இந்த நகரத்தில்தான் இருக்கிறான்." ஆ ஃபாங் சொன்னான்.

"ஓ, அதாயிருக்கும்."

ஸூ ஸன்க்வான் மேலும் சொன்னான்: "பொரித்த பட்டு நூல் புழு விற்பதற்கு எங்கள் கம்பெனிக்கு வருபவர் அல்லவா நீங்கள்?"

"நீ பட்டுத் தொழிற்சாலையில் இருக்கிறாயா?"

"ஆமாம்."

"அது சரி." லீ தொடர்ந்தார்: "உன்னைப் பார்த்ததாகத் தோன்றியதில் வியப்பில்லை. நீயும் இங்கே ரத்தம் விற்க வந்தாயா?"

ஆ ஃபாங் சொன்னான்: "நாங்கள் கொஞ்சம் தர்ப்பூசணிகள் கொண்டு வந்திருக்கிறோம். இன்று காலையில்தான் வயலிலிருந்து பறித்தோம். புதியது."

மேசைக்கு எதிரே சாய்ந்து தர்ப்பூசணிகளை நன்றாகப் பார்ப்பதற்காக ரத்த அதிகாரி லீ இருக்கையின் பின்புறத்தை உயர்த்தினார்: "ஓ, மிகவும் பெரிதாக இருக்கிறதே? அந்த மூலையில் வை."

பையிலிருந்து தர்ப்பூசணிகளை எடுத்து மூலையில் வைப்பதற்காக ஆ ஃபாங்கும் ஜென்லோங்கும் குனிந்தார்கள். ஆனால் எவ்வளவு முயன்றாலும் தேவையானபடி குனிய முடியவில்லை. மூன்று நான்கு பயனற்ற முயற்சிகளுக்குப் பிறகு அவர்களின் முகம் சிவந்தது. அவர்களின் திணறலின் ஓசை அந்த அறையில் நிறைந்தது.

இவர்களின் கஷ்டங்களைப் பார்த்த ரத்த அதிகாரி லீயின் உதடுகளில் சிரிப்பு மறைந்தது: "இந்த முறை நீங்கள் எவ்வளவு தண்ணீர் குடித்தீர்கள்?"

"மூன்று கிண்ணம் மட்டும்தான்." ஆ ஃபாங் சொன்னான்.

அவன் பக்கத்தில் நின்றுகொண்டிருந்த ஜென்லோங் திருத்தினான்: "அவன் மூன்று. நான் நான்கு."

"நாசம்!" ரத்த அதிகாரி லீயின் கண்கள் அவர்கள்மேல் ஊர்ந்தன. நீர்ப் பை எவ்வளவு பெரிது என்று எனக்குத் தெரியாது என்று நினைத்துக்கொண்டீர்களா? நீங்கள் இருவரும் எவ்வளவு தண்ணீர் குடித்திருப்பீர்கள் என்று எனக்குத் தெரியும். காலையில் ஆரம்பித்ததல்லவா? கர்ப்பிணியின் வயிறுபோல உங்கள் வயிறும் பெருத்திருக்கிறதே. குறைந்தபட்சம் ஒரு பத்துக் கிண்ணமாவது..."

ஆ ஃபாங்கும் ஜென்லோங்கும் ஆட்டின் இளிப்புப்போல ஒரு கொச்சைச் சிரிப்பு சிரித்தார்கள். ரத்த அதிகாரி லீ அவர்களின் சிரிப்பில் வீழ்ந்தார்; அந்த விஷயத்தை ஒதுக்கித் தள்ளுவதுபோன்று கை ஆட்டினார்: "போகட்டும். உங்களுக்கு ஒரு மனசாட்சியாவது உண்டு. அடிக்கடி நீங்கள் என்னை நினைத்துப் பார்க்கிறீர்கள். இந்த முறை நீங்கள் விற்கலாம். இனி ஒருபோதும் இப்படிச் செய்யாதீர்கள்." பிறகு அவர் ஸூ ஸன்க்வானிடம் கவனத்தைத் திருப்பினார்: "இங்கே வா."

ஸூ ஸன்க்வான் மேசைக்கருகில் சென்றான்.

"தலையை இன்னும் கொஞ்சம் நீட்டு."

ஸூ ஸன்க்வான் தலை தாழ்த்தினான். ரத்த அதிகாரி ஒரு கையுயர்த்தி ஸூ ஸன்க்வானின் கன்னத்தைப் பிடித்து கண்களை விரித்துப் பார்த்தார்.

"உன் கண்களைப் பரிசோதிக்கிறேன். மஞ்சள்காமலை இருக்கிறதா என்று பார்க்கிறேன்... இனி நாக்கை நீட்டு... வாய்க்குள் பார்க்கிறேன். அவ்வளவு மோசமாகத் தோன்றவில்லை. சரி, நீயும் ரத்தம் விற்கலாம். நான் சொல்வதைக் கவனமாகக் கேட்க வேண்டும். வழக்கத்தின்படி முதலில் கொஞ்சம் ரத்தம் எடுத்து ஏதும் நோய் இருக்கிறதா என்று பார்க்க வேண்டும். ஆனால் நீ ஆ ஃபாங்கினுடையவும் ஜென்லோங்கினுடையவும் நண்பன் அல்லவா. அவர்களின் உறவை நான் இழக்க விரும்பவில்லை. முக்கியமாக இது நம் முதலாவது சந்திப்பு அல்லவா? சுருக்கமாக, இதை என் ஒரு சிறிய பரிசாக நீ எடுத்துக்கொள்ளலாம்."

கொடுக்கல் வாங்கல்களை முடித்த பிறகு மூவரும் மருத்துவமனையின் பொது சிறுநீர் கழிப்பிடத்தை நோக்கி அதிபயங்கரமான வேதனையுடனான அடிவைப்புகளுடன் நடந்தார்கள். ஸூ ஸன்க்வான், இருவருக்கும் சற்றுப் பின்னால் இருந்தான். அவர்களின் கண்களை தரையிலேயே பதித்திருந் தார்கள். தவறான ஒரு அடிவைப்பில் சிறுநீர்ப் பை வெடித்துவிடும் என்ற அச்சத்துடன் நடந்தார்கள்.

மருத்துவமனை சிறுநீர்க் கழிப்பிடத்தில் ஒரு வரிசையாக அவர்கள் நின்றார்கள். சிறுநீர் கழிக்கத் தொடங்கியபோது வலியின் அலைகள் அவர்கள் பற்களின் வேர்களில் ஓங்கியடித்தன. அந்தளவு ஓசையுடன் பற்கள் அடித்துக்கொண்டதால், சிறுநீர் விழும் ஓசை பெரும்பாலும் அதில் ஆழ்ந்துபோனது.

அதன் பிறகு அவர்கள் விரைவிலேயே விக்டரி ஹோட்டலுக்குச் சென்றார்கள். பழைய ஒரு பாலத்தின் கீழ் விக்டரி ஹோட்டல் கூடமைத்திருந்தது. மேல் கூரையின் முனை, பாலத்தின் அடிப்புறத்தை முட்டிக்கொண்டிருந்தது. மேல் கூரையின் ஓடுகளுக்கிடையில் முளைத்து வளர்ந்த களைகள், மேல் கூரையின் அடிப் பகுதியிலிருந்து கால்வாயை நோக்கி புருவங்களைப்போல நின்றிருந்தன. மரச் சிம்புத் திரை தொங்கிக்கொண்டிருக்கும் கடையின் முன்புறம் முழுதுமுள்ள பெரிய திறப்புகளிலிருந்து முன்புற வாயிலை இனங்காண்பதே சிரமமாயிருந்தது. இந்த திறப்புகளில் ஒன்றின் வழியே மூவரும் ஹோட்டலுக்குள் சென்றார்கள். நகரத்தின் மேற்கு எல்லைக்குச் செல்லும் ஓடையைக் காணக்கூடிய மற்றொரு திறப்புகளருகில் அமர்ந்தார்கள்.

ஆ ஃபாங் ஒரு பரிசாரகரிடம் கத்தினான்: "வறுத்த பன்றி ஈரல் ஒரு பிளேட்; இரண்டு கிளாஸ் மஞ்சள் அரிசி ஒயின்; என் ஒயினை குளிர்ச்சி நீக்க மறக்க வேண்டாம்."

அவர்கள் உரக்கக் கத்திக் கேட்டதை ஸூ ஸன்க்வான் கவனித்துப் பார்த்துக்கொண்டிருந்தான். உறுதியாகச் சொல்வதற்காக மேசையில் அவர்கள் ஓங்கியடித்தது அவனுக்கு மிகவும் பிடித்திருந்தது. அவனுக்கும் சேர்த்து உரக்கக் கத்திச் சொன்னான்: "பன்றி ஈரல் ஒரு பிளேட். மஞ்சள் அரிசி ஒயின் இரண்டு கிளாஸ், என் ஒயினும் குளிர் இல்லாதிருக்கட்டும்."

கண் மூடித் திறப்பதற்கிடையில் வறுத்த பன்றி ஈரல் மூன்று கிண்ணமும் மூன்று குவளை ஒயினும் அவர்களின் மேசைக்கு வந்தன. ஸூ ஸன்க்வான் கரண்டியைப் பயன்படுத்தி ஒரு துண்டு

பன்றி ஈரல்தான் எடுத்திருப்பான்; அப்போதுதான் ஆ ஃபாங்கும் ஜென் லோங்கும் அதற்குப் பதிலாக ஒயின் குவளைகளை உயர்த்தினார்கள் என்று புரிந்தது. அரைக்கண் மூடி எதிர்பார்ப்புடன் பக்கங்களில் பார்த்துக்கொண்டு அவர்கள் மெதுவாக ஒரு வாய் உறிஞ்சிக் குடித்தார்கள்: அதனுடன் வாயால் உஸ்ஸென்று ஆசுவாச ஒலி எழுப்பினார்கள். அப்போது அவர்கள் முகங்களின் தசைகள் காணத்தக்க விதமாகத் தளர்ந்தன. இருவரும் திருப்தியாகப் புன்னகைத்தார்கள்.

"அதில் சிறப்பான தருணம் இதுதான்." ஆ ஃபாங் ஒரு பெருமூச்சுடன் சொன்னான்.

ஸூ ஸன்க்வான் கரண்டிகளை கீழே வைத்தான். ஒயின் பாத்திரத்தை எடுத்து ஒரு வாய் குடித்தான். ஒயின் அவன் தொண்டை வழியே ஒழுகி இறங்கியது. அவனது உட்புறங்களை வெப்பப்படுத்திக்கொண்டு அது இறங்கிச் சென்றது. தன்னையறியாமல் அவனும் உஸ்ஸென்று ஓசை எழுப்பினான்.

ஆ ஃபாங்கும் ஜென் லோங்கும் சிரித்தார்கள்: "நீ இப்போது ரத்தம் விற்றாய். உனக்குக் கிறுகிறுப்பாக இருக்கிறதா?"

"எனக்குக் கிறுகிறுப்பாக இல்லை. ஆயினும் என் சக்தியெல்லாம் வடிந்துவிட்டதுபோல. நடக்கும்போது காலும் காலடிகளும் ரப்பர்போன்று தோன்றுகிறது."

ஆ ஃபாங் சொன்னான்: "நீ உன் சக்தியை விற்றாய். அதனால்தான் பலவீனமாக உணர்கிறாய். நாம் இப்போது விற்றது என்ன தெரியுமா? சக்தி. புரிந்ததா? நகரவாசிகள் அதை ரத்தமென்று அழைக்கிறார்கள்; நாம் சக்தியென்று; ஒன்று ரத்தத்திலிருந்து வருகிறது; இன்னொன்று மாமிசத்திலிருந்து வருகிறது. ஆனால் ரத்தத்திலிருந்து வரும் சக்தி இதைவிட அதிக விலை மதிப்புடையது."

ஸூ ஸன்க்வான் கேட்டான்: "ரத்தத்திலிருந்து எந்த விதமான சக்தி உருவாகிறது? மாமிசத்திலிருந்து எந்த விதமான சக்தி உருவாகிறது?"

ஆ ஃபாங் சொன்னான்: "நீ உன் கட்டிலுக்கு ஏறும்போது, மேசையிலிருந்து ஒரு கிண்ணம் சோறு எடுக்கும்போது, நீ உன் வீட்டிலிருந்து ஜென் லோங்கின் வீட்டுக்கு நடக்கும்போது நீ அவ்வளவு அதிகமான சக்தியொன்றும் பயன்படுத்துவதில்லை. மாமிசத்திலிருந்து வருவது இப்படிப்பட்ட சக்திதான். ஆனால் நீ

வயல்களில் வேலை செய்யும்போது, நூறு ராத்தல் அளவு தர்ப்பூசணிகளை நகரத்துக்குச் சுமந்து செல்லும்போது, கடுமையாக உழைக்கும்போது நீ ரத்தத்திலிருந்து வரும் சக்தியைப் பயன்படுத்த வேண்டி வரும்."

ஸூ ஸன்க்வான் தலையசைத்தான்: "இப்போது நான் புரிந்துகொள்கிறேன், நீ சொல்வதுபோன்ற சக்தி பாக்கெட்டில் உள்ள பணம்போலத்தான். அதிலிருந்து கொஞ்சம் செலவிட்டால் அப்புறம் வெளியே சென்று சம்பாதிக்க வேண்டிவரும்."

ஆ ஃபாங் தலையசைத்து ஜென் லோங்கை நோக்கித் திரும்பினான்: "இந்த நகரவாசிகள் மிகவும் புத்திசாலிகள்தான்."

ஸூ ஸன்க்வான் சொன்னான்: "நீங்கள் இருவரும் தினந் தோறும் வயலில் வேலை செய்கிறீர்கள். ஆயினும் விற்பதற்கான சக்தி உங்களுக்கு மிச்சமிருக்கிறது. உண்மையில் நீங்கள் என்னை விட வலிமையானவர்கள்."

ஜென்லோங் சொன்னான்: "நாங்கள் உன்னைவிட வலிமையானவர்கள் ஒன்றுமல்ல. நாங்கள் இந்த நாட்டுப்புறத்துக் காரர்கள். எங்கள் சக்தியைச் செலவிட்டுக் கொண்டிருப்பவர்கள், அவ்வளவுதான். மனைவியைக் காப்பாற்ற, ஒரு புதிய வீடு கட்டுவதற்கான பணத் தேவைக்காக நாங்கள் ரத்தம் விற்பதைச் சார்ந்திருக்கிறோம். பட்டினி கிடக்காமல் வாழ்வதற்கானதை மட்டும் வயலிலிருந்து உண்டாக்குகிறோம்."

ஆ ஃபாங் சொன்னான்: "ஜென்லோங் சொன்னது சரிதான். நான் இன்று சம்பாதித்த பணத்தை வீடு கட்டுவதற்காக வைத்திருக்கிறேன். இனி ஒன்றிரண்டு முறை. நான் என் வீட்டு வேலையைத் தொடங்குவேன். கிராமத்தில் க்வி ஹுவா என்ற இளம்பெண்ணின் மீது கண் வைத்துத்தான் ஜென்லோங் ரத்தம் விற்கிறான். முதலில் வேறொருவருடன் அவளது திருமணம் முடிவாகியிருந்தது. பிறகு அது முறிந்துவிட்டது: ஜென்லோங் அவளில் வீழ்ந்துவிட்டான்."

ஸூ ஸன்க்வான் சொன்னான்: "க்வி ஹுவாவை நானும் பார்த்தேன். அவளது பிருஷ்டம் மிகப் பெரிது. ஜென்லோங், பெரிய பின்புறங்கள் உள்ளவளை உனக்குப் பிடிக்குமா?"

ஜென்லோங் சிரித்தான். ஆ ஃபாங் விளக்கினான்: "பெரிய பின்புறங்கள் உள்ள பெண்கள் நல்லவர்களாகவும் திடமானவர் களாகவும் இருப்பார்கள். அவர்களுடன் படுப்பது ஒரு தோணியில்

இருப்பதுபோலத்தான். நல்ல சுகமாகவும் சௌகர்யமாகவும் இருக்கும்.”

ஸூ ஸன்க்வான் வாய் விட்டுச் சிரித்தான்.

ஆ ஃபாங் தொடர்ந்தான்: “ஸூ ஸன்க்வான், அப்படியென்றால் நீயும் யோசித்துக்கொண்டிருக்கிறாயா? ரத்தம் விற்ற பணத்தைக் கொண்டு நீ என்ன செய்யப்போகிறாய்?”

“இப்போதும் எனக்குத் தெரியவில்லை.” ஸூ ஸன்க்வான் சொன்னான்: “ரத்தத்திலிருந்தான சக்தியை விற்பது என்றால் என்ன என்று நான் இப்போதுதான் தெரிந்துகொண்டேன். தொழிற்சாலையில் வேலை செய்து நான் சம்பாதிப்பது, வியர்வையின் பணம். ஆனால் இன்று நான் சம்பாதித்தது ரத்தத்தின் பணம். இதைச் செலவிட மிக முக்கியமான ஏதாவது ஒன்றைக் கண்டுபிடிக்க வேண்டியிருக்கிறது.”

ஜென்லோங் தடுத்துச் சொன்னான்: “ரத்த அதிகாரி லீயின் உள்ளாடையை நீ பார்த்தாயா?” ஆ ஃபாங் இளித்தான். ஜென்லோங் தொடர்ந்து சொன்னான்: “அது யாங்கினுடைய தாகவோ அல்லது வேறு யாருடையதாகவோ இருப்பதற்குத்தான் சாத்தியம் என்று நினைக்கிறாயா?”

“சந்தேகமே இல்லை. இன்று காலையில் எழுந்தபோது அவர்களின் உள்ளாடைகள் பரஸ்பரம் மாறிப்போயிருக்கலாம்.” ஆ ஃபாங் சொன்னான்.

“எனக்கு...”, ஜென்லோங் குலுங்கிச் சிரித்தான்: “ரத்த அதிகாரி லீயின் உள்ளாடையை அவள் அணிந்திருக்கிறாளா என்று பார்ப்பதற்கு உண்மையிலேயே விரும்புகிறேன்.”

2

தர்ப்பூசணிகள் தின்றுகொண்டு ஸூ ஸன்க்வான் முலாம்பழ வயலிலிருந்தான். வயலின் உரிமையாளரான அவன் சித்தப்பா கரங்களைப் பின்னால் நீட்டி பின்புறத்தில் பற்றிப் பிடித்திருந்த தூசுதும்பைத் தட்டிவிட்டுக்கொண்டிருந்தார். கொஞ்சம் தூசு ஸூ ஸன்க்வானின் தலையைச் சுற்றிப் பறந்து அவன் கையிலிருந்த தர்ப்பூசணிகளில் வந்து விழுந்தன. அந்த தூசை ஊதி நீக்கிவிட்டு அவன் அதன் சிவந்த மென்மையான சதைப் பகுதியைத் தின்றான். பின்புறத் தூசை தட்டி நீக்கிய பிறகு அவன் சித்தப்பா வயலோரத்தில் குப்பைக்கும் கீழே அமர்ந்தார்.

ஸூ ஸன்க்வான் கேட்டான்: "இந்த மஞ்சள் முலாம் பழங்களை எப்படி அழைப்பது?"

சுற்றிப் பிணைந்து கிடந்த தர்ப்பூசணிக் கொடிகளுக்கு அப்பால் மூங்கில் கம்புகளால் கொடி படரக் கட்டியிருந்த தட்டிகளிலிருந்து கையளவு பருமனிலும் பொன்மஞ்சள் நிற முலாம் பழங்கள் நிறைய தொங்கிக்கொண்டிருந்தன. அதற்கும் அந்தப் பக்கம் பளபளக்கும் பச்சை நிறமுடைய அந்தளவே எண்ணிக்கையிலான முலாம் பழங்கள் வேறு. பழங்கள் சூரியப் பிரகாசத்தில் ஒளிர்ந்தன. காற்றடிக்கும்போது முதலில் இலைகள், பிறகு கொடி, கடைசியில் முலாம் பழங்கள். அப்படி, இப்படி அசைந்தாடிக்கொண்டிருந்தன.

ஸூ ஸன்க்வானின் நான்காவது சித்தப்பாவின் சுருங்கி மெலிந்த கரம் முலாம் பழங்களைச் சுட்டியது. "பளபளக்கும் இந்த மஞ்சள் முலாம் பழங்களைப் பற்றியா கேட்கிறாய்? இவை தங்கக்கனிகள். அந்தப் பக்கம் இருக்கும் அந்த மின்னும் பச்சை முலாம் பழங்கள் மூதாட்டிக் கனிகள்."

"தின்பதற்கு எனக்கு இனியும் தர்ப்பூசணிகள் வேண்டாம். போதும். இரண்டு பழங்கள் முழுக்கவும் நான் தின்று தீர்த்துவிட்டேன் என்று நினைக்கிறேன்."

சித்தப்பா சொன்னார்: "இல்லையில்லை. கொஞ்சம் நானும் தின்றேன் அல்லவா? ஒன்றில் பாதியை நான் தின்றிருக்கிறேன்."

ஸூ ஸக்ன்வான் சொன்னான்: "தங்கக்கனிகளை எனக்குத் தெரியும். அதன் தசைப் பகுதி நல்ல மணத்துடன் இருக்கும். ஆனால் அவ்வளவு இனிப்பில்லை. விதைகள் நல்ல இனிப்பாக இருக்கும். நகரவாசிகள் தங்கக்கனிகளைத் தின்னும்போது விதைகளைத் துப்பிவிடுகிறார்கள். நான் ஒருபோதும் அப்படிச் செய்வதில்லை. மண்ணில் விளைவதென்றால் அது நமக்கு நல்லதாயிருக்கும் என்றுதான் நான் நம்புகிறேன். மூதாட்டிக் கனிகளும் நான் தின்றிருக்கிறேன். அதற்கும் அவ்வளவு இனிப்பில்லை. கெட்டியும் இல்லை. ஆனால் வெட்டி ஒரு கடி கடித்தால் நிறைய சதை. மூதாட்டிக் கனிகள் தின்றால் பிறகு பல் இருக்கிறதா என்பது பிரச்சினையில்லை. சித்தப்பா, வேண்டுமென்றால் இன்னும் என்னால் தின்ன முடியும். இரண்டு தங்கக்கனிகளும் ஒரு மூதாட்டிக் கனியும்."

ஸூ ஸன்க்வான் சித்தப்பாவின் முலாம் பழ வயலில் நாள் முழுதும் இருந்தான். சூரியன் அஸ்தமித்த பிறகே போவதற்காக எழுந்தான். அந்த நேரத்தில் சூரியப் பிரகாசத்தில் அவன் முகம் பன்றி ஈரல்போல சிவந்து மின்னியது. பண்ணை வீட்டிலிருந்து எழும் புகையைப் பார்த்துக்கொண்டு பின்புற தூசியைத் தட்டிக்கொண்டான். தர்ப்பூசணிகள், தங்கக்கனிகள், மூதாட்டிகள், வெள்ளரிக்காய்கள், பீச் பழங்கள் ஆகியவற்றால் பெருத்த வயிற்றைத் தேய்த்துக்கொண்டான்.

வயிற்றைத் தேய்த்துக்கொண்டே சித்தப்பாவுக்கு நேராகத் திரும்பினான்: "நான் திருமணம் செய்துகொள்ள முடிவு செய்திருக்கிறேன்."

பிறகு முலாம்பழ வயல் பக்கம் திரும்பி சிறுநீர் கழிக்கத் தொடங்கினான்.

"சித்தப்பா, நான் திருமணம் செய்துகொள்ள யாரையாவது கண்டுபிடிக்க வேண்டும். ரத்தம் விற்று நான் சம்பாதித்த முப்பத்தி ஐந்து யுவானைப் பற்றி இரண்டு நாட்களாக நான் யோசித்துக்கொண்டிருக்கிறேன்; அதை எங்கே எதற்காக செலவிட

வேண்டும் என்று. தாத்தாவுக்குக் கொஞ்சம் கொடுக்கலாம் என்று நினைத்திருந்தேன். ஆனால் இப்போது அவருக்கு மிகவும் வயதாகிவிட்டது, அதைச் செலவிட முடியாத அளவுக்கு வயதானவர் ஆகிவிட்டார். உங்களுக்கும் கொஞ்சம் தர வேண்டும் என்று நினைத்திருந்தேன்; ஏனென்றால் அப்பாவின் சகோதரர்களில் என்னிடம் மிகவும் நன்றாக நடந்துகொண்டது நீங்கள் மட்டும்தான். ஆயினும் எனக்கு அதை உங்களுக்குத் தர முடியவில்லை. ஏனென்றால் நான் அதை என் ரத்தத்தை விற்றுச் சம்பாதித்தேன். தசைக்கட்டுகளைக் கொண்டு சம்பாதித்ததல்ல. அதனால்தான் அதை அனாவசியமாகச் செலவிடுவதை என்னால் சகிக்க முடியவில்லை. சித்தப்பா, இதோ இப்போது எழுந்திருக்கும்போது எனக்கு சொந்தமாக ஒரு பெண் இருந்தால் நன்றாக இருக்குமே என்று திடீரென்று எனக்குத் தோன்றியது. அப்படியானால் என் ரத்தப் பணம் விரயமாகாது. சித்தப்பா, நான் இப்போது கொஞ்சம் தர்ப்பூசணிகள் மட்டும்தான் சாப்பிட்டிருக்கிறேன். ஆயினும் நிறைய ஒயின் குடித்ததாக எனக்குத் தோன்றுகிறது. ஏன்? சித்தப்பா, என் முகம் சூடாகக் கொதிக்கிறது. என் கழுத்து சூடாகிறது. என் குதிகால் தீயிலிருப்பது போன்றிருக்கிறது."

3

மங்கிய வெள்ளை நிறமுள்ள பட்டுப் பூச்சிக் கூடுகள் நிறைத்த கை வண்டியை பெரியதொரு தொழிற்சாலைக்குள் அங்கும் இங்கும் உந்திச் சென்று, நூல் நூற்பு எந்திரங்களை இயக்கிக்கொண்டிருக்கும் இளம் பெண்கள் கூட்டத்திடம் அவற்றை வினியோகம் செய்வதுதான் ஸூ ஸன்க்வானின் வேலை. தினந்தோறும் அதுவும் இதுவும் பேசியபடி அவன் அவர்களுக்கிடையில் நேரத்தைச் செலவிட்டான். காதைச் செவிடாக்கும் எந்திரங்களுக்கிடையில் அவர்கள் சிரிக்கவும் தமாஷ் பேசவும் செய்தார்கள். அடிக்கடி அவர்களின் கரங்கள் அவன் பின்னால் தொடவோ தடவவோ செய்தன. சில நேரங்களில் விளையாட்டு தமாஷுகளுக்கிடையில் அவன் மார்பைப் பிடித்து பின்னால் தள்ளவும் செய்தார்கள். பனி பொழியும் குளிர்கால இரவில் தன் மெத்தைப் போர்வையைப் பங்கிட இந்தப் பெண்களில் யாரையாவது தேர்ந்தெடுக்க வேண்டியிருந்தால் அது நிச்சயமாக லின் ஃபென்ஃபாங்காகத்தான் இருந்திருக்கும். இடைவரை முடியைப் பின்னியிட்டு வரிசையான வெண் பற்களையும் இரண்டு கன்னக் குழிகளையும் காட்டிச் சிரிக்கும் அந்த இளம் பெண். ஏனென்றால் வாழ்க்கை முழுதும் அவளைப் பார்த்துக்கொண்டிருந்தாலும் ஒரு முறைகூட சலிப்பு ஏற்படாது என்று அவன் நினைத்திருந்தான். அவன் தலையைத் தட்டுபவர்களில் சில சமயம் அவளும் இருந்தாள். ஒரு முறை அவள் அவன் கையைப் பிடித்து நெரித்தாள். அதன் பிறகு என்றும் எப்போதும் மிக நல்ல பூச்சிக் கூடுகளை அவளுக்குக் கொடுத்தான். கெட்டுப்போன ஏதாவது ஒன்றை அவளுக்குக் கொடுப்பதைக் குறித்து அவனால் சிந்திக்கவே முடியாது.

மிக அழகான மற்றொரு இளம் பெண்ணும் இருந்தாள். அவளோ நகரத்தில் சிறியதொரு பலகாரக் கடையில் வேலை

செய்கிறாள். தினந்தோறும் காலையில் எண்ணெய் நிறைத்த மிகப் பெரிய எண்ணெய் சட்டிக்கருகில் காலை உணவுக்கு மாவு பொரித்தெடுப்பதுதான் அவள் வேலை. தொடர்ந்து அவள் வியப்பொலி எழுப்பிக்கொண்டிருந்தாள். சூடான எண்ணெய் அவள் கையில் தெறித்து விழும்போது, உடையில் சிறிய கறையைக் காணும்போது, தெருவில் நடக்கும்போது தன்னையறியாமல் சற்று வழுக்கும்போது, இல்லையென்றால் மழை பெய்ய ஆரம்பித்து விட்டது என்று காணும்போது, அதுவுமில்லையென்றால் உச்சத்தில் கை தட்டுவதைக் கேட்கும்போது அவள் ஒரேமாதிரி 'ஐய' என உரத்துச் சொல்வதை அவன் கேட்டான்.

அவள் பெயர் ஸூ யுலான். காலை உணவு முடியும்போது அவளது ஒரு நாள் வேலையும் முடியும். பிறகு முலாம்பழ விதைகளை மென்றபடி தெருவில் அங்கும் இங்கும் நடந்து திருப்தியுடன் செலவிடுவதற்கு அவளுக்குச் சொந்தமாக மதியப் பொழுதுகள் இருந்தன. தெருவில் தெரிந்தவர்களை எதிரே பார்க்கும்போது 'ஹலோ' சொல்வதற்காக அவள் நிற்பாள்; பேசும்போது அதிகம் கொக்கரித்துச் சிரிப்பாள். பிறகு 'ஐயா' என சொல்லவும் செய்வாள். இந்த நேரத்திலெல்லாம் அவள் உதட்டில் முலாம்பழ விதையின் மேல் தோல் ஒட்டிக்கொண்டிருக்கும். அவள் வாய் திறக்கும்போது யாராவது பக்கத்திலிருந்தால், அவருக்கு அதிர்ஷ்டமும் இருந்தால் அவள் உதட்டிலிருந்து உதிரும் பசுமையான இனிய மணத்தை நுகர முடியும்.

சற்று தூரம் நடந்த பிறகு வழக்கமாக அவள் வீட்டுக்குத் திரும்புவாள். பத்து நிமிடங்கள் கடந்த பிறகு முற்றிலும் வித்தியாசமான உடையலங்காரத்துடன் மீண்டும் வெளியே வருவாள். தெருக்களில் மீண்டும் சாவதானமாக நடக்கத் தொடங்குவாள். நாளொன்றில் மூன்று முறை அவள் உடைகள் மாற்றுவாள்; மாற்றிக்கொள்ள அவளுக்கு மூன்று உடைகளே இருந்தன என்பதுதான் உண்மை. ஒரு நாளில் அவள் நான்கு ஜோடி ஷூக்களை மாறி மாறி அணிவாள்; ஏனென்றால் அவளிடம் நான்கு ஜோடி ஷூக்கள்தான் இருந்தன. அணிவதற்கு புதிதாக எதுவும் இல்லை. அவள் பட்டு கழுத்துக் குட்டையை எடுத்து கழுத்தைச் சுற்றிக் கட்டிக்கொள்வாள்.

உண்மையில், மற்ற யாரைவிடவும் அதிக உடைகள் அவளுக்கு இல்லை; ஆயினும் அவளது உடையலமாரி, மிகவும் பெரியதும், நாகரிகமானதுமென்று அனைவரும் கருதினார்கள். தெரு வழியேயான அவளது நடை, அவளது அழகான முகம்

நகரத்தினூடே கடந்து செல்லும் ஓடைபோன்று பழக்கமானது என்ற எண்ணத்தை எல்லோரிடத்திலும் ஏற்படுத்தியது. நகரத்தில் பெரும்பாலும் அனைவரும் அவளை இனிப்புப் பலகார ராணியாக அறிந்தார்கள். "அதோ நம் இனிப்புப் பலகார ராணி போகிறாள்." "ராணியைத் துணிக் கடையில் பார்த்தீர்களா? அவள் தினமும் புதிய புதிய டிசைன்களை வாங்குகிறாள்." "இல்லை, அவள் பார்க்கிறாள், வாங்கவில்லை." "பலகார ராணியின் முகம் எவ்வளவு அழகாக இருக்கிறது. அவளது கரங்கள் அவ்வளவு அழகல்ல. விரல்கள் மொழுக்கையாக இருக்கின்றன. அதுதான் நம் இனிப்புப் பலகார ராணி."

ஒரு நாள் ஸூ யுலான், ஹீ ஸியோயோங் என்ற இளைஞனுடன் சற்று தூரம் நடந்தாள். அவர்கள் பேசினார்கள், சிரித்தார்கள். பிறகு சூரியன் அஸ்தமித்து அந்தி மயங்கும்வரை ஒரு மரப் பாலத்தின் இரும்புத் தடுப்புக் கம்பிக்கருகில் நின்றார்கள். ஹீ ஸியோயோங் முழங்கைவரை மடக்கி வைத்த சுத்தமான வெள்ளைச் சட்டை அணிந்திருந்தான். பேசும்போதும் சிரிக்கும்போதும் கையை மடக்கி உள்ளங்கையை முழங்கையில் வைப்பான். ஸூ யுலானுக்கு இந்த சைகை மிகவும் ஈர்ப்புடையதாகத் தோன்றியது. அவள் கண்கள் உயர்த்தி ஹீ ஸியோயோங்கை அழகாகப் பார்த்தாள். அந்த நேரத்தில் அவள் கண்கள் பிரகாசத்துடன் ஒளிர்ந்தன.

கொஞ்சம் நாட்களுக்குப் பிறகு ஒரு நாள் ஸூ யுலான் உள் கதவைத் திறந்து வெளியே வரும் அதே நேரம் ஹீ ஸியோயோங் ஸூ யுலானின் வீட்டுப் படிக்கு முன்னால் செல்வதை யாரோ பார்த்தார்கள். அவள், அவனைப் பார்த்தபோது அழைத்தாள், "ஐயா!" அவளின் முகம் புன்னகைத் தோரணத்தால் பொலிவுற்றது. "உள்ளே வாருங்கள், சற்று அமருங்கள்."

ஹீ ஸியோயோங் உள்ளே வந்தபோது ஸூ யுலானின் அப்பா, மேசைக்கருகில் மஞ்சலரிசி ஒயின் குடித்துக்கொண்டிருந்தார். மகளின் பின்னால் ஒரு இளைஞன் வருவதைப் பார்த்த அப்பா நாற்காலியைச் சற்று அசைத்து அவனை அழைத்தார்: "கொஞ்சம் குடிக்கிறாயா?"

அதன் பிறகு ஹீ ஸியோயோங்கை அடிக்கடி ஸூ யுலானின் வீட்டில், அவள் அப்பாவுடன் சேர்ந்து, ஒரு பாத்திரம் மஞ்சளரிசி ஒயினுடன் மென்மையான குரலில் பேசிக்கொண்டிருப்பதைப் பார்க்கலாம். சதிச் சிரிப்புபோன்ற சிரிப்புதான் அந்தப் பேச்சை அடிக்கடி நிறுத்தியது.

ஸூ யுலான் அறைக்கு வெளியே வந்து அவர்களின் மேசைக்கருகில் வந்து நின்று இயன்றளவு உரத்துக் கேட்டாள்: "நீங்கள் இருவரும் எப்போதும் என்னதான் அப்படிப் பேசிக்கொண்டிருக்கிறீர்கள்? என்ன இவ்வளவு தமாஷ்?"

அந்த அதே நாளில் ஸூ ஸன்க்வான் கிராமத்திலிருந்து திரும்பி வந்தான். நகரத்துக்கு வந்தபோது இரவாகிவிட்டிருந்தது. அந்தக் காலத்தில் நகரத்தில் தெரு விளக்குகள் நிறுவப்பட்டிருக்கவில்லை; சில கடைகளின் இறவாணத்தில் சிவப்பு விளக்குகளைத் தொங்கவிட்டிருந்தார்கள்; கல் பாவிய தெருவில் பல அளவில் ஒளி சொரிந்தபடி அவை எரிந்தன. ஸூ ஸன்க்வான் ஒரு நொடி வெளிச்சத்திலும் அடுத்த நொடி இருட்டிலுமாக மாறி மாறி வீட்டுக்கு நடந்தான். தியேட்டரைக் கடந்த உடனே அவன் ஸூ யுலானைப் பார்த்தான். தியேட்டரின் முன் புறம் நுழை வாயிலின் ஓரத்தில் இரண்டு பெரிய விளக்குகளுக்கிடையில் முலாம்பழ விதை கடித்தபடி அவள் நின்றிருந்தாள். விளக்கிலிருந்து வரும் சிவப்பு வெளிச்சத்தில் அவள் முகம் ஒளிர்ந்தது.

ஸூ ஸன்க்வான் அவளை நோக்கி நடந்தான்; பிறகு சந்தேகத்துடன் பின்வாங்கினான். அவள் தர்ப்பூசணி விதையைத் துப்புவதற்காக எவ்வளவு அழகாக உதடுகளைத் திறந்து மூடுகிறாள் என்று வியந்து எதிரே நின்று அதைப் பார்த்தபடியே அவன் நின்றான். முதலில் அவள் அவனுக்கு நேராகப் பார்த்தாள்; பிறகு, கடந்து செல்லும் இரண்டு வழிப்போக்கர்களைப் பார்ப்பதற்காகத் திரும்பினாள். அவர்கள் சென்றுவிட்டபோது அவள் மீண்டும் ஸூ ஸன்க்வானைப் பார்த்தாள். உடனே தியேட்டரின் உள்ளே தியேட்டரின் நிகழ்ச்சிகளைப் பற்றிப் பேசிக்கொண்டிருக்கும் ஒரு ஆணையும் பெண்ணையும் பார்ப்பதற்காக விரைந்து திரும்பினாள். மீண்டும் தலை திருப்பிப் பார்த்தபோது ஸூ ஸன்க்வான் அங்கே அதே இடத்திலேயே நின்றுகொண்டிருப்பதைப் பார்த்தாள்.

"ஐய!", ஸூ ஸன்க்வானுக்கு நேராகப் பார்த்து அவள் வியப்பொலி எழுப்பினாள்: "நீங்கள் என்ன இப்படி உற்றுப் பார்க்கிறீர்கள்? சிரிக்கவும் செய்கிறீர்களே."

ஸூ ஸன்க்வான் தெருவைக் குறுக்காகக் கடந்து சிவப்பு வெளிச்சத்தில் குளித்து நிற்கும் பெண்ணின் முன்னால் நின்றான்: "நான் உனக்கு டம்ப்லிங்ஸ் (Dump'ling: வேகவைத்த அல்லது சுடப்பட்ட பிசைந்த மாவுக் கொழுக்கட்டை; சீமை இலந்தைப் பழம் முதலியவை உள்ளடக்கிய பிசைந்த மாவால் செய்யப்பட்ட பணியாரம்) வாங்கித் தந்து உபசரிக்கட்டுமா?"

ஸூ யுலான் சொன்னாள்: "உங்களை யார் என்றே எனக்குத் தெரியாதே?"

"நான் ஸூ ஸன்க்வான். இங்கே பட்டுத் தொழிற்சாலையில் பணிபுரிகிறேன்."

"இப்போதும் உங்களை எனக்குப் புரியவில்லை."

"எனக்கு உன்னைத் தெரியும்." ஸூ ஸன்க்வான் சொன்னான்: "நீ இனிப்புப் பலகார ராணி அல்லவா?"

ஸூ யுலான் இளித்தாள், "அதைப் பற்றியும் தெரியுமா?"

"எல்லோரும் உன்னைப் பற்றிக் கேள்விப்பட்டிருக்கிறார்கள். வா, போகலாம். டப்ளிங்குகள் வாங்கித் தந்து நான் உன்னை உபசரிக்கட்டுமா?"

"இன்றைய உனவை நான் சாப்பிட்டு முடித்துவிட்டேன்." ஸூ யுலான் சிரித்தாள்.

"நீங்கள் ஏன் இதை என்னிடம் நாளை கேட்கக் கூடாது?"

அடுத்த நாள் ஸூ ஸன்க்வான், ஸூ யுலானை விக்டரி ஹோட்டலுக்கு அழைத்துச் சென்றான். சன்னலோர மேசைக்கருகில் அவர்கள் அமர்ந்தார்கள்; ஆபாங்குடனும் ஜென்லோங்குடனும் அமர்ந்து பன்றி ஈரல் சாப்பிடவும் அரிசி ஒயின் குடிக்கவும் செய்த, அதே பரிசாரகரை அழைத்தபோது அழுத்தமாகச் சொல்வதற்காக ஆ ஃபாங்கும் ஜென்லோங்கும் செய்த அதே தொனியில் மேசை மீது பலமாகத் தட்டினான்: "எனக்கு வேகவைத்த டப்ளிங்."

வேக வைத்த டப்ளிங் கொடுத்து அவன் ஸூ யுலானை உபசரித்தான். அது முடிந்தபோது ஒரு கிண்ணம் வான்டன்னும் சாப்பிடமுடியும் என்று அவள் சொன்னாள்.

ஸூ ஸன்க்வான் மீண்டும் மேசை மீது தட்டினான். "ஒரு கிண்ணம் வான்டன் வரட்டும்."

அந்த மதியம் ஸூ யுலான் ஒரு கிண்ணம் பிளம் வற்றல் சாப்பிட்டாள்; அதைத் தின்று முடித்தபோது அவள் வாய் முழுதும் உப்பாயிருந்தது. அதனால் இனிப்பு தடவிய பழங்கள் தின்றாள். பழங்கள் தின்று முடிந்தபோது அவளுக்குத் தாகமாக இருக்கிறது என்று சொன்னாள். அப்போது ஸூ ஸன்க்வான் ஒரு தர்ப்பூசணி வாங்கினான். மரப் பாலத்தில் அவர்கள் சேர்ந்து நின்றார்கள்.

ஸூ யுலான் ஆவலுடன் தர்ப்பூசணி தின்றாள். பிறகு மகிழ்ச்சியுடன் ஏப்பம்விட்டாள். அவளுக்கு விக்கல் எடுத்தது.

விக்கலால் அவளது உடல் அசைந்தாடும்போது ஸூ ஸன்க்வான், தான் எவ்வளவு பணம் செலவழித்தோம் என்று விரல்களால் எண்ணிக் கணக்கிட்டான். "வேகவைத்த டப்ளிங் இருபத்தி நான்கு பென், வான்டன்னுக்கு ஒன்பது பென், பிளம் வற்றலுக்கு பத்து பென், இனிப்பு சேர்த்த இரண்டு பை பழங்களுக்கு இருபத்து மூன்று பென், ஒரு ராத்தல் நான்கு அவுன்ஸ் எடையுள்ள தர்ப்பூசணிக்குப் பதினேழு பென்.

"நாம் எப்போது திருமணம் செய்துகொள்ளப் போகிறோம்?"

"ஐய!" ஸூ யுலான் வியப்புடன் உரக்கச் சொன்னாள்: "நான் உங்களை திருமணம் செய்துகொள்வேன் என்று நீங்கள் நினைப்பதற்குக் காரணம் என்ன?"

"நான் என்பத்தி மூன்று பென் செலவழித்தேன்." ஸூ ஸன்க்வான் விளக்கினான்.

"நீங்கள்தான் என்னை அழைத்தீர்கள்." ஸூ யுலானுக்கு மீண்டும் விக்கல் வந்தது. "இதெல்லாம் சும்மாதான் என்று நான் நினைத்திருந்தேன். நீங்கள் வாங்கித் தந்த பொருட்களைத் தின்றால் உங்களைத் திருமணம் செய்துகொள்ள நேரிடும் என்று நீங்கள் ஒருபோதும் என்னிடம் சொல்லவில்லை."

"கல்யாணம் செய்துகொள்வதால் என்ன தவறு?" ஸூ ஸன்க்வான் கேட்டான்: "நாம் தம்பதியினரானால் நான் உன்னை நல்லபடியாக நேசிப்பேன். நல்லபடியாகப் பாதுகாப்பேன். பெரும்பாலும் எல்லா நாட்களிலும் நான் இவ்வளவு ஆகாரம் உனக்கு வாங்கித் தருவேன்."

"ஐய!" அவள் மீண்டும் உரக்கச் சொன்னாள்: "உங்களை கல்யாணம் செய்வதாய் இருந்தால்கூட நான் இவ்வளவு அதிகமாக உணவு சாப்பிட மாட்டேன். நாம் கல்யாணம் செய்துகொண்டால் என் உணவுக்கான செலவை நானே பார்த்துக்கொள்வேன். இப்படி நடக்கப்போகிறது என்று தெரிந்திருந்தால் ஒரு பொருளைக்கூட நான் சாப்பிட்டிருக்க மாட்டேன்."

"நடந்தது நடந்துவிட்டது." ஸூ ஸன்க்வான் அவளை சமாதானப்படுத்தினான். "நாம் கல்யாணம் செய்துகொண்டால் எல்லாம் நன்றாகிவிடும்."

"என்னால் உங்களைக் கல்யாணம் செய்துகொள்ள முடியாது; காரணம் எனக்கு வேறொரு கூட்டாளி இருக்கிறான். என் அப்பா ஒருபோதும் இதற்குச் சம்மதிக்க மாட்டார். என் அப்பாவுக்கு ஹீ ஸியோயோங்கைப் பிடிக்கும்."

பிறகு ஸூ ஸன்க்வான்தான் ஒரு புட்டி மஞ்சளரிசி ஒயினும் ஒரு பெட்டி சிகரெட்டுமாக ஸூ யுலானின் வாயிலுக்கு வந்தான். மேசைக்கருகில் அவள் அப்பாவுக்கு எதிராக அவன் அமர்ந்தான். மேசையின் மீது ஒயினையும் சிகரெட் பெட்டியையும் வைத்து இன்னும் சற்று முன்னால் நகர்த்திய பிறகு அவன் நீண்ட உரையாடலில் ஈடுபட்டான்.

"என் அப்பா யார் என்று தெரியுமா? அவர் மிகவும் புகழ் பெற்ற ஒரு தச்சராக இருந்தார். நகரத்திலுள்ள பிரபலமான குடும்பங்களுக்கெல்லாம் என் அப்பா வீட்டு உபயோகப் பொருட்கள் செய்துகொடுத்திருக்கிறார். நீங்கள் அந்த மேசைத் தளங்களைக் கொஞ்சம் தொட்டுப் பார்க்க வேண்டும்; பட்டுப்போல மின்னி ஒளிர்பவை அவை! என் அம்மா யார் என்று தெரியுமா? தங்க மலர், என் அம்மா. அவர்கள் யார் தெரியுமா? மேற்றிசை நகரத்தின் பேரழகியாயிருந்தார்கள். மக்கள் அவரை மேற்றிசை பேரழகி என்றுதான் அழைத்தார்கள். என் அப்பாவின் மரணத்துக்குப் பிறகு நேஷனலிஸ்ட் ராணுவத்திலிருந்த படைத் தலைவர் ஒருவரை திருமணம் செய்துகொண்டு அவருடன் ஓடிப்போய்விட்டார்கள். என் அப்பாவுக்கு ஒரே மகன் நான். அந்தப் படைத் தலைவர் மூலம் அம்மாவுக்குக் குழந்தைகள் உண்டா என்று எனக்குத் தெரியவில்லை. என் பெயர் ஸூ ஸன்க்வான். என் சித்தப்பாக்களின் இரண்டு மகன்கள் என்னைவிட மூத்தவர்கள். குடும்பத்தில் நான் மூன்றாமவன். பட்டுத் தொழிற்சாலையில் நான் வேலை செய்கிறேன். ஹீ ஸியோயோங்கைவிட நான் இரண்டு வருடம் மூத்தவன். அவன் வேலை செய்யத் தொடங்குவதற்கும் மூன்று வருடம் முன்பே நான் வேலைக்குச் செல்லத் தொடங்கியிருந்தேன். அதனால் நிச்சயமாகவே அவனை விட அதிகப் பணம் என்னிடம் இருக்கிறது. அவன் ஸூ யுலானை திருமணம் செய்ய வேண்டுமென்றால் இன்னும் கொஞ்சம் வருடங்கள் சம்பாதித்துச் சேர்க்க வேண்டும். ஆனால் இப்போதே என்னிடம் திருமணம் செய்துகொள்வதற்கான பணம் உண்டு. நான் இப்போதே தயாராக இருக்கிறேன். எனக்கு ஆகமொத்தம் வேண்டியது என்னவென்றால், உங்களின் சம்மதம் மட்டும்தான்."

ஸூ ஸன்க்வான் மேலும் சொன்னான்: “ஸூ யுலான் உங்கள் ஒரே மகள். அவள் ஹீ ஸியோயோங்கைத் திருமணம் செய்துகொண்டால், உங்களின் வம்சத்தின் தொடர்ச்சி என்றென்றும் இல்லாது போய்விடும். ஏனென்றால் பிறக்கும் குழந்தைகள் ஆணாக இருந்தாலும் பெண்ணாக இருந்தாலும் அவர்களின் பெயரில் ‘ஹீ’ தான் இருக்கும். என்னைத் திருமணம் செய்துகொண்டால் என்ன ஆகும்? என் பெயர் தொடங்குவது ‘ஸூ’ என்ற எழுத்தில்தான். உங்களைப் போலவேதான். எங்கள் குழந்தைகள் ஆணாக இருந்தாலும் பெண்ணாக இருந்தாலும் அவர்களுக்கெல்லாம் ‘ஸூ’ என்ற பெயர் இருக்கும். உங்கள் வம்சத்தின் தொடர்ச்சி அறுபடாமலிருக்கும். குடும்பக் கோயிலில் உங்களுக்காக தூபமிட ஆட்கள் இருப்பார்கள். நான் ஸூ யுலானை திருமணம் செய்கிறேன் என்பது, நான் உங்கள் குடும்பப் பெயரை ஏற்றுக்கொள்ள சம்மதிக்கிறேன் என்பதும் சேர்ந்ததுதான். மாறாக, என் குடும்பப் பெயரை ஏற்றுக்கொள்ளும்படி ஸூ யுலானிடம் கேட்க மாட்டேன்.”

ஸூ ஸன்க்வானின் பேச்சு இந்த இடத்துக்கு வந்தபோது ஸூ யுலானின் அப்பா பெரிதாக இளித்தார். அவர் மேசைக்கு எதிரேயிருந்த ஸூ ஸன்க்வானைப் பார்த்தார். விரல் முட்டியால் மேசை மீது பட்டாள வாத்தியத்தின் ஓசை எழுப்பினார். “இந்த ஒயின் புட்டியையும் சிகரெட் பாக்கெட்டுகளையும் நான் ஏற்றுக்கொள்ளப் போகிறேன். என் மகள் ஹீ ஸியோயோங்கைத் திருமணம் செய்துகொண்டால் என் வம்சத்தின் தொடர்ச்சி என்றென்றுமாக அறுபட்டுவிடும். ஆனால், அவள் உன்னைத் திருமணம் செய்துகொண்டால், நம் இரண்டு குடும்பங்களின் எதிர்காலம், தலைமுறை தலைமுறையாகப் பாதுகாப்பாக இருக்கும்.”

அப்பாவின் முடிவை ஸூ யுலானுக்குத் தெரிவித்தபோது அவள் படுக்கைக்குச் சென்று கண்ணீர் உகுத்தாள். ஸூ ஸன்க்வானும் அப்பாவும் ஒரு புறமாக ஒதுங்கியிருந்தார்கள். அவள் முகத்திலிருந்து கண்ணீரைத் துடைப்பதைப் பார்த்தபோது அப்பா, ஸூ ஸன்க்வானிடம் சொன்னார்: “நன்றாகப் பார். பெண்கள் என்றால் இப்படித்தான். மிகவும் மகிழ்ச்சியாக இருக்கும்போதும் அவர்களால் அழத்தான் முடியும்.”

ஸூ ஸன்க்வான் சொன்னான்: “அது மகிழ்ச்சியால்தானா என்று எனக்கு அவ்வளவு உறுதிப்படவில்லை.”

அந்த நேரத்தில் ஸூ யுலான் தலையிட்டாள்: "ஹீ ஸியோயோங்கிடம் நான் என்ன சொல்ல வேண்டும்?"

அவள் அப்பா பதில் சொன்னார்: "நீ திருமணம் செய்துகொள்ளப் போகிறாய் என்று சொல். வரனின் பெயர் ஸூ ஸன்க்வான், ஹீ ஸியோயோங் என்பது அல்ல."

"இதை எப்படி அவரிடம் சொல்ல முடியும்? இந்தச் செய்தியைச் சகித்துக்கொள்ள முடியாமல் அவர் தலையை சுவரில் முட்டிக்கொள்ளத் தொடங்கினால் நான் என்ன செய்ய வேண்டும்?"

"அப்படிச் செய்கிறான் என்றால் நீ அவனிடம் பேசுவதற்கு வேறு எதுவும் இல்லை."

ஹீ ஸியோயோங் அவ்வளவு விரைவில் விலகிச் செல்ல வேண்டும் என்று ஸூ யுலான் உண்மையில் விரும்பவில்லை. அவன் பேசும்போது உள்ளங்கைகளை மடக்கி முழங்கைகளின் மீது வைக்கும் பழக்கமுள்ளவனாயிருந்தான். பெரும்பாலும் எல்லா நாட்களும் அவள் வீட்டுக்கு வரும் புன்னகைக்காரன்; ஒன்றுவிட்ட நாட்களில் அவள் அப்பாவுக்கு ஒரு புட்டி ஒயினுடன் வருகிறவன்; அடக்கமான சிரிப்புடன் ஒயின் குடிக்க துணையிருப்பவன். தவிர ஒன்றிரண்டு முறை அப்பா, வெளியிலுள்ள பொதுக் கழிப்பறைக்குச் சென்றிருந்த நேரத்தில் கதவுக்குப் பின்னால் அவளைத் தள்ளி அவள் உடலுடன் தன் உடலைச் சேர்த்து அழுத்தியிருந்தான். ஒவ்வொரு முறை அப்படி நடக்கும்போதும் அவள் அந்தளவு பயந்தாள்; அவள் இதயம் படபடவென்று துரிதமாக அடித்துக்கொண்டது. முதல் முறை தன் இதயத் துடிப்பைத் தவிர அவள் வேறு எதையும் அறியவில்லை. இரண்டாவது முறை அவள், அவன் தாடியைக் கண்டுபிடித்தாள். அவன் தாடி அவள் முகத்தில் தூரிகையால் தீட்டுவதுபோல அங்கும் இங்கும் உரசியது.

மூன்றாவது முறை ஸூ யுலான் அமைதியாகப் படுக்கையில் படுத்தபடி இதைத்தான் தன்னிடம் கேட்டுக்கொண்டாள். வெளியே செல்வதற்காக அவள் அப்பா எழுந்திருப்பதைப் பற்றியும் முன்புற வாயிலை நோக்கி நடப்பதைப் பற்றியும் மூலை திரும்பி பொதுக் கழிப்பறைக்கு நடப்பதைப் பற்றியும் யோசிக்கும்போது அவள் இதயத் துடிப்பு எகிறியது. ஹீ ஸியோயோங் தான் அமர்ந்திருந்த நாற்காலியைப் பின்னால் தள்ளி துள்ளி எழுந்தான். மூன்றாவது முறை அவளைச் சுவரோடு சேர்த்து நிறுத்தினான்.

பழைய மரப் பாலத்தில் சந்திப்பதற்கு ஹீ ஸியோ யோங்கிடம் ஸூ யுலாங் நேரம் முடிவு செய்திருந்தாள். தூரத்திலிருந்தே ஹீ ஸியோயோங்கைப் பார்த்தபோதே துயரத்தால் விம்மத் தொடங்கினாள். ஸூ ஸன்க்வான் என்ற பெயருள்ள ஒருவன் வெந்த டப்ளிங்கும் பிளம் வற்றல்களும் இனிப்பு தடவிய பழங்களும் பாதி தர்ப்பூசணியும் கொடுத்து அவளை உபசரித்தான். பிறகு அது முடிந்தபோது, அவனைத் திருமணம் செய்துகொள்ள அவள் எப்படி கடமைப்பட்டுப்போனாள் என்றும் அவள் விளக்கினாள்.

ஹீ ஸியோயோங், யாரோ பாலத்தின் வழியே வருவதைப் பார்த்து கவலையுடன் முணுமுணுத்தான்: "ஏ, அழாதே. அழுகையை நிறுத்து. நீ அழுவதை யாராவது பார்த்தால் என்னைப் பற்றி என்ன நினைப்பார்கள்?"

ஸூ யுலான் சொன்னாள்: "போ. போய் ஸூ ஸன்க்வானிடம் எண்பத்தி மூன்று பென்னைத் திருப்பிக் கொடு. பிறகு நான் அவனுக்கு கடன்காரியல்ல, அல்லவா?"

ஹீ ஸியோயோங் சொன்னான்: "நமக்கு இன்னும் கல்யாணம் கூட ஆகவில்லை. உன் கடனை அடைக்கும்படி நீ என்னிடம் சொல்கிறாய்."

"ஹீ ஸியோயோங், திருமணம் முடிந்தால் நீங்கள் என் குடும்பப் பெயரை ஏற்றுக்கொள்ள வேண்டும். இல்லையென்றால் என் அப்பா என்னை ஸூ ஸன்க்வானுக்குக் கொடுக்கப்போகிறார்."

"நீ என்ன இப்படி முட்டாள்தனமாகப் பேசுகிறாய்? என்னைப் போன்ற ஒருவன் மற்றொருவனின் பெயரை ஏற்றுக்கொள்வான் என்று உண்மையில் நீ நம்புகிறாயா? நம் ஆண் குழந்தைகளை ஸூ என்ற பெயரால் நான் அழைப்பேன் என்று நீ நினைக்கிறாயா? ஒருபோதும் அது சாத்தியமல்ல."

"அப்படியென்றால் நான் ஸூ ஸன்க்வானை கல்யாணம் செய்துகொள்ள நேரிடும்."

ஒரு மாதத்திற்குப் பிறகு ஸூ ஸன்க்வான் ஸூ யுலானைத் திருமணம் செய்துகொண்டான். திருமணத்திற்கு அணிந்துகொள்ள பளபளக்கும் சிவப்பு நிற சியோங்ஸாம் வேண்டுமென்று அவளுக்கு விருப்பமிருந்தது. ஸூ ஸன்க்வான் அவளுக்கு வாங்கிக் கொடுத்தான். குளிர் காலத்தில் அணிந்துகொள்ள சிவப்பு, பச்சை நிறத்திலான, பஞ்சு வைத்துத் தைத்த இரண்டு சட்டைகளும். தவிர

ஸூ ஸன்க்வான் பச்சை மற்றும் சிவப்புத் துணிகளில் ஒவ்வொரு கட்டு வாங்கிக்கொடுத்தான்; ஏனென்றால் ஓய்வு நேரங்களில் அவளே உடைகளைத் தைக்கலாம் அல்லவா. ஒரு கடிகாரம், ஒரு கண்ணாடி, ஒரு கட்டில், ஒரு மேசை, முக்காலிகள், பெரிய பாத்திரம் ஒன்று, அடுப்பில் வைக்க இன்னொரு பாத்திரம் இவையெல்லாம் வேண்டுமென்று அவள் கேட்டாள். எல்லாக் காரியங்களையும் பார்த்துக்கொள்வதாக ஸூ ஸன்க்வான் வாக்குக் கொடுத்தான்.

ஸூ ஸன்க்வான், ஹீ ஸியோயோங்கைவிட மோசமானவன் ஒன்றுமல்லவென்று ஸூ யுலான் சிந்திக்கத் தொடங்கினாள். மட்டுமல்ல, ஹீ ஸியோயோங்கைவிட ஸூ ஸன்க்வான் அழகனும்கூட. நிச்சயமாக பாக்கெட்டில் நிறையப் பணமும் உண்டு. அதிக வலிமையுள்ள தோற்றம். அதனால் இப்போது அவள் ஸூ ஸன்க்வானைப் பார்க்கும்போது சிரிக்கத் தொடங்கினாள்: "உங்களுக்குத் தெரியுமா, எனக்கும் சில திறமைகளெல்லாம் உண்டு. துணிகள் தைக்க முடியும். தவிர, நான் நல்லதொரு சமையற்காரியும்கூட. என்னைப் போன்றதொரு மனைவி கிடைப்பதற்கு நீங்கள் புண்ணியம் செய்திருக்க வேண்டும்."

தலையசைத்துச் சிரித்துக்கொண்டு ஸூ ஸன்க்வான் முக்காலியில் அமர்ந்தான்.

"நான் அழகி. என்னால் கடுமையாக உழைக்கவும் முடியும். நீங்கள் அணிவதற்கான உடைகளையெல்லாம் நானே தைப்பேன். வீட்டு வேலைகள் அனைத்தையும் நான் பார்த்துக்கொள்கிறேன். கடும் உழைப்பு தேவைப்படும் செயல்கள், அதாவது அரிசி வாங்குவது, நிலக்கரி வாங்குவதை நீங்கள் செய்ய வேண்டும். வேறொன்றும் செய்ய உங்களை நான் அனுமதிக்க மாட்டேன். உங்களை நான் நன்றாகப் பார்த்துக்கொள்வேன். நீங்கள் மிகவும் அதிர்ஷ்டக்காரர் என்பதால் நான் உங்களுக்குக் கிடைத்திருக்கிறேன். நீங்களும் அப்படித்தானே நினைக்கிறீர்கள்? என்ன புரிகிறதா? நீங்கள் ஏன் தலையசைக்கவில்லை?"

"நான் ஏற்றுக்கொள்கிறேன். நான் தலையசைத்துக் கொண்டுதானே இருக்கிறேன்?"

"ஓ, வேறொரு விஷயம்." ஸூ யுலான் நினைவுகூர்ந்தாள், "கவனமாகக் கேட்க வேண்டும். நான் ஓய்விலிருக்கும்போது என்னால் எதுவும் செய்ய முடியாது. அரிசி ஊற வைக்கவோ,

காய்கறிகள் கழுவவோ என்னால் முடியாது. அந்த சில நாட்களில் நான் ஓய்வெடுக்க வேண்டும். அந்த நேரங்களில் வீட்டு வேலைகள் அனைத்தையும் நீங்கள்தான் செய்ய வேண்டும். புரிந்ததா? நீங்கள் ஏன் தலையாட்டவில்லை?"

ஸூ ஸன்க்வான் முறைப்படி தலையசைத்தான்: "நீ எந்த விதமான ஓய்வைச் சொல்கிறாய்? அது எத்தனை நாட்கள் இருக்கும்?"

"ஐய!" அவள் கத்தினாள்: "நான் எந்த ஓய்வைச் சொல்கிறேன் என்று உங்களுக்குப் புரியவில்லையா?"

ஸூ ஸன்க்வான் தலையாட்டினான்: "இல்லை, எனக்குத் தெரியவில்லை."

"என் மாதவிலக்கு."

"மாதவிலக்கா?"

"பெண்களுக்கு எல்லா மாதமும் மாதவிலக்கு ஏற்படும். அது உங்களுக்குத் தெரியுமா?"

"நானும் அப்படி ஏதோ கேள்விப்பட்டிருக்கிறேன்."

"நான் என்ன சொல்கிறேன் என்றால், மாத விலக்கு நேரத்தில் என்னால் எந்த வேலையும் செய்ய முடியாது. நான் களைப்படையக் கூடாது. குளிர்ந்த நீரைத் தொடவும் கூடாது. ஏனென்றால் நான் குளிர்ந்த நீரைத் தொட்டாலோ களைப் படைந்தாலோ எனக்கு வயிறு வலிக்கும். எனக்குக் காய்ச்சல் வந்துவிடும்."

4

பிரசவம் பார்க்கும் மருத்துவர் சொன்னார்: "நீ இப்போது சின்னப் பிள்ளையைப்போல எதற்குக் கத்துகிறாய்? கஷ்டமான நேரம் இனிமேல்தான் வரப்போகிறது."

கால்களை மேலே தூக்கி வைத்து, கைகளை மேசையின் இருபுறமும் கட்டி வைத்த நிலையில் ஸூ யுலான் பிரசவ மேசையில் மல்லாந்து படுத்திருந்தாள். மேசையின் ஒரு பக்கத்திலிருந்து மருத்துவர் சொன்னார்: "இன்னும் கொஞ்சம் முக்கித் தள்ளு." வலியால் மூர்க்கங்கொண்ட அவள் ஒவ்வொரு முறை சுருக்கும்போதும் சபித்தாள்: "அடேய் ஸூ ஸன்க்வான்! நாசம் பிடித்த பாவி! நீ எங்கே சென்று ஒளிந்துகொண்டாய்? ஏ, கடலாமை முட்டையே, உன்னையெல்லாம் சுட்டுக் கொல்ல வேண்டுமடா..., நீ சந்தோஷப்படுகிறாயா... வலி என்னைக் கொல்கிறதே... நீ பரமானந்தமாக இருக்கிறாய்... ஸூ ஸன்க்வானே... நீ எங்கே போய்விட்டாய்... இதைக் கொஞ்சம் முன்னே தள்ளுவதற்கு உதவி செய். என்னால் இனி ஒன்றும் முடியாது... ஸூ ஸன்க்வானே... நீ இங்கே வா... டாக்டரே, குழந்தை இன்னும் வெளியே வரவில்லையா?"

"இன்னும் கொஞ்சம் பலமா முக்கிப் பாரு." மருத்துவர் சொன்னார்: "இன்னும் ரொம்ப நேரமாகும்."

"ஐயோ.... என் அம்மா... இதெல்லாம், ஸூ ஸன்க்வானே, உன் குற்றம்தான். ஆண்கள் விலங்குகள். அவர்களுக்கெல்லாம் அவர்கள் காரியம்... அவர்களுக்கு அவர்களின் சுகம்... தமாஷ். அசிங்கம் பிடித்த வேலையெல்லாம் நமக்கு. பெண்ணின் விதி கொடூரமானது.... நான் சாகப்போகிறேனே..., இது என்னைக் கொல்கிறதே... நான் இந்தப் பொருளை ஒன்பது மாதமாகச்

சுமக்கிறேன்… வலிக்கிறது… நீ எங்கே… ஸூ ஸன்க்வான். டாக்டர், குழந்தை வெளியே வந்துவிட்டதா?”

“இன்னும் கொஞ்சம் பலமாகத் தள்ளு. தலை வெளியே வந்துவிட்டது.” மருத்துவர் சொன்னார்.

“தலை வெளியே வந்துவிட்டது… நான் முக்குகிறேன்… தள்ளுகிறேன்… இனி என்னால் முடியாது… ஸூ ஸன்க்வான், எனக்குக் கொஞ்சம் உதவி செய்யேன்… ஸூ ஸன்க்வான், நான் இறக்கப்போகிறேன்… நான் சாகப்போகிறேன்…”

ஐ

பிரசவ மருத்துவர் சொன்னார்: “இது முதல் முறை என்பதுபோல நீ அலறிக்கொண்டேயிருக்கிறாயே?”

ஸூ யுலான் வியர்வையில் குளித்து மூச்சுத் திணறி, ஒவ்வொரு முனகலிலும் அழுது கத்திக்கொண்டிருந்தாள். “ஐய்ய… ஐய்ய… வலிக்கிறதே… மிகவும் வலிக்கிறதே… ஸூ ஸன்க்வானே… நீ மீண்டும் எனக்கு இப்படிச் செய்துவிட்டாயே… ஐய்ய… ஐய்ய… நான் உன்னை வெறுக்கிறேன்… வலிக்கிறது… இது முடிந்துவிட்டால் பிறகு ஒருபோதும் உன்னை என்னுடன் படுக்கவிட மாட்டேன்… என்னைக் கொன்றாலும்கூட… ஓ… நீ தமாஷாக நினைத்துக்கொண்டாயோ? மண்டியிட்டு நான்கு காலில் நின்று என்னிடம் மன்றாடினால்கூட! நான் அப்படிச் செய்ய சம்மதிக்க மாட்டேன்… என்னுடன் தூங்கக் கூட அனுமதிக்க மாட்டேன்… ஐய்ய… ஐய்ய… அதே மேசையில்… ஐய்ய… வலிக்கிறது… நான் தள்ளுகிறேன்… நான் பலமாக முக்குகிறேன்…”

ஐ

பிரசவ மருத்துவர் சொன்னார்: “பலமாத் தள்ளு… இன்னும் பலமாத் தள்ளு”

அவளால் முடிந்த வகையில் முக்கித் தள்ளினாள். மேசையில் அவள் உடல் வில்போல வளைந்தது. அவள் அலறினாள்: “ஸூ ஸன்க்வானே, கடலாமை முட்டையே, அயோக்கியப் பயலே… உன்னைச் சுட்டுக் கொல்ல வேண்டுமடா ஸூ ஸன்க்வானே… கருப்பு மனம்கொண்ட பிச்சைக்காரன் மகனே… உன் தலையெல்லாம் வைசூரி வரட்டும்.”

“நீ ஏன் இப்படிக் கத்திக்கொண்டிருக்கிறாய்? எல்லாம் முடிந்துவிட்டது.” செவிலி சொன்னாள்.

“குழந்தை வெளியில் வந்துவிட்டதா?” ஸூ யுலான் பட்டென்று நிறுத்த முயன்றாள் (மகிழ்வுகொள்ள முயன்றாள்): “இவ்வளவு சீக்கிரமாகவா?”

ல

ஐந்து வருடங்களுக்கிடையில் ஸூ யுலான் மூன்று ஆண் மக்களைப் பெற்றாள். ஸூ ஸன்க்வான் தன் பிள்ளைகளை யீலி (முதலாம் மகிழ்ச்சி), ஏள் (இரண்டாம் மகிழ்ச்சி), ஸான்லி (மூன்றாம் மகிழ்ச்சி) என்று அழைத்தான்.

ஸான்லிக்கு ஒரு வயது மூன்று மாதம் ஆகியிருந்தது, ஒரு நாள், ஸூ யுலான் ஸூ ஸன்க்வானின் காதைப் பிடித்துக் கேட்டாள்: “உள்ளே நான் பிரசவிக்கும்போது வெளியே நீங்கள் சிரித்துக்கொண்டிருந்தீர்கள், அப்படித்தானே?”

“நான் பெரிதாகச் சிரிக்கவில்லை.” ஸூ ஸன்க்வான் சொன்னான்: “உள்ளூரச் சிரித்தேன், அவ்வளவுதான். நான் ஒருபோதும் உரக்கச் சிரிக்கவில்லை.”

“ஐய்ய!” ஸூ யுலான் உரக்கச் சொன்னாள்: “அதனால்தான் நீங்கள் இவர்களுக்கு யீலி, ஏள், ஸான்லி என்று பெயர் வைத்திருக்கிறீர்கள். ஏனென்றால் மூன்று முறையும் நான் வேதனையில் கடக்கும்போது வெளியே நீங்கள் சந்தோஷமாக இருந்திருக்கிறீர்கள்.

5

நகரத்தில் ஸூ ஸன்க்வானை அறிந்தவர்கள், ஏளுக்கு ஸூ ஸன்க்வானின் மூக்கு கிடைத்திருக்கிறது என்றும் ஸான்லிக்கு கண்கள் கிடைத்திருக்கின்றன என்றும் கவனித்தார்கள். ஆனால் யீலியின் முகம் ஸூ ஸன்க்வானின் முகம்போன்றே இல்லை. அவர்களின் சந்தேகத்தை ரகசியமாக சர்ச்சை செய்ய ஆரம்பித்தார்கள்; யீலிக்கு ஸூ ஸன்க்வானின் சாயல் இல்லையென்று தங்களுக்குள் பேசிக்கொண்டார்கள். யீலியின் வாய் ஏறத்தாழ ஸூ யுலானின் வாய்போன்றிருந்தாலும் மற்ற முகச் சாயல்களெல்லாம் அவளைப்போல அல்ல. ஸூ யுலான்தான் பையனின் அம்மா என்றால் உண்மையில் ஸூ ஸன்க்வான் அவனது அப்பாதானா? என்று அவர்கள் தங்களுக்குள் பேசிக்கொண்டார்கள். விதை விதைத்தது யார்? அது ஹீ ஸியோயோங் ஆக இருப்பதற்கு சாத்தியமுண்டா? யீலியின் கண்கள், மூக்கு எதற்கு அந்தப் பெரிய காதுகள்கூட மேலும் மேலும் ஹீ ஸியோயோங்கைப்போல நாள்தோறும் நினைக்கத் தூண்டின.

இந்த ஊர்ப் பேச்சுகள் ஸூ ஸன்க்வானின் காதுக்கு வந்தபோது அவன் யீலியை தன் முன்னால் அழைத்தான்; அவன் முகத்தைக் கவனித்துப் பார்த்தான். அப்போது யீலிக்கு ஒன்பது வயது. சில நிமிடங்கள் உற்றுப் பார்த்த பிறகும் அவனால் ஒரு முடிவுக்கு வர முடியவில்லை. அதனால் அவன் அந்த வீட்டில் இருக்கும் கண்ணாடியை எடுத்து வரச் சொன்னான்.

அவர்களின் கல்யாண சமயத்தில் அவன் வாங்கியதுதான் அந்தக் கண்ணாடி. அதை ஸூ யுலான் எப்போதும் ஒரு சன்னல் கம்பியில் மாட்டியிருந்தாள். காலையில் எழுந்து அவள் சன்னலருகில் நின்று வெளியில் உள்ள மரங்களைப்

பார்த்துக்கொண்டிருப்பாள். பிறகு தலை சீவும்போதும் கடும் மணமுள்ள சூரியகாந்தி தைலத்தை முகத்தில் தேய்த்துப் பூசும்போதும் அவள் கண்ணாடியில் பார்ப்பாள். யீலி வளர்ந்து பெரிதானான். இப்போதும் கண்ணாடி சன்னல் கம்பியில்தான் இருந்தது. அவன் அதை எக்கிப் பிடித்துக் கீழே போட்டான். மிச்சப்பட்டதில் மிகப் பெரிய துண்டு, ஒரு முட்டையளவு பெரிதான முக்கோண வடிவத் துண்டாயிருந்தது. ஸூ யுலான் அந்த முக்கோண வடிவத் துண்டை எடுத்து மீண்டும் சன்னல் கம்பியிலேயே வைத்தாள்.

ஸூ ஸன்க்வான் உடைந்த கண்ணாடித் துண்டை எடுத்து கையில் பிடித்தான். அவன் கண்ணுக்கு முன்னால் அதைப் பிடித்து தன்னைப் பார்த்தான். பிறகு அவன் யீலியின் கண்களை உற்றுப் பார்த்தான். அவை தன் கண்களிலிருந்து மிக வித்தியாசப்பட்டதாக அவனுக்குத் தோன்றவில்லை. ஸூ ஸன்க்வான் யோசித்தான், அவன் என்னைப்போன்று இல்லை என்று அவர்கள் சொல்கிறார்கள்; ஆனால், அவன் கொஞ்சம் என்னைப்போல இருப்பதாகத்தான் நான் நினைக்கிறேன்.

அப்பா உறைந்துபோய் தன்னை உற்றுப் பார்த்துக்கொண்டு நிற்பதாக யீலி நினைத்தான். “அப்பா, நீங்கள் உங்களைப் பார்க்கிறீர்கள், அப்புறம் என்னையும் பார்க்கிறீர்கள். ஏன் இப்படிப் பார்க்கிறீர்கள்?”

ஸூ ஸன்க்வான் சொன்னான்: “நீ என்னைப்போல இருக்கிறாயா இல்லையா என்று தெரிந்துகொள்ள முயற்சிக்கிறேன்.”

“சிலர் சொல்கிறார்கள்...” யீலி சொன்னான்: “நான் மெஷின்டூல்ஸ் பேக்டரியில் வேலை செய்யும் ஹீ ஸியோ யோங்கைப்போல இருப்பதாகச் சொல்வதை நான் கேட்டிருக்கிறேன்.”

ஸூ ஸன்க்வான் சொன்னான்: “போய், ஏளையும் ஸான்லியையும் அழைத்துக்கொண்டு வா.”

ஸூ ஸன்க்வானின் மூன்று பிள்ளைகளும் பக்கத்தில் வந்தார்கள். ஒரே வரிசையாக கட்டிலில் அமரும்படி ஸூ ஸன்க்வான் சொன்னான். பிறகு அவர்களுக்கு எதிரே ஒரு ஸ்டூலில் அவனும் அமர்ந்தான். அவன் ஒவ்வொருவரின் முகச்சாயலையும் மாறி மாறிப் பரிசோதித்தான். முதலாவது பரிசோதனையில் ஒன்றும் தீர்மானிக்க முடியாமலானபோது, அவன் சற்றுப்

பின்னால் தள்ளி நின்று ஸான்லியையும் ஏளையும் கடைசியில் யீலியையும் பரிசோதித்தான்.

மூன்று சகோதரர்களும் பொங்கிச் சிரித்தார்கள். அவர்கள் சிரிப்பதைப் பார்த்தபோது இப்போது அவர்கள் ஒன்றுபோல இருப்பதாகத் தோன்றியது. "சிரித்துக்கொண்டே இருங்கள்." தன் உடலே அசையத் தொடங்கவே, அவன் சொன்னான்: "முடிந்தவரை உரக்கச் சிரியுங்கள்!"

ஸூ ஸன்க்வான் ஸ்டூலில் அமர்ந்தபடி முன்பும் பின்பும் ஆடும் கோமாளித்தனத்தைப் பார்த்தபோது பிள்ளைகள் குபீரென்று சிரித்தார்கள். அவர்களுடன் சேர்ந்து ஸூ ஸன்க்வானும் சிரிக்கத் தொடங்கினான்: "பிள்ளைகளே, நீங்கள் எந்தளவு அதிகமாகச் சிரிக்கிறீர்களோ, அந்த அளவு நீங்கள் ஒன்று போலிருப்பீர்கள்."

ஸூ ஸன்க்வான் தனக்குத் தானே சொல்லிக்கொண்டான், "யீலி என்னைப்போல இல்லை என்று அவர்கள் சொல்கிறார்கள்; ஆனால் யீலி பார்ப்பதற்கு ஏளைப்போலவும் ஸான்லியைப் போலவும்தான் இருக்கிறான். ஏளும் ஸான்லியும் என் பிள்ளைகளைப்போல தோன்றவில்லை என்று யாரும் சொல்லவும் இல்லை. யீலி அவனது இரண்டு சகோதரர்களைப்போல இருந்தால் என்னைப் போன்று இல்லையென்றாலும் பரவாயில்லை."

ஸூ ஸன்க்வான் கேட்டான்: "மிஷின்டூல்ஸ் பேக்டரியில் இருக்கும் ஹீ ஸியோயோங்கைப் பற்றி யீலி கேள்விப்பட்டிருக்கிறான். ஏள், நீ? ஸான்லி? கேள்விப்பட்டதில்லை என்றால் அதைப் பற்றிக் கவலைப்பட வேண்டாம். அவனைப் பற்றித்தான் யீலி சொன்னான். மேற்குப் பகுதியில் பழைய போஸ்ட் ஆபீஸ் தெருவில் வசிக்கிறான். எப்போதும் வாத்தலகுத் தொப்பியணிந்து நடப்பான். இனி கவனமாகக் கேளுங்கள். அவன் பெயர் ஹீ ஸியோயோங் என்பது. புரிந்ததா? ஏளுயும் ஸான்லியும் என்ன சொல்கிறார்கள்? நானும் கேட்கிறேன்... சரி, நல்லது. இனி நான் சொல்வதை கவனமாகக் கேளுங்கள். ஹீ ஸியோயோங் ஒரு கெட்ட மனிதன். புரிந்ததா? ஏன் அவனைக் கெட்டவன் என்று சொல்கிறேன் தெரியுமா? நான் சொல்கிறேன். வெகு காலம் முன்பு நீங்கள் எல்லாம் பிறப்பதற்கு முன்பு ஹீ ஸியோயோங் உங்கள் தாத்தா வீட்டுக்கு வந்து போய்க்கொண்டிருந்தான். அங்கே அவன் என்ன செய்துகொண்டிருந்தான். அவன் தாத்தாவுடன் சேர்ந்து குடித்துக்கொண்டிருந்தான். ஏனென்றால் அன்று நான் உங்கள் அம்மாவை கல்யாணம் செய்திருக்கவில்லை. அவன் தினமும்

அங்கே வருவான்; ஒன்றுவிட்ட நாட்களில் அவன் தாத்தாவுக்காக ஒரு பாட்டில் ஒயின் கொண்டு வருவான். ஆனால் பிற்பாடு, உங்கள் அம்மா என்னைத் திருமணம் செய்துகொண்ட பிறகு, அவன் பெரும்பாலும் தினமும் அங்கு வந்துகொண்டிருந்தான். ஆனால் அவன் ஒருபோதும் தாத்தாவுக்கு ஒயின் கொண்டு செல்லவில்லை. அதற்குப் பதிலாக தாத்தாவின் பத்துக்கும் அதிகமான பாட்டில்களை அவன் குடித்தான். அப்படி இருக்கும்போது ஒரு நாள் ஹீ ஸியோயோங் வருவதைப் பார்த்த போது தாத்தா, மது அருந்துவதை நிறுத்தியாயிற்று என்று அவனிடம் சொன்னார். அதற்குப் பிறகு ஹீ ஸியோயோங் ஒருமுறைகூட தாத்தாவுக்கு முகம் காட்டவில்லை."

௨௦

மீண்டும் ஸூ ஸன்க்வான் வதந்திகளைச் செவியுற்றான். அவன் நினைத்தான். "இந்த மனிதர்கள் பேசிக்கொண்டே இருக்கிறார்கள். ஆரம்பித்தால் பிறகு நிறுத்துவதுமில்லை. வாஸ்தவத்தில் அது உண்மைதானா?" அவன் ஸூ யுலானிடம் சென்று கேட்டான்: "அவர்கள் என்ன சொல்கிறார்கள் என்று நீ கேட்டாயா?"

அவன் என்ன சொல்கிறான் என்று ஸூ யுலான் துல்லியமாகப் புரிந்துகொண்டாள். துவைத்துக் கொண்டிருந்த துணியைக் கீழே வைத்துவிட்டு அவள் முன்வாயிலிலிருந்து வெளியே சென்றாள். கடைசியில் வாயிற்படியிலமர்ந்து, கத்தி அழத் தொடங்கினாள். "இப்படியெல்லாம் நடப்பதற்கு நான் போன பிறவியில் என்ன பாவம் செய்தேனோ?"

வாயிற்படியில் அமர்ந்து அழும் ஸூ யுலானின் சத்தம் பிள்ளைகளை வீட்டுக்கு அழைத்து வந்தது. அவர்கள் அவளைச் சுற்றிலும் நின்றார்கள். அம்மாவின் அழுகை மேலும் மேலும் சத்தமாவதை அவர்கள் நடுக்கத்துடன் பார்த்து நின்றார்கள்.

ஸூ யுலான் தன் முகத்திலிருந்து கொஞ்சம் கண்ணீரைத் துடைத்து மூக்குச் சிந்திப் போடுவதைப்போல தரையில் உதறினாள். முன்னும் பின்னும் ஆடிக்கொண்டு அவள் உரக்க அழுதாள்: "இந்தளவுக்கு நடப்பதற்கு போன பிறவியில் நான் என்ன பாவம் செய்தேனோ என்னமோ? என் மூன்று பிள்ளைகளுக்கு இரண்டு அப்பா என்று அவர்கள் சொல்கிறார்கள். அது எப்படி? நான் ஒரு விதவையல்ல. நான் ஒரு முறைதான் திருமணம் செய்துகொண்டேன். வேறு எந்த ஆணுடனும் நான்

சுற்றியதில்லை. இந்தளவுக்கு நான் என்ன செய்தேன். அவர்களுக்கு ஒரு அப்பாதான். ஆனால், ஆட்கள் இரண்டு அப்பா என்று சொல்கிறார்கள்."

ஸூ யுலான் அழுது அலறுவதற்காக வாயிற்படிக்குச் சென்றாள் என்று புரிந்தபோது ஸூ ஸன்க்வானுக்கு கோபத்தால் காதுக்குள் ரீங்கரித்தது. அவன் அவளிடம் சொன்னான்: " அடியே நீ உள்ளே போய்க் கத்து. நீ இங்கே உட்கார்ந்து என்ன சொல்லிக் கத்துகிறாய்? என்ன சொல்கிறாய்? நீ ஒரு குணம் கெட்டவள். இப்படி அழுது கத்தி என்ன பயன்? உள்ளே போடீ!"

அண்டை வீட்டாரெல்லாம் ஒவ்வொருவராக வாசலுக்கு வந்துவிட்டார்கள்: "ஸூ யுலான், நீ ஏன் அழுகிறாய்? அரிசிக்கான ரேஷன் கூப்பன்கள் தீர்ந்துவிட்டனவா? ஸூ ஸன்க்வான் உன்னைத் தொந்தரவு செய்கிறானா?"

"ஏ ஸூ ஸன்க்வான், அவன் எங்கே? ஒரு நொடி முன்பு அவன் ஏதோ சொல்வது கேட்டதுபோல இருந்ததல்லவா? ஸூ யுலான் நீ எதற்கு இப்படி அழுகிறாய்? ஏதாவது தொலைத்து விட்டாயா? யாருக்காவது நீ பணம் கொடுக்க வேண்டுமா? குழந்தைகள் யாருக்காவது ஏதாவது ஆகிவிட்டதா?"

ஏள் சொன்னான்: "நீங்கள் எல்லோரும் தவறாகப் புரிந்து கொண்டிருக்கிறீர்கள். யீலிக்கு ஹீ ஸியோயோங்கின் சாயல் என்பதால்தான் அம்மா அழுகிறார்கள்."

அவர்கள் சொன்னார்கள்: "ஓ, அதுதானா விஷயம்?"

யீலி சொன்னான்: "உள்ளே போ ஏள். இங்கே நிற்க வேண்டாம்."

"நான் எங்கும் போக மாட்டேன்."

யீலி சொன்னான்: "அழாதே அம்மா! உள்ளே போ."

கதவுக்குப் பின்னாலிருந்து ஸூ ஸன்க்வான் கோபத்தால் பற்களைக் கடித்தான்: "இந்தப் பொம்பளை..." அவன் சொல்லிக்கொண்டான்: "ஒரு பெரிய முட்டாள். அசிங்கமான துணிகளை யாரும் வெளியே காயப்போட மாட்டார்கள். இவள் இங்கே இந்த வாசல் படியில் அமர்ந்து உலகம் முழுதும் கேட்கும்படி அழுகிறாள். அடுத்து இவள் என்ன மடத்தனம் செய்யப்போகிறாள் என்று சொல்ல முடியாது." ஸூ யுலானின் கண்ணீரில் ஊறிய பல்லவியைக் கேட்டு அவன் பற்களை நறநறத்தான்.

"இதற்கெல்லாம் நான் போன பிறவியில் என்ன பாவம் செய்தேனோ என்னமோ! நான் ஒரு விதவையல்ல. மறு திருமணம் பண்ணவும் இல்லை. மற்ற யாருடனும் சுத்திக் கும்மாளம் போடவும் இல்லை. இந்த மூன்று குழந்தைகளை நான் பெற்றேன். இப்படிக் கிடைப்பதற்கு நான் என்ன செய்தேன்? ஹீ ஸியோ யோங்கை நான் எதற்குப் பார்த்தேன்? அவன் நன்றாகத்தானே இருக்கிறான். அவனுக்கு எந்தப் பிரச்சினையும் இல்லை. நான் என்ன செய்வேன்? யீலி அவனைப்போல இருக்கிறான். ஒரு தடவை மட்டும்தான். பிறகு ஒருமுறைகூட நான் அதற்கு அனுமதிக்கவில்லை. ஆயினும் யீலிக்கு அவன் சாயல்."

என்ன? ஒரு முறை மட்டுமா? ஸூ ஸன்க்வானின் ரத்தம் கொதித்து தலைக்கு ஏறியது; அவன் படுக்கையறையின் கதவை உதைத்துத் திறந்தான். வாயிலிலிருக்கும் ஸூ யுலானைப் பார்த்துக் கத்தினான்: "உள்ளே போடீ!"

வெளியே கூடி நின்றிருந்த எல்லோரும் ஸூ ஸன்க்வானின் அலறலைக் கேட்டு பயந்தார்கள். ஸூ யுலான் பட்டென்று அழுகையையும் கூச்சலையும் நிறுத்திவிட்டு ஸூ ஸன்க்வானைப் பார்ப்பதற்காக தலையை உள் நோக்கித் திருப்பினாள்.

ஸூ ஸன்க்வான் வாயிலுக்கு வந்து ஸூ யுலானைப் பிடித்து உள்ளே இழுத்தான். திரும்பும்போது அண்டைவாசிகளைப் பார்த்துக் கத்தினான்: "இங்கிருந்து போங்கள்!" கதவை சாத்த முற்படும்போது பிள்ளைகள் உள்ளே வருவதற்காக ஓடி வந்தார்கள். அப்போது அவர்களிடமும் கத்தினான்: "இங்கிருந்து போங்கள்!"

ஸூ ஸன்க்வான் கதவை மூடிவிட்டு ஸூ யுலானை படுக்கையறைக்கு இழுத்துச் சென்றான். முகத்தில் ஒரு அடி அடித்து அவளைப் படுக்கையில் வீழ்த்தினான். கத்தினான்: "நீ ஹீ ஸியோயோங்கை உன்னுடன் படுக்க அனுமதித்திருக்கிறாயா?"

ஸூ யுலான் தேம்பியபடி முகம் துடைத்தாள்.

ஸூ ஸன்க்வான் மீண்டும் கேட்டான்: "சொல்!"

ஸூ ஸன்க்வான் விம்மி அழுதாள்: "என்னுடன் படுத்திருக் கிறான்."

"எத்தனை தடவை?"

"ஒரு தடவை மட்டும்."

ஸூ ஸன்க்வான் அவளைப் படுக்கையிலிருந்து இழுத்துத் தூக்கி முகத்தில் மற்றொரு முறை ஓங்கி அறைந்தான்: "தேவடியா!

மற்றொருவனுடன் சுற்றிக் களித்ததில்லை என்று நீ சொன்னதாக நான் நினைத்திருந்தேன்."

"நான் மற்றொரு ஆணுடன் சுற்றித் திரியவில்லை." ஸூ யுலான் சொன்னாள்: "ஹீ ஸியோயோங்தான் அப்படிச் செய்தான். அவன் என்னை சுவரோடு சேர்த்து அழுத்தினான். பிறகு படுக்கைக்கு இழுத்துச் சென்றான்."

"தேவைக்கும் அதிகமாகக் கேட்டுவிட்டேன்!" ஸூ ஸன்க்வான் கத்தினான். ஆனால், உடனேயே மாற்றிச் சிந்தித்தான்: "ஏன் நீ அவனைத் தள்ளிவிடவில்லை? ஏன் கடிக்கவில்லை? ஏன் உதைக்கவில்லை?"

"நான் தள்ளினேன், உதைத்தேன்." ஸூ யுலான் சொன்னாள், "அவன் என்னைச் சுவரோடு சேர்த்து அழுத்தினான். என் முலைகளைப் பிடித்தான்..."

"போதும், போதும்..." அவன் கத்தினான். அவளை அடித்தான். முதலில் வலது பாகத்தில். பிறகு இடது பாகத்தில். அடி முடிந்த பிறகு அவனுக்கு மேலும் தெரிந்துகொள்ள வேண்டும் என்றிருந்தது.

"உன் முலையைப் பிடித்தபோது அப்படிச் செய்வதற்கு நீ அவனை அனுமதித்தாய், அல்லவா?"

ஸூ யுலான் கைகளில் முகம் மறைத்து கண்களை மூடிக்கொண்டாள்.

"சொல்!"

"என்னால் முடியவில்லை." ஸூ யுலான் தலையசைத்தாள். "நான் ஏதாவது சொன்னால் நீங்கள் உடனே அடிப்பீர்கள். நீங்கள் அவ்வளவு பயங்கரமாக அடிப்பதால் என்னால் பார்க்கவே முடியவில்லை. என் பல் வலிக்கிறது. முகத்தில் நெருப்பு சுட்டது போன்றிருக்கிறது.."

"சொல்! முலையைப் பிடித்த பிறகு?"

"முலையைப் பிடித்த பிறகு என் உடலில் எந்த சக்தியும் மிச்சமிருக்கவில்லை."

"நீ அவனுடன் படுத்தாய்?"

"நான் முற்றிலுமாகத் தளர்ந்துபோயிருந்தேன். அவன் என்னைத் தூக்கி படுக்கையில் கிடத்தினான்."

"போதும்!" கத்தியவாறு அவன் அவளின் தொடையை நோக்கி உதைத்தான். ஸூ யுலானுக்கு வலியால் பேச முடியவில்லை. ஸூ ஸன்க்வான் சொன்னான்: "அது நம் வீட்டிலா? நம் படுக்கையிலா?"

நொடி நேரத்திற்குப் பிறகு ஸூ யுலான் பதில் சொன்னாள்: "அப்பாவின் வீட்டில்."

ஸூ ஸன்க்வான் சட்டென்று துவண்டுபோனான். அவன் ஸ்டூலில் அமர்ந்தான். துயரம் அவனை ஆட்படுத்தியது: "ஒன்பது வருடங்கள். இந்த ஒன்பது வருட காலம் நான் சந்தோஷமாக இருந்தேன். ஆனால், யீலி உண்மையில் என் மகன் அல்ல. எந்தக் காரணமும் இல்லாமல் நான் மகிழ்ந்தேன். இந்தக் குழந்தையை வளர்ப்பதற்காக நான் என் ஒன்பது வருடங்களை வீணாக்கினேன். கடைசியில் அவன் வேறொருவனின் மகன் என்று புரிகிறது."

ஸூ ஸன்க்வானுக்கு வேறு ஏதோ சந்தேகம் ஏற்பட்டது. அதனால் அவன் துள்ளி எழுந்து கத்தினான்: "ஹீ ஸியோயோங்தானா உன் முதல் ஆண்?"

"இல்லை." ஸூ யுலான் சொன்னாள்: "என்னுடன் படுத்த முதல் ஆண் நீங்கள்தான்."

"இல்லை, நான் இப்போது நினைத்துப் பார்க்கிறேன். ஹீ ஸியோயோங்தான் உன் முதல் ஆண். நான் விளக்கு ஏற்றி வைக்க விரும்பியபோது நீ அதற்கு என்னை அனுமதிக்கவில்லை. நீ ஹீ ஸியோயோங்குடன் இருந்ததை நான் தெரிந்துகொள்வேன் என நீ பயந்திருந்தாய் என்று எனக்கு இப்போது புரிகிறது."

"விளக்கு ஏற்றி வைக்க நான் சம்மதிக்காதது..." ஸூ யுலான் அழுதாள்: "கடும் வெட்கத்தினால்தான்."

"ஹீ ஸியோயோங்தான் முதலாவதாக இருக்க வேண்டும். அவன் முதலாவதாக இல்லையென்றால் ஏலுக்கு ஏன் அவனது சாயல் இல்லை? ஸான்லி ஏன் அவனைப்போல இல்லை? இல்லை, யீலிதான் அந்த வேசி மகனைப்போன்றிருக்கிறான். அவன்தான் நம் முதல் குழந்தை. என் மனைவி முதன் முறையாக மற்றொருவனுடன்தான் அதைச் செய்தாள். இனி நான் எப்படி வாழ்வேன்? நான் அழிந்தேன். இனி ஒருபோதும் என்னால் தலை நிமிர்ந்து நடக்க முடியாது."

"யோசித்துப்பாருங்கள் ஸூ ஸன்க்வான்," ஸூ யுலான் சொன்னாள்: "நம் முதல் இரவில் கொஞ்சம் ரத்தம் வந்ததை நீங்கள் பார்த்தீர்கள்தானே?"

"இருந்தாலும் அது என்ன, தேவடியா. அன்று நீ 'விடுப்'பிலிருந்தாய்."

"ஓ, கடவுளே....!"

6

ஸூ ஸன்க்வான் காலை எடுத்து முக்காலியில் வைத்தபடி பிரம்பு நாற்காலியில் சாய்ந்து அமர்ந்தான்.

ஸூ யுலான் அவன் அருகில் வந்தாள்: "நம் அரிசி தீரப்போகிறது. இன்று இரவுக்குக் கூட திகையாது. இதோ, அரிசிக்கான ரேஷன் சீட்டும் பணமும் பையும். போய் கொஞ்சம் அரிசி வாங்கிக்கொண்டு வாருங்கள்."

ஸூ ஸன்க்வான் சொன்னான்: "அரிசி வாங்க நான் போக மாட்டேன். இனிமேல் நான் இங்கே எந்த வேலையும் செய்ய மாட்டேன். வீட்டுக்கு வந்தால் நான் அதிகபட்சம் செய்யப்போவது சாய்ந்து அமர்ந்து அனுபவித்துக் கொண்டிருப்பேன். அது என்னவென்று உனக்குப் புரிந்ததா? காலைத் தூக்கி முக்காலியின் மீது நான் இந்த நாற்காலியில் அமர்ந்திருப்பேன். இப்போது நான் உட்கார்ந்திருப்பதுபோல. நான் ஏன் சாய்ந்தமர்ந்து மகிழ்கிறேன் என்று தெரியுமா? உன்னைத் தண்டிப்பதற்கு. நீ பயங்கரமான ஒரு தவறு செய்திருக்கிறாய். எனக்குப் பின்னால் நீ அந்த வேசி மகன் ஹீ ஸியோயோங்குடன் படுத்தாய். அதைவிட பயங்கரம் அவன் யீலியை உனக்குத் தந்தது. அதைப் பற்றி நினைத்தாலே எனக்குக் கோபம் வருகிறது. நான் அரிசி வாங்கச் செல்ல வேண்டும் என்று நீ விரும்புகிறாயா? அப்படி நீ கனவு வேண்டுமானால் காணலாம்."

ஸூ யுலான் சொன்னாள்: "என்னால் தனியாக நூறு ராத்தல் அரிசியைத் தூக்க முடியாது."

ஸூ ஸன்க்வான் சொன்னான்: "அப்படியென்றால் ஐம்பது வாங்கு."

"ஐம்பது ராத்தலும் என்னால் தூக்க முடியாது."

"அப்படியென்றால் ஒரு இருபத்தைந்து முயன்று பார்."

ஜ

ஸூ யுலான் சொன்னாள்: "நான் துணி விரிப்புகளைத் துவைக்கப்போகிறேன். பெட்டியைக் கொஞ்சம் நகர்த்த உதவுகிறீர்களா? என்னால் தனியாக அதைத் தள்ள முடியாது."

ஸூ ஸன்க்வான் சொன்னான்: "ஒன்றும் முடியாது. நான் என் நாற்காலியில் சுகமாக சாய்ந்து அமர்ந்திருப்பேன்."

ஜ

ஸூ யுலான் சொன்னாள்: "உணவு நேரம் வந்துவிட்டது, ஸூ ஸன்க்வான்."

ஸூ ஸன்க்வான் சொன்னான்: "என் கிண்ணத்தை இங்கே எடுத்து வா. நான் இங்கே என் நாற்காலியில் அமர்ந்தவாறு சாப்பிடுவேன்."

ஜ

ஸூ யுலான் கேட்டாள்: "ஸூ ஸன்க்வான், நீங்கள் அனுபவித்து முடித்தாயிற்றா? இன்னும் அதிக நேரம் என்னால் கண் விழித்து இருக்க முடியாது. அதனால் நீங்கள் அனுபவித்து முடித்துவிட்டால் நாற்காலிலிருந்து குண்டியைத் தூக்கி படுக்க வாருங்கள்."

ஸூ ஸன்க்வான் சொன்னான்: "இதோ வருகிறேன்."

7

பட்டுநூல் கம்பெனியில் வேலை செய்வதால் உள்ள ஒரு நன்மை, ஸூ ஸன்க்வானுக்கு மாதந்தோறும் புதிதாக ஒரு ஜதை வெள்ளைக் கையுறைகள் கொடுத்துவந்தார்கள் என்பதுதான். கம்பெனியின் தொழிற்சாலையில் வேலை செய்யும் பெண்கள் அதைப் பார்க்கும் போதெல்லாம் பொறாமையுடன் கேட்பார்கள்: "ஸூ ஸன்க்வான், புதிய கையுறைக்கு மாற இன்னும் எத்தனை வருடம் கழித்து நீங்கள் தீர்மானிப்பீர்கள்?"

பழைய கிழிந்த கையுறைகளை அவர்களுக்குக் காட்டுவதற்காக ஸூ ஸன்க்வான் கைகளைத் தூக்கினான். அவன் கைகளை ஆட்டியபோது கிழிசலிலிருந்து தொங்கிக்கொண்டிருந்த நூல்கள் பெண்டுலம்போன்று ஆடின: "இந்த ஜதையை நான் மூன்று வருடங்களாக அணிந்துக் கொண்டிருக்கிறேன்."

அவர்கள் சொன்னார்கள்: "நீங்கள் அதைக் கையுறை என்றா சொல்கிறீர்கள்? இந்த தொழிற்சாலைத் தளத்தில் எங்கு நின்று, எவ்வளவு தூரத்தில் நின்று பார்த்தாலும் எங்களால் உங்கள் விரல்களைக்கூட தெளிவாகப் பார்க்க முடியும்."

ஸூ ஸன்க்வான் சொன்னான்: "முதல் வருடம் இது புதிதாயிருந்தது. பிறகு இரண்டு வருடங்களில் அது பழையதாகும். அடுத்த இரண்டு வருடங்களில் நான் அதைத் தைப்பேன். அதனால் இந்த ஜதைக் கையுறைகளை இன்னும் ஒரு மூன்று வருடமாவது என்னால் பயன்படுத்த முடியும்."

அவர்கள் கேட்டார்கள்: "ஸூ ஸன்க்வான், ஒரு ஜதையை நீங்கள் ஆறு வருடம் உபயோகிக்கும்போது, கம்பெனியில் உங்களுக்கு எல்லா மாதமும் புதிய ஜதை தருகிறார்கள், அவற்றை நீங்கள் என்ன செய்கிறீர்கள்? ஆறு வருடத்துக் கையுறைகள்

எழுபத்து இரண்டு ஜதைகள் இருக்கின்றன. நீங்கள் இதுவரையும் பயன்படுத்தாத அந்த எழுபத்தி ஒன்று ஜதைகளை நீங்கள் என்ன செய்யப்போகிறீர்கள். அவற்றிலிருந்து கொஞ்சம் எங்களுக்கும் தரக் கூடாதா? எங்களுக்கு ஆறு மாதத்துக்கு ஒரு முறைதான் புதியது கிடைக்கும்."

ஸூ ஸன்க்வான் புதிய கையுறைகளை கவனத்துடன் மடக்கி பாக்கெட்டில் வைத்துக்கொண்டு புன்னகையுடன் வீட்டுக்குப் புறப்பட்டான். வீட்டுக்குச் சென்றவுடன் அவன் பாக்கெட்டி லிருந்து புதிய கையுறைகளை எடுத்து ஸூ யுலானிடம் கொடுத்தான். ஸூ யுலான் அதை வாங்கிக்கொண்டு உடனே சன்னலருகே சென்றாள். வெளிச்சத்தில் பிடித்தாள். அவற்றை மட்ட ரக நூலால் தயாரித்திருக்கிறார்களா, அல்லது உயர்ந்த ரக நூலால் தயாரித்திருக்கிறார்களா என்று பரிசோதித்தாள்.

"ஐய!"

இந்த மாதக் கையுறைகளும் செல்லரித்ததென அவள் கண்டு பிடித்திருப்பாள் என்று அவளது வியப்பொலி அவனை அச்சுறுத்தியது.

"இது நல்ல வகை."

ஸூ ஸன்க்வான் வேலை முடிந்து வீட்டுக்கு வரும்போது, ஸூ யுலான் கையை நீட்டி "அதைக் கொடுங்கள்" என்று சொல்லும் இரண்டு தினங்கள் இருந்தன. முதலாவது சம்பள நாள். அடுத்தது, கம்பெனி கையுறைகள் விநியோகிக்கும் நாள்.

ஸூ யுலான் கையுறைகளை பெட்டியின் அடியில் பாதுகாத்து வைத்தாள். நான்கு ஜதை கையுறைகள் சேர்ந்தால் ஸான்லிக்கு ஒரு ஸ்வெட்டர் பின்னப் போதுமானதாயிருக்கும். ஆறு ஜதை சேர்ந்தால் ஏளுக்கு. எட்டோ ஒன்பதோ சேர்ந்தால் யீலிக்கு ஒரு ஸ்வெட்டர் பின்னிக் கொடுக்கலாம்.

இருபதுக்கும் அதிகமான கையுறைகள் இருந்தால்தான் ஸூ ஸன்க்வானுக்கு புதிய ஸ்வெட்டர் தைக்கப் போதுமானதா யிருக்கும். அந்த எண்ணம்தான் அவளுக்கு தயக்கத்தை ஏற்படுத்தியது. அவள் அடிக்கடி ஸூ ஸன்க்வானிடம் சொல்வாள்: "உங்கள் கைகள் பெரிதாகி வருகின்றன. இடுப்பில் சதை அதிகரித்துவிட்டது. வயிறு கொஞ்சம் கனத்துவிட்டது. இப்போது இருபது ஜதையும் போதாது."

ஸூ ஸன்க்வான் கேட்டான்: "உனக்கும் ஏதாவது பின்னிக்கொள்ளக் கூடாதா?"

“அப்புறம் ஆகட்டும்.” ஸூ யுலான் சொன்னாள்.

உயர்ந்த ரக பருத்தியால் ஆன பதினேழு பதினெட்டு கையுறைகள் சேகரித்து முடிவதுவரை ஸூ யுலான் அவளுக்காக எதுவும் பின்னவில்லை. ஸூ ஸன்க்வானோ, நல்லதர பருத்தியாலான கையுறைகள் ஒரு வருடத்திற்கு மூன்று நான்குக்கு அதிகமாகக் கொண்டுவந்ததுமில்லை. ஒன்பது வருட திருமண வாழ்க்கைக்குப் பிறகு ஏழு வருடம் சேகரித்து வைத்த கையுறைகளைக் கொண்டு அவளுக்கே ஒரு நல்ல ஸ்வெட்டர் பின்னத் தீர்மானித்தாள்.

ஸூ யுலான் ஸ்வெட்டர் பின்னி முடிக்கும்போது வசந்த காலமானது. வெப்பம் ஆரம்பித்துவிட்டது. கிணற்றங்கரையில் நின்று அவள் முடி அலசினாள். ‘உடைந்தது’ என்றாலும் இன்னும் துணுக்காகிவிடாத கண்ணாடியைக் கையில் வைத்து வாயிற்படியில் அமர்ந்து, முடியைக் கோதிக் கொண்டிருந்தாள். அப்போது பின்னால் வந்து நின்ற ஸூ ஸன்க்வான் சில உத்தரவுகள் இட்டான். அவன் சென்ற பிறகு முடியைக் காய வைப்பதற்காக அவள் வெயிலிலிருந்தாள். பிறகு முகத்தில் கடும் மணமுடைய சூரியகாந்தி தைலத்தை கனமாகத் தேய்த்துப் பூசினாள். புதிதாகப் பின்னிய ஸ்வெட்டரை அணிந்து கொண்டாள். பெட்டியில் வைத்திருந்த ஒரே ஒரு பட்டுக் கழுத்துக் குட்டையையும் எடுத்து கடைசியாக கழுத்தில் சுற்றிக்கொண்டு வாயிலுக்கு வெளியே இறங்கினாள்.

அடுத்த அடி வைப்பதற்கு முன்பே திரும்பி நின்று ஸூ ஸன்க்வானை அழைத்தாள். “நீங்கள் அரிசியை பதர் நீக்கி கழுவ வேண்டும். புரிந்ததா. இன்று நீங்கள்தான் சமையல் செய்யப் போகிறீர்கள். நான் இன்று விடுப்பு. இன்று எனக்கு வீட்டு வேலை ஒன்றுமில்லை. நான் வெளியே நடக்கப்போகிறேன்.”

ஸூ ஸன்க்வான் கேட்டான்: “என்ன, போன வாரம்தானே உன் விடுப்பு முடிந்தது. இன்னைக்கு மீண்டும் ஒரு விடுப்பு எப்படி?”

“எனக்கு மாதவிலக்கு நேரமல்ல. நான் புதிய ஸ்வெட்டர் போட்டிருப்பதைப் பார்க்கவில்லையா?”

அவள் இரண்டு வருடம் அந்த ஸ்வெட்டரை அணிந்தாள். ஐந்து முறை துவைத்தாள். உயர்ந்த தர ஒரு ஜதைக் கையுறை களிலிருந்து நூல் எடுத்து கிழிந்த இடத்தில் தைத்தாள். கம்பெனியிலிருந்து ஸூ ஸன்க்வான் உயர்ந்த ரக கையுறைகள்

அதிகமாகக் கொண்டுவர வேண்டும் என்று ஸூ யுலான் ஆசைப்பட்டாள். காரணம் "தனக்கு ஒரு புதிய ஸ்வெட்டர் கிடைக்கும்."

அந்தக் கையுறைகளை பயன்படுத்தத் தீர்மானிக்கும் முன்பு அவள் சன்னலில் தலையை வெளியில் நீட்டி நட்சத்திரங்கள் ஒளிர்கின்றனவா என்று பார்ப்பாள். இரவில் ஆகாயத்தில் நிலவு ஒளி சொரிவதையும் அதற்குப் பக்கத்தில் நட்சத்திரங்கள் மின்னுவதையும் பார்க்கும்போது அடுத்த நாள் சூரியன் பிரகாசிக்கும் என்று அவளுக்கு உறுதியேற்படும். அவள் முடிவெடுப்பாள். ஒரு கையுறையின் நூலைப் பிரிப்பாள்.

கையுறையின் நூலைப் பிரித்தெடுப்பது இருவரின் வேலை. முதலில் நூலின் முனைகள் எங்கே இருக்கின்றன என்று கண்டுபிடிக்க வேண்டும். அதை வெளியே எடுத்துவிட்டால் பிறகு நூலைப் பிரிக்கும் வேலைதான். உடன் நூலை நீட்டி வைத்திருக்கும் இரண்டு கைகளிலும் சுற்ற வேண்டும். கடைசியில் எடுத்து இழுத்துக் கட்ட வேண்டும். கையுறைகளிலிருந்து பிரித்தெடுக்கும் நூல் வளைந்து நெளிந்திருப்பதால் உடனே அதைப் பின்னுவதற்குப் பயன்படுத்த முடியாது. அதை இரண்டு மூன்று மணி நேரம் தண்ணீரில் ஊற வைக்க வேண்டும். பிறகு தண்ணீரிலிருந்து எடுத்து வெயிலில் மூங்கிலில் தொங்கவிட வேண்டும். தொங்கிக் கொண்டிருக்கும் நூலில் உள்ள தண்ணீரின் பாரத்தால் வளைவு நெளிவுகள் நேராகும்.

ஸூ யுலான் ஒரு கையுறையின் பின்னலைப் பிரிக்க முற்பட்டாள். அதற்கு யாராவது பக்கத்தில் இரண்டு கைகளை நீட்டிக்கொண்டிருக்க வேண்டும் அல்லவா. அவள் அழைத்தாள்: "யீலி... யீலி..."

வெளியிலிருந்து யீலி ஓடி வந்தான். "என்னைக் கூப்பிட்டீர்களா அம்மா?"

ஸூ யுலான் சொன்னாள்: "யீலி, இந்தக் கையுறையின் நூலைப் பிரிப்பதற்குக் கொஞ்சம் உதவி செய்."

யீலி தலையாட்டினான். "என்னால் முடியாது."

அவன் சென்ற பிறகு அவள் அழைத்தாள்: "ஏள்... ஏள்..."

ஏள் வந்தான். கையுறையின் நூலைப் பிரிப்பதற்கு உதவி செய்ய வேண்டும் என்று சொன்னபோது அவன் மகிழ்ச்சியுடன் ஒரு முக்காலியில் அமர்ந்து கைகளை நீட்டினான். இப்போது அவன் கைகளில் நூலைச் சுற்றலாம்.

ஸான்லி வந்தான். அவர்களுடன் சேர்ந்து நின்றான். அண்ணனைப் போலவே தானும் கை நீட்டினான். அண்ணனின் பங்கைத் தட்டியெடுப்பதற்கான அவனது முயற்சியைப் பார்த்தபோது ஸூ யுலான் சொன்னான்: "ஸான்லி, போ... உன் கைகளில் மூக்குச் சளி."

ஸூ யுலானும் ஏளும் ஒன்றாக இருந்தால் முடிவில்லாது பேசிக்கொண்டேயிருப்பார்கள். அவள் முப்பது வயதான பெண்ணும் அவன் ஒன்பது வயதான பெண்ணுமாக இருந்தார்கள். ஆயினும் அவர்களின் பேச்சுகள் முப்பது வயதான பெண்களுடைய அரட்டைபோலவோ, எட்டு வயதான இரண்டு குழந்தைகளின் பரிகாசம்போலவோ இருந்தது. கிடைத்த சந்தர்ப்பங்களிலெல்லாம் அவர்கள் பேசினார்கள் படுப்பதற்கு முன்பு, உணவு சாப்பிடும்போது, தெருவில் ஒன்றாக நடக்கும்போது பேச்சு தொடங்குந்தோறும் சூடுபிடித்துக்கொண்டுமிருந்தது.

ஸூ யுலான் சொல்வாள், "நேற்று நான் ஸாங்கின் மகளைப் பார்த்தேன். தெற்குப் பகுதியில் இருக்கும் அந்தப் பெண் வாங் மேலும் மேலும் அழகாகி வருகிறாள்."

ஏள் சொன்னான்: "பின்புறக் கடைசிவரை முடி பின்னிப் போட்டிருக்கும் ஸாங்கின் மகளா?"

ஸூ யுலான் சொன்னாள்: "ஆமாம். அவள்தான். அன்று உனக்கு ஒரு கை நிறைய தர்ப்பூசணி விதைகள் தந்தது அவள்தானே? நாள்தோறும் அவள் மேலும் மேலும் அழகாகி வருகிறாள் என்று உனக்கும் தோன்றுகிறதல்லவா?"

ஏள் சொன்னான்: "சிலர் அவளை பெரிய முலைக்காரி ஸாங் என்று அழைப்பதை நான் கேட்டிருக்கிறேன்."

ஸூ யுலான் சொன்னாள்: "பட்டுத் தொழிற்சாலையில் நான், வெள்ளைநிற மென் காலணிகளும் சிவப்பு நைலான் காலுறையும் அணிந்திருக்கும் லின் ஃபென்ஃபாங்கைப் பார்த்தேன். முன்பும் நான் சிவப்பு நைலான் காலுறையைப் பார்த்திருக்கிறேன். முனையிலுள்ள லின் பிங்போங் கொஞ்சம் நாட்கள் முன்பு அதை அணிந்திருந்தாள். ஆனால் பெண்களுக்கான வெள்ளை நிற மென் காலணிகளை நான் முதன்முறையாகப் பார்க்கிறேன்."

ஏள் சொன்னான்: "நான் அதை முன்பே பார்த்திருக்கிறேன். ஒரு ஜதையை சூப்பர் மார்க்கெட்டில் காட்சிக்கு வைத்திருந் தார்கள்.

ஸூ யுலான் சொன்னாள்: "நிறைய ஆண்கள் வெள்ளை மென் காலணிகள் அணிவதை நான் பார்த்திருக்கிறேன். லின் பிங்போங்கின் சகோதரனுக்கும் ஒன்று இருக்கிறது. நம் தெருவிலேயே இருக்கும் வாங் தேபூங்குக்கும் இருக்கிறது."

ஏள் சொன்னான்: "வாங் தேபூங்கின் வீட்டுக்குப் போகும் பெண்ணும் வெள்ளை ஷூக்கள் அணிவதுண்டு."

ஸூ யுலான் சொன்னாள். "அவ்வாறு... அவ்வாறு... ஏள் சொன்னான்?"

ஆனால், யீலியும் ஸூ யுலானும் பேசிக்கொள்வதற்கு மிகக் குறைவான விஷயங்களே இருந்தன. ஸூ யுலானை சுற்றிக்கொண்டிருக்கவோ அவளுடன் சேர்ந்து ஏதாவது செய்வதற்கோ அவனுக்கு விருப்பமில்லை. காய்கறிகள் வாங்க சந்தைக்குப் போகும்போது ஸூ யுலான் அழைப்பாள்: "வா, இந்தக் கூடையைக் கொஞ்சம் தூக்க உதவி செய்."

யீலி சொல்வான்: "இல்லை, என்னால் முடியாது."

"இந்த ஊசியில் நூல் கோக்க உதவி செய்."

"என்னால் முடியாது."

"இந்த துணியைக் கொஞ்சம் மடி."

"என்னால் முடியாது."

"யீலி..."

"என்னால் முடியாது... என்னைக் கூப்பிட வேண்டாம்."

அப்போது ஸூ யுலானின் கோபம் அதிகரிக்கும். அவள் கத்துவாள்: "நீ அப்புறம் என்ன செய்ய விரும்புகிறாய்?"

மேற்கூரையின் இடைவெளியினூடே வீட்டுக்கு உள்ளே வரும் சூரிய ஒளியைப் பார்த்தபடி ஸூ ஸன்க்வான் அறையில் அங்குமிங்கும் நடந்தான். "ஓடு பொருத்த நான் கூரைமேல் ஏறுகிறேன். இல்லையென்றால் மழைக்காலத்தில் வெளியே பெருமழை பெய்யும்போது உள்ளே தூறல் விழும்."

உடனே யீலி கேட்டான்: "அப்பா, நான் ஒரு ஏணி இரவல் வாங்கிக்கொண்டு வரட்டுமா?"

ஸூ ஸன்க்வான் சொன்னான்: "உனக்கு ஏணியைத் தூக்கி வருவதற்கான வயது ஆகவில்லையே?"

"அப்பா, நான் அதைக் கேட்டு வாங்கவாவது செய்கிறேன். பிறகு நீங்கள் அதை எடுத்து வந்தால் போதும்தானே?"

ஸூ ஸன்க்வான் ஏணி வாங்கி வீட்டுக்கு வந்து கூரை மீது ஏறத் தொடங்கும்போது யீலி சொன்னான்: "அப்பா, நீங்கள் ஏறுவதற்காக நான் இந்த ஏணியை அசையாமல் பிடித்துக்கொள்கிறேன்."

ஸூ ஸன்க்வான் கூரை மீது ஏறினான். அவனது பாரத்தால் ஓடுகள் கிறீச்சிட்டன, நழுவின. அவன் மேலே சென்ற உடனே யீலி ஒரு தோட்டாவைப்போல பாய்ந்து சென்றான். ஸூ ஸன்க்வானின் தேநீர் கெண்டியை எடுத்து வரத்தான் அவன் ஓடினான். அதை எடுத்து வந்து ஏணிக்குக் கீழே வைத்தான். பிறகு கெண்டியை எடுத்து நீர் நிறைத்தான்; துவைத்து உலரவைத்த துணியெடுத்து கெண்டியை சுத்தமாக மூடி வைத்தான்.

தேநீர் கெண்டி தயாரானவுடன் அவன் கூரை மீது பார்த்துக் கத்தினான்: "அப்பா! கீழே இறங்கி வாங்க! கொஞ்சம் களைப்பாறுங்க! நான் கொஞ்சம் டீ கொண்டு வந்திருக்கிறேன்."

கூரை மீது நின்றுகொண்டு ஸூ ஸன்க்வான் உரத்துச் சொன்னான்: "எனக்குத் தேநீரொன்றும் வேண்டாம். நான் இப்போதுதானே ஏறினேன்?"

யீலி ஒரு துண்டை நனைத்துக் கையில் வைத்தான். கூரை மீது பார்த்துக் கத்தினான்: "கீழே இறங்கி வந்து கொஞ்சம் இளைப்பாறுங்கள் அப்பா! நான் ஒரு துண்டை நனைத்துக்கொண்டு வந்திருக்கிறேன்."

ஓடுகளின் மீது உட்கார்ந்துகொண்டு ஸூ ஸன்க்வான் சொன்னான்: "எனக்கு வியர்க்கவில்லை!"

அவர்கள் அருகே ஸான்லி வரும்போது யீலி கையை ஆட்டிச் சொன்னான்: "ஸான்லி, போடா போ. இது உனக்கு ஏற்ற வேலையில்லை."

ஆனால் திரும்பிச் செல்ல ஸான்லிக்கு விருப்பமில்லை. அவன் ஏணிக்கடியில் சென்று அது அசையாமல் பிடித்துக்கொண்டான்.

யீலி சொன்னான்: "இப்போது பிடிப்பதற்கு அவசிய மில்லையே."

அப்போது ஸான்லி ஏணியின் முதல் படியில் அமர்ந்தான்.

யீலிக்குக் கோபம் வந்து கத்தினான்: "அப்பா, ஸான்லி போகவில்லை."

கூரை மீதிருந்து ஸூ ஸன்க்வான் உரத்துச் சொன்னான்: "ஸான்லி போ. ஓடுகள் கழன்று தலையில் விழுந்தால் என்ன செய்வது?"

யீலி அடிக்கடி அப்பாவிடம் சொல்வான்: "அப்பா, எனக்கு அம்மாவுடனோ மற்றவர்களிடமோ சேர இஷ்டமில்லை. எந்த பெண்கள் அழகாக இருக்கிறார்கள், யாரிடம் நல்ல உடைகள் இருக்கின்றன என்று பேசிக்கொண்டிருப்பதுதான் அவர்களின் வேலை. ஆண்களுடன் நேரத்தைச் செலவிடத்தான் எனக்கு விருப்பம். ஆண்கள் மிகவும் ஆர்வமூட்டக்கூடிய விஷயங்களைப் பற்றி பேசுவார்கள்."

ஸூ ஸன்க்வான் மரவாளியைக் கையில் எடுத்துக்கொண்டு தண்ணீர் மொள்ள கிணற்றுக்குச் சென்றான். வாளியில் கட்டியிருந்த கயிறு நூறு முறையாவது தண்ணீரில் நனைந்திருக்கும்; அத்தனை முறை வெயிலிலும் காய்ந்திருக்கும். இந்த முறை கிணற்றிலிருந்து தண்ணீர் மொள்ளும்போது வெளியே வந்தது ஒரு துண்டுக் கயிறு மட்டும்தான். தண்ணீர் அந்த வாளியை விழுங்கிவிட்டது. கிணற்றின் அடியில் அது அமிழ்ந்துபோய் விட்டது.

ஸூ ஸன்க்வான் வீட்டுக்குச் சென்று துணி உலர்த்தும் நீளமான மூங்கிலை எடுத்துக்கொண்டு வந்தான். பிறகு ஒரு முக்காலியைக் கொண்டு வந்து அதில் அமர்ந்தான். அதன் பிறகு கம்பியால் ஒரு கொக்கி செய்து மூங்கிலின் முனையில் கட்டினான்.

இதைப் பார்த்தவுடன் யீலி அப்பாவிடம் வந்து கேட்டான்: "அப்பா, வாளி மீண்டும் கிணற்றில் விழுந்துவிட்டதா?"

யீலி அவன் அருகில் இருந்து, ஸூ ஸன்க்வான் மூங்கில் முனையில் கொக்கியை வைத்துக் கட்டும்போது அதை அசையாமல் பிடித்துக்கொண்டான். பிறகு யீலி மூங்கிலின் ஒரு முனையை தன் தோளில் வைத்துக்கொண்டான். மறு முனையை ஸூ ஸன்க்வான் பிடித்துக்கொண்டான். அப்பாவும் மகனும் சேர்ந்து மூங்கிலை கிணற்றினருகே எடுத்துச் சென்றார்கள்.

ஸூ ஸன்க்வான் வாளியைக் கண்டுபிடிக்க பொதுவாக ஒரு மணி நேரமோ, அதற்கும் குறைவான நேரமோதான் தேவைப்படும். மூங்கில் முனையை கிணற்றின் அடியில் அசைத்து துழாவிப்

யூ ஹுவா ▲ 61

பார்ப்பான். முப்பது நிமிடம். இல்லையென்றால் ஒரு மணி நேரம். அதற்குள் வாளியின் பிடி கொக்கியில் மாட்டிக்கொள்ளும். பிறகு அதை மேலே இழுத்தெடுப்பான்.

ஆனால் இன்று மூங்கிலால் ஒன்றரை மணி நேரம் முயற்சி செய்தும் பயன் ஏதும் இல்லை. புருவத்தின் வியர்வையைத் துடைத்தபடி அவன் சொன்னான்: "அது மேலே இல்லை. இடது பக்கமோ வலது பக்கமோ இல்லை. ஒருபோதும் காணமுடியாதபடி போய்விட்டது என்று நினைக்கிறேன். பிடி கீழே அமிழ்ந்து விட்டிருக்க வேண்டும். இந்த முறை பிரச்சினைதான். உண்மை யிலேயே கஷ்டம்தான்." அவன் மூங்கில் அலக்கை கிணற்றிலிருந்து எடுத்து கிணற்றுக்கு மேலே வைத்தான். குழப்பத்துடன் தலை சொறிந்தான்.

யீலி கிணற்றுக்குள் குனிந்து ஒரு நொடி உற்றுப் பார்த்தான். பிறகு சொன்னான்: "அப்பா, நான் சூடாகி எவ்வளவு வியர்த்திருக்கிறேன் என்று பாருங்கள்."

ஸூ ஸன்க்வான் சிரத்தையற்று முனகினான்.

"அப்பா, நான் அன்று பாத்திரத்தில் நீர் நிறைத்து முகத்தை அமிழ்த்தி மூச்சை அடக்கிக்கொண்டிருந்தது உங்களுக்கு நினைவிருக்கிறதா? அன்று நான் ஒரு நிமிடம் இருபத்து மூன்று நொடி மூச்சை அடக்கிக்கொண்டிருந்தேன்."

ஸூ ஸன்க்வான் கேட்டான்: "வாளியின் பிடி அடியிலிருந்தால் நாம் என்ன செய்வது?"

யீலி சொன்னான்: "அப்பா, கிணறு ஆழம் அதிகம். எனக்கு குதிப்பதற்கும் பயமாக இருக்கிறது. கிணறு மிகவும் ஆழமாக இருக்கிறது அப்பா. வெளியே வர முடியாது என்று எனக்கு பயமாக இருக்கிறது. அப்பா, நீங்கள் ஒரு கயிறால் என் இடுப்பைச் சுற்றிக் கட்டுங்கள். நான் மெதுவாக கீழே இறங்குகிறேன். பிறகு நான் மூழ்குகிறேன். என்னால் ஒரு நிமிடம் இருபத்து மூன்று நொடி மூழ்கியிருக்க முடியும். நான் வாளியைக் கண்டுபிடிக்கிறேன். பிறகு நீங்கள் என்னை வெளியே இழுத்தால் போதும்."

மெல்ல மெல்ல ஸூ ஸன்க்வானுக்கு, யீலியின் திட்டம் பயன்தரும் என்று தோன்றியது. அவன் விரைந்து வீட்டுக்குச் சென்று புதிய கயிறு எடுத்துக்கொண்டு வந்தான். பழைய கயிறு கட்டினால் வாளியைப்போல யீலியும் கிணற்றுக்குள் மறைந்துவிடுவான் என்று அவன் அஞ்சினான். அது முடிவாக இருக்கும்.

ஸூ ஸன்க்வான் கயிற்றின் இரண்டு முனைகளை யீலியின் தொடையில் கட்டினான். பிறகு தன் பெல்ட்டில் பிணைத்துக்கொண்டான். யீலி மெதுவாக கிணற்றுக்குள் ஊர்ந்து இறங்கிக்கொண்டிருக்கும்போது ஸான்லி துள்ளிக் குதித்து அவர்களிடம் வந்தான். அவன் வந்த உடனே ஸூ ஸன்க்வான் அவனுக்கு முன்னறிவிப்புக் கொடுத்தான்: "ஸான்லி போ! நீ கிணற்றில் விழுந்துவிடுவாய்."

ஸான்லி ஒரு பக்கமாக விலகி நின்றான். கயிறுடன் சேர்ந்து யீலி மெது மெதுவாக கிணற்றின் ஆழங்களில் இறங்கினான். சட்டென்று கயிறு இறுகி, ஸூ ஸன்க்வானின் பெல்ட்டை இழுத்தது.

ஸான்லி வாய் பிளந்து பார்த்துக்கொண்டிருக்கும்போது ஸூ ஸன்க்வான் மெதுவாக, மென் குரலில் நொடிகளை எண்ணத் தொடங்கினான். "பத்து நொடி... இருபது நொடி... முப்பது நொடி... நாற்பது." சற்று நேரம் நிறுத்தி, நெடிய மூச்சிழுத்துக்கொண்டு தொடர்ந்தான்: "ஐம்பது நொடி... அறுபது நொடி... ஒரு நிமிடம் பத்து நொடி..."

திடீரென்று அவனுடைய பெல்ட் வலுவாக இழுபட்டது; ஸூ ஸன்க்வான் கிணற்றை நோக்கி ஒரு அடி முன்னால் வந்தான். கல் படிகளில் மிதித்தவாறு அனைத்து சக்தியும் திரட்டி அவன் கயிறை இழுக்கத் தொடங்கினான். ஸூ ஸன்க்வான் ஆழங்களிலிருந்து கயிறை இழுக்கும் முயற்சியில் திணறும்போது, அப்பா விட்ட இடத்திலிருந்து ஸான்லி எண்ணத் தொடங்கினான். "ஒரு நிமிடம் பதினொரு நொடி... ஒரு நிமிடம் பதினைந்து நொடி... ஒரு நிமிடம் இருபது நொடி... தண்ணீரில் பெரியதொரு கல் வீழ்ந்ததுபோன்றதொரு சத்தத்தை ஸூ ஸன்க்வான் கேட்டான். பிறகு பெரு மூச்சின் சத்தம். யீலி தண்ணீரிலிருந்து வெளியே வரும் ஓசை கேட்டது.

ஊறி நீர் சொட்டியவாறு அவன் கிணற்றின் கடைசிப் படியில் ஏறினான். "அப்பா, நான் வாளியைப் பார்த்தேன்! அதற்கு மேல் என்னால் மூச்சை அடக்கிக்கொண்டிருக்க முடியவில்லை. வாளி ஒரு விளிம்பின் அடியில் சிக்கிக்கொண்டிருக்கிறது. அப்பா, நான் எவ்வளவு நேரம் மூச்சடக்கிக்கொண்டிருந்தேன்?"

மொத்த நேரம் என்னவென்று சொல்வதற்கு ஸான்லி உற்சாகமாக முன்னால் துள்ளி வந்தான். ஆயினும் ஸூ ஸன்க்வான் அவனைக் கையசைத்து விலக்கினான். மறு கையால்

அவன் யீலியின் நெற்றியிலிருந்து வழியும் தண்ணீரைத் துடைத்துவிட்டான்.

"ஸான்லி, முன்பே உன்னை இங்கிருந்து போகச் சொன்னேன் அல்லவா?"

௵

ஸூ ஸன்க்வான் அந்த 'சின்னப் போக்கிரி'யிடம் பலமுறை இதுபோலச் சொல்வான்.

ஸூ யுலானும் அப்படித்தான்.

இதுபோன்று யீலியும் ஏளும் சில சமயம் அவனிடம் போகும்படிச் சொல்வார்கள்.

இப்படிப் போகும்படிச் சொன்னால் அவன் உண்மையிலேயே போய்விடுவான். தெருக்கள்தோறும் நடந்து, மிட்டாய் கடைகளுக்கு முன்னால் வாயில் எச்சிலூற மணிக்கணக்கில் நிற்பான். சிறு மீன்களைப் பார்த்து ஆற்றில் சுற்றிக் கொண்டிருப்பான். ஆழம் குறைந்த இடங்களில் சிறு நண்டுகளைத் தேடுவான். மேலே கம்பிகளில் மின்சாரம் பாயும் ஓசையைக் கேட்பதற்காக மின் கம்பங்களில் காதை வைத்துக்கொள்வான். யார் வீட்டிலாவது முழங்கால்களைக் கட்டிக்கொண்டு தூங்குவான். அவன் நெடுந்தூரம் நடப்பான். நடந்து நடந்து என்ன இடம் என்று தெரியாத இடம் வரை செல்வான். பிறகு வழிகளைக் கேட்டு விசாரித்து வீட்டுக்கான வழியைக் கண்டுபிடிப்பான்.

ஸூ ஸன்க்வான் வழக்கமாக ஸூ யுலானிடம் சொல்வான்: "யீலி என்னை விரும்புகிறான். ஏள் உன் மீது பிரியமாக இருக்கிறான். ஆனால் இந்தச் சின்னப் போக்கிரி யாரை விரும்புகிறான் என்று எனக்குத் தெரியவில்லை."

இப்படிச் சொல்லும்போது ஸூ ஸன்க்வான் உண்மையில் அர்த்தமாக்கியது, மூன்று பிள்ளைகளில் அவன் யீலியைத்தான் விரும்புகிறான் என்பதாகும். ஆனால் அந்த யீலிதான் வேறு யாரின் பிள்ளையாகவோ மாறியிருக்கிறான். ஸூ ஸன்க்வான் சில சமயம் யீலியைப் பற்றி யோசித்தவாறு பிரம்பு நாற்காலியில் சாய்ந்திருப்பான்; அழத் தொடங்குவான்.

ஸூ ஸன்க்வான் அழும்போது ஸான்லி வந்தான். அப்பா அழுவதைப் பார்த்து என்னவென்றறியாமல் அவனும் கண்ணீர் விட்டு அழுவான். அப்பாவின் துயரம் ஒரு கொட்டாவியைப் போல அவனிடமும் தொற்றியது.

ஸூ ஸன்க்வான், தன்னைவிடவும் உடைந்த இதயத்துடன் மற்றொருவர் அழுவதைப் புரிந்துகொண்டபோது திரும்பிப் பார்த்து 'சின்னப் போக்கிரி' பக்கத்தில் நிற்பதைக் கண்டான். கையாட்டி அவனை விலக்கினான்: "ஸான்லி போ."

ஸான்லியால் திரும்பிப் போகத்தான் முடிந்தது. இப்போது ஸான்லிக்கு ஏழு வயது. அவன் தன் கையில் சிறியதொரு கவண் வைத்திருந்தான். பாக்கெட்டில் சிறிய கற்கள் சேகரித்து வைத்திருந்தான். அவன் முன்னாலும் பின்னாலும் நடப்பான். மரக் கிளைகளிலோ வீட்டின் இறவாணத்தின் துருத்திக் கொண்டிருக்கும் பாகத்திலோ மாக்பை பறவை நடமாடுவதைப் பார்த்தால் அவன் கவணில் குறி பார்த்து கல்லெறிவான். அவற்றின் மீது கல் படச் செய்வதில் வெற்றி பெறவில்லை. என்றாலும் அவை கத்திக்கொண்டு தொலைவே ஓடும்படி செய்ய வெகு எளிதாக அவனால் முடிந்தது. அப்போது அவன் கத்துவான்: "திரும்பி வாங்க! நீங்க திரும்பி வாங்க!"

பெரும்பாலும் ஸான்லியின் கவண் வீச்சு தெரு விளக்குகள், பூனைகள், கோழிகள், வாத்துகள் ஆகியவற்றைக் குறி வைத்த தாயிருந்தது. மூங்கில் கம்பில் உலரப் போட்டிருக்கும் துணிகளை அவன் குறி வைப்பான். இறவாணத்தில் காய்வதற்காக தொங்கவிட்டிருக்கும் மீன்கள், பாட்டில்கள், கூடைகள், ஆற்றில் மிதக்கும் காய்கறிகள் எல்லாம் அவனுக்கு இலக்காயின. ஒரு முறை பெரியதொரு கல் ஒரு பையனின் தலையிலும் பட்டது.

அவனும் ஸான்லியின் வயதுடையவன்தான். தலையில் கல் வந்து மோதும்போது அவன் தெருவில் நடந்து சென்று கொண்டிருந்தான். சற்றும் எதிர்பாராத அந்த அடியின் அதிர்ச்சி யில் அவன் உடல் முன்னும் பின்னும் உலைந்தது. பிறகு அடிபட்ட பகுதியைத் தடவுவதற்காக கையுயர்த்தினான். கடைசியில் அவன் அழுதான். அழுதுகொண்டு திரும்பிப் பார்க்கும்போது ஸான்லி, கவண் பிடித்தபடி அவனுக்கு நேராக இளித்துக்கொண்டு நிற்பதைப் பார்த்தான். அவன் ஸான்லியை நோக்கி நடந்து சென்று ஒரு கையைத் தூக்கி ஒரு அடி கொடுத்தான். அந்த அடி ஸான்லி யின் முகத்தில் படுவதற்குப் பதில் எப்படியோ அவன் தலையின் பின்புறத்தில் பட்டது. ஸான்லியும் திருப்பி அடித்தான். இரு பக்கமும் அடிகள் விழுந்தன. அடியின் சப்தம் கரகோஷம்போல கேட்டன. அதைவிட அவர்களுடைய அழுகையின் சத்தம் அதிகமாக இருந்தது. ஏனென்றால் இப்போது ஸான்லியும் கோபத்தாலும் வலியாலும் அழுதுகொண்டிருந்தான்.

அவன் சொன்னான்: "நான் என் அண்ணனை அழைத்து வரப் போகிறேன். எனக்கு இரண்டு அண்ணன்கள் இருக்கிறார்கள். அவர்கள் உன்னை அடித்து சரிப்படுத்துவார்கள்."

ஸான்லி சொன்னான்: "அதற்கென்ன? எனக்கும் இரண்டு அண்ணன்கள் இருக்கிறார்கள். அவர்கள் உன் அண்ணன்களை அடிப்பார்கள்."

இரண்டு பையன்களும் அடியை நிறுத்திவிட்டு பேச்சுவார்த்தையில் ஈடுபட்டார்கள். இருவரும் இரண்டு மணி நேரத்துக்குப் பிறகு அவரவரின் அண்ணன்களுடன் இதே இடத்தில் சந்திக்க வேண்டும் என்று முடிவு செய்தார்கள்.

ஸான்லி வீட்டுக்கு வந்தபோது ஏள் உள்ளே தூங்கிக்கொண்டு அமர்ந்திருப்பதைப் பார்த்தான்: "ஏள், நான் ஒரு பையனுடன் சண்டை போட்டேன். நீ வெளியே வந்து எனக்குக் கொஞ்சம் உதவி செய்."

ஏள் கேட்டான்: "யார் அது?"

ஸான்லி சொன்னான்: "எனக்கு அவன் பெயர் தெரியாது."

"அவன் எவ்வளவு பெரியவனாக இருப்பான்?" ஏள் கேட்டான்.

ஸான்லி சொன்னான்: "என்னளவு."

தன் சிறிய தம்பியளவு பெரியவனாகத்தான் அவன் இருக்கிறான் என்று தெரிந்தபோது மேசையில் அடித்துக் கத்தினான்: "என் தம்பியிடம் சண்டை போடுவதா? இன்று நான் அவனுக்கு ஒரு விஷயம் காட்டுகிறேன்."

அடிப் போட்டி நடந்த தெருவுக்கு ஏளையும் அழைத்துக்கொண்டு ஸான்லி வந்தபோது, மற்றவன் தன் சகோதரனுடன் வந்திருந்தான். அவனோ ஏளைவிட உயரமாக இருந்தான். ஏறத்தாழ தலையளவு அதிக உயரம்.

ஏளின் முதுகெலும்பில் ஒரு நடுக்கம் ஏறியது. அவன் பின்னால் திரும்பி ஸான்லியிடம் சொன்னான்: "என் பின்னால் நில். ஒன்றும் பேச வேண்டாம்."

ஏளும் ஸான்லியும் வருவதைப் பார்த்தபோது இன்னொருவனின் சகோதரன் மிக அலட்சியம் கலந்த பாவத்துடன் சைகை காட்டினான். "அது அவர்கள்தானா?" கைகளை முன்னும் பின்னும் ஆட்டியவாறு அவர்களை

நெருங்கினான். ஏளைக் கடுமையாகப் பார்த்தான்: "உங்களில் யார் என் சகோதரனை அடித்தது?"

ஏள் கைகளை விரித்தான். உள்ளங்கைகளை உயர்த்தி சமாதானம் செய்வதுபோல சிரித்தான்: "அது நான் அல்ல." அவன் சுட்டுவிரல் உயர்த்தி, அவனுக்குப் பின்னால் நிற்கும் ஸான்லியைச் சுட்டினான்: "என் தம்பிதான் அதைச் செய்தான்."

"அப்படியென்றால் நான் உன் தம்பியை அடிப்பேன்."

"நாம் சற்று விவேகமுள்ளவர்களாக இருப்போம். பேசித் தீர்ப்போம்." ஏள் இன்னொருவனின் அண்ணனிடம் சொன்னான்: "நமக்கிடையே தீர்க்க முடியவில்லை என்றால் பிறகு நான் உன் வழியில் தடையாக இருக்க மாட்டேன். நீ அவனை அடித்தால் கூட."

"நீ தடையாக இருந்தால் எனக்கு என்ன?" அவன் ஏளைத் தள்ளினான்; அவன் நான்கைந்து அடி பின்னால் சென்றான்: "நீ தடையாக இருக்க வேண்டும் என்றுதான் நான் விரும்புகிறேன். உங்கள் இருவரையும் அடித்துக் கழிய வைக்க இப்போதே எனக்கு தாமதமாகிவிட்டது."

"நிச்சயமாக நான் இதில் தலையிடப் போவதில்லை." அழுத்த மாகச் சொல்வதற்காக ஏள் கையாட்டினான்: "பேசி நியாயமாகத் தீர்க்கத்தான் நான் விரும்புகிறேன்."

"நீ என்ன வேண்டுமானாலும் சொல்லிக்கொள்." ஓரடி முன்னால் வந்து அவன் ஏளின் மூக்கில் குத்தினான்: "முதலில் நான் உன்னை அடித்து நொறுக்குவேன். அப்புறம் உன் தம்பியையும்."

ஏள் பின்வாங்கத் தொடங்கினான். ஒவ்வொரு அடியாகப் பின்னால் வைத்தான். அடி வைத்து அடி வைத்து நடக்கும்போது சிறிய பையனிடம் கேட்டான்: "இவன் உனக்கு யார்? உனக்கு என்ன பிரச்சினை? இவன் ஏன் இவ்வளவு விவேகமில்லாமல் நடந்துகொள்கிறான்?"

"அவன் என் மூத்த அண்ணன்." அந்தப் பையன் மகிழ்ச்சியுடன் சொன்னான்.

"எனக்கு இன்னொரு அண்ணனும் இருக்கிறான்."

இதைக் கேட்டபோது ஏள் கத்தினான்: "எல்லாவற்றையும் நிறுத்துங்கள்!" அவன் சிறிய பையன்களைக் காட்டிச் சொன்னான்: "இது நியாயமல்ல. என் சிறிய தம்பி இரண்டாவது அண்ணனை

அழைத்தபோது உங்கள் சிறிய தம்பி மூத்த அண்ணனை அழைத்து வந்திருக்கிறான். இது நியாயமே இல்லை. உனக்குத் தைரியம் இருந்தால் என் தம்பி மூத்த அண்ணனை அழைத்து வர நீ சம்மதிப்பாய். எங்கள் மூத்த அண்ணனை எதிர்கொள்வதற்கான துணிச்சல் உங்களுக்கு இருக்கிறதா?”

இன்னொருவன் தன் கையை காற்றில் சுழற்றினான்: “நான் யாருக்கும் எதற்கும் பயப்படவில்லை. போய் உன் பெரிய அண்ணனை அழைத்துக்கொண்டு வா. நான் உங்கள் மூன்று பேரையும் அடித்துக் கழிய வைப்பேன்.”

யீலியை அழைத்து வருவதற்காக ஏளும் ஸான்லியும் வீட்டுக்கு ஓடினார்கள். சம்பவ இடத்துக்கு வந்த உடனே யீலி, இன்னொருவன் அரை தலை அளவு உயரம் அதிகமுள்ளவன் என்று புரிந்துகொண்டான். அவன் ஏளிடமும் ஸான்லியிடமும் சொன்னான்: “நான் முதலில் மூத்திரம் போக வேண்டும்.”

பேசிக்கொண்டிருக்கும்போதே அவன் பின் திரும்பி சந்தில் திரும்பினான். அவன் திரும்பி வந்தபோது கைகளைப் பின்புறத்தில் கட்டியிருந்தான். முக்கோண வடிவில் ஒரு கூர்மையான கல்லெடுத்து கையில் பிடித்திருந்தான். பார்வையைத் தரையில் பதித்தவாறே அவன் பெரிய பையனை நெருங்கினான்.

“இதுதானா உன் பெரிய அண்ணன். என்னைப் பார்க்கவே பயப்படுகிறான்.”

பெரிய பையனின் தலை எங்கேயிருக்கிறது என்று தெரிந்துகொள்வதற்காக மட்டும் அவன் பார்த்தான். பிறகு அவன் கல்லை உயர்த்தி அந்த தலையில் அடித்தான். பெரிய பையன் உடனே அழுதான். யீலி மேலும் மூன்று முறை கல்லை உயர்த்தித் தாழ்த்தினான். பெரிய பையன் தரையில் வீழ்ந்தான். தலையிலிருந்து ரத்தம் சிதறியது.

இனி அந்தப் பையனால் எழுந்திருக்க முடியாது என்று உறுதியானபோது யீலி கல்லை எறிந்தான். கையிலிருந்த அழுக்கைத் துடைத்தான். பயந்து நடுங்கி அமைதியாக நிற்கும் தன் சிறிய சகோதரர்களைப் பார்த்து சைகை காட்டினான்.

“நாம் வீட்டுக்குப் போகலாம்.”

8

மக்கள் சொன்னார்கள்: "கொல்லன் ஃபாங்கின் மகனை ஸூ ஸன்க்வானின் மகன் பயங்கரமாக அடித்து மண்டையை உடைத் திருக்கிறான். தரையில் வீழ்ந்து தகர்ந்த தர்ப்பூசணியைப்போல அவன் தலை உடைந்து சுக்குநூறாகியிருக்கிறது." "அவன் ஒரு வெட்டுக் கத்தியைப் பயன்படுத்தியிருக்கிறான் என்று தோன்று கிறது. காயம் ஒரு அங்குலம் ஆழமாக இருக்கிறது. மூளையைப் பார்க்கலாம். அது வேகவைத்த சோயாபீன் தயிர்போன்று இருப்பதாக மருத்துவமனை நர்ஸ் சொன்னாள். தலையின் பிளவு களுக்கிடையில் ஆவி பறக்கிறது." "டாக்டர் சென் ஏறத்தாழ நூறு தையல் போட்டிருக்கிறார்." மண்டையோடுபோன்ற கெட்டியான பொருளை எப்படித் தைக்க முடியும்?"

"அவர் எப்படி இதைச் செய்தார் என்று எனக்குத் தெரியவில்லை."

"அவர் உருக்கு ஊசியைப் பயன்படுத்தினாராம். அது மிகவும் தடிப்பாக இருக்கும். உங்கள் ஷூ தைக்கப் பயன்படுத்தும் ஊசியைவிட தடிமனான ஊசி அது."

"அதுவும் சரியாக இருக்காது. ஒரு சிறிய சுத்தியலைப் பயன்படுத்தி அடித்து அடித்து ஊசியை ஏற்றித் தைத்தார்கள் என்றுதான் நான் கேள்விப்பட்டேன்."

"முதலில் தலைமுடி முழுதையும் மழிக்க வேண்டும்."

"என்ன முடியை மழிக்க வேண்டுமா? எப்படி?"

"மொட்டையாக்க வேண்டும் என்றுதான் நான் சொல்கிறேன். தலை உடைந்து துண்டு துண்டாக இருக்கும் நிலையில் இடையிடையே களை பறிப்பதுபோன்று செய்ய முடியாது.

கொஞ்சம் பலமாகப் பிடித்து இழுத்தால் முடியுடன் மண்டை யோடும் கழன்று வரும்."

"இதற்கு இடத்தை சுத்தமாக்குவது என்று சொல்வார்கள். எனக்கு குடல்வால் அறுவை சிகிச்சை செய்தபோது அவர்கள் என் மர்மஸ்தானத்தில் இருந்த ரோமங்களை மழித்துவிட்டார்கள்."

ஐ

ஸூ ஸன்க்வான் ஸூ யுலானிடம் கேட்டான்: "ஆட்கள் பேசிக் கொள்வதை நீ கேட்டாயா?"

ஐ

மக்கள் சொன்னார்கள்: "டாக்டர் சென், கொல்லன் ஃபாங்கின் மகனுடைய உயிரைக் காப்பாற்றிவிட்டார். பத்து மணி நேரம் அவர் அவனுக்கு அறுவை சிகிச்சை செய்தார்."

"பாங்கின் மகனுடைய தலை முழுதும் மெல்லிய பாண்டேஜ் துணியால் கட்டப்பட்டிருக்கிறது. அவன் கண்களும் மூக்கும் வாயின் ஒரு சிறிய பகுதியும் மட்டும்தான் வெளியில் தெரியும்."

"அறுவை சிகிச்சை முடிந்த பிறகு பையன் ஏறத்தாழ இருபது மணி நேரம் அசையவே இல்லை. இன்று காலையில்தான் அவன் கண்ணாவது திறந்தான்."

"கொல்லன் ஃபாங்கின் மகன் இப்போது கொஞ்சம் கஞ்சி குடிக்கக்கூடிய நிலையில் இருக்கிறான். ஆனால் ஒரு வாய் குடித்துப் பார்த்தால் உள்ளே உள்ளதெல்லாம் மேலே வருகிறது. எல்லாவற்றையும் வெளியே எடுத்துவிடுகிறான். மலத்தைக்கூட."

ஐ

ஸூ ஸன்க்வான் ஸூ யுலானிடம் கேட்டான்: "ஆட்கள் பேசிக்கொள்வதை நீ கேட்டாயா?"

ஐ

மக்கள் சொன்னார்கள்: "அவன் ஆஸ்பத்திரியில் உள்ளவரை அவனுக்கு ஊசிகளும் மருந்துகளும் மிக்சர் பாட்டில்களும் வேண்டும். அதற்கு நிறைய செலவு வரும். இந்த செலவுகளை யார் ஏற்றுக்கொள்ளப்போகிறார்கள்? ஸூ ஸன்க்வானா? அல்லது ஹீ ஸியோயோங்கா? எப்படியானாலும் ஸூ யுலான்தான் இந்த சிக்கலில் மாட்டிக்கொண்டாள். ஏனென்றால், அப்பா யாராக இருந்தாலும் அவள்தான் அம்மா என்று நமக்கெல்லாம் தெரியும்."

"ஸூ ஸன்க்வான் செலவு செய்வானா? அவன் இப்போது அக்கம்பக்கத்திலெல்லாம் 'ஹீ ஸியோயோங் யீலியை அழைத்துக் கொள்ளவேண்டும்' என்று சொல்லிக் கொண்டிருக்கிறான்."

"ஹீ ஸியோயோங்தான் நிச்சயம் பணம் கொடுக்க வேண்டியது. எப்படியாயினும் அவன் மகனை ஸூ ஸன்க்வான் ஒன்பது வருடங்கள் சும்மா பார்த்துக்கொண்டான் அல்லவா?"

"ஸூ ஸன்க்வான் ஒன்பது வருடங்கள் யீலியின் அம்மாவுடன் படுத்திருந்தான், எந்தப் பயனுமில்லாமல். நான் ஒரு பெண்ணுடன் எந்தப் பயனும் இல்லாமல் ஒன்பது வருடங்கள் படுத்திருந்தேன் என்றால், அவளது மகன் ஆபத்தில் சிக்கிக்கொள்ளும்போது, நானாயிருந்தால் ஒதுங்கி நின்றிருப்பேன்."

"நீ சொல்வதுதான் சரி."

"அதிலென்ன இவ்வளவு சரி? ஸூ யுலானைப்போன்ற இவ்வளவு அழகான பெண்ணுடன் ஒன்பது வருடங்கள் செலவிடுவது அவ்வளவு பயனற்றதென்று நான் நினைக்கவில்லை. அவளது மகன் ஒரு சிக்கலில் மாட்டிக்கொண்டால் முடிந்தளவு உதவி செய்வது இயல்பு. ஸூ ஸன்க்வான் அவளைச் சொந்தமாக்க நிறையப் பணம் செலவழித்திருக்க வேண்டும். நீங்கள் என்ன நினைத்தாலும் சரி, அவர்கள் இப்போது மணமான கணவன் மனைவி. ஒரு பயனும் இல்லாமல் ஒன்பது வருடங்கள் ஒன்றாக இருந்ததாக நீ சொல்வது கொஞ்சம் கஷ்டம்தான்."

"ஸூ ஸன்க்வான் பணம் கொடுப்பான் என்று நீ நினைக்கிறாயா?"

"ஒருபோதும் இல்லை."

"ஒருபோதும் இல்லை."

"ஒன்பது வருடங்களாக ஸூ ஸன்க்வான் ஒரு விபச்சாரியின் கணவனாக இருக்கிறான். முன்பு என்ன நடந்ததென்று அவனுக்குத் தெரியவில்லை. அவன் இருட்டில் இருந்தான் என்பது பிரச்சினையே இல்லை. இப்போது அவனுக்கு எல்லாம் தெரியும். இப்போது பணம் கொடுப்பது என்பது காயத்தில் மிளகாய்ப்பொடி தடவுவதுபோலத்தான், விஷயம் மோசமாகும்."

ஸூ ஸன்க்வான், ஸூ யுலானிடம் சொன்னான்: "ஆட்கள் என்ன பேசிக்கொள்கிறார்கள் என்று நீ கேட்டாயா? அது முழுவதையும் நீ கேட்கவில்லையென்றாலும் சிலவற்றையாவது கேட்டிருப்பாய்.

பணத்துடன் ஆஸ்பத்திரிக்கு வரும்படி உன்னிடம் கேட்டு கொல்லன் ஃபாங் இங்கே பல முறை வந்துவிட்டான். நீயும் ஹீ ஸியோயோங்கும் எவ்வளவு கொடுக்கலாம் என்று யோசித்திருக்கிறீர்கள்? நீ ஏன் அழுகிறாய்? அழுது என்ன பயன்? என்னிடம் யாசிக்க வேண்டாம். ஏன், அல்லது ஸான்லி இதுபோன்று பிரச்சினையில் சிக்கிக்கொண்டிருந்தார்கள் என்றால் நான் என் சக்தி முழுதும் பயன்படுத்தி முடிந்ததெல்லாம் செய்திருப்பேன். இழவு, நான் மனப்பூர்வமாக அந்தக் கொல்லன் ஃபாங்குக்குக் குண்டி கழுவியிருப்பேன். ஆனால், யீலி என் மகன் அல்ல. அவனை நான் ஒன்பது வருடம் வளர்த்தேன். எதற்கு? எல்லாம் வீண். அவனுக்காக நான் என் சொந்தப் பணத்தை எவ்வளவு செலவழித்திருப்பேன்? ஹீ ஸியோயோங் எனக்குத் தர வேண்டியதை நான் கேட்கவேயில்லை. நான் அவ்வளவு கருணை காட்டுகிறேன். அவர்கள் என்ன சொல்கிறார்கள் என்று நீ கேட்கிறாயா? நான் ஒரு நல்ல மனிதன் என்று அவர்கள் சொல்கிறார்கள்; நான் பெருந்தன்மை கொண்டவன். என் இடத்தில் வேறு யாரும் இருந்தால் ஹீ ஸியோயோங்கை அடித்துக் குற்றுயிராக்கியிருப்பார்கள். ஒரு முறையல்ல. பல முறை. அதனால், இதையெல்லாம் பேசித் தீர்த்துக்கொள்ளலாம் என்று என்னிடம் சொல்ல வேண்டாம். ஏனென்றால், இதுவொன்றும் என் சம்மந்தப்பட்ட காரியமே இல்லை. இது ஹீ குடும்பத்தின் விஷயம். அவர்கள் சொல்வதை நீயும் கேட்கிறாய்தானே? பணம் கொடுப்பது விஷயத்தை மோசமாக்கத்தான் செய்யும். காயத்தில் மிளகாய்ப்பொடி தடவுவதுபோல... சரி... அழுகையை நிறுத்து. உன் அழுகை எனக்குப் பயித்தியம் பிடிக்கச் செய்யும். சரி. நான் விட்டுவிடுகிறேன். மறந்துவிடுகிறேன். நீ போய் ஹீ ஸியோயோங்கைப் பார். நாம் பத்து வருடமாக ஒன்றாக இருக்கிறோம் என்று சொல். என்னை அப்பனாக நினைக்கும் அவ்வளவு காலத்து யீலியின் எண்ணங்களையும் சொல்லிப் புரியவை. அவனை இங்கே தங்க வைக்க நான் சம்மதிப்பது அதனால்தான். அவனை வளர்ப்பதற்கான இனிமேலான பொறுப்பையும் நான் ஏற்பது அதனால் மட்டும்தான். இந்த ஒரு முறை இந்த ஒரு கடப்பாட்டை அவன் தீர்க்க வேண்டும் என்ற ஒரே ஒரு நிபந்தனையின் பேரில். இந்த ஒரு முறை அவன் அதைச் செய்யவில்லை என்றால் நான் முகமற்றவனாகிவிடுவேன். அந்த வேசி மகனை நான் அவ்வளவு சுலபமாக எதற்கு விட வேண்டும்?"

9

ஹீ ஸியோயோங்கைப் பார்க்கச் செல்வதாக ஸூ யுலான், ஸூ ஸன்க்வானிடம் சொன்னாள்.

ஸூ ஸன்க்வான் உள்ளே அமர்ந்து பழைய துணிகளை குச்சியில் சேர்த்துக் கட்டி ஒரு துடைப்பம் தயாரித்துக் கொண்டிருந்தான். ஸூ யுலான் சொன்னதைக் கேட்டவுடன் அவன் மூக்கு துடைப்பதற்காக கையுயர்த்தினான். வாய் துடைத்தான். ஒரு வார்த்தையும் பேசாமல் அவன் துடைப்பம் செய்யும் வேலையைத் தொடர்ந்தான்.

ஸூ யுலான் தொடர்ந்தாள்: "நான் ஹீ ஸியோயோங்கைப் பார்க்கச் செல்கிறேன். நீங்கள் சொன்னதால்தான். நான் அவனைப் பார்க்கவே மாட்டேன் என்று வெகுகாலம் முன்பே சபதம் செய்திருக்கிறேன்." அவள் ஸூ ஸன்க்வானிடம் கேட்டாள்: "நான் இன்னும் கொஞ்சம் நன்றாக உடுத்துக்கொண்டு செல்ல வேண்டுமா? அல்லது இதுபோல போனால் போதுமா?"

ஸூ ஸன்க்வான் யோசித்தான்: "ஹீ ஸியோயோங்கைப் பார்ப்பதற்கு அலங்கரித்துக்கொண்டு போக வேண்டும் என்று அவள் விரும்புகிறாள். கண்ணாடி பார்த்து தலை சீவி கொஞ்சம் எண்ணெய் தேய்த்து மினுமினுப்பாக்கி முகத்தில் சூரியகாந்தி தைலம் பூசி மிகவும் நல்ல ஸ்வெட்டர் அணிந்து ஷூக்களைத் துடைத்துப் பளபளப்பாக்கி கழுத்துக்குட்டை கட்டிப் போக வேண்டும் என்றா அவள் விரும்புகிறாள்? அப்புறம் என்னை இந்த ஒன்பது வருடமும் விபச்சாரியின் வஞ்சிக்கப்பட்ட கணவனாக்கிய அவனுடன் மகிழ்ச்சியாக சுற்றித் திரிவதற்கா?" துடைப்பத்தை ஒரு பக்கமாகப் போட்டுவிட்டு ஸூ ஸன்க்வான் துள்ளி எழுந்தான்.

"இப்போதும் நீ ஹீ ஸியோயோங்கைக் கொண்டு நாசம்பிடித்த உன் முலையைப் பிசையச் செய்ய வேண்டும் என்று

விரும்புகிறாயா? அவனுடன் சுகித்துத் திளைப்பதற்கு இப்போதும் நீ விரும்புகிறாயா? அவன் முன்னால் அழகியாக ஆசைப்படுகிறாய். நீ இதேபோல இதே உடையில் போகிறாய். புரிந்ததா? அடுப்புக் கரியை எடுத்து முகத்தில் தடவிக்கொண்டு செல்வதுதான் இன்னும் கொஞ்சம் நல்லது."

ஸூ யுலான் சொன்னாள்: "அடுப்புக் கரியை முகத்தில் தேய்த்து முடியை விரித்துப் போட்டுக்கொண்டு சென்றால் ஹீ ஸியோயோங் சொல்வான், ஏய் எல்லோரும் வந்து பாருங்கள்! ஸூ ஸன்க்வானின் மனைவி எப்படியிருக்கிறாள் பார்த்துக் கொள்ளுங் கள் என்று."

அவள் சொன்னது சரிதான் என்று ஸூ ஸன்க்வான் சம்மதிக்க வேண்டி வந்தது. அந்த வேசி மகன் ஹீ ஸியோயோங் சிரிப்பதற்கு தன் செலவில் வாய்ப்பு ஏற்படுத்தித் தர அவனுக்கு ஆர்மில்லை: "அப்படியென்றால் நீ கொஞ்சம் நன்றாக உடுத்திக்கொண்டு போவதுதான் நல்லது."

அதனால் ஸூ யுலான் நேர்த்தியாகப் பின்னிய ஸ்வெட்டர் அணிந்துகொண்டாள். அதற்கு மேலே இறக்கமாக வெட்டிய காலருள்ள காக்கி மேலங்கி அணிந்துகொண்டாள். முடிந்தவரை ஸ்வெட்டர் வெளியே தெரியும்படி அதன் காலரை மீண்டும் சரிப்படுத்தினாள். பிறகு பெட்டியிலிருந்து பட்டு கழுத்துக்குட்டை எடுக்கச் சென்றாள். கழுத்துக்குட்டையை கழுத்தில் கட்டி கண்ணாடியில் பார்த்தபோது அது ஸ்வெட்டரை மறைக்கிறது என்று முதற் பார்வையிலேயே தெரிந்துகொண்டாள். அதன் முடிச்சை ஒரு புறமாகத் தள்ளி காலரின் அடியில் திணித்து வைத்தாள். மேலும் ஒரு முறை பார்த்தபோது அவள் அந்த முடிச்சை காலருக்கு வெளியிலேயே இழுத்துவிட்டாள்.

முகத்தில் தடவிய சூரியகாந்தி தைலத்தின் நறுமண மேகத்தால் சூழப்பட்டு அவள் ஹீ ஸியோயோங்கின் வீட்டை நோக்கி நடந்தாள். கோழிக்குஞ்சுகளின் சிறகடிப்புபோல அவளுடைய கழுத்துக்குட்டையின் முனைகள் காற்றில் ஆடின. இரண்டு தெருக்கள் கடந்து சந்தில் திரும்பி அவள் ஹீ ஸியோயோங்கின் வீட்டு வாசலை அடைந்தாள்.

துவைக்கும் கல் அருகில் துணி துவைத்துக்கொண்டிருந்த முப்பது வயதுள்ள ஒரு பெண்ணை அவள் பார்த்தாள். இது, அவளுக்குப் புரிந்துவிட்டது. ஹீ ஸியோயோங்கின் மனைவி. அவள் மெலிந்து ஒரு மூங்கில் கம்பு போன்றிருந்தாள். பத்து

வருடத்துக்கு முன்பு ஹீ ஸியோயோங்குடன் அவள் தெருவில் நடக்கும்போது பார்த்ததுபோன்ற எலும்புக்கூடாகத்தான் இப்போதும் இருந்தாள். ஸூ யுலானைச் சந்திக்கும்போதெல்லாம் அவர்கள் சிறியதொரு ஓசையில் ஏளனமாக மூச்சுவிட்டு அவளைக் கடந்து சென்ற பிறகு குலுங்கிச் சிரிப்பார்கள். அன்று ஸூ யுலான் யோசிப்பாள்: "போயும் போயும் ஹீ ஸியோயோங் முலையும் குண்டியும் இல்லாத ஒரு பெண்ணைக் கல்யாணம் செய்துவிட்டானே?" முலைகள் என்று சொல்ல இப்போதும் ஏதுமில்லாத அந்தப் பெண்ணை அவள் பார்த்தாள். அவள் ஒரு முக்காலியில் அமர்ந்திருந்தாள்.

ஸூ யுலான் வாசலில் நின்று உரக்க அழைத்தாள்: "ஹீ ஸியோயோங்! ஹீ ஸியோயோங்!"

"யாரது?"

இரண்டாம் மாடியின் சன்னலிலிருந்து ஹீ ஸியோயோங் தன் தலையை வெளியே நீட்டினான். வெளியே நிற்பது ஸூ யுலான் என்று அவன் நடுக்கத்துடன் புரிந்துகொண்டான்; சட்டென்று அத்துடன் இசைந்துபோனான். ஒரு நொடிக்குப் பிறகு மீண்டும் தலை வெளியே வந்தது; அவன் கண்கள், கீழே அவளைப் பார்த்தன; தன் மனைவியைவிட அழகான பெண்ணை அவன் பார்த்தான்; முன்பு உடல் ரீதியான உறவு கொண்டிருந்த பெண்; பிற்பாடு தெருவில் பல முறை சந்தித்தபோதும் பேசியிராத அந்தப் பெண்; அந்தப் பெண்தான் இப்போது அவனைப் பார்த்து சிரிக்கிறாள். அவன் கத்தினான்: "உனக்கு என்ன வேண்டும்?"

ஸூ யுலான் சொன்னாள்: "ஹீ ஸியோயோங், வெகு காலமாக நான் உங்களைப் பார்க்கவில்லை. நீங்கள் குண்டாகியிருக்கிறீர்கள். இரட்டைத் தாடைகூட இருக்கிறது."

மனைவி வெறுப்புடன் காறித் துப்பும் சத்தம் கேட்டது: "உனக்கு என்ன வேண்டும்?"

ஸூ யுலான் சொன்னாள்: "நீங்கள் இங்கே கீழே இறங்கி வாருங்கள். கீழே வந்த பிறகு நாம் பேசலாம்."

தன் மனைவியையே பார்த்துக்கொண்டு ஹீ ஸியோயோங் சொன்னான்: "நான் கீழே வரமாட்டேன். இங்கே நான் நன்றாகத்தான் இருக்கிறேன். பிறகு நான் எதற்கு கீழே வரவேண்டும்?"

ஸூ யுலான் சொன்னாள்: "நீங்கள் கீழே வர வேண்டும். கீழே நின்று பேசுவது இன்னும் கொஞ்சம் சுலபமாக இருக்கும்."

“நான் இங்கேதான் இருக்கப்போகிறேன்.”

ஸூ யுலான், ஹீ ஸியோயோங்கின் மனைவியைச் சற்றுப் பார்த்தாள். பிறகு மீண்டும் மேலே அவனைப் பார்த்துச் சிரித்தாள்: “ஹீ ஸியோயோங், கீழே வந்து என்னிடம் பேச உங்களுக்குப் பயமா?”

ஹீ ஸியோயோங் தன் மனைவியைப் பார்த்தான். பிறகு மென்மையாக, தன்னம்பிக்கையற்ற குரலில் சொன்னான்: “எதற்கும் எனக்குப் பயமில்லை.”

இவ்வளவு ஆனபோது அவன் மனைவிக்கு, இனியும் பேசாதிருக்க முடியாது என்ற நிலை ஏற்பட்டது: “ஹீ ஸியோயோங், இங்கே கீழே இறங்கி வாருங்கள். இவளால் உங்களை என்ன செய்ய முடியும்? கடவுளே! இவள் உங்களைப் பிடித்து தின்னவொன்றும் போவதில்லை.”

ஹீ ஸியோயோங் படிகள் இறங்கி ஸூ யுலான் நிற்கும் இடத்திற்கு நடந்து வந்தான். “சொல், நீ என்ன சொல்ல நினைக்கிறாயோ சொல். சீக்கிரம் சொல்ல வேண்டும். இந்த வீணாய்ப்போன காரியங்களுக்குச் செலவிட என்னிடம் நேரம் இல்லை.”

ஸூ யுலான் அழகாக சிரித்துச் சொன்னாள்: “உங்களிடம் நான் ஒரு நல்ல செய்தி சொல்ல வந்திருக்கிறேன்: ஸூ ஸன்க்வான் உங்களோடான கடனைத் தீர்ப்பதற்கு நேராக வரமாட்டேன் என்று சொல்லியனுப்பியிருக்கிறார். அதனால் அந்தக் காரியத்தை நினைத்து நீங்கள் கவலைப்பட வேண்டாம். முதலில் ஒரு கோடரியெடுத்து உங்களைத் துண்டு துண்டாக்க அவர் திட்டமிட்டார். ஏனென்றால் அவருக்கான பெண்ணை நீங்கள் பலமாகத் தள்ளி வீழ்த்தினீர்கள். உங்கள் சொந்த மகனை ஒன்பது வருடங்கள் வளர்க்க வேண்டிய கட்டாயத்தையும் அவருக்கு ஏற்படுத்தினீர்கள். அதனால் கோடரியால் உங்களைத் துண்டு துண்டாக்க முற்பட்டார். அப்படிச் செய்திருந்தார் என்றால் யாரும் அவரைக் குற்றம் சாட்டியிருக்க மாட்டார்கள். யீலிக்காக இவ்வளவு காலம் செலவழித்த பணத்தை திரும்பக் கேட்க மாட்டேன் என்று ஸூ ஸன்க்வான் சொன்னார். உங்களுடன் வாழ்வதற்கு அவனை அனுப்பவும் மாட்டார். உங்கள் சொந்த மகனை வளர்க்கும் பொறுப்பை மற்றவரிடம் கொடுக்கவும் உதவிக்காக சுண்டு விரலைக்கூட அசைக்காமல் இருக்கவும் உங்களால் மிகச் சுலபமாக முடிந்தது. ஒன்றும் செலவழிக்காமல், ஒன்றும் அறியாமல்

உங்களுக்கு அப்பாவாக இருக்க வேண்டும். ஸூ ஸன்க்வானுக்கு ஆரம்பத்திலிருந்தே கடுமையான அனுபவங்கள்தான் ஏற்பட்டிருக்கின்றன. யீலி பிறந்தது முதல் அவர் இரவு தூங்கியதுகூட இல்லை. குழந்தை அழாதிருப்பதற்காக அவர் அவனைத் தூக்கிக்கொண்டு அறையில் இரவு முழுதும் அங்கும் இங்கும் உலவிக் கொண்டேயிருந்தார். யீலியின் உள்ளாடைகளைத் துவைத்தார். வருடந்தோறும் புது உடைகள் வாங்கிக் கொடுத்தார். நாள் முழுதும் உண்பதற்கான உணவும் குடிப்பதற்கான நீரும் கொடுத்தார் என்று சொல்ல வேண்டியதில்லையல்லவா? யீலி என்னைவிட அதிகமாகச் சாப்பிடுவான். இதற்கான கணக்குகளொன்றும் உங்களிடம் கேட்டு வாங்கப்போவதில்லை என்று ஸூ ஸன்க்வான் சொல்லியிருக்கிறார். கொல்லன் ஃபாங்கிற்கான பணத்தை நீங்கள் கொடுக்க வேண்டும் என்று மட்டுமே அவர் கேட்கிறார்."

ஹீ ஸியோயோங் சொன்னான்: "கொல்லன் ஃபாங்கின் மகன் ஆசுபத்திரியில் சேர்ந்ததற்கும் எனக்கும் என்ன சம்மந்தம்?"

"உங்கள் மகன் ஒரு கல்லால் அவன் மண்டையை உடைத்துவிட்டான்."

"எனக்கு மகன் இல்லை." ஹீ ஸியோயோங் சொன்னான்: "எப்போதிருந்து எனக்கு மகன் இருக்கிறான்? எனக்கு இரண்டு மகள்கள்தான் இருக்கிறார்கள். ஒருத்தி ஹீ ஸியோயிங்கும் இன்னொருத்தி ஹீ ஸியோஹோங்கும்."

"உங்களுக்கு மனசாட்சி இல்லை, அப்படித்தானே?" ஸூ யுலான் அவனுக்கு நேராக விரல் நீட்டினாள்: "என் அப்பா பொதுக் கழிப்பறைக்குச் சென்ற நேரத்தைப் பயன்படுத்திக் கொண்டு என்னைப் படுக்கையில் தள்ளினீர்கள். அந்தக் கோடை காலத்தை நீங்கள் மறந்துவிட்டீர்கள் என்று நினைக்கிறேன். கொஞ்சம்கூட இதயமற்ற வேசி மகன் நீங்கள். அயோக்கியன். இதற்கெல்லாம் கடந்த பிறவியில் நான் என்ன பாவம் செய்தேன்? உங்களைப்போன்ற ஒரு இழிமகனின் வித்து என் வயிற்றில் வளர நான் என்ன பாவம் செய்தேன்?"

அவள் விரலைக் கையால் தட்டிவிட்டு ஹீ ஸியோயோங் சொன்னான்: "விலைமதிப்பற்ற என் வித்தை உன்னைப்போன்ற ஒரு வேசியின் வயிற்றில் வீணாக்குவேன் என்று நீ நினைக்கிறாயா? அவன், ஸூ ஸன்க்வான் என்ற வேசி மகனின் வித்து. இன்னும் இரண்டு இருக்கிறதல்லவா?"

"ஓ, கடவுளே....!" ஸூ யுலான் கண்ணீர் சிந்தத் தொடங்கினாள்: "யீலியைப் பார்க்கும் எல்லோரும் அவரது அடையாளம் இல்லை

என்று சொல்கிறார்கள். ஹீ ஸியோயோங்கின் தனி அடையாளம் இருக்கிறது என்று சொல்கிறார்கள். உங்களால் அதை மறுக்க முடியும் என்று நினைக்காதீர்கள். தீயால் முகத்தில் தழும்பு ஏற்பட்டாலும் கனலும் கரியால் சுட்டாலும் உங்களால் அதை மறுக்க முடியாது. ஏனென்றால் நாட்கள் செல்லுந்தோறும் அவனிடம் உங்கள் சாயல் மேலும் மேலும் தெளிவாகி வருகிறது."

வேடிக்கை பார்த்தவர்கள் வந்து சுற்றிலும் கூடத் தொடங்கிவிட்டார்கள் என்று கண்டபோது, ஹீ ஸியோயோங்கின் மனைவியின் சத்தம் முழங்கியது: "எல்லாம் கொஞ்சம் நன்றாகப் பாருங்கள். வெட்கம் மானம் இல்லாத வேசி இவள். என் புருஷனை பகல் வெளிச்சத்தில் திருடப்பார்க்கிறாள்."

ஸூ யுலான் அவளை நோக்கித் திரும்பினாள்: "நான் யாரையாவது திருடப்போகிறேன் என்றால் அது ஹீ ஸியோயோங்காக இருக்காது என்பது நரகம்போல நிச்சயம். ஏய், ஹீ ஸியோயோங்! நான் அன்று ஒரு பூபோல அழகியாயிருந்தேன். எல்லோரும் என்னை பூக்களின் ராணி என்றுதான் அழைத்துவந்தார்கள். ஹீ ஸியோயோங் எனக்கு ஒரு பொருட்டில்லை. அவனை நான் குப்பைபோல தூக்கியெறிந்தேன். நீயோ அதை ஒரு பொக்கிஷம்போல எடுக்கக் குனிந்தாய்."

ஹீ ஸியோயோங்கின் மனைவி நிமிர்ந்து நின்று ஸூ யுலானின் முகத்தில் ஓங்கி அறைந்தாள். அதேபோன்று ஸூ யுலானும் திருப்பி அடித்தாள். அவர்களின் கரங்கள் நொடி நேரத்தில் காற்றில் எழும்பின. ஒருவர் முடியை ஒருவர் பிடித்து முடிந்தவரை பலமாக இழுத்தார்கள். ஸூ யுலானின் முடியைப் பிடித்து இழுக்கும்போது ஹீ ஸியோயோங்கின் மனைவி தன் கணவனை அழைத்தாள்: "ஹீ ஸியோயேங்! ஹீ ஸியோயோங்!"

ஹீ ஸியோயோங் முன்னால் வந்தான்; ஸூ யுலானின் கையைப் பிடித்தான். வலுவாக அழுத்தினான். அவள் எதிராளியின் பிடியை விட்டுவிட்டு துயரத்துடன் 'அய்ய' என்று சொன்னாள். அவன் அவள் முகத்தில் ஓங்கியடித்தான். அவள் இடறி தரையில் விழுந்தாள்.

ஸூ யுலான் முகத்தைத் துடைத்துக்கொண்டு குமுறி அழுதாள்: "ஹீ ஸியோயோங் உன்னையெல்லாம் ஆயிரம் கத்திகள் கொண்டு வெட்டி துண்டுதுண்டாக்க வேண்டுமடா. நீ ஒரு தேவடியா மகன்தான். வேசி மகன். உன் மனசாட்சியை நாய்கள் தின்றிருக்கும்." அவள் எழுந்து வழியில் நின்று குற்றவாளியிடம்

பேசுவதுபோல அவனை நோக்கி விரல் நீட்டிச் சொன்னாள்: "ஹீ ஸியோயோங்! காத்திரு! இனி நீ இன்னொரு நாளைப் பார்க்க உயிருடன் இருக்க மாட்டாய். நான் ஒரு கோடரியுடன் ஸூ ஸன்க்வானை அனுப்புவேன். அவர் உன்னை வெட்டிக் கண்டதுண்டமாக்குவார். இன்னொரு நாளைப் பார்க்க நீ உயிருடன் இருக்க மாட்டாயடா."

ஸூ யுலான், ஹீ ஸியோயோங்குக்கு விதித்த மரண தண்டனையை ஸூ ஸன்க்வான் அங்கீகரிக்கவில்லை. ஸூ யுலான் வீட்டுக்கு வந்தபோதும் ஸூ ஸன்க்வான் துடைப்பத்தில் வேலை செய்துகொண்டிருந்தான். அழுது தடம் விழுந்த முகத்துடன் அவனை உற்றுப் பார்த்து, மிகவும் சோர்வுடன் அவனுக்கு நேரே அமர்ந்தாள்.

அவள் அழுவதைப் பார்த்த ஸூ ஸன்க்வான், ஹீ ஸியோயோங்கிடமிருந்து பணம் வாங்கும் காரியத்தில் அவள் வெற்றி பெறவில்லை என்று புரிந்துகொண்டான். "நீ வெறும் கையுடன் திரும்பி வருவாய் என்று எனக்குத் தெரியும்."

ஸூ யுலான் சொன்னாள்: "ஸூ ஸன்க்வான், நீங்கள் சென்று அவனை துண்டு துண்டாக்குங்கள்."

ஸூ ஸன்க்வான் சொன்னான்: "நீ அவனைப் பார்த்தவுடன் துண்டு துண்டாக விழுந்துவிட்டாய், அப்படித்தானே? எப்படி யானாலும் பணம் வாங்க முடியவில்லை, அப்படித்தானே?"

ஸூ யுலான் சொன்னாள்: "போய் அவனை துண்டு துண்டாக்குங்கள்."

ஸூ ஸன்க்வான் சொன்னான்: "இன்று பணம் கிடைக்கவில்லையென்றால் கொல்லன் ஃபாங் நாளை வந்து நம் எல்லாப் பொருட்களையும் பறிமுதல் செய்துகொண்டு போய்விடுவான். அவன் உன் படுக்கை, மேசை, துணிகள், சூரியகாந்தி தைலம், உன் பட்டு கழுத்துக்குட்டை எல்லாவற்றையும் கொண்டுபோய்விடுவான். அவன் எல்லாவற்றையும் எடுத்துக் கொண்டு போய்விடுவான்."

ஸூ யுலான் தேம்பி அழத் தொடங்கினாள்: "நான் பணம் கேட்டேன். அவன் எனக்கு ஒன்றும் கொடுக்கவில்லை. அவர்கள் என் முடியைப் பிடித்து இழுத்து முகத்தில் ஓங்கி அடித்தார்கள். ஸூ ஸன்க்வான், உங்கள் மனைவியிடம் இப்படி நடந்து கொள்பவர்களை சும்மா விடலாமா? அவனை வெட்டிக்

கூறுபோடும்படி உங்களிடம் யாசிக்கிறேன். அடுக்களையில் ஒரு வெட்டுக் கத்தி இருக்கிறது. நேற்றுதான் நான் அதைக் கூர் தீட்டி வைத்தேன். போய் அவனை வெட்டிக் கூறுபோடுங்கள்."

ஸூ ஸன்க்வான் சொன்னான்: "நான் அவனை வெட்டித் துண்டுபோட்டால் அப்புறம் எனக்கு என்ன நடக்கும் என்று நீ யோசித்தாயா? நான் வெட்டுக் கத்தியுடன் அங்கே சென்றால் நான் சென்றடைவது ஜெயிலாகத்தான் இருக்கும், அவ்வளவுதான். எனக்கு மரண தண்டனை விதிப்பார்கள். நீயொரு விதவை யாவாய். இதுதான் நடக்கும்."

அவன் சொல்வது முழுவதையும் கேட்ட பிறகு ஸூ யுலான் எழுந்து அறையின் வெளிப்புறத்தை நோக்கி நடந்தாள். வாயிற்படியில் ஒரு இருப்பிடத்தைக் கண்டுபிடித்தாள். அவள் வாயிற் படியில் அமர்ந்திருப்பதைப் பார்த்த ஸூ ஸன்க்வானுக்கு அதைத் தொடர்ந்து வரப்போவது என்னவென்று தெரியும். இதுவரை கண்ணீர் துடைக்கப் பயன்படுத்தியிருந்த கைக்குட்டையை எடுத்து அங்கும் இங்கும் ஆட்டியவாறு கண்ணீருடன் பல்லவியைத் தொடங்கினாள்:

"இப்படியெல்லாம் நடப்பதற்கு போன பிறவியில் நான் என்ன பாவம் செய்தேன்? ஹீ ஸியோயோங் என்னைப் பயன்படுத்திக் கொண்டான். அதுவும் பத்தாமல் என்னைக் கர்ப்பிணியாக்கவும் செய்தான். நான் யீலியைப் பெற்றதும் போதாமல் அவன் இதோ இப்போது சிக்கலிலும் மாட்டிக்கொண்டான்."

ஸூ ஸன்க்வான் அவளைப் பார்த்து உறுமினான்: "இடி உழவே! உள்ளே வா! நான் ஒரு வேசியின் வஞ்சிக்கப்பட்ட கணவன் என்று இந்தப் பாழாய்ப்போன தெருவில் எல்லோருக்கும் உரத்துச் சொல்ல வேண்டுமா?"

ஸூ யுலான் தேம்பினாள்: "யீலி பிரச்சினையில் மாட்டிய பிறகு அவனை இதிலிருந்து காப்பாற்ற முடியாது என்று ஸூ ஸன்க்வான் சொல்கிறார். ஸூ ஸன்க்வான் எதுவும் செய்ய மாட்டார். ஹீ ஸியோயோங்கும் எதுவும் செய்யவில்லை. ஹீ ஸியோயோங் பணம் கொடுக்கவில்லை என்பதற்கு மேல், என் முடியைப் பிடித்து இழுத்தான். முகத்திலேயே அடித்தான். ஹீ ஸியோயோங் செய்தது இயற்கைக்கு விரோதமான குற்றம். நல்லவிதமான ஒரு சாவு ஹீ ஸியோயோங்குக்கு இல்லை. நாளைக்கு கொல்லன் ஃபாங் பணத்துக்காக வந்தால் நான் என்ன செய்வேன்? நான் என்ன செய்வேன்?"

அம்மாவின் அழுகை கேட்டு யீலியும் ஏளும் ஸான்லியும் ஓடி வந்தார்கள்.

யீலி சொன்னான்: "அழாதீர்கள் அம்மா, உள்ளே போங்கள்!"

ஏள் கேட்டான்: "அழாதீர்கள் அம்மா. எதற்காக அழுகிறீர்கள்?"

ஸான்லி கேட்டான்: "அழாதீர்கள் அம்மா. ஹீ ஸியோயோங் யார்?"

அக்கம்பக்கத்தினரும் வந்துவிட்டார்கள். அவர்கள் சொன்னார்கள்: "அழாதே ஸூ யுலான். ஏன் உன்னை வருத்திக் கொள்கிறாய்?" "ஸூ யுலான், ஏன் அழுகிறாய்?"

"நீ எதற்காக அழுகிறாய் ஸூ யுலான்?"

அண்டைவாசிகளிடம் ஏள் சொன்னான்: "என் அம்மா அழுவதற்கான காரணம் யீலிதான்."

உடனே குறுக்கிட்டான் யீலி: "ஏள், நிறுத்து"

ஏள் சொன்னான்: "நான் நிறுத்தமாட்டேன். இது இப்படித் தான்: யீலி என் அப்பாவின் குழந்தை அல்ல."

யீலி சொன்னான்: "ஏள், நீ நிறுத்தவில்லை என்றால் நான் உன்னைக் கொல்வேன்."

ஏள் தொடர்ந்தான்: "யீலி, ஸியோயோங்குக்கும் என் அம்மாவுக்கும் பிறந்தவன்."

யீலி, ஏளின் முகத்தில் ஓங்கி ஒரு அறைவிட்டான். ஏள் உரத்த குரலில் ஏங்கி அழத் தொடங்கினான்.

நடப்பதையெல்லாம் அறைக்குள்ளிருந்து கேட்டுக் கொண்டிருந்தான் ஸூ ஸன்க்வான். அவன் யோசித்தான்: "என் பிள்ளைகளில் ஒருவனை அடித்துவிட்டு சும்மா போய்விடலாம் என்றா அவன் நினைக்கிறான்?" அவன் கதவைத் திறந்து வெளியே பாய்ந்து வந்து யீலியின் செவிட்டில் அறைந்தான். பிறகு சுவரோடு சேர்த்து அழுத்திக் கத்தினான்: "வேசி மகனே! உன் அப்பா என்னிடம் விளையாடுவதுபோல நீ என் மகனிடம் விளை யாடலாம் என்று நினைக்கிறாயா?"

ஸூ ஸன்க்வானின் திடீர்த் தாக்குதலில் திகைத்துப்போன யீலி சுவரில் கையூன்றி மௌனமாக நின்றான்.

ஸூ யுலான் அதைச் சுட்டிக்காட்டி மீண்டும் தேம்பினாள்:

“என் விதி கசப்பானது. ஆனால் அதைவிடக் கொடூரமானது இந்தப் பிள்ளையின் விதி. இவன் ஸூ ஸன்க்வானுக்கும் வேண்டாம். ஹீ ஸியோயோங்குக்கும் வேண்டாம். இந்தக் குழந்தைக்கு அப்பா இல்லை. சொந்தமென்று சொல்வதற்கு யாருமில்லை.”

அயலாரில் ஒருவர் சொன்னார்: “ஸூ யுலான், நீ ஏன் யீலியை ஹீ ஸியோயோங்கிடம் அனுப்பவில்லை. சொந்த தசையையும் ரத்தத்தையும் பார்க்கும்போது அசையாதவர்கள் யார் இருக்கிறார்கள்? ஹீ ஸியோயோங்குக்கு ஒரு பையன் இல்லை. இரண்டு பெண்கள்தான் இருக்கிறார்கள். யாருக்குத் தெரியும்? தன் சொந்த மகனை நேராகப் பார்க்கும்போது ஒருக்கால் அவன் அழவும்கூடும்!”

ஸூ யுலான் பட்டென்று அழுகையை நிறுத்தினாள். இப்போதும் சுவரில் சாய்ந்து உதட்டைக் கடித்து நிற்கும் யீலியை நோக்கித் திரும்பினாள்: “அவர் சொன்னதை நீ கேட்டாயல்லவா? போ! ஹீ ஸியோயோங்கைப் பார்! அங்கே சென்று அவனை அப்பா என்று கூப்பிடு.”

யீலி சுவரில் சாய்ந்து நின்றபடி தலையசைத்தான்: “நான் எங்கும் போகமாட்டேன்.”

ஸூ யுலான் சொன்னாள்: “யீலி, நீ அம்மா சொல்வதைக் கேள்! போ! சீக்கிரம் போய் அந்த ஹீ ஸியோயோங்கை அப்பா என்று கூப்பிடு. அவன் கேட்கவில்லையென்றால் திரும்பவும் கூப்பிடு.”

யீலி தலையாட்டினான்: “நான் எங்கும் போக மாட்டேன்.”

ஸூ ஸன்க்வான் அவனை நோக்கி விரல் நீட்டிச் சொன்னான்: “என்ன? எங்கும் போகமாட்டாயா? இப்போது இந்த நொடி நீ அங்கே செல்லவில்லையென்றால் நான் உன்னை அடித்துக் கழியவைத்துவிடுவேன்.”

ஸூ ஸன்க்வான் பேசியவாறே யீலியை நெருங்கினான். ஒரு கையால் அவனைப் பிடித்து சுவரிலிருந்து இழுத்து விலக்கி, நான்கைந்து அடி தூரத்தில் தள்ளினான். ஆனால் ஸூ ஸன்க்வான் பிடி தளர்ந்த பிறகு உடனே யீலி மீண்டும் சுவரில் சாய்ந்தான்.

ஸூ ஸன்க்வான் திரும்பிப் பார்த்தான். யீலி மீண்டும் சுவரில் சாய்ந்து நிற்பதைப் பார்த்தபோது அச்சுறுத்தும் விதமாக அவன் கையுயர்த்தினான். ஆனால் அடிக்கப்போகும் நேரத்தில் அவன்

வேறொரு விதமாகச் சிந்தித்தான், ‘நாசமாப்போக! யீலி என் சொந்த மகன் அல்ல. இன்னொருவரின் மகனை அடிப்பதற்கு எனக்கு உரிமையில்லை.”

ஸூ ஸன்க்வான் திரும்பி நடந்தான். யீலியின் குரல் எழுந்தது: “நான் போக மாட்டேன். ஹீ ஸியோயோங் என் அப்பா அல்ல. என் அப்பா ஸூ ஸன்க்வான்தான்.”

“நாசமாய்ப்போக!” ஸூ ஸன்க்வான் அண்டைவாசிகளிடம் அபிப்பிராயம் சொன்னான்: “இந்த தேவடியாக் குட்டியைப் பாருங்க. என்னைச் சம்பந்தப்படுத்தலாம் என்று இவன் நினைக்கிறான். ஆனால் எனக்கு இவனிடம் எந்தத் தொடர்பும் இல்லை.”

இந்த நேரத்தில் ஸூ யுலான் அழத் தொடங்கினாள்: “இதெல்லாம் அனுபவிக்க நான் போன பிறவியில் என்ன பாவம் செய்தேனோ என்னமோ!”

இந்தளவு வந்த பிறகு பார்வையாளர்களுக்கு ஸூ யுலானின் பல்லவியில் ஆர்வம் குறையத் தொடங்கியது. மீண்டும் மீண்டும் பல முறை திரும்பிச் சொன்னாள் என்றாலும் களைப்பால் அவள் குரலின் கனம் குறைந்து வந்தது; அதன் இயல்பான பிடிப்பும் நீட்சியும் குறைந்து வந்து வறண்டு கரகரப்பானது. வலு குறைந்து அவள் கைக்குட்டையை மெதுவாக ஆட்டினாள். பேச்சிடையான திணறலின் ஆழம் அதிகமானது. அவளது அண்டை வீட்டார் அரங்கத்து நிகழ்ச்சிகள் முடிந்து போவதுபோல எழுந்து இடத்தைக் காலி செய்தார்கள். அவள் கணவனும் போய்விட்டான். திண்ணைப் படியின் மீதான அவள் பல்லவி வெகு காலத்திலிருந்தே ஸூ ஸன்க்வானுக்குத் தெரியும். அங்கு அமர்ந்துதான் அவள் ஸ்வெட்டர் தைப்பாள் என்றும் அவனுக்குத் தெரியும்.

யீலி மட்டும் அங்கே இருந்தான். சுவரோடு சேர்ந்து கைகளைப் பின்னால் வைத்து வெள்ளை பூசிய சுவரில் உரசிக்கொண்டு அவன் நின்றான். எல்லோரும் சென்ற பிறகு யீலி அம்மாவை நெருங்கினான்.

ஸூ யுலானின் உடல் கதவு நிலையில் சாய்ந்திருந்தது. இப்போது அவள் காற்றில் கை வீசவில்லை. கன்னத்தில் கை வைத்து அமர்ந்திருந்தாள். யீலி பக்கத்தில் வருவதைப் பார்த்த போது, அடங்கிய கண்ணீர் மீண்டும் பெருகத் தொடங்கியது.

யீலி சொன்னான்: “இனி அழாதீர்கள் அம்மா. நான் சென்று ஹீ ஸியோயோங்கை அப்பா என்று அழைக்கிறேன்.”

யீலி, ஹீ ஸியோயோங்கின் வீட்டுக்குச் சென்றபோது அவனைவிட குறைந்த வயதுள்ள இரண்டு சிறுமிகள் ரப்பர் வளையம் வைத்து விளையாடிக்கொண்டிருப்பதைப் பார்த்தான். அவர்கள் கைகள் விரித்து அங்கும் இங்கும் தாவும்போது பின்னால் அவர்களின் பின்னல் ஆடியது. "நீங்கள் ஹீ ஸியோயோங்கின் மகள்கள்தானே?" அவன் கேட்டான். "இதற்கு அர்த்தம், நீங்கள் என் சிறிய தங்கைகள் என்பதுதான்."

அந்த சிறுமிகள் விளையாட்டை நிறுத்தினார்கள். ஒருத்தி வாயிற் படியில் அமர்ந்தாள். இன்னொருத்தியும் சகோதரியின் பக்கத்தில் அமர்ந்தாள். இருவரும் யீலியைப் பார்த்தார்கள்.

உள்ளிருந்து ஹீ ஸியோயோங்கும் எலும்புக்கூடு போன்ற அவன் மனைவியும் வருவதைப் பார்த்தபோது அவன் அழைத்தான்: "அப்பா!"

ஹீ ஸியோயோங்கின் மனைவி தன் கணவனிடம் சொன்னாள்: "உங்கள் இளமைக் களியாட்டம் வந்திருக்கிறது. நீங்கள் அவனை என்ன செய்யப்போகிறீர்கள்?"

யீலி மீண்டும் அழைத்தான்: "அப்பா!"

ஹீ ஸியோயோங் சொன்னான்: "நான் உன் அப்பா அல்ல. இப்போது நீ வீட்டுக்குப் போ. இனிமேல் நீ இங்கே வராதே."

யீலி மீண்டும் அழைத்தான்: "அப்பா!"

ஹீ ஸியோயோங்கின் மனைவி சொன்னாள்: "அவனை இங்கிருந்து போகச் சொல்லுங்கள்!"

யீலி மற்றொருமுறை அழைத்தான்: "அப்பா!"

ஹீ ஸியோயோங் சொன்னான்: "யாரடா உன் அப்பா? இங்கிருந்து போடா!"

யீலி மூக்குச் சளியைத் துடைப்பதற்காக கையைத் தூக்கினான்: "என் அம்மா இப்படிச் செய்யச் சொன்னார்கள். நான் உங்களை அப்பா என்று அழைத்து நீங்கள் பதில் சொல்லவில்லையென்றால் பல முறை அப்பா என்று அழைக்கும்படி அம்மா சொன்னார்கள். நான் இப்போது நான்கு முறை உங்களை அப்பா என்று அழைத்தேன். ஆனால் நீங்கள் எனக்குப் பதில் சொல்வதற்குப் பதிலாக என்னைப் போக மட்டுமே சொன்னீர்கள். நான் இப்போது வீட்டுக்குப் போகிறேன்."

10

பணத்துடன் உடனே மருத்துவமனைக்கு வரும்படி கொல்லன் ஃபாங், ஸூ ஸன்க்வானிடம் சொன்னான், "நீங்கள் பணம் தரவில்லையென்றால் அவனுக்கு இனிமேல் மருந்தே தர மாட்டார்கள்.

ஸூ ஸன்க்வான் சொன்னான்: "யீலியின் அப்பா நான் அல்ல. நீங்கள் தவறான ஒரு ஆளிடம் வந்திருக்கிறீர்கள். நீங்கள் ஹீ ஸியோயோங்கிடம்தான் செல்ல வேண்டும்."

கொல்லன் ஃபாங் கேட்டான்: "என்றிலிருந்து நீங்கள் யீலியின் அப்பாவாக இல்லாதிருக்கத் தொடங்கினீர்கள்? யீலி என் பையனை காயப்படுத்துவதற்கு முன்பா? அல்லது அதற்கு அப்புறமா?"

"நிச்சயமாக அதற்கு முன்புதான்." ஸூ ஸன்க்வான் சொன்னான். "யோசித்துப் பாருங்கள். நான் ஒரு விபச்சாரியின் வஞ்சிக்கப்பட்ட கணவனாகி ஒன்பது வருடங்கள் ஆகின்றன. இப்படியெல்லாம் இருந்தும் நான் அவன் மகனை ஒன்பது வருடங்கள் வளர்த்துவந்தேன். இதற்கும் மேலாக நான் உங்கள் மகனின் ஆஸ்பத்திரி செலவும் கொடுக்க வேண்டும் என்றால் நான் உண்மையிலேயே விபச்சாரிகளின் வஞ்சிக்கப்பட்ட கணவர்களின் ராஜாவாகத்தான் ஆக வேண்டும்."

பாங்கால் மறுத்துப் பேச முடியவில்லை. அது மட்டுமல்ல, ஸூ ஸன்க்வானின் கண்ணோட்டத்தை அங்கீகரிக்கத்தான் வேண்டியிருந்தது. அதனால் அவன் ஹீ ஸியோயோங்கிடம் சென்று பேசினான்: "உன்னால் ஸூ ஸன்க்வான் கடந்த ஒன்பது வருடங்களாக விபச்சாரியின் வஞ்சிக்கப்பட்ட கணவனாக வாழ்கிறான். ஆயினும் உன் மகனை ஒன்பது வருடங்கள் வளர்த்து

வந்தான். ஒரு துளி தண்ணீருக்கு ஒரு பிரளயத்தால் பதிலுதவி செய்ய வேண்டும் என்றுதான் நம் முன்னோர்கள் சொல்லி யிருக்கிறார்கள். ஒன்பது வருடங்களுக்காக, நீ என் மகனின் ஆஸ்பத்திரி செலவாவது கொடுக்கக் கூடாதா?"

ஹீ ஸியோயோங் சொன்னான்: "யீலி என் மகன் என்று உனக்கு எப்படித் தெரியும்? அவன் என்னைப்போல இருக்கிறான் என்பதால் மட்டும் நீங்களெல்லாம் அவன் என்னுடையவன் என்று நினைக்கிறீர்களா? இதை நீங்கள் காரண காரியத்துடன் நிரூபிக்கவில்லை. ஒரே மாதிரி இருக்கும் நிறையப் பேர் இருக்கிறார்கள்."

இப்படிச் சொல்லி முடித்த பிறகு அவன் உள்ளே சென்றான். ஒரு பெட்டியைத் திறந்து, அந்த இடத்தில் வசிப்பதற்கான அதிகாரப்பூர்வ அனுமதிப் பத்திரத்தை எடுத்து வந்து கொல்லன் ஃபாங்கிடம் காட்டினான்:

"நன்றாகப் பார். இந்த அனுமதிப் பத்திரத்தில் எங்காவது யீலி என்று எழுதியிருக்கிறதா? இல்லை, அல்லவா? பிறகு யாரின் அனுமதிப் பத்திரத்தில் யீலியின் பெயர் இருக்கிறது? அவன்தானே உங்கள் மகனுக்கான பணத்தைக் கட்ட வேண்டும்?"

ஸூ ஸன்க்வானுக்கோ, ஹீ ஸியோயோங்குக்கோ பணம் கட்ட விருப்பமில்லாததால், பாங், ஸூ யுலானைச் சந்திக்க வேண்டிய கட்டாயத்துக்கு ஆட்பட்டான்: "யீலி தன் மகன் அல்லவென்று ஸூ ஸன்க்வான் சொல்கிறார். அவன் தன் மகன் அல்லவென்று ஹீ ஸியோயோங்கும் சொல்கிறான். அவர்கள் இருவரும் யீலியின் அப்பா என்று ஒத்துக்கொள்ளாததால் உங்களிடம் மட்டும்தான் நான் பணம் கேட்க முடியும். கடவுளுக்கு நன்றி! யீலிக்கு ஒரு அம்மாதான் இருக்கிறார்கள்!"

கொல்லன் ஃபாங் சொன்னதைக் கேட்டவுடன் ஸூ யுலான் முகத்தைக் கைகளில் வைத்துக்கொண்டு தேம்பி அழத் தொடங்கினாள்.

கொல்லன் ஃபாங் பொறுமையுடன் அவள் பக்கத்திலேயே நின்றான். அவள் அழுது முடித்துவிட்டாள் என்று தெரிந்தபோது அவன் மேலும் சொன்னான்: "நீங்கள் பணம் தரப்போவதில்லையென்றால் நான் உங்கள் பொருட்கள் எல்லாம் தேடி விலைமதிப்புள்ளதையெல்லாம் எடுத்துப் போக ஆட்களை அழைத்து வருவேன். நான் வெறும் பேச்சுக்காரன் அல்ல."

இரண்டு நாட்களுக்குப் பிறகு கொல்லன் ஃபாங், மூன்று சக்கரமுள்ள இரண்டு வண்டிகளுடனும் ஆறு ஆட்களுடனும் வந்தான். அந்தத் தெருவில் உள்ள பெரும்பாலானோர் அவன் பின்னால் வந்தார்கள்.

மதியத்திற்கு அருகான நேரம். திரும்பி வேலைக்குச் செல்வதற்காக ஸூ ஸன்க்வான் படியிறங்கினான். அப்போதுதான் கொல்லன் ஃபாங் வருவதைப் பார்த்தான். வீட்டில் உள்ளதையெல்லாம் எடுத்துக்கொண்டு போகும் நாள் இது என்று அவனுக்குத் தெரியும். திரும்பி ஸூ யுலானைப் பார்த்து அவன் சொன்னான்:

"ஏழு குவளை எடு. தேநீருக்கு தண்ணீர் கொதிக்க வை. டப்பாவில் டீத்தூள் இருக்கிறதா? நமக்கு இன்று விருந்தினர்கள் இருக்கிறார்கள், ஏழு பேர்."

விருந்தினர்கள் யாராக இருக்கும் என்று வியந்தவாறு, அவர்கள் யார் என்று பார்ப்பதற்காக ஸூ யுலான் வாயிலுக்கு வந்தாள். கொல்லன் ஃபாங்கைப் பார்த்தபோது அவள் முகம் வெளிறியது. அவள் கணவனிடம் சொன்னாள்: "அவர்கள் நம் பொருட்களை பறிமுதல் செய்ய வந்திருக்கிறார்கள்."

ஸூ ஸன்க்வான் சொன்னான்: "அது பரவாயில்லை. எப்படியிருந்தாலும் அவர்கள் நம் விருந்தினர்கள்தான். டீ போடு."

கொல்லன் ஃபாங்கும் அவன் ஆட்களும் வீட்டுக்கு வந்தார்கள். கை வண்டியை நிறுத்தி வாசலில் நின்றார்கள். கொல்லன் ஃபாங் ஆரம்பித்தான்: "இனி இதில் நானொன்றும் செய்ய முடியாது. நம்மிடையே இருபது வருடத்துக்கு மேலான பழக்கம். நாம் என்றும் நண்பர்களாக இருந்தோம். ஆயினும் என்னால் ஒன்றும் செய்ய முடியாது. என் மகன் என்னை எதிர்பார்த்து ஆஸ்பத்தியில் படுத்திருக்கிறான். நான் பணம் கட்டவில்லையென்றால் அவர்கள் அவனுக்கு எந்த மருந்தும் கொடுக்க மாட்டார்கள். யீலி என் மகனின் தலையை அடித்து உடைத்தபோது நான் உங்கள் வீட்டுக்கு வந்து சண்டை போட்டேனா? இல்லை. எல்லா நேரமும் ஆஸ்பத்திரியிலேயே பணத்தை எதிர்பார்த்து என் மகனுடன் இருந்தேன். இரண்டு வாரம் போய்விட்டது. இதற்கும் மேல் காத்திருக்க முடியாது."

இந்த நேரத்தில் ஸூ யுலான் அவர்களின் வழியைத் தடுப்பதுபோல கைகளை விரித்து வாயிற்படியில் அமர்ந்தாள். "என் வீட்டுக்குள் வராதீர்கள். என் பொருட்களை எடுக்காதீர்கள்.

இந்த வீடு என் வாழ்க்கை. பத்து வருட காலம் நானும் கஷ்டப் பட்டிருக்கிறேன். பத்து வருட காலம் சிக்கனமாக இருந்து சேர்த்து வைத்தது. நான் உங்களிடம் யாசிக்கிறேன். தயவு செய்து உள்ளே வராதீர்கள்."

ஸூ ஸன்க்வான் ஸூ யுலானிடம் சொன்னான்: "இப்போது விலகு. இவர்கள் இங்கே வந்துவிட்டார்கள். கை வண்டிகளும் கொண்டு வந்திருக்கிறார்கள். உன் சில வார்த்தைகளைக் கேட்டு அவர்கள் திரும்பிப் போய்விட மாட்டார்கள். நீ எழுந்து சென்று டீ போடு."

ஸூ யுலான் எழுந்தாள். கண்ணீரைத் துடைத்துக்கொண்டு, தண்ணீர் கொதிக்க வைப்பதற்காக உள்ளே சென்றாள்.

அவள் சென்ற பிறகு ஸூ ஸன்க்வான், கொல்லன் ஃபாங்கிடமும் அவன் ஆட்களிடமும் சொன்னான்: "வாருங்கள், உங்களால் எடுத்துக்கொண்டு போக முடிந்த எல்லாவற்றையும் எடுத்துக்கொள்ளுங்கள். என் பொருட்கள் எதையும் எடுக்காதீர்கள். இந்தப் பிரச்சினை யீலியுடையது. எனக்கும் அதற்கும் எந்த தொடர்பும் இல்லை. அதனால் என் பொருட்கள் எதையும் எடுக்கக் கூடாது."

அடுப்பில் தேநீர் தயாரித்துக்கொண்டிருக்கும்போது, அடுக்களை வாயில் வழியே அவர்கள் வருவதை ஸூ யுலான் பார்த்தாள். பெட்டிகளைத் திறந்து பரிசோதிப்பதையும் மேசையை எடுப்பதையும் பார்த்தாள். இரண்டு பேர், முக்காலிகளை எடுத்து வண்டியில் ஏற்றி வைத்தார்கள். சீதனமாக அவள் கொண்டு வந்த இரண்டு பெட்டிகளையும் வெளியே எடுத்துச் சென்று வண்டியில் ஏற்றினார்கள். சீதனமாகக் கிடைத்த இரண்டு பட்டு ஆடைகளும் அவற்றில்தான் இருந்தன. அவற்றை அணிவதைப் பற்றியான எண்ணங்களைக்கூட அவளால் தாங்கிக்கொள்ள முடியாது. இப்போது அவை பெட்டியின் மீது சுற்றப்பட்டு வண்டியின் உச்சியில் இருக்கின்றன.

அவள் வீட்டை துண்டு துண்டாக அவர்கள் கொண்டு செல்வதை அவள் பார்த்துக்கொண்டிருந்தாள். தண்ணீரைக் கொதிக்க வைத்து ஏழு குவளை தேநீர் தயாரித்த போது அந்தக் குவளைகளை வைப்பதற்கு மேசை இல்லாது போய்விட்டது. குழந்தைகள் படிப்பதற்கும், எல்லோரும் சேர்ந்து உணவு உண்ணவும் பயன்படுத்தியிருந்த சிறிய மேசையை எடுத்துச் செல்ல, ஸூ ஸன்க்வான் அவர்களுக்கு உதவி செய்தான். அதை அவர்கள்

வேறொரு வண்டியில் ஏற்றினார்கள். கடும் பிரயத்தனத்தால் மூச்சுத் திணறிய ஸூ ஸன்க்வான் நிமிர்ந்து நின்று நெற்றி வியர்வையை வழித்துவிட்டான்.

ஸூ யுலான் கண்ணீர்விடத் தொடங்கினாள்: "இதை உங்களால் நம்ப முடியுமா? பொருட்களை எடுத்துப் போக உதவுவது மட்டு மல்ல, அதற்காக அவர் உங்களைவிட அதிகமாகப் பாடுபடுகிறார்."

கடைசியில் கொல்லன் ஃபாங்கும் அவன் ஆட்களும், தம்பதியரின் கட்டிலை எடுத்துச் செல்ல முயன்றார்கள். அதைப் பார்த்தபோது ஸூ ஸன்க்வான் தலையிட்டான்: "நில்லுங்கள்! நீங்கள் கட்டிலை எடுக்கக் கூடாது. அதில் பாதி என்னுடையது."

கொல்லன் ஃபாங் பதில் சொன்னான்: "வீட்டில் விலை மதிப்புள்ளதாக இது மட்டும்தான் இருக்கிறது."

ஸூ ஸன்க்வான் சொன்னான்: "அடுக்களை மேசையை நீங்கள் எடுத்துக்கொண்டீர்கள். அதில் பாதியும் என்னுடையதாகத்தான் இருந்தது. மேசையையும் நீங்கள் எடுத்துக்கொண்டீர்கள் அல்லவா? இனி இந்தக் கட்டிலை எனக்காக விட்டுக்கொடுக்கக் கூடாதா?"

காலியான அறையைச் சுற்றிலும் பார்த்துவிட்டு கொல்லன் ஃபாங் சொன்னான்: "சரி, கட்டிலை அவர்களுக்காக வைத்துவிடுங்கள். இல்லையென்றால் இன்று இரவு இவர்கள் தூங்குவதற்கு இடம் இருக்காது."

மேசையையும் பெட்டியையும் மற்ற வீட்டுப் பொருட்களையும் கனத்த கயிறால் கட்டிய உடன் ஆட்கள் வண்டியைத் தள்ளத் தொடங்கினார்கள். கொல்லன் ஃபாங் சொன்னான்: "நாங்கள் போய் வருகிறோம்."

ஸூ ஸன்க்வான் சிரித்தபடி அவர்களைப் பார்த்து தலையசைத்தான்.

கண்ணீர் சிந்தியவாறே ஸூ யுலான் கேட்டாள்: "போவதற்கு முன்பு ஒரு குவளை டீ குடிக்கக் கூடாதா?"

கொல்லன் ஃபாங் தலையாட்டினான்: "வேண்டாம், நன்றி!"

ஸூ யுலான் கட்டாயப்படுத்தினாள்: "உங்களுக்காக நான் டீ போட்டு வைத்திருக்கிறேன். அடுப்பிலிருந்து இறக்கிவிட்டேன். போவதற்கு முன்பு கொஞ்சம் டீ சாப்பிடுங்கள். அது நான் உங்களுக்காக தயாரித்தது."

கொல்லன் ஃபாங், ஸூ யுலானைப் பார்த்தான்: "அப்படியென்றால் சரி. ஆளுக்கு ஒரு குவளை குடிக்கிறோம்."

அவர்கள் தேநீர் குடிப்பதற்காக அடுக்களைக்குச் சென்றார்கள். ஸூ யுலான் வாயிற் படியில் நின்றாள். தேநீர் குடித்து முடித்து அவர்கள் வாயிலைக் கடந்து தாழ்வாரத்தில் இறங்கி வீட்டை விட்டுச் செல்வதைப் பார்த்தாள். அவர்கள் வண்டியைத் தள்ளிக்கொண்டு தெருவில் செல்வதைப் பார்த்துக் கொண்டிருந்தாள். அதற்குப் பிறகுதான் அவள் உண்மையாகவே அழத் தொடங்கினாள்.

"இனி நான் வாழ்ந்து என்ன செய்யப்போகிறேன். இதுவரை நான் வாழ்ந்ததே போதும். நான் செத்துப்போயிருந்தால் நன்றாயிருந்திருக்கும். நான் இறந்திருந்தால் நான் இந்தளவு துன்பப்பட வேண்டியிருந்திருக்காது. நான் செத்திருந்தால் கணவனுக்கும் குழந்தைகளுக்கும் சமைக்கவோ துவைக்கவோ வேண்டியிருந்திருக்காது. நான் இவ்வளவு துவண்டிருக்க மாட்டேன். நான் இவ்வளவு துயரப்பட்டிருக்க மாட்டேன். செத்துப்போயிருந்தால் நான் சந்தோஷமாக இருந்திருப்பேன். கல்யாணத்துக்கு முன்பு நான் எவ்வளவு சந்தோஷமாக இருந்தேன். செத்திருந்தால் அதைவிட அதிக சந்தோஷமாக இருந்திருப்பேன்."

அப்போதும் கொல்லன் ஃபாங்கும் அவன் ஆட்களும் தெருவில் வண்டி தள்ளிச் சென்றுகொண்டிருந்தார்கள். அவளுடைய புலம்பலைக் கேட்டு கொல்லன் ஃபாங், வண்டிகளில் ஒன்றை தெருவோரமாக தள்ளி நிறுத்தினான்; பின் திரும்பி அந்தத் தம்பதியரிடம் சொன்னான்: "கேட்டுக்கொள்ளுங்கள். நான் இந்தப் பொருட்களை ஒன்றும் உடனே விற்கப்போவதில்லை. சில நாட்கள் நான் எல்லாவற்றையும் என் வீட்டில் வைத்திருக்கிறேன். நான்கு நாட்களுக்கு எனக்கு ஒரு பிரச்சினை இல்லை. இன்னும் அதிகமாக நான் உங்களுக்கு மூன்று நாட்கள் தருகிறேன். நேரத்திற்கு பணம் கொண்டு வந்து கொடுத்துவிட்டீர்கள் என்றால் உங்கள் எல்லாப் பொருட்களையும் நானே கொண்டு வந்து தருகிறேன். அது மட்டுமல்ல, ஒவ்வொரு பொருளையும் அது இருந்த இடத்திலேயே மீண்டும் வைப்பேன்."

ஸூ ஸன்க்வான், கொல்லன் ஃபாங்கிடம் சொன்னான்: "பாருங்கள், உங்களுக்கு வேறு வழியில்லை என்று எனக்குத் தெரிவதுபோல இவளுக்கும் தெரியும். இவளுக்கு இப்போது கொஞ்சம் மனக் கலக்கம், அவ்வளவுதான்."

ஸூ யுலானுக்கு அருகில் மண்டியிட்டு ஸூ ஸன்க்வான் சொன்னான்: "கொல்லன் ஃபாங்குக்கு வேறு வழியில்லை. உன் மகன் ஒரு கல்லால் அவன் மகனின் மண்டையை உடைத்து விட்டான் என்பது உண்மை. கொல்லன் ஃபாங் நம்மிடம் மிகவும் நல்லவிதமாக நடந்துகொள்ள முயன்றான். வேறு யாராக இருந்தாலும் எவ்வளவோ முன்பே நம் பொருட்களை அடித்து நொறுக்கியிருப்பார்கள்."

ஸூ யுலான் முகத்தைக் கரங்களில் புதைத்து மீண்டும் புதிதாக அழத் தொடங்கினாள்.

ஸூ ஸன்க்வான் விரைந்து கொல்லன் ஃபாங்கை நோக்கிக் கை வீசிக் காட்டினான்: "போங்கள். இப்போது போங்கள்."

தன் பத்து வருட வீடு இரண்டு வண்டிகளில் ஏற்றி வைக்கப்பட்டு குலுங்கிக் குலுங்கி தெருவில் செல்வதை ஸூ ஸன்க்வான் பார்த்தான். மூலையில் அந்த வண்டிகள் மறைந்தபோது அவனும் அழத் தொடங்கினான். அவன் ஸூ யுலானிடம் சாய்ந்தான். சோர்ந்து அவளுக்குப் பக்கத்தில் வாயிற்படியில் விழுந்தான். இழந்த வீட்டுக்காக அவர்கள் ஒன்றாக அழுதார்கள்.

11

மறுநாள் ஸூ ஸன்க்வான் ஏளையும் ஸான்லியையும் பக்கத்தில் அழைத்தான்: "இனி எனக்கு மிச்சமுள்ளது நீங்கள் இருவர் மட்டும்தான். நம்மை இவ்வளவு தாழ்ந்த நிலைக்குக் கொண்டு வந்தது யார் என்று நீங்கள் எப்போதும் மறக்காமல் இருக்க வேண்டும் என்று விரும்புகிறேன். நம்முடையதென்று சொல்ல ஒரு முக்காலிகூட இனி மிச்சமில்லை. நீங்கள் இப்போது நிற்கும் இடத்தில் ஒரு மேசை இருந்தது. நான் நிற்கும் இடத்தில் ஒரு பெட்டி இருந்தது. இப்போது எல்லாம் போய்விட்டது. முன்பு நம் வீடு முழுதும் பொருட்கள் இருந்தன; இப்போது அது சூன்யமாக இருக்கிறது. என் சொந்த வீட்டில் படுத்துத் தூங்குவது இப்போது வெட்ட வெளியில் தூங்குவதுபோலிருக்கிறது. இந்த நிலைக்கு வீசியெறிந்தது யார் என்று நீங்கள் நினைவில் வைத்திருக்க வேண்டும் என்று நான் விரும்புகிறேன்."

அவனுடைய இரண்டு மகன்களும் சொன்னார்கள்: "கொல்லன் ஃபாங்!"

"நிச்சயமாக கொல்லன் ஃபாங் அல்ல." ஸூ ஸன்க்வான் சொன்னான்: "அது ஹீ ஸியோயோங்தான். நான் ஏன் ஹீ ஸியோயோங் என்று சொல்கிறேன்? எனக்குப் பின்னால் ஹீ ஸியோயோங் உங்கள் அம்மாவைத் தள்ளி வீழ்த்தி யீலியை உருவாக்கினான். பிறகு யீலி கல்லெடுத்து கொல்லன் ஃபாங்கின் மகன் மண்டையை உடைத்தான். அது ஹீ ஸியோயோங்கின் தவறுதான் என்று நீங்கள் நினைக்கிறீர்களல்லவா?"

பிள்ளைகள் இருவரும் தலையாட்டினார்கள்.

"அதனால்," ஒரு வாய் தண்ணீர் குடிக்க சற்று நேரம் நிறுத்தினான், "நீங்கள் இருவரும் வளர்ந்து பெரியவர்கள்

ஆகும்போது நீங்கள் எனக்காக ஹீ ஸியோயோங்கைப் பழிவாங்க வேண்டும். ஹீ ஸியோயோங்கின் மகள்கள் யார் என்று உங்களுக்குத் தெரியும்தானே? உங்களுக்குத் தெரியும். அவர்களுடைய பெயர் தெரியுமா? தெரியாதா? பரவாயில்லை. அவர்களை அடையாளம் தெரியும் என்றால் அதுவே தாராளம். நீங்களெல்லாம் வளர்ந்து பெரியவர்களாகும்போது ஹீ ஸியோயோங்கின் மகள்களை பலாத்காரம் செய்ய வேண்டும்."

மிகவும் வெறுமையான அந்தப் புதிய வீட்டில் இரவு தூங்கும்போது இனி இப்படியே முன்னேறிச் செல்ல முடியாது என்று ஸூ ஸன்க்வானுக்குத் தோன்றியது. கொல்லன் ஃபாங்குக்கு என்ன விலை கொடுத்தேனும் தன் பொருட்களை மீட்க வேண்டும். அப்படித்தான் அவன், மீண்டும் ரத்தம் விற்பதைப் பற்றி சிந்தித்தான். ஏனென்றால் பத்து வருடம் முன்பு ஆ ஃபாங்குடனும் ஜென்லோங்குடனும் ரத்தம் விற்கச் சென்றிருக்கவில்லையென்றால், அதிகம் சொல்வானேன்; இந்த வீடே இருந்திருக்காது. இப்போது மீண்டும் ஒரு முறை அவன் ரத்தம் விற்க வேண்டி வந்திருக்கிறது. ரத்தம் விற்று சம்பாதிக்கும் பணத்தால் அவனுக்குத் தன் மேசைகளையும் பெட்டிகளையும் எல்லா முக்காலிகளையும் திரும்பி வாங்க முடியும். அதனால் ஹீ ஸியோயோங்கை மிக எளிதாக சுதந்திரமாக்குகிறான். ஹீ ஸியோயோங்கின் மகனை ஒன்பது வருடங்கள் வளர்த்திருக்கிறான். அவனுடைய கடனையும் இப்போதே அவன் அடைக்க வேண்டுமா? அவன் மனது மீண்டும் துவண்டுபோனது. தொண்டை வறண்டது. அப்போது அவன் மீண்டும் ஏளையும் ஸான்லியையும் பக்கத்தில் அழைத்தான். ஹீ ஸியோயோங்குக்கு இரண்டு பெண்கள் இருக்கிறார்கள் என்று மீண்டும் நினைவுபடுத்தினான். சரியானபடி பழிவாங்குவதற்கு இப்போது பொறுமைதான் வேண்டும். பத்து வருடம் என்பது அவ்வளவு நீண்ட காத்திருப்பல்ல. பொறுமை என்றால் என்ன அர்த்தம்? பொறுமை என்பதன் அர்த்தம் பத்து வருடத்திற்குள் ஏளும் ஸான்லியும் ஹீ ஸியோயோங்கின் மகள்களை பலாத்காரம் செய்ய வேண்டும் என்று அவன் விரும்புகிறான் என்பதுதான்.

ஹீ ஸியோயோங்கின் இரண்டு மகள்களை பலாத்காரம் செய்ய வேண்டும் எனும் ஸூ ஸன்க்வானின் கட்டளையை கவனித்துக் கேட்டுக்கொண்டிருக்கும்போது பிள்ளைகள் இருவரும் இளித்தார்கள். ஸூ ஸன்க்வான் அவர்களிடம் ஒரு கேள்வி கேட்டான்: "வளர்ந்து பெரியவர்களாகும்போது நீங்கள் என்ன செய்யப்போகிறீர்கள்?"

இரண்டு பையன்களும் பதில் சொன்னார்கள்: "ஹீ ஸியோயோங்கின் மகள்களை பலாத்காரம் செய்யப்போகிறோம்."

ஸூ ஸன்க்வான் குபீரென்று சிரித்தான். அவனுக்குக் கொஞ்சம் தேவலாம் போன்றிருந்தது. தன் ரத்தத்தை விற்கப் புறப்படும் அளவுக்கு அவனுக்கு ஆசுவாசம் ஏற்பட்டது. அவன் வீட்டைவிட்டுப் புறப்பட்டான். ஆஸ்பத்திரியை நோக்கி நடந்தான். அன்று காலையில்தான் அவன் எடுத்த முடிவு அது. ஆஸ்பத்திரிக்குச் செல்வது; நீண்ட வருடங்களாகப் பார்க்காமல் இருந்த ரத்த அதிகாரியைப் பார்ப்பது; ஒரு கயிறு எடுத்து கையில் கட்டி ரத்த நரம்புகளை புடைக்கச் செய்வது; அவனது கனமான ரத்தக் குழாயில் ஆஸ்பத்திரியின் மிகவும் தடித்த ஊசியை ஏற்றுவது; பெரியதொரு பாட்டில் நிறைவதுவரை ரத்தத்தை உறிஞ்சி எடுப்பது. முன்பும் அவன் தன் ரத்தத்தைப் பார்த்திருக்கிறான். கருப்பு நிறமோ என்று நினைக்கத்தக்க விதம் அடர்த்தியானதாயிருந்தது அது. பாட்டிலின் மேலே மங்கிய வெள்ளை நிறமுள்ள குமிழ்களுடன்.

ஒரு கையில் ஒரு ராத்தல் வெள்ளைச் சர்க்கரையுடன் ஆஸ்பத்திரியின் ரத்தம் கொடுக்கும் அறையின் கதவை தள்ளித் திறந்தான். அசுத்தமான ஒரு வெள்ளை உடை அணிந்து, ஏதோ ஒரு எண்ணெய்ப் பலகாரம் கட்டிய செய்தித்தாளைப் பிடித்தவாறு ரத்த அதிகாரி மேசைக்கருகில் அமர்ந்திருந்தார். செய்தித்தாள் எண்ணெயில் ஊறியதுபோன்றிருந்தது. ஏனென்றால் சன்னல் வழியே அறைக்குள் வரும் வெளிச்சத்தில் அது தெளிவாக இருந்தது.

ரத்த அதிகாரி லீ செய்தித்தாளை கீழே வைத்து, ஸூ ஸன்க்வான் நடந்து வருவதைக் கவனித்தார். ஸூ ஸன்க்வான் சர்க்கரைப் பொதியை அவன் முன்னால் வைத்தான். ரத்த அதிகாரி லீ அதை அழுத்திப் பார்ப்பதற்காக ஒரு கையை நீட்டினார். பிறகு ஸூ ஸன்க்வானிடம் கவனத்தைத் திருப்பினார்.

ஸூ ஸன்க்வான் சிரித்தவாறு லீக்கு எதிரே ஒரு இருக்கையில் அமர்ந்தான். அதே சமயம், லீக்கு கடந்த முறையைவிட முடி மிகவும் குறைந்திருக்கிறது என்றும் முகத்தைச் சுற்றிலும் நிறைய தசை தொங்கிக்கொண்டிருக்கிறது என்றும் கவனித்தான். அவன் சிரித்தபடியே கேட்டான்: "நீங்கள் கம்பெனிக்கு வந்து வெகு காலமாகிவிட்டதே?"

ரத்த அதிகாரி தலையசைத்தார்: "அப்படியென்றால் நீ அந்தத் தொழிற்சாலையில்தான் இருக்கிறாயா?"

ஸூ ஸன்க்வான் தலையசைத்துச் சொன்னான்: "முன்பு நான் ஆ ஃபாங்குடனும் ஜென்லோங்குடனும் இங்கு வந்திருக்கிறேன். நாம் நீண்ட காலத்துக்குப் பிறகு சந்திக்கிறோம். நீங்கள் தெற்குப் பாலத்திற்குப் பக்கத்தில்தானே வசிக்கிறீர்கள்? உங்கள் குடும்பத்தினர் நலமாக இருக்கிறார்களா? இப்போது என்னைத் தெரிகிறதா?"

ரத்த அதிகாரி லீ தலையசைத்தார். "இப்போது எனக்கு ஞாபகம் வரவில்லை. எவ்வளவோ ஆட்கள் என்னைப் பார்க்க வருகிறார்கள். நான் யார் என்று அவர்களுக்குத் தெரியும். ஆனால் அவர்களையெல்லாம் எப்போதும் நான் ஞாபகம் வைத்திருக்க வேண்டும் என்பதில்லையல்லவா. ஆ ஃபாங்கையும் ஜென்லோங்கையும் எனக்குத் தெரியும். இரண்டு மாதங்களுக்கு முன்பு அவர்கள் இங்கே வந்திருந்தார்கள். நீ எப்போது அவர்களுடன் வந்தாய்?"

"பத்து வருடங்களுக்கு முன்பு."

"பத்து வருடங்கள்?" ரத்த அதிகாரி லீ கட்டிச் சளியை தரையில் துப்பினார். "பத்து வருடங்களுக்கு முன்பு இங்கு வந்த ஒருவனை நான் நினைவுகூர வேண்டும் என்று நீ எப்படி நம்புகிறாய்? கடவுளால்கூட அந்தளவு பழைய விஷயத்தை நினைவுகூர முடியாது." அவர் காலைத் தூக்கி முன்னால் உள்ள நாற்காலியில் வைத்தார். "இன்று நீ ரத்தம் விற்க வந்திருக்கிறாயா?"

"ஆமாம்." ஸூ ஸன்க்வான் பதில் சொன்னான்.

ரத்த அதிகாரி லீ, மேசையில் உள்ள பொதியைச் சுட்டிக்காட்டி கேட்டார்: "இது எனக்கா?"

ஸூ ஸன்க்வான் பதில் சொன்னான்: "ஆமாம்."

"என்னால் இதை ஏற்றுக்கொள்ள முடியாது." ரத்த அதிகாரி விரலால் மேசையில் தட்டினார். "நீ ஆறு மாதங்களுக்கு முன்பு வந்திருந்தாய் என்றால் நான் இதை எடுத்துக்கொண்டிருப்பேன். ஆனால் இப்போது நான் பரிசுகள் ஏதும் வாங்க முடியாது. கடந்த முறை ஆ ஃபாங்கும் ஜென்லோங்கும் வந்தபோது இரண்டு டசன் புதிய முட்டைகள் கொண்டு வந்தார்கள். நான் அதில் ஒன்றைக்கூட தொடவில்லை. இப்போது நான் கம்யூனிஸ்ட் கட்சி உறுப்பினர். நான் சொன்னது புரிந்ததா? மக்களிடமிருந்து ஒரு ஊசியோ நூலோகூட வாங்கிக் கொள்ள என்னால் முடியாது."

யூ ஹுவா ⅄ 95

ஸூ ஸன்க்வான் தலையாட்டினான்: "எங்கள் குடும்பத்தில் ஐந்து பேர் இருக்கிறோம். அதனால் எல்லா வருடமும் ஒரு ராத்தல் வெள்ளைச் சர்க்கரைக்கான கூப்பன்கள் தேவையானவை கிடைக்கின்றன. உங்களுக்கான என் மரியாதையைக் காட்டுவதற்காக இந்த வருடத்திற்கான எல்லா சர்க்கரைக் கூப்பன்களையும் நான் செலவிட்டேன்."

"சுத்தப்படுத்திய சர்க்கரையா இது?" ரத்த அதிகாரி லீ, பொதியைத் திறந்தார். வெண் துகள்களைக் கவனித்துப் பார்த்தார். "வெள்ளைச் சர்க்கரைக்கு நல்ல விலை. இது உப்பு என்று நான் நினைத்தேன்." பேசிக்கொண்டிருக்கும்போது கொஞ்சம் சர்க்கரையை அவர் தன் உள்ளங் கையில் வைத்து துகள்களைக் கவனித்துப் பார்த்தார்: "இது மிகவும் நல்லது. இளம் பெண்களின் சருமம்போன்று மென்மையானது. உனக்கும் இப்படித்தானே தோன்றுகிறது?"

ரத்த அதிகாரி தலையைக் கைகளை நோக்கித் தாழ்த்தி நாக்கை நீட்டி தன் கரத்திலுள்ள சர்க்கரையை நக்கினார். நொடி நேரம் அவர் அதன் இனிப்புச் சுவையை அனுபவித்தார்; அவரது கண்கள் மூடிக்கொண்டன. பிறகு கவனத்துடன் அந்தப் பொதியை மீண்டும் மூடி ஸூ ஸன்க்வானிடம் திரும்பக் கொடுத்தார்.

ஸூ ஸன்க்வான் அதை மீண்டும் மேசையில் இன்னும் கொஞ்சம் தள்ளி வைத்தான்: "எடுத்துக்கொள்ளுங்கள்."

"என்னால் முடியாது." ரத்த அதிகாரி லீ சொன்னார்: "மக்களிடமிருந்து என்னால் ஒரு ஊசியோ நூலோகூட வாங்க முடியாது."

"என் மரியாதையைக் காட்டுவதற்காகத்தான் இதைக் கொண்டு வந்தேன். நீங்கள் வாங்கிக்கொள்ளவில்லையென்றால் நான் இதை வேறு யாருக்குக் கொடுப்பேன்?"

"நீயே வைத்துக்கொள்ளேன்?"

"இவ்வளவு நல்ல பொருளை நான் வீணாக்க மாட்டேன். சுத்தமான சர்க்கரை பரிசாக கொடுக்கக்கூடியது."

"நீ இப்போது சொன்னது உண்மைதான்." ரத்த அதிகாரி லீ பொதியை தன்னருகே தள்ளிக்கொண்டு சொன்னார்: "இவ்வளவு நல்ல சர்க்கரையை தானே பயன்படுத்துவது அவமானகரம்தான். என்னவாயினும் நான் இன்னும் கொஞ்சம் சுவைத்துப் பார்க்கிறேன்."

இன்னொரு தேக்கரண்டி சர்க்கரையை உள்ளங்கையிலிட்டு நாக்கால் நக்கினார். இனிப்பைச் சுவைத்தபடி மீண்டும் பையை ஸூ ஸன்க்வானிடம் தள்ளி வைத்தார்.

உடனே ஸூ ஸன்க்வான் அதை லீயிடம் தள்ளி வைத்தான்: "எடுத்துக்கொள்ளுங்கள். நான் சொல்லவில்லையென்றால் இது யாருக்கும் தெரியாது."

வாங்கிக்கொள்ளுங்கள் என்ற வேண்டுகோளுடனான இந்தப் பேச்சில் லீ மிகவும் மகிழ்ச்சியை வெளிப்படுத்தினார். அவர் சிரிப்பு பட்டென்று மறைந்தது. அவர் சொன்னார்: "உனக்குக் கொஞ்சம் திருப்தியாக இருக்கட்டுமே என்றுதான் நான் இன்னொரு முறை சுவைத்துப்பார்த்தேன், அவ்வளவுதான். நான் கொஞ்சம் இடம் கொடுத்தால் நீ மடத்தைப் பிடுங்கலாம் என்று நினைக்கிறாயா?"

சர்க்கரையை திரும்பப் பெற்றுக்கொள்ளத்தான் ஸூ ஸன்க்வானால் முடிந்தது. "அப்படியென்றால் இதை நானே வைத்துக்கொள்கிறேன்."

ஸூ ஸன்க்வான் சர்க்கரையை தன் பையில் வைப்பதை லீ கவனித்தார். பிறகு மேசையில் விரலால் தட்டிக் கேட்டார்: "உன் பெயர் என்ன?"

"ஸூ ஸன்க்வான்."

"ஸூ ஸன்க்வானா?" அவர் மேசையில் தட்டினார். "இது பழக்கமான பெயர்போலத் தோன்றுகிறதே?"

"நான் முன்பு ஒரு முறை வந்திருக்கிறேன்."

"இல்லை... அப்படியில்லை." ரத்த அதிகாரி கை வீசினார். "ஸூ ஸன்க்வான்... ஸூ ஸன்க்வான்..."

ரத்த அதிகாரி லீ திடீரென்று கூச்சலிட்டுப் பரிகசித்தார். பிறகு பெருங்குரலெடுத்துச் சிரித்தார். "இப்போது எனக்கு நினைவு வருகிறது. அப்படியென்றால் நீதானா ஸூ ஸன்க்வான்? நீதானா அந்தப் புகழ் பெற்ற விபச்சாரியின் வஞ்சிக்கப்பட்ட கணவன்?"

12

ஸூ ஸன்க்வான் ரத்தம் விற்ற பிறகு நேராகச் சென்று கொல்லன் ஃபாங்குக்கு பணம் கொடுக்கவில்லை. அதற்குப் பதிலாக நேராக விக்டரி ஹோட்டலுக்குச் சென்றான். சன்னலுக்குப் பக்கத்திலுள்ள மேசையில் அமர்ந்தான்.

பத்து வருடங்களுக்கு முன்பு ஆ ஃபாங் மற்றும் ஜென்லோங்குடன் ரத்தம் விற்ற பிறகு முதலாவதாக இங்கே வந்ததைப் பற்றி யோசித்து அவன் தலை சொறிந்தான்; அவர்கள் உணவு ஆடர் செய்யும்போது அழுத்தமாகச் சொல்வதற்காக மேசையில் அடித்தது அவனுக்கு நினைவு வந்தது. அதனால் அவனும் பரிசாரகனிடம் உரத்துச் சொல்லும்போது மேசையில் ஓங்கி அடித்தான். “வறுத்த பன்றி ஈரல் ஒரு பிளேட். மஞ்சள் அரிசி ஒயின் இரண்டு கிளாஸ்.”

பரிசாரகன் ஆடர் எடுத்துக்கொண்டு திரும்பிப் போகும்போதுதான் எதையோ விட்டுவிட்டோம் என்று ஸூ ஸன்க்வானுக்குப் புரிந்தது. அங்கேயே நிற்கும்படி அவன் பரிசாரகனுக்கு ஜாடை காட்டினான். பரிசாரகன் அவனுக்கு அருகில்தான், இப்போதே சுத்தமாயிருந்த மேசையை நனைந்த துணியால் மீண்டும் துடைத்துக்கொண்டிருந்தான்: “வேறென்ன வேண்டும்?”

கைகளை இப்போதும் காற்றில் வைத்தவாறு ஸூ ஸன்க்வான் நொடி நேரம் யோசித்தான். ஆனால் அது என்னவென்று நினைவு கூர அவனால் முடியவில்லை: “எனக்கு ஞாபகம் வரும்போது நான் உன்னிடம் சொல்கிறேன்.”

பரிசாரகன் தலையசைத்து சம்மதித்தான்.

அவன் அறையைக் கடந்து செல்லவே, தேடிக்கொண்டிருந்த வாக்கியம் ஸூ ஸன்க்வானின் நினைவுக்கு வந்தது. ஹோட்டலின் மறு முனைவரை கேட்கும்படி அவன் கத்தினான்: "எனக்கு இப்போது ஞாபகம் வந்துவிட்டது."

பரிசாரகன் உடனே அவன் மேசைக்குத் திரும்பி வந்தான்: "அது என்ன?"

அழுத்தமாகச் சொல்வதற்காக ஸூ ஸன்க்வான் மேசையில் அடித்தான்: "அந்த ஒயினை எனக்காகக் கொஞ்சம் வெதுவெதுப் பாக்க வேண்டும்."

ಐ

ஸூ ஸன்க்வான் பணத்துடன் வந்த உடனே கொல்லன் ஃபாங், நேற்றிருந்த ஆறு பேரில் மூவருடன் ஒரு வண்டியில் பொருட் களைத் திருப்பி அனுப்பினான். கொல்லன் ஃபாங் சொன்னான்: "உங்கள் பொருட்கள் உண்மையில் ஒரு வண்டியில்தான் கொள்ளும். நேற்றிருந்த ஒரு வண்டியும் மூன்று ஆட்களும் அதிகம்."

ஒருவன் தெரு வழியே வண்டி இழுத்தான். மற்ற இருவரும் வீட்டுப் பொருட்களின் குவியலுக்குத் தாங்காக இரு புறங்களிலும் நின்றார்கள். அவர்கள் விரைவில் ஸூ ஸன்க்வானின் வீட்டு வாயிலுக்கு வந்தார்கள்.

"ஸூ ஸன்க்வான், நீங்கள் இந்தப் பணத்தை நேற்றே தந்திருந்தால் நாங்கள் இந்தப் பொருட்களை எடுத்துச் செல்ல நேர்ந்திருக்காது" என்று அவர்கள் சொன்னார்கள்.

"ஆனால் விஷயங்கள் அதுபோலத்தான் நடக்க வேண்டும் என்றில்லையல்லவா?" முக்காலிகளில் ஒன்றைக் கீழே இறக்கிக் கொண்டு ஸூ ஸன்க்வான் சொன்னான். "தேவைகள்தானே கண்டுபிடிப்புகளின் தாய். கட்டிய முளைக் கயிற்றின் முடிவுக்கு வரும்போதுதான் ஒரு பிரச்சினையை எப்படித் தீர்க்க வேண்டும் என்ற தீர்மானத்திற்கு நாம் வருகிறோம். நான் என் கயிற்றின் முடிவுக்கு வந்திருக்கவில்லையென்றால் சிக்கலிலிருந்து தப்பிக்க ஒரு வழி கண்டுபிடித்திருப்பேன்; ஆனால் அது சரியாக முன்னோக்கிச் செல்லுமா என்று எனக்குத் தெரியாது. உங்கள் மகனுக்கான மருந்தையும் சிகிச்சையையும் நிறுத்தப்போகிறோம் என்று ஆஸ்பத்திரிக்காரர்கள் உங்களிடம் சொல்லியிருக்கவில்லை

என்றால் என் பொருட்களை பறிமுதல் செய்ய நீங்கள் வந்திருக்க மாட்டீர்கள். அப்படித்தானே? என்ன சொல்கிறீர்கள் ஃபாங்?"

அதற்கு ஆதரவாக கொல்லன் ஃபாங் தலையசைப்பதற்கு முன்னால் ஸூ ஸன்க்வான் கத்தினான்: "நானொரு பாழாய்ப் போன அதிர்ஷ்டக் கட்டை."

திகைத்துப்போன கொல்லன் ஃபாங்கும் அவன் ஆட்களும், ஸூ ஸன்க்வான் தொடர்ந்து தன் தலையில் அடித்துக் கொள்வதைப் பார்த்துக் கொண்டிருந்தார்கள். உடல் ரீதியாகத் தன்னைத்தானே துன்புறுத்த வேண்டித்தான் இப்படியா, என்ற சந்தேகத்துடன் அவர்கள் அமைதியாகப் பார்த்து நின்றார்கள். பிறகு ஸூ ஸன்க்வான் துயரத்துடன் கொல்லன் ஃபாங்கை நோக்கி நின்றான். "நான் தண்ணீர் குடிக்க மறந்துவிட்டேன்." ரத்தம் விற்பதற்கு முன்பு தான் தண்ணீர் குடிக்க மறந்துவிட்டது அவனுக்கு இப்போதுதான் நினைவுக்கு வந்தது. "நான் தண்ணீர் குடிக்க மறந்துவிட்டேன்."

"தண்ணீரா?" கொல்லன் ஃபாங்குக்கும் அவன் ஆட்களுக்கும் அது புரியவில்லை: "என்ன தண்ணீர்?"

"எந்த தண்ணீராயிருந்தாலும் பரவாயில்லை."

இப்போது கீழே இறக்கி வைத்த முக்காலியை சுவரருகில் வைத்து ஸூ ஸன்க்வான் அமர்ந்தான். அவன் கைகளை உயர்த்தி, ரத்த நாளங்கள் புடைத்து வருவதற்காக தசைகளை இறுக்கினான். கையில் ஊசி குத்திய காயத்தை உற்றுப் பார்த்தான்.

"நான் இரண்டு குவளை விற்றேன். இந்த இரண்டு குவளையும் மூன்று குவளை ஆகக்கூடிய அளவு கெட்டியாயிருந்தது. நான் தண்ணீர் குடிக்க மறந்திருக்கவில்லையென்றால்... என்னைப் பொறுத்தவரை இப்போது ஒன்றும் சரியாக இல்லை."

கொல்லன் ஃபாங்கும் அவன் ஆட்களும் கேட்டார்கள்: "என்ன இரண்டு குவளை?"

௧௦

ஸூ யுலான் அவள் அப்பாவின் வீட்டிலிருந்தாள். அப்பா வழக்கமாக மதியத் தூக்கத்துக்குப் பயன்படுத்தும் பிரம்பு நாற்காலியிலிருந்து கண்ணீர்விட்டுக்கொண்டிருந்தாள். எதிரே அப்பா இருந்தார். அழுததன் காரணத்தால் அவரின் கண்கள்

சிவந்து கலங்கியிருந்தன. கொல்லன் ஃபாங்கும் அவன் ஆட்களும் வந்து அவர்களின் பொருட்களை எடுத்துக்கொண்டு போன விவரத்தை அவள் அப்பாவிடம் சொல்லியிருந்தாள். அவர்கள் எடுத்துக்கொண்டு போன பொருட்ளின் பட்டியலில் அவள் விரலால் சரிபார்ப்புக் குறியிட்டு அப்பாவிடம் கொடுத்தாள்.

பிறகு மிச்சமான பொருட்களின் பட்டியலையும் சேர்த்தாள். அவள் கடைசியாகச் சொன்னாள்: “பத்து வருடக் கடின உழைப்பை எடுத்துச் செல்ல அவர்களுக்கு இரண்டு மணி நேரம்தான் தேவைப்பட்டது. நீங்கள் சீதனமாகத் தந்த இரண்டு பட்டு ஆடைகளைக்கூட அவர்கள் எடுத்துக்கொண்டு போய் விட்டார்கள் அப்பா. அவற்றை நான் உடுத்தியதுகூட இல்லை.”

விரலால் அவள் ‘சரி’ குறியிடும் அதே நேரத்தில்தான் கொல்லன் ஃபாங்கும் அவன் ஆட்களும் அவள் வீட்டுப் பொருட்களை அந்தந்த இடத்தில் வைக்கும் வேலையில் ஈடுபட்டிருந்தார்கள். அவள் வீட்டுக்கு வரும்போது அந்த வேலை முடிந்திருந்தது. கண்களை அகலத் திறந்து உற்றுப் பார்த்தவாறே அவள் வாயிற்படியில் நின்றாள்.

அவர்களின் பத்து வருட கடின உழைப்பு நேர்த்தியாக வீட்டுக்குள் இருந்தது. அவள் கண்கள் மேசையிலிருந்து பெட்டிக்கும் பெட்டியிலிருந்து முக்காலிகளுக்கும் மாறி மாறி அசைந்து கொண்டிருந்தது. எல்லா பொருட்களையும் அவள் மீண்டும் பரிசோதித்தாள். பிறகு பத்து வருட காலம் அவளுடன் சேர்ந்து பாடுபட்ட மனிதனைத் தேடி உள்ளே சென்றாள். ஸூ ஸன்க்வான் உள்ளே மேசைக்கருகில் அமர்ந்திருந்தான்.

13

ஸூ யுலான், ஸூ ஸன்க்வானிடம் கேட்டாள்: "இந்தப் பணத்தை யாரிடமிருந்து கடன் வாங்கினீர்கள்?"

பேசிக் கொண்டிருக்கும்போது அவள் கை விரலால் ஸூ ஸன்க்வானின் மூக்கில் தொட்டாள்; வலிக்கும்வரை அங்கும் இங்கும் திருப்பினாள். ஸூ ஸன்க்வான் அவள் கையைத் தட்டி விலக்கினான். ஆனால் அவள் மீண்டும் மறு கையை வைத்தாள்.

"நீங்கள் இப்போது கொல்லன் ஃபாங்கின் கடனை அடைத்து விட்டீர்கள்." அவள் தொடர்ந்து சொன்னாள்: "ஆனால் நாம் இப்போது மற்றொருவருக்குக் கடன்பட்டிருக்கிறோம். மேற்குச் சுவரின் குறைபாட்டைச் சரி செய்வதற்கு கிழக்குச் சுவரிலிருந்து கல் எடுப்பது போலத்தான் அது. கிழக்குச் சுவரின் துளையை நீங்கள் என்ன செய்யப்போகிறீர்கள்? இந்தக் கடனை அடைக்க இனி யார் உங்களுக்கு அதிகப் பணம் கடன் தரப்போகிறார்கள்?"

கையில் ஊசி ஏற்றிய காயத்தை ஸூ யுலானிடம் காட்டுவதற்காக சட்டைக் கையை மேலே ஏற்றினான். "இதைப் பார்த்தாயா? கொசு கடித்ததுபோன்ற இந்த சிவப்பு தடத்தைப் பார்த்தாயா? இது ஆஸ்பத்திரியில் உள்ளதிலேயே தடித்த ஊசியால் குத்தியதால் ஏற்பட்டது." பிறகு சட்டையைக் கீழே இறக்கிவிட்டான். "நான் ரத்தம் விற்றேன். ஹீ ஸியோயோங்கின் கடனை அடைப்பதற்காக நான் என் சொந்த ரத்தத்தை விற்றேன். விபச்சாரியின் வஞ்சிக்கப்பட்ட கணவனாக இனியும் தொடர நான் என் ரத்தத்தை விற்றேன்."

அவன் சொன்னது புரிந்தபோது ஸூ யுலான் வெகுண்டாள்: "அய்ய! நீங்கள் ரத்தம் விற்றீர்கள். என்னிடம் ஒரு வார்த்தை கேட்கவும் இல்லை. ஏன் என்னிடம் எதுவும் சொல்லவில்லை.

நாம் தீர்ந்தோம்! முடிந்துபோனோம்! இந்தக் குடும்பம் அழிந்தது! குடும்பத்தில் ஒருவர் ரத்தம் விற்றுத் திரிகிறார் என்று அறியும்போது அவர்கள் என்ன நினைப்பார்கள்? ஸூ ஸன்க்வான் ரத்தம் விற்றுத் திரிகிறான், ஸூ ஸன்க்வானின் எல்லாம் போய்விட்டது. அவன் சென்று தன் ரத்தத்தை விற்றான்!"

ஸூ ஸன்க்வான் சொன்னான்: "நீ கொஞ்சம் குரலைக் குறைக்கிறாயா? நீ இப்படிக் கத்தவில்லையென்றால் இது யாருக்கும் தெரியப்போவதில்லை."

ஸூ யுலான் முன்பு போலவே மீண்டும் உச்சத்தில் கத்தினாள்: "உங்களுக்குள் ஓடும் ரத்தம் உங்களுக்கு உங்கள் முன்னோர்களிடமிருந்து தலைமுறை தலைமுறையாகக் கைமாறி வந்தது. நீங்கள் எண்ணெய்ப் பலகாரம் விற்கலாம்; உங்கள் இடத்தை விற்றுத் தொலைக்கலாம்; ஆனால், ரத்தம் விற்கக்கூடாது. நீங்கள் ரத்தம் விற்பதைவிட உங்கள் உடலை விற்பதுதான் நல்லது. உங்கள் உடல் உங்களுடையது. ஆனால் ரத்தம் விற்பது என்பதற்கு உங்கள் முன்னோர்களை விற்பது என்பதுதான் அர்த்தம். நீங்கள் உங்கள் முன்னோர்களை விற்றீர்கள்."

ஸூ ஸன்க்வான் சொன்னான்: "பேசாதிரு! இப்படியெல்லாம் பேசி நீ என்ன சொல்ல வருகிறாய்?"

ஸூ யுலானின் முகத்திலிருந்து ஒரு கண்ணீர்த்துளி உதிர்ந்து விழுந்தது: "நீங்கள் உங்கள் ரத்தத்தை விற்பீர்கள் என்று கனவில்கூட நான் நினைக்கவில்லை. நீங்கள் எதை வேண்டுமானாலும் விற்கலாம். அது ரத்தமாக இருக்கக் கூடாது, அவ்வளவுதான். கட்டிலை விற்றுக்கொள்ளுங்கள், வீட்டை விற்றுக் கொள்ளுங்கள், நினைப்பதையெல்லாம் விற்றுக்கொள்ளுங்கள். ஆயினும் எதற்கு ரத்தம் விற்றீர்கள்?"

ஸூ ஸன்க்வான் சொன்னான்: "பேசாதிரு! நான் எதற்கு என் ரத்தத்தை விற்றேன்? விபச்சாரியின் வஞ்சிக்கப்பட்ட கணவனாக விளையாட்டைத் தொடர..."

ஸூ யுலான் விம்மியழுதாள்: "நீங்கள் இப்போது சொன்னதை நான் கேட்டேன்! நீங்கள் என்ன அர்த்தமாக்குகிறீர்கள் என்று எனக்குத் தெரியும். நீங்கள் என்னைக் கேலி செய்கிறீர்கள் என்று எனக்குத் தெரியும். மனதின் அடித்தட்டில் நீங்கள் என்னைக் கடுமையாக வெறுக்கிறீர்கள் என்று எனக்குத் தெரியும். இல்லையென்றால் நீங்கள் எதற்கு இப்படிச் சொல்ல வேண்டும்." அவள் அழுதுகொண்டே வாயிற் படிக்குச் சென்றாள்.

பின்னால் நின்று ஸூ ஸன்க்வான் உறுமினான்: "இங்கே வாடீ பெட்டை நாயே. நீ மீண்டும் வாயிற் படிக்குச் செல்கிறாயா? மீண்டும் நீ அலறிக் கூச்சலிட்டு ஒரு காட்சியை உருவாக்கப் போகிறாயா?"

ஸூ யுலான் வாயிற் படியில் அமர்வதற்குப் பதில் நடந்து, தாழ்வாரத்தைக் கடந்து வாசலுக்கு வந்தாள். வெளியே சென்று திரும்பி சந்தில் நடந்து தெருவுக்கு வந்தாள். தெரு முனைவரை நடந்து, மற்றொரு வழியில் திரும்பி ஹீ ஸியோயோங்கின் வீட்டு வாயிலுக்கு வந்தாள்.

ஹீ ஸியோயோங்கின் வாசலில் நின்று அவள் உடைகளைத் தட்டி சுத்தமாக்கிக்கொண்டாள். விரல்களால் முடியைக் கோதி ஒதுக்கி அக்கம் பக்கம் முழுதும் கேட்கும்படி உரத்த குரலில் கத்தினாள்: "நீங்களெல்லாம் ஹீ ஸியோயோங்கின் அண்டை வாசிகள் அல்லவா? உங்கள் எல்லோருக்கும் ஹீ ஸியோயோங்கைத் தெரியும். நாற்றமடிக்கும் இருண்ட கருப்பு இதயமுள்ள நாய் மகன்தான் அவன் என்று உங்கள் எல்லோருக்கும் தெரியும். முற் பிறவியில் நான் பாவம் செய்த காரணத்தால் இந்தப் பிறவியில் ஹீ ஸியோயோங் என்னை சுகித்தான். உங்களுக்கு இந்தக் கதை முன்பே தெரியும் என்பதால் இதை நான் மீண்டும் சொல்ல வேண்டியதில்லை. இன்னொரு விஷயம் சொல்லத்தான் நான் இங்கே வந்தேன். உங்களுக்குத் தெரியாத, நான் இப்போதுதான் தெரிந்துகொண்ட விஷயம். என்னவென்றால் முற் பிறவியில் நான் நிறைய தூபம்போட்டு வழிபட்டிருப்பேன் என்பதுதான். அதனால் எனக்கு ஸூ ஸன்க்வானைத் திருமணம் செய்ய முடிந்தது. ஸூ ஸன்க்வான் எவ்வளவு நல்ல மனிதர் என்பது உங்களுக்கு யாருக்கும் தெரியாது. ஸூ ஸன்க்வான் அவ்வளவு நல்ல மனிதன் என்று என்னால் நாட்கணக்கில் இடைவிடாமல் பேச முடியும். ஆனால் நான் அதைச் செய்யமாட்டேன். ஆனால், ஸூ ஸன்க்வான் ரத்தம் விற்றார் என்ற விஷயத்தை நான் உங்களிடம் சொல்கிறேன். யீலிக்காக, எங்கள் குடும்பத்துக்காக, அவர் அப்படிச் செய்தார். தன் ரத்தத்தை விற்பதற்காகத்தான் இன்று அவர் ஆஸ்பத்திரிக்குச் சென்றார். கொஞ்சம் யோசித்துப் பாருங்கள். ரத்தம் விற்கும்போது ஒருக்கால் நீங்கள் இறந்துபோகலாம்; இறக்கவில்லையென்றாலும்கூட மயக்கமடையலாம்; பார்வை மங்கலாம்; தலை முதல் கால்வரை நீங்கள் சோர்ந்துபோவீர்கள்; ஸூ ஸன்க்வானுக்கு அதையெல்லாம் பொருட்படுத்தவில்லை. எனக்காக அவர் ஆபத்துக்கான சாத்தியங்களை அறிந்தே தன் உயிரைப் பணயம் வைத்தார்; யீலிக்காக, எங்கள் குடும்பத்துக்காக."

ஹீ ஸியோயோங்கின் எலும்புக்கூடுபோன்ற மனைவி வாயிலில் வந்து நின்று பழிப்புக் காட்டினாள்: "ஸூ ஸன்க்வான் அவ்வளவு பெரிய ஆள் என்றால் நீ எதற்கு என் புருஷனைத் திருட வந்தாய்?"

ஸூ யுலான், ஹீ ஸியோயோங்கின் மனைவியைப் பார்த்தபோது நிந்தனைப்பூர்வமாக பரிகசித்துச் சொன்னாள்: "சென்ற பிறவியில் நிறைய நிறைய பாவங்கள் செய்த பெண் இதோ. அதற்கான பயன் அவளுக்கு இந்தப் பிறவியில் கிடைத்தது. தண்டனை என்னவென்று நான் சொல்கிறேன். இவளுக்கு ஆண் பிள்ளைகளை கர்ப்பம் தரிக்க முடிந்ததே இல்லை. பெண் குழந்தைகள் மட்டும். பெண் குழந்தைகள் வளர்ந்து பெரியவர்களாகும்போது அவர்கள் மற்றவர்களின் குடும்பத்துக்கு உரிமைப்பட்டவர்கள். அவளுடைய சொந்தக் குடும்பச் சரடு அறுந்துவிடும்."

ஹீ ஸியோயோங்கின் மனைவி கதவைத் திறந்து வெளியே இறங்கி வந்தாள். பழிவாங்கும் தேவதைக்கு அழுத்தமாகப் பதில் சொல்லும்பொருட்டுத் தன் தொடையில் அடித்துக்கொண்டாள்: "இதோ வெட்கம் மானம் கெட்ட ஒரு பெண்! மற்றவரின் வித்தைக் கவர்ந்தேன் என்றுகூட பெருமையடித்துக்கொள்கிறவள்!"

ஸூ யுலான் எதிர்த்தாள்: "நிச்சயமாக அதுதாண்டி. தொடர்ந்து மூன்று பையன்களைப் பெற்றவளுக்கு இப்படி பெருமையடித்துக் கொள்ள உரிமை உண்டுடீ."

ஹீ ஸியோயோங்கின் மனைவி உரக்கக் கத்தினாள்: "இரண்டு தந்தைக்கு மூன்று பிள்ளைகள்! அதைப் பற்றியும் பெருமையடித்துக் கொள்கிறாயாடீ?"

"உன் மகள்கள் ஒரே தந்தைக்குப் பிறந்தவர்களா என்று கண்டறிய வேண்டும்!"

"உன்னைப்போன்ற தேவடியாள்களுக்குத்தானே இவ்வளவு ஆண்கள் கிடைப்பார்கள்?"

"நீ ஒரு தேவடியா இல்லையா? உன் பேண்ட்டுக்கு அடியில் என்னடீ? ஒரு பலசரக்குக் கடை. யார் வேண்டுமானாலும் உள்ளே போகலாம்."

"என் பேண்ட்டின் அடியில் பலசரக்குக் கடையென்றால் உன் பேண்ட்டின் அடியில் உள்ளது பொதுக் கழிப்பறைதானேடீ?"

ஐ

ஒருவன் ஸூ ஸன்க்வானிடம் ஓடி வந்தான்: "ஸூ ஸன்க்வான், சீக்கிரம்! சீக்கிரம் சென்று உன் மனைவியை வீட்டுக்கு அழைத்து வா! அவள் ஹீ ஸியோயோங்கின் மனைவியிடம் வாக்குவாதம் செய்கிறாள். அசிங்கம் மேலும் மேலும் அதிகரித்து வருகிறது. நீங்கள் சீக்கிரம் செல்வதுதான் நல்லது. இல்லையென்றால் அவள் அதை முடிக்கும்போது உங்களுக்கு உங்கள் முகமே இல்லாமல் போய்விடும்."

இன்னொருவன் வாசலுக்கு ஓடி வந்தான்: "ஸூ ஸன்க்வான்! உங்கள் மனைவி ஹீ ஸியோயோங்கின் மனைவியுடன் சண்டைபோடுகிறாள். அவர்கள் தலைமுடியைப் பிடித்து இழுத்துக்கொள்கிறார்கள், துப்புகிறார்கள், ஒருவரை ஒருவர் கடித்துக்கொள்கிறார்கள்."

கடைசியில் வந்த ஆள் கொல்லன் ஃபாங்: "நான் ஹீ ஸியோயோங்கின் வீட்டு வழியே நடந்து சென்றுகொண்டிருந்தேன். அங்கே ஒரு ஜனக் கூட்டமே இருந்தது. முப்பது பேராவது இருப்பார்கள். அவர்களெல்லாம் உங்கள் மனைவியைக் கேலி செய்கிறார்கள். உங்கள் மனைவியும் ஹீ ஸியோயோங்கின் மனைவியும் கத்திக் கூச்சலிட்டு சபித்து அடித்துக்கொள்கிறார்கள். என்னை நம்புங்கள். அது அவ்வளவு சுவையாக இல்லை. எல்லோரும் அந்தக் காட்சியைப் பார்த்து ரசித்து சிரிக்கிறார்கள். 'விபச்சாரியின் வஞ்சிக்கப்பட்ட கணவனாகத் தொடர்வதற்காக' ஸூ ஸன்க்வான் ரத்தம் விற்றுக்கொண்டே இருக்கிறான் என்று சிலர் சொல்வதையும் நான் கேட்டேன்."

ஸூ ஸன்க்வான் சொன்னான்: "நான் என்ன செய்வது? அவள் அவளின் இஷ்டத்துக்குச் செய்யட்டும்."

பேசிக்கொண்டு மேசைக்குப் பக்கத்தில் முக்காலியில் அமர்ந்தான். பிறகு வாயிலில் நிற்கும் கொல்லன் ஃபாங்கைப் பார்த்தான்.

"உடைந்து சிதறுவதற்கு தோதான ஓட்டைப் பானையைப் போன்றவள் அவள். நானோ, இப்போது கவலையற்ற ஒரு இறந்த பன்றி!"

14

ஸூ ஸன்க்வான் லின் ஃபென்ஃபாங்கைப் பற்றி யோசித்துக் கொண்டிருந்தான். அவளுடைய பின்னல் முடி இடுப்பளவு இருந்தது. லின் ஃபென்ஃபாங், கண்ணாடி அணிந்த ஒருவனைக் கல்யாணம் செய்துகொண்டு ஒரு மகனையும் மகளையும் பெற்றாள். வருடம் செல்லுந்தோறும் அவள் மேலும் மேலும் தடித்து வந்தாள். கடைசியில் அவள் தன் முடியை வெட்டினாள். காதுக்குப் பக்கத்திலிருக்கும் ஒரு குஞ்சம்போன்று கட்டி வைத்தாள்.

அவள் கழுத்தின் நீளம் குறைந்துவருவதை ஸூ ஸன்க்வான் கவனித்தான். தோள் தடிப்பதையும் பார்த்தான். இடுப்பின் வடிவுகள் மென்மையாவதையும் பெருப்பதையும் பார்த்தான். விரல்கள் பருத்து சதைப்பற்றாக ஆவதை கவனத்துடன் பார்த்தான். ஆயினும் இப்போதும் ஸூ ஸன்க்வான் மிகவும் நல்ல புழுக்கூடுகளை அவளுக்காக எடுத்து வைத்தான்.

இந்த நாட்களில் லின் ஃபென்ஃபாங் ஒரு கூடையுடன் தெருவில் நடப்பதைப் பார்க்கலாம். சில சமயம் அதில் நிறைய எண்ணெய், உப்பு, சோயா சாறு, புளிப்புக்காடி ஆகியவை இருக்கும். சில சமயம் காய்கறிகள் இருக்கலாம். மற்ற சில சமயம் காய்கறிகளுக்கிடையில் கொழுத்த பன்றி இறைச்சித் துண்டோ, ஒரு ஜோடி கார்ப் மீன் தலைகளோ தெரியும். கூடையில் நிறைய அழுக்குத் துணிகள் இருந்தால் அவள் நேராக ஆற்றங்கரைக்குச் செல்வாள்; மரத்தாலான ஒரு சிறிய முக்காலி அவள் கையில் ஆடிக்கொண்டிருக்கும். உடல் எடையின் காரணமாக அவளால் குந்த முடியாது. ஆற்றங்கரையில் அவள் குந்தியிருந்தால் என்றால் உடல் பாரத்தால் அவள் கால்கள் நடுங்கும். அவள் ஆற்றங்கரையில் முக்காலியில் அமர்ந்து ஷூக்களையும்

ஸாக்ஸையும் கழற்றிவிட்டு, பேண்ட்டை மேலே ஏற்றிவிட்டு, கடைசியில் கொழுத்த கால்களை தண்ணீரில் வைப்பாள். அதற்குப் பிறகுதான் அவள் பையிலிருந்து துணியை எடுப்பாள். பிறகு துவைக்கத் தொடங்குவாள்.

கூடையுடன் நடக்கும்போது ஒவ்வொரு அடி வைப்பிலும் அவள் உடல் பாரத்தால் அசைந்தாடியது. மிக மிக மெதுவாக நடப்பவரால்கூட அவளைக் கடந்து செல்ல முடியும். எல்லோருக்கும் பின்னால் அவள் மகிழ்ச்சியாக நடந்தாள். நகரத்திலேயே மிகப் பருத்த பெண், பட்டுத் தொழிற்சாலையில் வேலை செய்யும் லின் ஃபென்ஃபாங்தான் என்று எல்லோருக்கும் தெரியும். அரிசி உணவு மட்டும் சாப்பிட்டாலும் எடை அதிகரிக்கும் பெண். தண்ணீர் மட்டும் குடித்து ராத்தல்கள் அளவு எடையை அதிகரிக்க முடிகிற பெண்.

காலையில் காய்கறி வாங்கப் போகும் லின் ஃபென்ஃபாங்கை, ஸூ ஸன்க்வான் பெரும்பாலும் பார்ப்பான். கூடையுடன் கடைகளுக்கு நடந்து ஒவ்வொரு விபாயாரியிடமும் பேரம் பேசி பிறகு மெதுவாகக் குனிந்து காய்கறிகளுக்கிடையில் தேடி நல்ல கீரைகளும் முட்டைக்கோஸுகளும் தண்டுகளும் வாங்குவதைப் பார்க்கலாம். ஸூ யுலான் யீலியிடமோ, ஏளிடமோ ஸான்லியிடமோ சொல்வாள்: “பட்டுக் கம்பெனியில் வேலை செய்யும் லின் ஃபென்ஃபாங்கைத் தெரியுமா? இருவர் உடைக்குத் தேவையான துணி எடுத்துத்தான் அவள் ஒருத்திக்கு ஒரு ஆடை தைக்கிறார்கள்.”

லின் ஃபென்ஃபாங்குக்கு ஸூ யுலானைக் குறித்த எல்லா விவரங்களும் தெரியும். அவள் ஸூ ஸன்க்வானின் மனைவி என்றும் தெரியும். அவனுக்கு மூன்று மகன்களைக் கொடுத்தாள் என்றும் மூன்று பெற்ற பிறகும் அவள் உடல் எடை சற்றும் அதிகரிக்கவில்லை என்றும் ஒருக்கால் வயிற்றைச் சுற்றிலும் சற்று தடித்துவிட்டதோ என்ற சந்தேகம் மட்டும் அவளுக்குத் தெரியும். காய்கறி வியாபாரியிடம் பேசும்போது அவள் குரல் உயர்ந்து கம்பீரமாயிருந்தது. விலை குறைவாக வாங்க அதை எப்படிப் பயன்படுத்த வேண்டும் என்றும் அவளுக்குத் தெரியும். பொருட்கள் வாங்கும்போது அவள் மற்றவர்களுடன் நெருக்கியடித்துக் கொண்டிருக்கமாட்டாள். அவளுக்குத் தேவையான காய்கறிகளை ஒவ்வொன்றாக ஒரு முறையிலேயே அவள் வாங்குவாள்; காய்கறிகளை ஒன்றாகக் கூடையில் போடுவாள்; பிறகு வேண்டாததை குவியலிலேயே திருப்பிப் போடுவாள். அவள் யாருடனும்

சேர்ந்து காய்கறி வாங்கமாட்டாள். அவள் ஒதுக்கியதில் மற்றவர்கள் தேர்ந்தெடுக்க வேண்டும். லின் ஃபென்ஃபாங் பெரும்பாலும் அவள் பக்கத்தில்தான் நின்றிருந்தாள். குனிந்திருக்கும்போது அவள் உடலின் தசைப் பற்று உடைகளூடே உந்தித் தெரியும். அவள் இடுப்பு பெருக்கவில்லை என்பதும் தெரியும். அவள் கைகள் விற்பனைப் பொருட்களிலும் கூடையிலும் விரைவாக இயங்கின. அவள் கண்கள் தூரத்திலுள்ள ஏதோ ஒன்றை உற்றுப் பார்த்துக்கொண்டிருப்பதுபோலத் தோன்றும்.

லின் ஃபென்ஃபாங், ஸூ ஸன்க்வானிடம் சொன்னாள்: "உங்கள் மனைவி யார் என்று எனக்குத் தெரியும். ஸூ யுலான். நன்டாங் தெருவின் ராணி. அவள் உங்கள் மூன்று ஆண் மக்களையும் பெற்றெடுத்தாள். ஆயினும் சிறு பெண்ணைப்போல அழகாக இருக்கிறாள். எப்போதும் குண்டாகிக்கொண்டே இருக்கும் என்னைப்போல அல்ல. உங்கள் மனைவி அழகி, சுறுசுறுப்பானவள். விரைவாக நடமாடுகிறாள். பொருட்கள் வாங்கப் போகும்போது, அவள் இவ்வளவு அதிகார தோரணையில் உள்ள ஒரு பெண்ணை நான் பார்த்ததில்லை."

ஸூ ஸன்க்வான், லின் ஃபென்ஃபாங்கிடம் சொன்னான்: "அவளுக்கு நல்ல குணம் இல்லை. ஏதாவது ஒரு விஷயத்தில் பைத்தியம் பிடித்துவிட்டால் வாயிற் படியில் அமர்ந்து கத்திக்கொண்டிருப்பாள். அவளால் நான் ஒன்பது வருடங்களாக விபச்சாரியின் வஞ்சிக்கப்பட்ட கணவனாக இருக்கிறேன்; இப்போதும் அதுதான்."

லின் ஃபென்ஃபாங் குபீரென்று சிரித்தாள்.

அவளைப் பார்த்து ஸூ ஸன்க்வான் தொடர்ந்தான்: "அதைப் பற்றி இப்போது யோசிக்கும்போது நான் நடுங்கிப்போகிறேன். அவளுக்குப் பதிலாக அன்று நான் உன்னைத் திருமணம் செய்திருந்தேன் என்றால் நான் விபச்சாரியின் வஞ்சிக்கப்பட்ட கணவனாக மாறியிருக்க மாட்டேன். எல்லா அர்த்தத்திலும் நீ ஸூ யுலானைவிட மேம்பட்டிருப்பதாகத்தான் நான் நினைக்கிறேன்; உன் பெயர்கூட அழகாக இருக்கிறது. நீ அதை எழுதும்போது அதைவிட அழகாக இருக்கிறது. நீ இனிமையாக மென்மையாகப் பேசுகிறாய். ஸூ யுலான் நாள் முழுதும் அலறிக்கொண்டிருக் கிறாள். வேலை முடிந்து வந்தால் நீ கதவைச் சாத்திவிட்டு உங்கள் விஷயங்களை உங்களுடன் வைத்துக்கொள்கிறாய். இவ்வளவு வருடமாக நான் உன் கணவரைப் பற்றி அசிங்கமான பேச்சு

ஒன்றுகூட கேள்விப்பட்டதில்லை. ஆனால் ஸூ யுலானோ? வாயிற் படியில் சென்று அமர்ந்து கத்திக் கூப்பாடு போடாமல் மூன்று நாட்கள் கடந்து சென்றால், ஒரு வாரம் வெளிக்குப் போகாததுபோன்று அவள் கலக்கமடைவாள். ஒன்பது வருடமாக நான் ஒரு வஞ்சிக்கப்பட்ட கணவனாக இருக்கிறேன். அதுவும் கூட எனக்குத் தெரியாது. யீலி, அந்தப் பிச்சைக்காரன் ஹீ ஸியோயோங்கைப் போல இருந்ததால் நான் இந்த என் பாழாய்ப் போன பிறவி முழுதும் இருட்டில் இருக்கிறேன்."

ஸூ ஸன்க்வானுக்கு வியர்க்கத் தொடங்குவதை அறிந்த லின் ஃபென்ஃபாங் மின் விசிறியை அவனை நோக்கித் திருப்பினாள்: "உங்கள் ஸூ யுலான் என்னைவிட அழகி."

"உன் அளவு ஸூ யுலான் அழகி அல்ல." ஸூ ஸன்க்வான் சொன்னான். "நீ அவளைவிட அழகியாயிருந்தாய்."

"நான் பார்ப்பதற்கு நன்றாக இருந்தேன். ஆனால் இப்போது நான் தடிச்சி. ஸூ யுலானுடன் என்னை ஒப்பிடக்கூட முடியாது."

ஸூ ஸன்க்வான் சட்டென்று கேட்டான்: "அன்று உன்னிடம் என்னைத் திருமணம் செய்துகொள்ளும்படிக் கேட்டிருந்தால் நீ சம்மதித்திருப்பாயா?"

லின் ஃபென்ஃபாங் ஸூ ஸன்க்வானை நோக்கி குலுங்கிச் சிரித்தாள்: "என்னால் இப்போது எதையும் நினைத்துப் பார்க்க முடியவில்லை."

ஸூ ஸன்க்வான் கேட்டான்: "நீ என்ன சொல்கிறாய்? எதையும் நினைத்துப் பார்க்க முடியவில்லையா?"

லின் ஃபென்ஃபாங் சொன்னாள்: "உண்மையிலேயே என்னால் நினைவுகூர முடியவில்லை. பத்து வருடம் ஆகிவிட்டதல்லவா?"

ஐ

லின் ஃபென்ஃபாங் கட்டிலில் படுத்திருக்க ஸூ ஸன்க்வான் அவள் கட்டிலின் பக்கத்தில் நாற்காலியில் அமர்ந்தபடி பேசினார்கள். சுவரில் மாட்டியிருந்த படத்திலிருந்து அவளது கண்ணாடிக் கணவன் கீழே, அவர்களைப் பார்த்தான். ஆற்றங்கரை கற்படிகளில் வழுக்கி அவள் வலது காலில் முறிவு ஏற்பட்டிருந்தது. துவைத்த துணிகளைக் கூடையிலிட்டு கல் படிகள் ஏறத் தொடங்கும்போது தர்ப்பூசணி தோலில் மிதித்து அவள் இடது கால் வழுக்கிவிட்டது.

அலற முடிவதற்கு முன்பே அவள் விழுந்துவிட்டாள். வலது கால் உடைந்துவிட்டது.

அன்று ஸூ ஸன்க்வான் வண்டியைத் தள்ளிக்கொண்டு தொழிற்சாலைக்குச் செல்லும்போது அங்கே லின் ஃபென்ஃபாங் இல்லையென்பதைக் கவனித்தான். அவளது தையல் இயந்திரத்தின் அருகே அவன் சற்று நேரம் நின்றான். பிறகு பணியிடத்தின் உள்ளே சென்றான். தையல்காரிகளில் ஒருத்தியிடம் பேசிக் கொண்டு நிற்கும்போதும் அவள் தென்படவில்லை. அவள் கழிவறைக்குச் சென்றிருப்பாள் என்று அவன் நினைத்தான்.

"லின் ஃபென்ஃபாங் கழிவறையில் எங்காவது வீழ்ந்திருப் பாளோ? இவ்வளவு நேரமாக அவளைக் காணவில்லையே, ஏன்?"

மற்ற இளம் பெண்கள் சொன்னார்கள்: "லின் ஃபென்ஃபாங் எப்படிக் கழிவறையில் விழுவாள். அவள் மிகவும் தடித்தவள் அல்லவா? அவளது பின்புறம் அதற்குள் பொருந்தாது. எங்களில் யாரையாவது சொன்னீர்கள் என்றாலும் சரி. எப்படியானாலும் அவள் விழமாட்டாள்."

ஸூ ஸன்க்வான் கேட்டான்: "அப்படியானால் அவள் எங்கே போய்விட்டாள்?"

அவர்கள் சொன்னார்கள்: "அவளுடைய தையல் இயந்திரம் நிறுத்தி வைக்கப்பட்டிருப்பதை நீங்கள் பார்க்கவில்லையா? அவள் கீழே விழுந்து கால் உடைந்துவிட்டது. காயத்துடன் அவள் வீட்டில் படுத்திருக்கிறாள். இடது கால் தர்பூசணித் தோலில் மிதித்தபோது, எப்படியோ அவள் வலது கால் உடைந்துவிட்டது. அப்படித்தான் அவள் சொன்னாள். நாங்களெல்லாம் சென்று அவளைப் பார்த்து வந்தோம். நீங்களும் ஏன் அவளைப் பார்க்கக் கூடாது?"

இன்றே சென்று அவளைப் பார்க்க வேண்டும் என்று ஸூ ஸன்க்வான் முடிவு செய்தான்.

அன்றைய மதியப் பொழுதில்தான் ஸூ ஸன்க்வான் அவளது கட்டிலுக்குப் பக்கத்தில் நாற்காலியில் அமர்ந்திருந்தான். கையில் ஒரு விசிறியையும் பிடித்தவாறு, உள்ளே அணியும் அடர் நிறக் கால்சட்டையும் அணிந்து லின் ஃபென்ஃபாங் படுத்திருந்தாள். வலது காலில் கட்டுப்போடப்பட்டிருந்தது. படுக்கைக்கு மேலே விரித்திருந்த பிரம்புப் பாயில் அவளது இடது கால் வெளுத்துச் சாய்ந்திருந்தது. ஸூ ஸன்க்வானைப் பார்த்தபோது அவள் தன் காலை மறைப்பதற்கு ஒரு போர்வை தேடினாள்.

கட்டிலில் மல்லாந்து படுத்திருக்கும் அவள் பருத்த உடலை அவன் பார்த்தான். படுக்கையின் பரப்பில் சிதறித் தெறித்து உடைந்த வீட்டின் மிச்சமீதிகள் போன்றிருந்தது அவளது உடல். அவளது மிகப் பெரிய மார்புகள் தோளிலிருந்து தள்ளிப் புடைத்து இருபுறமும் விழுந்துகிடந்தன. அவளது கால்களில் போர்வை இருந்தது. ஆயினும் அது அவளின் செழிப்பான தொடைகளின் வடிவங்களை ஸூ ஸன்க்வானுக்குத் தெளிவாக்கியது. ஸூ ஸன்க்வான் கேட்டான்: "எந்தக் கால் உடைந்தது?"

லின் ஃபென்ஃபாங் வலது காலைச் சுட்டிச் சொன்னாள்: "இது."

ஸூ ஸன்க்வான் அவளது வலது காலில் கைவைத்தான்: "வலது காலிலா?"

லின் ஃபென்ஃபாங் தலையசைத்தாள்.

அவள் காலின் மீது வைத்திருந்த கையால் அவன் மெதுவாக அழுத்தினான்: "எனக்கு காயம் புரிகிறது." அவன் கைகள் அவள் தொடையில் நொடி நேரம் இளைப்பாறியது. அவன் சொன்னான்: "உங்கள் கால் வியர்க்கிறது."

லின் ஃபென்ஃபாங் புன்னகைத்தாள்.

ஸூ ஸன்க்வான் தொடர்ந்து சொன்னான்: "போர்வைக்குள் வெப்பமானதால் இருக்கலாம்."

பேச்சுக்கிடையில் ஸூ ஸன்க்வான் லின் ஃபென்ஃபாங்கின் உடலிலிருந்து போர்வையை எடுத்துவிட்டு அவளது கால்களைப் பார்த்தான்: ஒன்று கட்டுப்போடப்பட்டிருந்தது. ஒன்று ஆடையற்று வெண்ணிறத்திலிருந்தது. ஸூ ஸன்க்வான் தன் வாழ்க்கையில் இவ்வளவு பெரிய கால்களைப் பார்த்ததில்லை. அவளது மென்மையான வெண்ணிற தசை படுக்கையில் பரவிக் கிடந்தது. உள்ளே அணியும் காற்சட்டையிலிருந்து கால்கள் பிதுங்கிக் கிடப்பதைப் பார்த்தபோது ஸூ ஸன்க்வானுக்கு மூச்சே நின்றுவிட்டது. அவன் அவளைப் பார்த்தான். அவள் இப்போதும் புன்னகைத்துக்கொண்டிருந்தாள். இளித்தவாறு அவன் சொன்னான்: "உன் கால்கள் இவ்வளவு மென்மையாகவும் வெள்ளையாகவும் இருக்குமென்று நான் ஒருபோதும் நினைக்கவில்லை. இவை கொழுத்த பன்றியைவிட வெள்ளையாக இருக்கின்றன."

லின் ஃபென்ஃபாங் சொன்னாள்: "ஸூ யுலானுடையவையும் மென்மையும் வெள்ளையுமானவைதான்."

ஸூ யுலான் சொன்னான்: "ஸூ யுலானின் முகம் உன் முகத்தைப்போல வெண்மையாயிருக்கும். ஆனால் மற்ற இடங்கள் அப்படியல்ல." அவன் அவளின் முழங்காலை அழுத்திக் கேட்டான்: "இங்கா அடிபட்டது?"

லின் ஃபெங்ஃபாங் சொன்னாள்: "முழங்காலுக்குக் கொஞ்சம் கீழே."

முழங்காலுக்கு சற்றுக் கீழே அழுத்தி அவன் கேட்டான்: "வலிக்கிறதா?"

"கொஞ்சம்."

"அப்படியென்றால் இங்குள்ள எலும்புதான் உடைந்திருக்கிறது."

"இன்னும் கொஞ்சம் கீழே."

"அப்படியென்றால் இங்கேயாக இருக்க வேண்டும்."

"ஆமாம். அது கொஞ்சம் பலவீனமான இடம்."

ஸூ ஸன்க்வானின் கை மீண்டும் அவள் முழங்காலுக்கு வந்தது. அந்த இடத்தில் மீண்டும் ஒரு முறை அழுத்தி அவளிடம் கேட்டான்: "இங்கே வலிக்கிறதா?"

லின் ஃபென்ஃபாங் சொன்னாள்: "இல்லை."

முழங்காலுக்கு மேற் பகுதியில் கை வைத்து அழுத்திக் கேட்டான்: "இங்கே?"

"இல்லை."

உள்ளூடையாக அணியும் காற்சட்டையிலிருந்து கால் வெளியில் வரும் பகுதியை உற்றுப் பார்த்தான். அந்த இடத்தில் சற்று அழுத்தினான்: "உங்கள் தொடை வலிக்கிறதா?"

லின் ஃபென்ஃபாங் சொன்னாள்: "இல்லை. இந்த இடத்தில் வலி இல்லை."

அவள் அந்த வாக்கியத்தை முடிப்பதற்கு முன்பே ஸூ ஸன்க்வான் அவள் மீது பாய்ந்தான். அவன் கைகள் அவளது மிகப் பெரிய முலைகளில் பதிந்தன.

15

லின் ஃபென்ஃபாங்கின் வீட்டிலிருந்து வெளியே வந்தபோது பொதுக் குளியலறைகளின் ஆவி அறையிலிருந்து வெளியே வந்த ஒருவனைப்போல, முற்றிலும் வடிந்து காலியானதுபோல ஸூ ஸன்க்வானுக்குத் தோன்றியது. வெயிலில் அழுந்திக் கிடந்த கோடைகாலத் தெருவினூடே அவன் வியர்வையில் குளித்து நடந்து சென்றான். வேறொரு தெருவில் திரும்ப முற்படும்போது பட்டென்று அவன் பார்வையில் இரண்டு விவசாயிகள் தென்பட்டார்கள். தோளில் ஒரு மூங்கில் கம்பு வைத்திருந்தாலும் அவர்கள் கை வீசிக் கத்தினார்கள்: *"ஸூ ஸன்க்வான்தானே?"*

அப்போதுதான் ஸூ ஸன்க்வான் அவர்களை அடையாளம் கண்டுகொண்டான். கொஞ்சம் வருடங்களுக்கு முன் இறந்துபோன தாத்தாவின் கிராமத்திலிருந்து வருபவர்கள் அவர்கள்.

ஸூ ஸன்க்வான் அவர்களைப் பார்த்து கையாட்டிச் சொன்னான்: "நான் உங்களைக் கண்டுகொண்டேன்! ஆ ஃபாங், ஜென்லோங். நீங்கள் நகரத்துக்கு வருவதும் எனக்குத் தெரியும். இன்று நீங்கள் ரத்தம் விற்க வந்திருக்கிறீர்கள், அப்படித்தானே? நீங்களிருவரும் காலி குவளை வைத்திருக்கிறீர்கள் என்றும் எனக்குத் தெரியும். வாயகன்ற கிண்ணம்தான் வழக்கமானது. இப்போது குவளைக்கு மாறியிருக்கிறீர்கள். இந்த முறை எவ்வளவு தண்ணீர் குடித்தீர்கள்?"

"நாம் எவ்வளவு குடித்தோம்?" ஆ ஃபாங், ஜென்லோங்கிடம் கேட்டான்.

ஜென்லோங்கும் ஆ ஃபாங்கும் தெருவை குறுக்காகக் கடந்து ஸூ ஸன்க்வானை நோக்கி நடந்து வந்தார்கள். ஆ ஃபாங்

சொன்னான்: "உண்மையைச் சொல்ல வேண்டும் அல்லவா? எவ்வளவு குடித்தோம் என்று எங்களுக்கே தெரியாது."

எதனாலோ ஸூ ஸன்க்வானுக்கு பத்து வருடத்துக்கு முன்பு ரத்த அதிகாரி லீ சொன்னது உடனே நினைவு வந்தது. "உங்களுக்கு நினைவிருக்கிறதா? உங்கள் வயிறுகள், அதாவது பிளாடர்கள், கர்ப்பிணிகளுடையதைவிடப் பெரிதாக இருக்கின்றன என்று ரத்த அதிகாரி லீ சொன்னார். சரியாக அவர் பிளாடர்கள் என்றுதானே சொன்னார்? அதற்கான அறிவியல் பெயர் பிளாடர்கள் என்பதுதானே?"

அவர்கள் சிரித்தவாறு தெருவில் நின்றார்கள். பத்து வருடங்களுக்கு முன்பு ரத்தம் விற்ற பிறகு ஸூ ஸன்க்வான் அவர்களை இரண்டு முறைதான் பார்த்திருக்கிறான். அந்த இரண்டு முறையும் சவ அடக்கத்துக்குச் சென்றபோதுதான். முதலில் தாத்தாவுடையது. பிறகு நான்காம் சித்தப்பாவுடையது. ஆ ஃபாங் சொன்னான்: "ஸூ ஸன்க்வான், நீ எங்களைப் பார்க்க வந்து ஏழெட்டு வருடமாகிறது."

ஸூ ஸன்க்வான் சொன்னான்: "தாத்தா இறந்துவிட்டார். பிறகு சித்தப்பாவும் போனார். கிராமத்தில் என் குடும்பத்தினர்களாக அவர்கள் மட்டுமே இருந்தார்கள். அந்த இடத்துக்கு வருவதற்கு வேறு ஒரு காரணம் எனக்கு இல்லையே."

இந்த ஏழெட்டு வருடங்களுக்கிடையில் ஆ ஃபாங்குக்கு வயதாகத் தொடங்கிவிட்டதாக ஸூ ஸன்க்வான் நினைத்தான். அவனது முடி நரைக்கத் தொடங்கியிருந்தது. ஒரு கல்லெடுத்து குளத்தில் எறியும்போது ஏற்படுவதுபோன்ற நிறைய சுருக்கங்களுடன் அவன் சிரிக்கும்போது அவன் முகம் மாறியது. ஸூ ஸன்க்வான் ஆ ஃபாங்கிடம் சொன்னான்: "உங்களுக்கு வயதாகி வருகிறது."

ஆ ஃபாங் தலையசைத்தான்: "எனக்கு நாற்பத்தி ஐந்து வயதாகிறது."

ஜென்லோங் மேலும் சொன்னான்: "கிராமத்தினரான எங்களுக்கு வயது அதிகமாகத்தான் தெரியும். நகர மனிதனின் நாற்பத்தைந்து எங்களுக்கு முப்பதாகத்தான் தெரியும்."

ஸூ ஸன்க்வான், கையில்லாத பனியன் அணிந்திருக்கும் ஜென்லோங்கைக் கவனித்தான். முன்பைவிட திடகாத்திரமாகக் காட்சியளித்தான். அவன் மார்பிலும் கையிலும் உறுதியான தசைக்

கட்டுகள் நிறைந்திருந்தன. ஸூ ஸன்க்வான் சொன்னான்: "நீ மேலும் மேலும் வலிமை பெற்றுவருகிறாய். அந்த தசைகளைப் பார். நீ அசையும் ஒவ்வொரு முறையும் உன் மார்புத் தடத்தில் சின்ன அணில் முன்னும் பின்னும் ஓடுவதுபோன்றிருக்கிறது. நீ எப்போதாவது, பெரிய பின்புறமுள்ள குய்ஹாவுடன் இருந்திருக்கிறாயா? என் நான்காவது சித்தப்பா இறக்கும்போது உன் கல்யாணம் முடிந்திருந்தது அல்லவா?"

ஜென்லோங் சொன்னான்: "அவள் எனக்கு இரண்டு ஆண் பிள்ளைகளைத் தந்துவிட்டாள்."

ஆ ஃபாங், ஸூ ஸன்க்வானிடம் கேட்டான்: "உன் மனைவி உனக்கு எத்தனைப் பிள்ளைகளைத் தந்தாள்?"

முதலில் ஸூ ஸன்க்வானுக்கு மூன்று என்று சொல்லத் தோன்றியது. ஆனால் பட்டென்று அவன் மனம் மாறியது. எப்படியானாலும் யீலி, ஹீ ஸியோயோங்கின் பிள்ளையல்லவா.

"ஜென்லோங்கின் மனைவியைப்போலத்தான். இரண்டு. இரண்டு பையன்கள்." ஸூ ஸன்க்வான் யோசித்தான்: "ஆ ஃபாங் இரண்டு மாதத்திற்கு முன்பு இதே கேள்வியைக் கேட்டிருந்தால், எனக்கு மூன்று பையன்கள் என்று சொல்லியிருப்பேன். நான் ஒன்பது வருடமாக விபச்சாரியின் வஞ்சிக்கப்பட்ட கணவனாக வாழ்கிறேன் என்று இவர்களுக்குத் தெரியாது. அவர்களுக்குத் தெரியாததை நான் சொல்லவும்போவதில்லை. அவன் தொடர்ந்தான்: "எதனாலென்று தெரியவில்லை, ரத்தம் விற்கச் செல்லும் உங்கள் இருவரையும் பார்த்ததிலிருந்து நானும் ரத்தம் விற்க வேண்டும் என்று ஒரு சிறியதொரு அரிப்பு ஏற்படுகிறது."

ஆ ஃபாங்கும் ஜென்லோங்கும் சொன்னார்கள்: "சிறிதாக அரிப்பு ஏற்படுகிறது என்றால் உனக்கு நிறைய ரத்தம் இருக்கிறது என்று அர்த்தம். அவ்வளவு அதிக ரத்தம் இருப்பது நிச்சயம் அசௌகரியமானது. உன் உடல் முழுதும் அரிப்பு ஏற்படத் தொடங்கும். வீங்கத் தொடங்கும். அவ்வாறு பல விஷயங்கள் தொடங்கும். நீயும் எங்களுடன் வந்து கொஞ்சம் ரத்தம் கொடுப்பதுதான் நல்லது."

ஸூ ஸன்க்வான் நொடி நேரம் யோசித்தான். அவர்களுடன் மருத்துவமனைக்குச் செல்ல முடிவு செய்து நடக்கும்போது லின் ஃபென்ஃபாங்கைப் பற்றி யோசித்தான். அவள் மிகவும் நன்றாக நடந்துகொண்டாள் என்ற விஷயத்தை சிந்தித்துப் பார்க்காமல் இருக்க முடியவே இல்லை. அவள் காலைத் தடவ

ஆசைப்பட்டபோது அவள் அதற்கு சம்மதித்தாள். தொடையைத் தொட ஆசைப்பட்டபோது அவள் அதற்கும் சம்மதித்தாள். அவள் மார்பைப் பிசைவதற்கு தாவி விழுந்தபோது அவள் அதற்கும் சம்மதித்தாள். அவன் விரும்பியதையெல்லாம் செய்ய அவள் அனுமதித்தாள். அவளது ஒடிந்த காலுடன் அவன் ஆசைகளுக்கெல்லாம் இணங்கினாள். அவன் தெரியாமல் அவள் காலில் தள்ளிவிட்டபோது அவள் வலியைக் காட்டிக்கொள்ளாமல் சற்று முனக மட்டுமே செய்தாள். அவளுக்கு, சூப்புக்கான எலும்புகள் பத்து ராத்தலும், ஐந்து ராத்தல் மஞ்சள் பீன்ஸும் வாங்கிக்கொடுக்க வேண்டும் என்று ஸூ ஸன்க்வான் யோசித்தான். எலும்பு முறிந்தவர்களிடம் மருத்துவமனையில் உள்ள மருத்துவர் கள் சொல்வார்கள்: "நீங்கள் நிறைய மஞ்சள் பீன்ஸும் சூப் எலும்பு களும் வேகவைத்துச் சாப்பிட வேண்டும்."

ஆனால் இது மட்டும் கொடுத்தால் போதாது என்று தோன்றியது. கொஞ்சம் முங் பயறும் கொடுக்க வேண்டும். ஏனென்றால் முங் பயறு குளிர்ச்சியூட்டும். லின் ஃபெங்ஃபாங் உள்ளேயே படுத்திருக்கிறாள். தவிர, இப்போது வெப்பமும் அதிகமாக இருக்கிறது. முங் பயறு சாப்பிட்டால் அவளுக்குக் கொஞ்சம் குளிர்ச்சியாக இருக்கும். உலர்ந்த கிரிசாந்திமம் பூவும் கொடுக்க வேண்டியிருக்கிறது. கிரிசாந்திமம் தேநீருக்கு குளிர்வூட்டும் சக்தி இருக்கிறது. ஆ ஃபாங் மற்றும் ஜென்லோங் குடன் சென்று அவன் ரத்தம் விற்பான். அப்படிச் செய்தால்தான் சூப்புக்கான எலும்புகளும், மஞ்சள் பீன்ஸும், முங் பயறும் கிரிசாந்திமமும் வாங்குவதற்கான பணம் கிடைக்கும். அவ்வாறு அவள் கருணைக்கு கைமாறாக ஏதாவது திருப்பிக் கொடுக்க முடியும்.

அவன் ரத்தம் விற்று முப்பத்தியைந்து யுவான் சம்பாதிக்க முடியும். லின் ஃபென்ஃபாங்குக்குத் தேவையான பொருட்கள் வாங்கிய பிறகும் முப்பதுக்கும் கொஞ்சம் அதிகமாக பாக்கி இருக்கும். மிச்சம் வருவதை தனக்கும் ஏளுக்கும் ஸான்லிக்கும் செலவழிப்பதற்காக ஒதுக்கி வைப்பான். இடையிடையே ஸூ யுலானுக்காகவும் செலவழிக்கலாம். அவன் விருப்பப்படி செலவிடுவான். யீலிக்காக ஒரு பைசாகூட செலவு செய்யப் போவதில்லை.

ஸூ ஸன்க்வான் ஆ ஃபாங்கையும் ஜென்லோங்கையும் பின்தொடர்ந்து மருத்துவமனைக்குச் சென்றான். அந்த இடத்தை அடைந்த பிறகு அவர்கள் நேராக மருத்துவமனைக்குச்

செல்லவில்லை. ஏனென்றால் அவர்கள் இன்னும் தண்ணீர் குடிக்க வேண்டும். அவர்கள் மருத்துவமனைக்குப் பக்கத்தில் இருக்கும் கிணற்றுக்குச் சென்றார்கள். மர வாளியால் தண்ணீர் மொண்டார்கள். அதேநேரம் ஆ ஃபாங் குவளையை ஸூ ஸன்க்வானுக்குக் கொடுத்தான். ஸூ ஸன்க்வான் கிணற்றடியில் குந்தியிருந்து குவளை குவளையாக தண்ணீர் குடித்துக் கொண்டிருந்தான். அதைப் பார்த்து எண்ணிக்கொண்டிருந்தான் ஆ ஃபாங். ஆறு குவளை தண்ணீர் குடித்த பிறகு இனி கொஞ்சம்கூடக் குடிக்க முடியாது என்று சொன்னான். பத்துக் குவளையாவது குடிக்க வேண்டும் என்று ஆ ஃபாங் சொன்னான். ஆ ஃபாங் சொல்வதுதான் சரி என்று ஜென்லோங் ஆமோதித்தான். ஸூ ஸன்க்வான் ஏழாவது குவளை குடிக்கத் தொடங்கினான். சில மடக்கு குடித்தபோது மூச்சு விட முடியாமல் திணறத் தொடங்கினான். ஒன்பதாவது குவளை வந்தபோது இனி முடியவே முடியாது என்று அவர்களிடம் சொல்லி எழுந்தான். இன்னும் குடித்தால் இறந்துவிடுவேன் என்று சொன்னான். தவிர கிணற்றில் குந்தி இருந்ததால் கொஞ்சம் தலை சுற்றுவதுபோலவும் இருந்தது. கால்கள் மரத்துப்போனால் எழுந்து நின்று குடித்திருக்க வேண்டும் என்று ஆ ஃபாங் சொன்னான். இன்னும் ஒரு குவளை குடிக்கும்படி ஜென்லோங் வற்புறுத்தினான். ஸூ ஸன்க்வான் தலையாட்டினான். இனி ஒரு மடக்குகூட குடிக்க முடியாது என்று அவர்களிடம் சொன்னான். அவன் ரத்தம் இப்போதே உப்பிவிட்டது. இனிமேல் கொஞ்சம் குடித்தாலும் அது வெடித்துவிடும். அத்துடன் மருத்துவமனைக்குச் செல்லலாம் என்று ஆ ஃபாங் சொன்னான். அவ்வாறு மருத்துவமனையின் படிகளைக் கடந்து உள்ளே சென்றார்கள்.

∞

ரத்தம் விற்று, ரத்த அதிகாரி பணம் கொடுத்த பிறகு அவர்கள் விக்டரி ஹோட்டலை நோக்கி நடந்தார்கள். சன்னலுக்குப் பக்கத்தில் உள்ள மேசைக்கு அருகே அமர்ந்தார்கள். ஸூ ஸன்க்வான், ஆ ஃபாங்கையும் ஜென்லோங்கையும் மிகைத்து மேசையில் அடித்து பரிசாரகரை அழைத்தான்: "வறுத்த பன்றி ஈரல் ஒரு பிளேட்; இரண்டு கிளாஸ் மஞ்சள் அரிசி ஒயின். ஒயினைக் கொஞ்சம் வெதுவெதுப்பாக்க வேண்டும்."

பிறகு சாய்ந்தமர்ந்து, ஆ ஃபாங்கும் ஜென்லோங்கும் மேசையில் அடித்து பரிசாரகரை அழைப்பதை திருப்தியுடன் பார்த்தான்.

“வறுத்த பன்றி ஈரல் ஒரு பிளேட். இரண்டு கிளாஸ் மஞ்சள் அரிசி ஒயின்.”

ஒயினை வெதுவெதுப்பாக்கச் சொல்ல மறந்துவிட்டார்கள் என்றறிந்து ஸூ ஸன்க்வான் திரும்பிச் செல்லும் பரிசாரகரை மேசைக்குத் திரும்பி அழைத்தான். ஆ ஃபாங்கையும் ஜென்லோங்கையும் சுட்டிக்காட்டிச் சொன்னான்: “அவர்களின் ஒயினையும் வெதுவெதுப்பாக்க வேண்டும்.”

பரிசாகரன் சொன்னான்: “நான் இந்த வேலை செய்யும் நாற்பத்து மூன்று வருட காலத்தில், சுட்டுக் கொதிக்கும் கோடையில் ஒருவர்கூட என்னிடம் சூடான ஒயின் கேட்டதில்லை.”

ஸூ ஸன்க்வான், ஆ ஃபாங்கையும் ஜென்லோங்கையும் பார்த்தான். அவர்கள் முகத்தில் விரியும் கேலிச் சிரிப்பு அவன் ஒரு முட்டாள் என்பதைச் சொன்னது. அவனும் அவர்களுடன் சிரித்தான்.

நீண்ட நேரம் உள்ளூரச் சிரித்த பிறகு ஆ ஃபாங், ஸூ ஸன்க்வானிடம் சொன்னான்: “நீ இன்னொரு விஷயத்தையும் தெரிந்துகொள்! ரத்தம் விற்ற பிறகு ஒரு பத்து நாளுக்காவது நீ பெண்ணுடன் படுக்கக் கூடாது.”

ஸூ ஸன்க்வான் கேட்டான்: “நீ ஏன் அப்படிச் சொல்கிறாய்?”

ஆ ஃபாங் சொன்னான்: “ஒரு தட்டு சோறு தின்றால் சில துளி ரத்தம்தான் உருவாகும். பெரியதொரு கிண்ணம் ரத்தம் கொண்டுதான் வித்து உருவாகும். நாங்கள் கிராமவாசிகள் அப்படித்தான் சொல்வோம். ரத்த அதிகாரி லீ அதை விந்து என்று சொல்வார்.”

ஸூ ஸன்க்வானுக்கு சட்டென்று ஒரு அதிர்ச்சி ஏற்பட்டது. அவன் சற்று நேரத்துக்கு முன்புதான் லின் ஃபெங்ஃபாங்குடன் விஷயத்தை முடித்திருந்தான். இப்படித் தொடர்ந்தால் நாசமாக நேரிடும். அவன் ஆ ஃபாங்கிடம் கேட்டான்: “ரத்தம் விற்பதற்கு முன்பு படுத்தால் என்ன ஆகும்?”

ஆ ஃபாங் சொன்னான்: “நீ செத்துப்போவாய்.”

16

சூப் எலும்புகள் பத்து ராத்தலும் ஐந்து ராத்தல் மஞ்சள் பீன்ஸும் இரண்டு ராத்தல் முங் பயறும் ஒரு ராத்தல் கிரிசாந்திமம் பூவும் எடுத்துக்கொண்டு கண்ணாடி அணிந்த ஒருவன் ஸூ யுலானின் வாயிற்படியில் காட்சிப்பட்டான். தான் கொண்டு வந்த பொருட்களை மேசை மீது எடுத்து வைத்து, அவள் ஆறுவதற்காக வைத்திருந்த ஒரு குவளை சுடு தண்ணீரை எடுத்துக் குடிக்கும் அந்த அந்நியனை ஸூ யுலான் பார்த்துக்கொண்டிருந்தாள்.

தண்ணீர் குடித்த பிறகு அவன் ஸூ யுலானிடம் சொன்னான்: "நீங்கள்தான் ஸூ யுலான், அல்லவா? எனக்குத் தெரியும். இனிப்புப் பலகார ராணி என்று எல்லோராலும் அழைக்கப்பட்ட பெண் நீங்கள். உங்கள் கணவர் ஸூ ஸன்க்வான். அவர் யாரென்றும் எனக்குத் தெரியும். நான் யார் என்று தெரியுமா? லின் ஃபென்ஃபாங்கின் கணவன். உங்கள் கணவருடன் பட்டு கம்பெனியில் வேலை செய்யும் லின் ஃபென்ஃபாங். அவள் வேலை செய்யும் தொழிற்சாலையின் அதே தளத்தின்தான் அவரும் வேலை செய்கிறார். என் மனைவி துணி துவைக்க ஆற்றுக்குச் சென்றாள். அங்கே விழுந்து அவள் வலது கால் உடைந்துவிட்டது.

ஸூ யுலான் குறுக்கிட்டுக் கேட்டாள்: "ஏன் அப்படி ஆனது?"

"தர்ப்பூசணி துண்டில் மிதித்துவிட்டாள்." கண்ணாடிக்காரன் கேட்டார்: "ஸூ ஸன்க்வான் இங்கே இல்லையா?"

"அவர் வீட்டில் இல்லை." ஸூ யுலான் சொன்னாள்: "இப்போதும் தொழிற்சாலையில்தான் இருப்பார். இனி எப்போது வேண்டுமானாலும் வரலாம்." அவள் குனிந்து, மேசை மீது இருந்த சூப் எலும்புகளையும் தானியங்களையும் கவனித்துப் பார்த்தாள்: "நீங்கள் இதுவரையும் எங்களைப் பார்க்க வந்ததில்லை. ஸூ

ஸன்க்வானோ இதுவரை உங்களைப் பற்றி ஒரு வார்த்தை சொன்னதும் இல்லை. நீங்கள் வந்தபோது இது யார் என்று நான் வியந்துபோனேன். நீங்கள் ஏன் எங்களுக்கு இவ்வளவு அதிகப் பொருட்கள் தருகிறீர்கள். இதையெல்லாம் வைப்பதற்கு மேசையே போதவில்லையே!"

கண்ணாடிக்காரன் சொன்னார்: "இவ்வளவு அதிகமான பொருட்களை நான் உங்களுக்குத் தரவில்லை. இவையெல்லாம் ஸூ ஸன்க்வான் என் மனைவி லின் ஃபென்ஃபாங்குக்குக் கொடுத்தது."

ஸூ யுலான் கேட்டாள்: "உங்கள் மனைவிக்குக் கொடுத்ததா? யார் உங்கள் மனைவி?"

"நான் இப்போதுதான் சொன்னேன். அவள் பெயர் லின் ஃபென்ஃபாங்."

"ஓ, எனக்குத் தெரியும்," ஸூ யுலான் சொன்னாள்: "பட்டுத் தொழிற்சாலையில் வேலை செய்யும் அந்த தடித்த பெண்."

கண்ணாடிக்காரன் அதிகமொன்றும் பேசவில்லை. அதற்குப் பதிலாக காற்றில்லாத இரவின் அசையாத மரம்போல சாந்தமாக வாயிலருகில் ஸூ ஸன்க்வானுக்காக காத்திருந்தான். ஸூ யுலான் மேசைக்கருகில் நின்று, மேசை மீது இருக்கும் எலும்புகளையும் தானியங்களையும் பூக்களையும் பார்த்து மேலும் மேலும் குழம்ப வேண்டியிருந்தது.

பாதி அந்த மனிதனிடமும் பாதி தனக்குத்தானேவும் ஸூ யுலான் சொன்னாள்: "ஸூ ஸன்க்வான் எதற்கு இவ்வளவு அதிகமான பொருட்களை உங்கள் மனைவிக்குக் கொடுக்க வேண்டும்? இது மேசை கொள்ளாமல் கிடக்கிறதே? பத்து ராத்தல் அளவு சூப் எலும்புகளும், நான்கு அல்லது ஐந்து ராத்தல் அளவு மஞ்சள் பீன்ஸும், இரண்டு ராத்தல் அளவாவது முங் பயறும், ஒரு ராத்தல் கிரிசாந்திமம் பூவும் இருக்கின்றன. ஸூ ஸன்க்வான் எதற்கு இவ்வளவு பொருட்களை உங்கள் மனைவிக்குக் கொடுத்தார்?"

அவளுக்குப் பட்டென்று புரிந்தது, "ஸூ ஸன்க்வான் உங்கள் மனைவியுடன் படுத்திருக்கிறான்."

ஸூ யுலான் கத்தத் தொடங்கினாள்: "ஸூ ஸன்க்வானே! குடும்பத்தை அழிக்க வந்த கோடாலிக் காம்பே! நீ ஒரு கஞ்சனாயிருந்தாய். நான் ஒரு சிறிய துணி வாங்கிக் கொண்டால்கூட

உனக்கு அதன் அதிர்ச்சி அடங்குவதற்கு ஆறு மாதம் ஆகும். ஆனால் யார் மனைவிக்கோ பரிசு கொடுக்க வேண்டி வந்தபோது எல்லாம் மாறிவிட்டது. நமக்குத் தேவைக்கும் அதிகமாக பொருட்கள் கிடைத்துவிட்டன. என்னால் விரல் விட்டு எண்ண முடிவதற்கும் அதிகமாக."

வேலை முடிந்தவுடன் ஸூ ஸன்க்வான் தொழிற்சாலை யிலிருந்து வந்தான். வீட்டுக்குள்ளே வாயிலுக்குப் பக்கத்தில் கண்ணாடிக்காரன் அமர்ந்திருப்பதைப் பார்த்தபோதே அது லின் ஃபென்ஃபாங்கின் கணவன்தான் என்று புரிந்துவிட்டது. தலைக்குள் இரண்டு முறை அபாய அறிவிப்பு முழங்கியது. வீட்டுக்குள் வந்து மேசை மீது இருக்கும் பொருட்களைப் பார்த்தவுடன் அது மேலும் இரண்டு முறை முழங்கியது. ஸூ யுலானைப் பார்த்தான். அவள் கத்திக் கூச்சலிட்டு அழுவதைப் பார்த்தபோது தான் ஒரு செத்த மனிதன் என்று அவனுக்குத் தோன்றியது.

கண்ணாடிக்காரன் எழுந்து வாயிலுக்கு வெளியே வந்தான். ஸூ ஸன்க்வானின் அண்டை வீட்டாரை அழைத்தான்: "வாருங்கள், உங்கள் எல்லோரிடமும் நான் ஒரு விஷயம் சொல்ல வேண்டியிருக்கிறது. வாருங்கள், உங்கள் பிள்ளைகளும் வரட்டும். வந்து, நான் சொல்லப்போவதை கவனித்துக் கேளுங்கள்."

கண்ணாடிக்காரன், வீட்டுக்கு உள்ளே இருக்கும் மேசையைச் சுட்டிக்காட்டி அண்டைவாசிகளிடம் சொன்னான்: "மேசை மீது இருக்கும் சூப் எலும்புகளையும் மஞ்சள் பீன்ஸையும் முங் பீன்ஸையும் நீங்கள் பார்த்தீர்களா? ஒரு ராத்தல் கிரிசாந்திமம் பூவும் இருக்கிறது. அவை எலும்புகளுக்குப் பின்னால் மறைந்திருக்கின்றன. இவையெல்லாம் ஸூ ஸன்க்வான் என் மனைவிக்குக் கொடுத்தது. என் மனைவியின் பெயர் லின் ஃபென்ஃபாங். நகரத்தில் நிறையப் பேருக்கு அவளைத் தெரியும். உங்களில் சிலருக்கு அவளைத் தெரியும் என்று எனக்கு தெளிவு உண்டு. உங்களில் சிலர் தலையாட்டி சம்மதிப்பதை நான் பார்க்கிறேன். என் மனைவியும் ஸூ ஸன்க்வானும் பட்டுத் தொழிற்சாலையில்தான் வேலை செய்கிறார்கள். இருவரும் ஒரே தளத்தில்தான் வேலை செய்கிறார்கள். என் மனைவி துணி துவைக்க நதிக் கரைக்குச் சென்றபோது வழுக்கி விழுந்துவிட்டாள். அவள் கால் முறிந்துவிட்டது. ஸூ ஸன்க்வான் என் மனைவியைப் பார்க்க வந்தான். மற்றவர்கள் பார்க்க வந்தால், அவர்கள் படுக்கைக்குப் பக்கத்தில் சற்று நேரம் அமர்ந்து பேசிவிட்டுச்

செல்வார்கள். ஆனால், உங்கள் ஸூ ஸன்க்வான் அப்படிச் செல்லவில்லை. படுக்கைக்குப் பக்கத்தில் பார்க்க வந்த அவன் நோயாளியுடன் படுக்கையிலேயே படுத்துவிட்டான். அதுதான் நடந்தது. அவன் என் மனைவியை கற்பழித்துவிட்டான். யோசித்துப் பாருங்கள். காலொடிந்த பெண்."

ஸூ ஸன்க்வான் எதிர்ப்பை வெளிப்படுத்தினான்: "அது ஒருபோதும் ஒரு கற்பழிப்பு அல்ல."

"உண்மையில் கற்பழிப்புதான்." கண்ணாடிக்காரன் உறுதியாகச் சொன்னான். "நீங்கள் என்ன நினைக்கிறீர்கள்? அவளே கால் உடைந்து கிடக்கிறாள். அவளால் இவனைத் தள்ளி விலக்க முடியுமா? அவள் சற்றே அசைந்தாலும் கடுமையாக வலிக்கும். இவனைத் தள்ளி விலக்குவதற்கு என் மனைவியால் முடிந்திருக்கும் என்று உங்களுக்குத் தோன்றுகிறதா? இந்த ஸூ ஸன்க்வான், இந்த ஸூ ஸன்க்வான் காலொடிந்த பெண்ணைக்கூட சும்மா விடவில்லை! நீங்கள் என்ன சொல்கிறீர்கள்? ஒரு காட்டு ஜந்துவைவிட இவன் மேலானவனா?"

அவனது கேள்விக்குப் பதில் சொல்ல அண்டை வீட்டார் மெனக்கெடவில்லை. மாறாக அவர்கள் ஸூ ஸன்க்வானை ஆர்வத்துடன் பார்த்துக்கொண்டிருந்தார்கள்.

ஒரு கையால் ஸூ ஸன்க்வானின் காதைப் பிடித்துக் கத்தியவாறே ஸூ யுலான் மட்டும் முன்னால் வந்தாள்.

கண்ணாடிக்காரன் சொன்னான்: "இந்த ஸூ ஸன்க்வான் என் மனைவியைக் கற்பழித்த பிறகு அவளுக்கு சூப் எலும்புகளும் பீன்ஸும் வாங்கிக் கொடுத்தான். அது பலித்தது. விஷயத்தைப் பற்றி அவளைப் பேசாதவாறு செய்துவிட்டான். நான் இந்தப் பொருட்களைப் பார்க்காதிருந்தால், இன்னொருவன் என் மனைவியுடன் படுத்தான் என்பது எனக்கும் தெரிந்திருக்காது. இதையெல்லாம் பார்த்தபோது என்னவெல்லாமோ நடக்கின்றன என்று எனக்குப் புரிந்தது. நான் மேசையில் அடித்து கத்தியிருக்கவில்லையென்றால் என்ன நடந்தது என்று அவளும் என்னிடம் சொல்லியிருக்க மாட்டாள்."

பேச்சு இந்த இடத்துக்கு வந்தபோது அவன் மேசையை நோக்கி நடந்தான். சூப் எலும்புகளையும் பீன்ஸ்களையும் பின்னால் எடுத்து வைத்தான். பிறகு அவன் அண்டைவாசிகளிடம் சொன்னான்: "உங்கள் நன்மைக்காகத்தான் நான் இந்தப் பொருட்களையெல்லாம் இங்கே எடுத்து வந்தேன். ஸூ ஸன்க்வான் உண்மையில்

எப்படிப்பட்டவன் என்று நீங்கள் தெரிந்துகொள்ள வேண்டும் என்று நான் நினைத்தேன். எதிர்காலத்தில் நீங்கள் கவனமாக இருந்து கொள்ளுங்கள். இவன் வக்கிரம் பிடித்த ஒருவன். வீட்டில் பெண்கள் உள்ளவர்களெல்லாம் மிகவும் எச்சரிக்கையாக இருப்பதுதான் நல்லது.”

கண்ணாடிக்காரன் இவ்வளவும் சொல்லிவிட்டு பத்து ராத்தல் சூப் எலும்புகளையும் ஐந்து ராத்தல் மஞ்சள் பீன்ஸையும் இரண்டு ராத்தல் முங் பயறையும் ஒரு ராத்தல் கிரிசாந்திமம் பூவையும் பின்னால் எடுத்து வைத்து புறப்பட்டுச் சென்றான்.

ஸூ யுலான், ஸூ ஸன்க்வானை திட்டவும் அவன் முகத்தில் கிள்ளவும் பிறாண்டவும் செய்துகொண்டிருந்தாள். அதனால் கண்ணாடிக்காரன் என்ன செய்கிறான் என்று முதலில் அவளுக்குப் புரியவில்லை. கடைசியில் திரும்பிப் பார்த்தபோது அவன் மறைந்துவிட்டிருந்தான். மேசையும் காலியாகியிருந்தது. அவள் உடனே ஓடினாள்: “இங்கே வாருங்கள்! எங்கள் பொருட்களை எடுப்பதற்கு எப்படி தைரியம் வந்தது?”

கண்ணாடிக்காரனோ, அவளது கூச்சலை சற்றும் கவனிக்காமல் அவளைப் பார்க்கவும்கூட செய்யாமல் சந்து வழியாக நடந்து சென்றான்.

ஸூ யுலான், பின்வாங்கும் அந்த உருவத்தை சுட்டிக்காட்டி அண்டைவாசிகளிடம் கத்தினாள்: “இவ்வளவு வெட்கம் கெட்ட ஒருவனை நான் பார்த்ததே இல்லை. அவன் உங்கள் பொருட்களை எடுத்துக்கொண்டு, உங்களுக்கு ஏதோ நல்ல காரியம் செய்ததுபோல கர்வமாகப் போகிறான்.”

அவன் தூரத்தில் மறைவதுவரை அவனைப் பார்த்து சபித்துக்கொண்டிருந்தாள். அது முடிந்து திரும்பியபோது ஸூ ஸன்க்வானைப் பார்த்தாள். அவனைப் பார்த்தவுடன் பளுவாக வாயிற்படியில் வீழ்ந்து அழத் தொடங்கினாள்:

“நமக்கு எல்லாம் போய்விட்டது. பழைய மனிதர்கள் சொல்வது சரிதான். நாடு எப்படிப் போகிறதோ, குடும்பமும் அப்படித்தான். ஆனால் எங்களுக்கு மட்டும் இது வித்தியாசமாக இருக்கிறது. நாடு நன்றாயிருக்கிறது. நாங்கள் அழிந்துவிட்டோம். முதலில் கொல்லன் ஃபாங் எங்கள் எல்லாப் பொருட்களையும் எடுத்துக்கொண்டு சென்றான். ஒரு மாதம் முடியவில்லை, எங்களுடைய ஒருவனே எங்களுக்குத் துரோகம் செய்துவிட்டான். இந்த ஸூ ஸன்க்வான் ஒரு காட்டு மிருகத்தைவிட மேலானவன்

அல்ல. அவன் பொதுவாக கஞ்சத்தனத்துக்குப் பெயர் பெற்றவன்! நான் ஒரு கஜம் துணி வாங்கினால் அவனுக்கு ஒரு மாதம் முழுதும் வயிறு சரியிருக்காது. ஆனால் அந்த தடிச்சி லின் ஃபென்ஃபாங் அரங்கத்துக்கு வந்தால் விஷயம் மாறும். அந்தப் பெட்டை நாயை பார்த்தவுடனே பத்து ராத்தல் சூப் எலும்புகள், நான்கு எதற்கு, ஐந்து ராத்தல் மஞ்சள் பீன்ஸ், இரண்டு ராத்தலுக்குக் குறையாத முங் பயறு எல்லாம் கொண்டு போய் கொடுக்கிறான். கிரிசாந்திமம் பூவைப் பற்றிச் சொல்லவே வேண்டாம். இந்தப் பொருட்களுக் கெல்லாம் எவ்வளவு ஆகும் என்று எனக்கு வியப்பாக இருக்கிறது!"

இதே நேரத்தில் ஸூ ஸன்க்வானை நோக்கிய கூச்சலை இடை நிறுத்தினாள். ஏனென்றால் ஸூ யுலான் வேறு ஏதோ நினைவுகூர்ந்தாள்: "நீங்கள் என் பணத்தைத் திருடிவிட்டீர்கள். நான் பெட்டியில் ஒளித்து வைத்திருந்த பணத்தை நீங்கள் எடுத்திருப்பீர்கள். ஒன்று இரண்டு பென்னாக நான் சேர்த்து வைத்தது. பத்து வருட வியர்வையும் ரத்தமும் கண்ணீரும்! நீங்கள் அது முழுவதையும் அந்த தடிச்சி வேசிக்குக் கொடுத்துவிட்டீர்கள்!"

ஸூ யுலான் அவள் பெட்டியை நோக்கி ஓடினாள். மூடியைத் திறந்தாள். அதன் உள்ளே உள்ள பொருட்களிடையே துழாவினாள். அவளது சம்பாத்தியம் பாதுகாப்பாக இருப்பதைப் பார்த்தாள்.

கவனமாகப் பெட்டியை மூடிவிட்டுப் பார்த்தபோது அண்டைவாசிகள் வெளியில் நிற்க, ஸூ ஸன்க்வான் கதவைச் சாத்துவதைப் பார்த்தாள். முப்பது யுவான் பிடி, மூன்று பத்து யுவான் நோட்டுகளை விரல்களுக்கிடையில் வைத்து வீசிக் கொண்டு வசப்படுத்துவதுபோல அவளைப் பார்த்து சிரித்தான். அவன் நிற்கும் இடத்துக்கு ஸூ யுலான் பதுங்கிப் பதுங்கி வந்தாள். அவன் கையிலிருந்த பணத்தை எடுத்துக்கொண்டு தாழ்ந்த குரலில் கேட்டாள்: "இந்தப் பணம் எங்கிருந்து கிடைத்தது?"

ஸூ ஸன்க்வானும் தாழ்ந்த குரலில் சொன்னான்: "ரத்தம் விற்று சம்பாதித்தேன்."

"நீங்கள் மீண்டும் ரத்தம் விற்றீர்களா?"

மெல்லிய குரலில் ஸூ யுலான் முனகினாள். நொடி நேர அமைதிக்குப் பிறகு அவள் அழத் தொடங்கினாள்: "உங்களை நான் எதற்கு கல்யாணம் செய்துகொண்டேன்? நான் பத்து வருடம் கஷ்டப்பட்டேன். போராடினேன். உங்களுக்கு மூன்று மகன்களைத் தந்தேன். நீங்கள் எனக்காக எப்போதாவது ரத்தம்

விற்றிருக்கிறீர்களா? நீங்கள் மனசாட்சி இல்லாதவர் என்று எனக்கு இதுவரை தெரியவில்லை. அந்த தடிச்சி பெட்டை நாய் சூப் வைப்பதற்காக கொஞ்சம் எலும்புகள் வாங்குவதற்காக நீங்கள் ரத்தம் விற்றீர்கள் என்று என்னால் நம்பவே முடியவில்லை.”

ஸூ ஸன்க்வான் அவள் தோளில் தட்டினான், “என்று முதல் நீ எனக்கு மூன்று மகன்களைத் தந்தாய்? யீலி என் மகனா? கொல்லன் ஃபாங்குக்காக நான் ரத்தம் விற்றபோது அது யாருக்காக என்று நீ நினைத்தாய்?”

ஸு யுலான் அமைதியானாள். பிறகு ஸூ ஸன்க்வானை ஒரு நொடி பார்த்தாள்: “என்னிடம் சொல்லுங்கள். உங்களுக்கும் லின் ஃபென்ஃபாங்குக்கும் இடையில் என்ன நடந்தது? உண்மையாகவே உங்களுக்கு அவ்வளவு குண்டான பெண் வேண்டுமா?”

யோசனையில் ஸூ ஸன்க்வான் தன்னையறியாது தன் முகத்தைத் தடவினான்: “அவள் கால் உடைந்துவிட்டது. நான் பார்க்கச் சென்றேன். அது ஒரு சாதாரண சம்பவம்.”

“அவளுடன் படுக்கையில் படுத்துப் புரள்வதும் சாதாரணமா? சொல்லுங்கள்.”

ஸூ ஸன்க்வான் சொன்னான்: “அவள் காலை அமுக்குவதற்காக நான் கை நீட்டினேன். எங்கே வலிக்கிறது என்று கேட்டேன்.”

“அவள் தொடையிலா, கெண்டைக்காலிலா?”

“முதலில் கெண்டைக்காலில். பிறகு எப்படியோ அவளது தொடைக்குப் போய்விட்டது.”

“வெட்கம் கெட்டவன்.” அவன் முகத்தில் அவள் விரலால் குத்தினாள். “பிறகு என்ன நடந்தது? அப்புறம் நீங்கள் என்ன செய்தீர்கள்?”

“பிறகு என்ன நடந்தது?” ஸூ ஸன்க்வான் நொடிநேரம் தயங்கினான்: “பிறகு நான் அவள் முலைகளைத் தொட்டேன்.”

“அய்ய,” ஸூ யுலான் கத்தினாள்: “நீங்களொரு நாய் மகன்! என்றிலிருந்து நீங்கள் அந்த வேசி மகன் ஹீ ஸியோயோங்கின் புத்தகத்திலிருந்து யுக்திகளைக் கற்கத் தொடங்கினீர்கள்?”

17

ஸூ ஸன்க்வான் நீட்டிய விரல்களிலிருந்து பற்றிக்கொண்ட முப்பது யுவானில் ஸூ யுலான் இருபத்தி ஒன்றரை யுவானை புதிய உடைகள் வாங்குவதற்காக செலவிட்டாள். அவளுக்காக பருத்தித் துணியாலான சாம்பல் நிற பேண்டுகள் ஒரு ஜோடியும் பஞ்சு திணித்த, சித்திரத் தையலில் கருப்புப் பூக்களிட்ட இளம் நீல நிற மேலங்கியும் வாங்கினாள். குடும்பத்தில் ஸூ ஸன்க்வானுக்கு மட்டும்தான் புதிய உடைகள் கிடைக்கவில்லை; காரணம், லின் ஃபென்ஃபாங்குடன் நடந்த காரியத்தைப் பற்றி நினைக்கும்போதெல்லாம் அவளுக்குப் பயங்கரமான கோபம் வந்தது.

குளிர்காலம் வந்தது. ஸூ யுலான், யீலி, ஏள், ஸான்லி ஆகியோர் புதிய அங்கிகள் அணிந்திருப்பதைப் பார்த்தபோது ஸூ ஸன்க்வான், ஸூ யுலானிடம் சொன்னான்: “நான் என் ரத்தம் விற்று சம்பாதித்த பணத்தை நீ உனக்காகவோ, ஏளுக்காகவே, ஸான்லிக்காகவோ செலவிட்டால் எனக்குப் பிரச்சினையில்லை. ஆனால், யீலிக்காக செலவிட்டால் என்னால் சகித்துக்கொள்ள முடியாது.”

“நான் தடிச்சிக்காக செலவிட்டால் உங்களுக்கு மகிழ்ச்சியாக இருக்குமா?” இந்த திடீர் பாய்ச்சலில் புண்பட்ட ஸூ ஸன்க்வான் தலை தாழ்த்தி மெலிந்த குரலில் சொன்னான்: “யீலி என் மகன் அல்ல. நான் அவனை ஒன்பது வருடம் வளர்த்துவிட்டேன். இன்னும் வருடக்கணக்காக இது தொடரும் என்றுதான் எனக்குத் தோன்றுகிறது. நானும் அதை ஏற்றுக்கொண்டிருக்கிறேன். தொழிற்சாலையில் வியர்த்து நான் சம்பாதிக்கும் பணம் அவனுக்காக செலவிட நான் தயார்தான். என் ரத்தத்தின் பணத்தை இனியும் இவனுக்காக செலவிடுவது எப்படியும் சரியில்லை.”

மிச்சம் வந்த எட்டரை யுவானை, தன் கையிலிருந்து இரண்டு யுவானும் சேர்த்து ஸூ ஸன்க்வானுக்கு அடர் நீலத்தில் ஒரு மாவோ மேலங்கி தைக்கப் பயன்படுத்தினாள். அவள் ஸூ ஸன்க்வானுடன் சொன்னாள்: "நீங்கள் ரத்தம் விற்று சம்பாதித்த பணத்தில்தான் இந்த மாவோ மேலங்கியைத் தைத்தேன். நான் என் சொந்த யுவானையும் சேர்த்திருக்கிறேன். இப்போது உங்களுக்கு சமாதானம்தானே?"

ஸூ ஸன்க்வான் பேசாமல் இருந்தான். அவனுக்கு எதிராகப் பிரயோகிப்பதற்கு அவளிடம் இப்போது சில விஷயங்கள் இருக்கின்றன. அதனால் முன்புபோல அவள் முன்னால் தாண்டிக் குதிக்க வழியில்லை. முன்பு ஸூ ஸன்க்வான் தொழிற்சாலையில் வேலை செய்யும்போது ஸூ யுலான் வீட்டு வேலைகளின் எல்லாப் பொறுப்பையும் ஏற்றாள். லின் ஃபென்ஃபாங்குடன் உள்ள தொடர்பு வெளியானவுடன் ஸூ யுலானின் கை ஓங்கிவிட்டது. மிகவும் நன்றாக பின்னப்பட்ட ஸ்வெட்டர் அணிந்து கையில் ஒரு பிடி முலாம் பழ விதைகளுடன் அவள் சாவகாசமாகத் திரிந்துகொண்டிருந்தாள். அக்கம் பக்க வீடுகளுக்குச் சென்று பேசிக்கொண்டிருந்தாள். அவர்கள் எதையாவது பிடித்துக் கொண்டால் ஒரு மணிநேரம், இரண்டு மணிநேரம் ஏன், மூன்று மணிநேரம் வரைகூட பேசிக்கொண்டிருப்பார்கள். ஆனால் இந்த நேரத்தில் ஸூ ஸன்க்வான் அரிசி வேகவைத்துக்கொண்டோ, அடுப்பிலிருக்கும் காய்கறியைக் கிண்டிவிட்டுக்கொண்டோ வியர்த்துக் குளித்து அடுக்களையில் இருப்பான். அண்டை வீட்டார்கள் வாயிலுக்குள் தலையிட்டுப் பார்ப்பார்கள். சமையல் வேலையில் ஈடுபட்டிருக்கும் ஸூ ஸன்க்வானைப் பார்த்து சிரித்துச் சொல்வார்கள்.

"ஸூ ஸன்க்வான், இன்று இரவும் சமையல்தானா?"

"ஸூ ஸன்க்வான், கொஞ்சம் மெதுவாகச் செய்ய வேண்டும். காய்கறி அரிவது விறகு வெட்டுவதுபோல அல்ல, புரிந்ததா?"

"ஸூ ஸன்க்வான், நீங்கள் என்றிலிருந்து இவ்வளவு கடும் பிரயத்தனம் தொடங்கினீர்கள்?"

ஸூ ஸன்க்வான் அவர்களிடம் சொல்வான்: "என்னால் ஒன்றும் செய்ய முடியாது. எனக்கு எதிராக சில விஷயங்கள் ஸூ யுலானுக்குக் கிடைத்திருக்கின்றன. பழைய மனிதர்கள் சொல்வதுபோல, நொடி நேர இன்பம் ஒரு பிறவி முழுதுக்குமான வேதனைக்கு இட்டுச் செல்கிறது."

ஸூ யுலானோ மற்றவர்களிடம் இப்படிச் சொல்வாள்: "கடைசியில் விஷயங்கள் சரியானபடி ஆனதாக எனக்குத் தோன்று கிறது. நான் எப்போதும் என் கணவனுக்காக காத்திருந்தேன். செய்வதெல்லாம் என் பிள்ளைகளுக்காகத்தான் செய்தேன். அவர்களுக்கு சாப்பிடக் கிடைத்தால் நான் பசியுடன் இருக்க மிக மகிழ்ச்சிகொண்டிருந்தேன். அவர்கள் சௌக்கியமாக இருக்கும்போது நான் எந்த அசௌகர்யத்தையும் சகித்துக் கொள்ளத் தயாராக இருந்தேன். ஆனால் இப்போது எல்லா விஷயங்களும் சரியாகி வருகின்றன. எதிர்காலத்தில் நான் என்னைத்தான் கவனித்துக்கொள்வேன். நான் என் நலத்தைக் கவனிக்கவில்லையென்றால் யாரும் அதைக் கவனிக்க மாட்டார்கள். ஆண்களை ஒருபோதும் நம்ப முடியாது. அவர்களுக்கு வீட்டில் ஒரு அழகி இருந்தாலும் மற்ற பெண்களுடன் களிக்கலாம் என்று நினைக்கிறார்கள். குழந்தைகளையும் நம்ப முடியாது."

தான் எவ்வளவு முட்டாள் என்று ஸூ ஸன்க்வானுக்குப் புரிந்தது. முறையற்ற உறவு ஒரு விஷயம்தான். ஆனால் லின் ஃபென்ஃபாங்குக்கு சூப் எலும்புகளும் தானியங்களும் வாங்கிக் கொடுத்தது மகா முட்டாள்தனம். அந்தப் பொருட்களையெல்லாம் மனைவியின் மேசை மீது பார்த்தால் எந்த முட்டாளும் என்னமோ நடக்கிறது என்று சந்தேகப்படுவான்.

ஆனால் லின் ஃபென்ஃபாங்குடனான உறவைப் பற்றி மேலும் மேலும் யோசிக்குந்தோறும் அது அவ்வளவு கெடுதியானது அல்ல என்ற எண்ணமும் ஏற்பட்டது. எப்படியானாலும் அவன் அவளைத் தள்ளி வீழ்த்திவிட்டான் அல்லவா. ஹீ ஸியோயோங்குக் கும் ஸூ யுலானுக்கும் இடையில் ஏற்பட்டதைவிடவும் மேலானதாக சொல்வதற்கு அவனிடம் இருந்தது அதுதான். அவள் யீலிக்குப் பொறுப்பளித்தாள். யீலிக்கான பொறுப்பு இப்போதும் அவனுக்குத்தான்.

அதைப் பற்றி மேலும் மேலும் யோசிக்கும்போது அவனுக்கு சினம் கூடிக்கூடி வந்தது. அதனால் அவன் ஸூ யுலானை அழைத்துச் சொன்னான்: "இன்று முதல் நான் வீட்டு வேலை செய்ய மாட்டேன்." அவன் ஸூ யுலானிடம் சொன்னான்: "நீ ஹீ ஸியோயோங்குடன் ஒருமுறை செய்தாய். நீயும் ஹீ ஸியோயோங்கும் யீலியை உண்டாக்கினீர்கள். நானும் லின் ஃபென்ஃபாங்கும் ஒரு 'போர்லி' உண்டாக்கினோமா? நாம் இருவரும் ஆபத்தான தவறுகள் செய்தோம். ஆனால் உன்னுடையது என்னைவிட ஆபத்தானது."

ஸூ யுலான் எதிர்ப்புக் கூச்சலிட்டாள். இரண்டு கைகளையும் அவன் முகத்துக்கு நேராக நீட்டினாள்: "நீங்கள் ஒரு மிருகத்தைவிட மேம்பட்டவர் அல்ல. அந்த பெட்டை நாயுடன் உள்ள உங்கள் முறையற்ற உறவை நான் மறந்திருந்தேன். ஆனால் இப்போது நீங்கள் அதை நான் நினைவுகூரும்படி கட்டாயப்படுத்துகிறீர்கள். இதற்காக நான் போன பிறவியில் என்ன பாவம் செய்தேன்? என்னவாயினும் அது மீண்டும் வேட்டையாட வருகிறது. ஒழியாத பீடிப்பாக பின் தொடர்கிறது."

கத்திக்கொண்டே அவள் வாயிற்படியில் தன் இடத்தை நோக்கிச் சென்றாள்.

அவள் வழியைத் தடுப்பதற்கு ஸூ ஸன்க்வான் பாய்ந்து வந்தான். விரைவாக அவளைப் பிடித்துச் சொன்னான்: "சரி, சரி. நான் இனி ஒருபோதும் பேச்சில் இந்த விஷயத்தை எடுக்க மாட்டேன். சரியா?"

18

ஸூ ஸன்க்வான், ஸூ யுலானிடம் சொன்னான்: "இந்த வருடம் 1958. மக்கள் கூட்டமைப்பின் முன்னோக்கிய பாய்ச்சலின் பின்புறங்களில் உருக்கு உலைகளின் காலம். என் தாத்தாவின் இடத்தையும் நான்காவது சித்தப்பாவின் இடத்தையும் அவர்கள் எடுத்துக்கொண்டார்கள். இனி சொந்தமாக நிலம் இருக்காது என்றுதான் நினைக்கிறேன். எல்லா நிலமும் அரசாங்கத்தி னுடையதாக இருக்கும். நீங்கள் விவசாயம் செய்ய விரும்பினால் பூமியை வாடகைக்கு எடுக்க வேண்டும். அறுவடை செய்யும்போது அரசாங்கத்துக்கும் கொஞ்சம் தானியங்கள் கொடுக்க வேண்டும். முந்தைய பண்ணையார்களைப்போலத்தான் இப்போதுள்ள ஆட்சியாளர்கள். அரசாங்கத்தை நிச்சயமாக பண்ணையார் என்று சொல்ல முடியாது. அதற்குப் பதிலாக மக்கள் கூட்டமைப்பு என்று சொல்ல வேண்டும். நம் பட்டுதொழிற்சாலையிலும் இப்போது எஃகு உருக்கத் தொடங்கிவிட்டார்கள். நாம் அங்கே எட்டு சிறிய ஆலைகள் உருவாக்கிவிட்டோம். நானும் இன்னும் நால்வரும்தான் அதன் பொறுப்பாளர்கள். இப்போது நான் பட்டுநூல் புழுக்கள் விநியோகம் செய்பவன் அல்ல. நான் ஒரு உருக்குப் பணியாளன். நாங்கள் எவ்வளவு எஃகு உருக்க வேண்டும் தெரியுமா? எஃகும் உணவுக்கான தானியங்கள்போலத்தான். அரசாங்கத்துக்கான உணவு தானியம். அது அரசாங்கத்துக்கான அரிசி, கோதுமை, மாமிசம், மீன் எல்லாம்தான். அதனால்தான் எஃகு உருக்குவது வயலில் நெல் விதைப்பதுபோலத்தான் என்று சொல்கிறார்கள்."

ஸூ ஸன்க்வான் ஸூ யுலானிடம் சொன்னான்: "இன்று நான் நடைபயிற்சி சென்றபோது, கையில் சிவப்பு நாடா கட்டிய நிறைய மனிதர்கள் ஒவ்வொரு வீட்டுக்கும் சென்று அந்த வீட்டில் உள்ள கிண்ணங்களையும் அரிசியையும் எண்ணெயையும் உப்பையும்

சோயா சாறையும் புளிப்புக்காடியிலிருந்து எல்லாவற்றையும் பறிமுதல் செய்வதைப் பார்த்தேன். அவர்கள் ஒன்றிரண்டு நாட்களுக்குள் நம் வீட்டுக்கும் வருவார்கள் என்று எனக்கு தெளிவிருக்கிறது. வீடுகளில் உணவு சமைக்க இனி யாரையும் அனுமதிக்க மாட்டோம் என்று அவர்கள் சொல்கிறார்கள். யாரும் உணவு சாப்பிட வேண்டும் என்றால் கேண்டீனுக்குச் செல்ல வேண்டும். நகரத்தில் எத்தனைக் கேண்டீன்கள் இருக்கும் என்று உனக்குத் தெரியுமா? வீட்டுக்கு வரும் வழியில் மூன்று கேண்டீன் களை நான் எண்ணினேன். பட்டுத் தொழிற்சாலையில் ஒன்று இருக்கிறது. ஹெவன்ரெஸ்ட் கோயிலிலும் ஒன்று இருக்கிறது. புராதனமான புத்தத் துறவி மடத்தையும் அவர்கள் கேண்டீனாக மாற்றிவிட்டார்கள். துறவிகளெல்லாம் இனி வெள்ளைத் தொப்பியும் ஏப்ரனும் அணிந்தே ஆக வேண்டும். நிர்ப்பந்தம். இந்த பிளாக்கின் முனையில் ஒரு கலையரங்கம் இருந்ததல்லவா! இப்போது அதுவும் ஒரு கேண்டீன். அடுக்களை எங்கே இருக்கிறது தெரியுமா? சரியாக மேடையில்! யூ ஓப்பரா கம்பெனியின் கோமாளிகள் காய்கறிகளைக் கழுவிவிட்டு மேடைக்கு வருகிறார் கள். நாயகன் இப்போது கேண்டீனின் பிரதிநிதி. வில்லன் உதவிப் பிரதிநிதி.”

ஸூ ஸன்க்வான், ஸூ யுலானிடம் சொன்னான்: “நேற்று முன் தினம் நான் உன்னை பட்டுத் தொழிற்சாலையின் கேண்டீனுக்கு அழைத்துச் சென்றேன் அல்லவா? நேற்று ஹெவன்ரெஸ்ட் கோயில் கேண்டீனுக்கும் சென்றோம். இன்று கலையரங்கத்து கேண்டீனில் உணவு சாப்பிட அழைத்துச் செல்கிறேன். ஹெவன்ரெஸ்ட் கோயில் கேண்டீன் கறிகளில் இறைச்சி போதுமான அளவு இல்லை. சமையல் செய்யும் துறவிகள் சைவம் என்பதால் அவர்கள் அதிகம் இறைச்சி பயன்படுத்துவதில்லை. நேற்று நாம் கிரீன்பெப்பர் பன்றியிறைச்சி சாப்பிடும்போது எல்லோரும் ‘கிரீன்பெப்பர் மைனஸ் பன்றியிறைச்சி’ என்று கேலி செய்வதைக் கேட்டா யல்லவா? மூன்று கேண்டீன்களை நாம் பரிசோதித்தோம். குழந்தைகளுக்கும் உனக்கும் கலையரங்க கேண்டீன் பிடித்ததாகத் தோன்றுகிறது. எனக்கோ, பட்டுத் தொழிற்சாலையில் இருக்கும் பெரிய கேண்டீன்தான் இஷ்டம். கலையரங்க கேண்டீனில் உணவு மோசம் அல்ல. ஆனால் அளவு போதுமானது இல்லையல்லவா? பட்டுத் தொழிற்சாலையிலோ எல்லாம் நிறையத் தருவார்கள், இறைச்சி உட்பட. தேவையான அளவு சாப்பிடலாம். ஹெவன்ரெஸ்ட் கேண்டீனில் சாப்பிட்ட பிறகு ஒரு முறைகூட நான் ஏப்பம் விட்டதில்லை. கலையரங்க கேண்டீனில்

சாப்பிட்டாலும் ஏப்பம் விடுவதில்லை. ஆனால் பட்டுத் தொழிற்சாலையில் சாப்பிட்ட இரவு முழுதும் நான் ஏப்பம் விட்டேன். நாளை நான் உன்னை சிட்டிஹாலில் உள்ள பெரிய கேண்டீனுக்கு அழைத்துச் செல்கிறேன். நகரத்தில் மிக நல்ல உணவு அங்குதான் கிடைக்கும். கொல்லன் ஃபாங் என்னிடம் அப்படித்தான் சொன்னான். அங்குள்ள சமையல்காரர்களெல்லாம் விக்டரி உணவுவிடுதியில் இருந்தவர்கள். அந்த சமையல்காரர் களுக்கு, நகரத்தில் மிகவும் நல்ல உணவை எப்படிச் சமைப்பது என்றும் தெரியும். அவர்களின் சிறப்புத் தயாரிப்பு என்ன தெரியுமா? வறுத்த பன்றி ஈரல்."

ஸூ ஸன்க்வான், ஸூ யுலானிடம் சொன்னான்: "நாளை நாம் சிட்டிஹால் ஹோட்டலுக்குச் செல்ல வேண்டாம். அங்கே உணவு சாப்பிடுவது மிகவும் களைப்படையச் செய்யும் ஒரு ஏற்பாடு. நகரத்தில் உள்ள கால் பங்கு ஆட்களாவது சாப்பிட அங்கு வருவார்கள். உணவு சாப்பிடுவதற்குப் பதிலாக சண்டைக்குச் செல்வதுபோலிருக்கும். அதுமட்டுமல்ல, குழந்தைகள் கூட்ட நெரிசலில் சிக்கி இறந்துபோவார்கள். அங்கே அவ்வளவு கூட்டம். என் உள் சட்டை வியர்வையில் நனைந்து ஊறிவிடும். இவ்வளவு அதிக மக்கள் குசுவிடுகிற, நாறவைக்கிற அந்த இடத்தில் உணவுக்கு சுவை தோன்றாது. நாளை நாம் பட்டுத் தொழிற்சாலைக்குச் செல்லலாம்; என்ன? கலையரங்க கேண்டீனுக்குச் செல்ல நீ விரும்புவாய் என்று எனக்குத் தெரியும்; ஆனால் அவர்கள் அந்த கேண்டீனை மூடிவிட்டார்கள். சில தினங்களுக்கு முன்பே ஹெவன்ரெஸ்ட் கோயில் கேண்டீனையும் மூடிவிட்டார்களாம். பட்டுத் தொழிற்சாலையில் உள்ள கேண்டீன் இப்போதும் திறந்திருக்கிறது. முன்கூட்டியே செல்வதுதான் நல்லது. இல்லையென்றால் சாப்பிடுவதற்கு எதுவும் இருக்காது."

ஸூ ஸன்க்வான் ஸூ யுலானிடம் சொன்னான்: "நகரத்தில் உள்ள கேண்டீன்களையெல்லாம் அவர்கள் மூடிவிட்டார்கள். நல்ல காலம் முடிந்துவிட்டது என்றுதான் நினைக்கிறேன். இனி நம் சாப்பாட்டு விஷயத்தில் யாரும் கவனம் கொள்வார்கள் என்று தோன்றவில்லை. இனி இதன் அர்த்தம் நாமே சமையல் செய்து சாப்பிட வேண்டும் என்பதுதானா? ஆனால் நாம் என்ன சமைப்போம்?"

ஸூ யுலான் சொன்னாள்: "கட்டிலின் அடியில் இரண்டு பானை நிறைய அரிசி இருக்கிறது. அவர்கள் அரிசி, எண்ணெய், உப்பு, சோயா சாறு, புளிப்புக் காடி ஆகியவற்றை எடுத்துக்

கொண்டு போக வந்தபோது என்னால் அந்த அரிசியை எடுத்துக் கொடுக்க முடியவில்லை. வருடக் கணக்காக உங்கள் எல்லோரிடமும் சிக்கனம் பிடித்து நான் சேகரித்த அரிசி அது. அதனால் அவர்கள் அதை எடுத்துக்கொண்டு போவதை என்னால் சகித்துக்கொள்ள முடியவில்லை."

19

ஸூ யுலான், ஸூ ஸன்க்வானை திருமணம் செய்து பத்து வருடம் ஆனது. சிக்கனமாக இருந்தும் செலவழிக்கும் விதத்தை கவனமாக கணக்கிட்டும் அவள் இந்த வருடங்களைக் கடந்தாள். கட்டிலுக்கு அடியில் இருந்த இரண்டு பானை அரிசியை உணவுக்காகப் பயன்படுத்தப்பட்டதுதான். அடுக்களையில் சற்றுப் பெரியதொரு பானை இருந்தது; ஸூ யுலான் தினமும் உலை வைக்கும்போது அரிசிப் பானையின் மர மூடியை விலக்கிவிட்டு அன்றைய தினத்தில் குடும்பத்துக்கு தேவையான அரிசியை மட்டும் பாத்திரத்தில் எடுப்பாள். பிறகு பாத்திரத்திலிருந்து ஒரு பிடி அரிசியை கட்டிலுக்கு அடியில் உள்ள பானைகளில் ஒன்றில் இட்டு வைப்பாள். ஸூ ஸன்க்வானுக்கு விளக்கியதுபோல: 'நீங்கள் யாரும் ஒரு வாய் சோறு கூடுதலாக இருப்பதை கவனிக்க மாட்டீர்கள்; ஒரு வாய் சோறு உங்களுக்கு குறைவாகவும் தெரியாது.'

ஸூ ஸன்க்வான் நாள்தோறும் அவனுக்குக் கிடைக்க வேண்டியதைவிட இரண்டு வாய் சோறு குறைவாகத்தான் சாப்பிட்டான் என்றுதான் இது காட்டுகிறது. அதுபோல யீலிக்கும் ஏளுக்கும் ஸான்லிக்கும் இரண்டு வாய் சோறு குறைந்தது. ஸூ யுலானோ இதைவிட அதிகமாக தன் உணவைக் குறைத்துக் கொண்டாள். இந்த வகையாக சேகரித்த அரிசி கட்டிலுக்கு அடியில் வந்தது. முதலாவது பானை நிறைந்தபோது அவள் இன்னொரு பானை எடுத்து அதில் நிறைக்கத் தொடங்கினாள்.

ஆனால் ஸூ ஸன்க்வான் இதை ஆதரிக்கவில்லை: "நாம் அரிசிக் கடையோ வேறு ஏதாவதோ திறக்கும் திட்டம் இல்லையல்லவா? இவ்வளவு அரிசியை பாதுகாத்து வைப்பதில் என்ன அர்த்தம்? கோடை காலம் வருவதற்குள் நாம் இதைத் தின்னவில்லையென்றால் பூச்சிகள் வந்துவிடும்."

ஸூ யுலான் ஏற்றுக்கொண்டாள். இரண்டாவது பானை நிறைந்த பிறகு அவள் அரிசி எடுத்து வைக்கவில்லை.

அரிசியை சரக்கு அறையில் நீண்ட நாள் வைத்திருந்தால் பூச்சிகள் பானையை ஆக்கிரமித்திருக்கும். பூச்சிகள் அரிசியிலேயே தின்று எச்சமிட்டு அரிசி மணிகளை ஒவ்வொன்றாக பொடிப்பொடியாக்கின. அவற்றின் எச்சமும் பொடிபோலத் தோன்றியது. அவை இரண்டையும் பிரித்தறிவது கஷ்டமாயிருந்தது. எச்சம் சற்று மஞ்சள் நிறத்தில் இருக்கும் என்பதுதான் வித்தியாசம். இரண்டு பானைகள் நிறையும்போது ஸூ யுலான் இவற்றில் உள்ள அரிசி முழுவதையும் அடுக்களையில் உள்ள பெரிய பானைக்கு மாற்றுவாள்.

அவள் கட்டிலில் அமர்ந்து, இரண்டு சிறிய பானைகளில் எவ்வளவு அரிசி இருந்தது என்று கணக்கிடுவாள். அதன் எடையின்படி அந்த அரிசி எவ்வளவு விலை வரும்? அதற்குச் சமமான தொகையை சுத்தமான ஒரு பையில் வைத்து அவள் பெட்டியின் அடியில் வைப்பாள். அந்தப் பணம் செலவழிப்பதற்கானதல்ல.

அவள் ஸூ ஸன்க்வானிடம் சொன்னாள்: "உங்கள் எல்லோர் வாயிலிருந்தும் துண்டு துண்டாகப் பிடுங்கி சேர்த்ததுதான் இந்தப் பணம். நீங்கள் அதன் வித்தியாசத்தை உணரவில்லை, அப்படித்தானே?" அவள் மேலும் சொன்னாள்: "சாதாரணமான எந்த தேவைக்கும் இந்தப் பணத்தைப் பயன்படுத்தக் கூடாது. மிகவும் அத்தியாவசியமான ஏதாவது நடக்க வேண்டும். அப்போதுதான் இதைச் செலவழிக்க வேண்டும்."

ஸூ ஸன்க்வான் இந்த செயல்முறைகளின் மீது எதிர்ப்புக் காட்டினான்: "குசு விடுவதற்கு பேண்ட்டை கழற்றுவது போலத்தான் இது. எல்லாம் சற்றும் தேவையற்ற காரியங்கள்."

ஸூ யுலான் சொன்னாள்: "உங்கள் கருத்துடன் என்னால் உடன்பட முடியவில்லை. நோய் வராமலோ எந்த வித ஆபத்துகள் இல்லாமலோ யாரும் வாழ்ந்துவிட முடியாது. எல்லோருக்கும் ஏற்றமும் இறக்கமும் உண்டு. கெட்டிக்காரர்கள் இந்த சிக்கலிலிருந்து விடுபட முன்பே ஆயத்தமாகிறார்கள். என்னவாயினும், இப்படித்தான் நான் நம் எல்லோருக்காகவும் கொஞ்சம் பணம் சேகரித்து சேர்த்து வைத்தேன்."

இடையில் ஸூ யுலான் சொல்வாள்: "கஷ்ட நேரங்கள் வரப்போகின்றன. கஷ்ட காலங்களிலூடே ஒன்றிரண்டு முறை

கடந்து செல்லாமல் யாராலும் வாழ முடியாது. அதைத் தவிர்ப்பதற்கு யாராலும் முடியாது."

ஸான்லிக்கு எட்டும், ஏளுக்குப் பத்தும், யீலிக்குப் பதினொன்றும் வயதானபோது நகரத்தில் வெள்ளம் வந்தது. தாழ்வான இடங்களிலெல்லாம் தண்ணீர் ஒரு மீட்டர் அளவு உயர்ந்தது. முழங்காலுக்கு மேல் தண்ணீர். அந்த ஜூன் மாதத்தில் ஸூ ஸன்க்வானின் வீடு ஏழு நாட்கள்வரை தண்ணீர் குளத்திலிருந்தது. கூடத்தில் தண்ணீர் ஏறியது, இறங்கியது. இரவு படுக்கும்போது வெள்ளத்தின் அலையோசை கேட்டது.

வெள்ளத்திற்குப் பின்னால் உணவுப் பஞ்சம் வந்தது. ஸூ ஸன்க்வானுக்கும் ஸூ யுலானுக்கும் முதலில் என்ன நடக்கிறது என்றே புரியவில்லை. கிராமங்களில் நெல்லெல்லாம் வயல்களிலேயே கிடந்து அழுகிப்போயின என்று கேள்விப் பட்டார்கள். ஸூ ஸன்க்வான் தாத்தாவையும் நான்காம் சித்தப்பாவையும் நினைவுகூர்ந்தான். அது போனது நல்லதுதான் என்று தனக்குள் உறுதிகொண்டான். இல்லையென்றால் இந்த வருடத்தை எப்படித் தள்ளுவது? அவனின் மூன்று சித்தப்பாக் களும் இப்போதும் உயிருடன் இருக்கிறார்கள். ஆனால் அவர்களைப் பற்றி அவனுக்கு அப்படித் தோன்றவில்லை; ஏனென்றால் அவர்கள் யாரும் அவனிடம் நன்றாக நடந்துகொள்ளவோ மனம் வைக்கவோ இல்லை.

மிகவும் வறுமையான மனிதர்களின் கூட்டம் நகரத்தில் உணவுக்காக யாசிப்பதை பார்ப்பதுவரையில் ஸூ ஸன்க்வானோ, ஸூ யுலானோ உணவுப் பஞ்சம் வந்துவிட்டது என்று புரிந்துகொள்ளவில்லை. தினமும் காலையில் கதவைத் திறக்கும்போது அவர்கள் வீட்டுக்கு முன்னால் உள்ள சந்தில் பிச்சைக்காரர்கள் படுத்துத் தூங்குவதைப் பார்த்தார்கள். நாள்தோறும் புதிய முகங்கள். நாட்கள் செல்லுந்தோறும் மேலும் மேலும் சோர்ந்த, வெளிறிய முகங்கள்.

அரிசிக் கடை எப்போதாவதுதான் திறந்தது. அது பெரும் பாலும் பூட்டிக் கிடந்தது. அது திறக்கும் சமயத்திலெல்லாம் அரிசி விலை இரண்டு மடங்கோ அல்லது மூன்று மடங்கோ அதிகரித்தது. இன்னும் சற்றுக் கடந்தபோது பத்து ராத்தல் அரிசி வாங்குவதற்கான பணம் கொண்டு இரண்டு ராத்தல் சர்க்கரை வள்ளிக்கிழங்கு வாங்கத்தான் முடிந்தது. பட்டு நூல் புழுக்கள் கிடைக்காததால் பட்டுத் தொழிற்சாலையை மூடிவிட்டார்கள். தானிய மாவோ, சமையல் எண்ணெயோ இல்லாததால் ஸூ ஸன்க்வான் காலையில் பலகாரக் கடைக்கு செல்ல நேரவில்லை.

பள்ளிகளை மூடிவிட்டார்கள். நகரத்தில் பெரும்பாலான கடைகளைக் கதவடைத்தார்கள். ஏறத்தாழ இருபது உணவுவிடுதிகள் இயங்கி வந்த நகரத்தில் ஒன்றே ஒன்று மட்டும், விக்டரி உணவுவிடுதி மட்டும் திறந்திருந்தது.

ஸூ ஸன்க்வான், ஸூ யுலானிடம் சொன்னான்: "உணவுப் பஞ்சம் மிகவும் கஷ்டமான காலகட்டத்தில்தான் வந்திருக்கிறது. கொஞ்சம் வருடங்களுக்கு முன்பு வந்திருந்தது என்றால் பெரிய சிரமங்கள் இல்லாமல் அதைக் கடந்து வந்திருக்கலாம். ஆனால் நமக்கு இப்போது பொருட்கள் குறைந்த நேரமாக இருக்கிறது."

"யோசித்துப்பாருங்கள், அவர்கள் முதலில் நம் சமையல் பாத்தி ரங்களையும் கிண்ணங்களையும் அரிசியையும் எண்ணெயையும் சோயா சாறையும் புளிப்புக் காடியையும் பறிமுதல் செய்து போனார்கள். பிறகு நம் அடுப்புகளை உடைத்தார்கள். இனியான நம் காலம் முழுதும் கேண்டீன் களில்தான் சாப்பிடப்போகிறோம் என்று நான் நினைத்தேன். ஒரு வருடத்துக்குள்ளேயே நாமே நம் காரியங்களைப் பார்த்துக் கொள்ளும் நிலை வரும் என்று நான் ஒருபோதும் எதிர்பார்க்கவில்லை. இன்னொரு அடுப்பு உண்டாக்குவதற்குப் பணம் வேண்டும். புதிய சமையல் பாத்திரம், புதிய கிண்ணங்கள், புதிய தேக்கரண்டிகள், புதிய கிண்ணங்கள் எல்லாம் வாங்குவதற்குப் பணம் வேண்டும். எண்ணெய், உப்பு, சோயா சாறு, புளிப்புக் காடி ஆகியவற்றுக்கும் மீண்டும் பணம் வேண்டும். நாம் சேர்த்து வைத்த சம்பாத்தியத்தை எல்லாம் சட்டென்று ஒவ்வொன்றாக செலவிடவேண்டி வருகிறது."

"பணம் செலவிட எனக்கு மனதில்லை என்பதல்ல. நிம்மதியான ஒன்றிரண்டு வருடங்கள் இருந்திருந்தன என்றால், இந்தப் பிரச்சினையிலிருந்து விரைவில் மீள நம்மால் முடியும். ஆனால் கடந்த ஒன்றிரண்டு வருடங்களாக நமக்கு என்ன நிம்மதி இருந்தது? முதலில் யீலி. யீலி என் மகன் அல்ல என்பதே மிகப் பெரிய அதிர்ச்சியாக இருந்தது. அப்பறம் அவன் நம்மை சிக்கலில் இழுத்து விட்டதும் நான் கொல்லன் ஃபாங்குக்கு முப்பத்தைந்து யுவான் கொடுக்க வேண்டி வந்ததும் அதைவிடக் கஷ்டமாகப்போய்விட்டது. கடந்த இரண்டு வருடங்கள் கடுமையானதாக இருந்தது. இப்போது இதே உணவுப் பஞ்சம் நம் கைகளில். இப்போதும் கட்டிலுக்கு அடியில் இரண்டு பானை அரிசி இருக்கிறது என்பதுதான் அதிர்ஷ்டம்."

ஸூ யுலான் சொன்னாள்: "கட்டிலுக்கு அடியில் இருக்கும் அரிசியை இப்போதும் நாம் சாப்பிட எடுக்கக் கூடாது.

அடுக்களைப் பானையில் இப்போதும் கொஞ்சம் அரிசி இருக்கிறது. இனி அரிசி மட்டும் சாப்பிடவும் முடியாது. நான் எல்லாவற்றுக்கும் ஒரு திட்டம் தயாரித்திருக்கிறேன். பஞ்சம் இன்னும் ஆறு மாதங்களுக்கு இருக்கும். அடுத்த வசந்த கால அறுவடைவரையிலாவது. நம்மிடம் அடுத்த ஒரு மாதத்துக்கான அரிசிதான் இருக்கிறது. முடிந்தவரை கஞ்சியாகப் பயன்படுத்தினால் நான்கு மாதத்துக்கும் அதிகமான காலம் வரும். ஒன்றரை மாத காலம் எதுவும் சாப்பிடுவதற்கு இல்லாத நிலைக்குத்தான் நம்நிலை இருக்கிறது. ஒன்றரை மாதம் உணவு இல்லாமல் இருக்கவும் நம்மால் முடியாது. முதல் நான்கு மாதம் நாம் வழக்கத்தைவிட குறைவாக சாப்பிட்டால் கடைசி ஒன்றரை மாதத்துக்கும் சேர்த்து நாம் பாதுகாத்துக் கொண்டு வந்து வந்துவிட முடியும். குளிர் காலம் வரும் முன்பு நாம் வயல்களுக்குச் சென்று, கிடைக்கும் அளவு காட்டுக் கிழங்குகளையும் காய்கறிகளையும் சேகரிப்பதுதான் நல்லது. அடுக்களைப் பானையில் அரிசி தீர்ந்தால் நாம் அதில் காட்டுக் கிழங்குகளையும் காய்கறிகளையும் நிறைக்கலாம். பிறகு உப்புப் போடலாம். அப்படிச் செய்தால் அது கெட்டுப் போகாது. அது நான்கைந்து மாதங்கள் வரும். பிறகும் நம் கையில் கொஞ்சம் பணம் மிச்சமிருக்கும். நான் அதை நம் கம்பளிப் போர்வையின் உள்ளே வைத்துத் தைத்திருக்கிறேன். உங்களிடம் நான் இதுவரை அதைச் சொல்லவில்லை. பொருட்கள் வாங்கும்போது மிச்சம் பிடித்து சேர்த்து வைத்தது. எல்லாம் தீர்ந்தாலும் பத்தொன்பது யுவானும் அறுபத்தேழு பென்னும் மிச்சமிருக்கும். அதிலிருந்து பதிமூன்று எடுத்து நாம் சோளம் வாங்குவோம். அந்தப் பணத்துக்கு இப்போது ஒரு நூறு ராத்தலாவது கிடைக்கும் என்று தோன்றுகிறது. அதிலிருந்து மணி உதிர்த்து உலர்த்தி மாவாக அரைக்கலாம். அப்போது முப்பது ராத்தல் சோளமாவு கிடைக்கும். அரிசிக் கஞ்சியில் சோள மாவு போட்டால் அது நன்றாயிருக்கும். அடர்த்தியாகவும் இருக்கும். வயிறு அவ்வளவு காலியாக இருப்பதுபோலவும் தோன்றாது.”

ஜ

ஸூ ஸன்க்வான் பிள்ளைகளிடம் சொன்னான்: “கடந்த ஒரு மாதமாக நாம் சோளமாவுதான் சாப்பிட்டோம். அது மட்டும் சாப்பிட்டதால் உங்களுக்கு உங்கள் நிறம் போய்விட்டது. நீங்கள் மெலிந்து மெலிந்துவருகிறீர்கள். உங்களுக்கு சுறுசுறுப்போ

சக்தியோ இல்லை. இந்த நாட்களில் நீங்கள் இதை மட்டும்தான் சொன்னீர்கள்: 'எனக்குப் பசிக்கிறது, எனக்குப் பசிக்கிறது, எனக்குப் பசிக்கிறது.' நீங்கள் பிள்ளைகள் அனைவரும் உயிருடன் இருக்கிறீர்கள் என்பதே மகத்தான ஒரு விஷயம்தான். நகரத்தில் மற்ற எல்லோரும் இதே விதத்தில்தான். அக்கம் பக்கத்திலோ, உடன் படிப்பவர்களின் வீடுகளுக்கோ சென்று பாருங்கள். நாம் மற்றவர்களைவிட நல்ல நிலையில் இருக்கிறோம் என்று அப்போது புரியும். எப்படியானாலும் ஒரு கிண்ணம் சோளக் கஞ்சியாவது கிடைக்கிறதல்லவா? காட்டுக் காய்கறிகளும் சோள மாவும் தின்று சலித்துப்போய்விட்டது என்று நீங்கள் சொல்கிறீர்கள். அது சரிதான் என்றாலும் அதுதான் உங்களுக்குக் கிடைக்கப்போகிறது. ஏனென்றால் இந்த கஷ்டகாலம் சீக்கிரம் தீரப்போவதில்லை. நீங்கள் வெறும் சோறு, இல்லையென்றால் சோள மாவு சேர்க்காத அரிசிக் கஞ்சியாவது சாப்பிட விரும்புவீர்கள். நான் அம்மாவிடம் இதைப் பற்றி பேசினேன். நாங்கள் உங்களுக்கு அதை சமைத்துத் தரப்போகிறோம். ஆனாலும் அதற்கு நேரம் வரவில்லை.

“இப்போதைக்கு நீங்கள் காட்டுக் காய்கறிகளைத் தின்றுதான் ஆக வேண்டும். இந்த சோள மாவின் அடர்த்தியும் குறைந்து கொண்டே வருவதாக உங்களுக்குப் புகார் இருக்கும். நாம் இப்போதும் காட்டிலிருந்து வேளியே வரவில்லை. இதெல்லாம் முடிவதற்கு இன்னும் நீண்ட நீண்ட காலமாகும். எனக்கும் அம்மாவுக்கும் உங்களைக் காப்பாற்றி நீங்கள் உயிருடன் இருக்கிறீர்கள் என்று உறுதிப்படுத்திக்கொள்ளத்தான் முடியும். அவர்கள் சொல்வது சரிதான். கொஞ்சம் விறகு சேகரிப்பதற்கு முன்னால் ஒரு மலையே இருக்கும். இதன் அர்த்தம் என்ன வென்றால், இப்போதைய துன்பமான நேரங்கள் கடந்தால்தான் நல்ல நாட்களைப் பார்ப்பதற்கு நாம் உயிருடன் இருப்போம். அதனால் நாம் சோளக் கஞ்சி, அது நீர்த்து கொண்டே வருகிறது என்றாலும் கொஞ்சம் சிறுநீர் கழித்து முடியும்போது கஞ்சி போய்விட்டது என்று வந்தாலும், சாப்பிட்டுக்கொண்டிருக்க வேண்டும்.

“யார் அப்படிச் சொன்னது? யீலியாக இருக்கும். எனக்குத் தெரியும். சின்னப் பொறுக்கி. நாள் முழுதும் நீங்கள் எவ்வளவு பசித்திருக்கிறீர்கள்? ஆனாலும் பிள்ளைகளே, நீங்கள் இப்போதும் சிறிய பிள்ளைகள். நாள்தோறும் நான் குடிக்கும் அளவு சோளக் கஞ்சி உங்களுக்கும் கிடைக்கிறது. ஆயினும் உங்களுக்கு ஏன் இவ்வளவு பசிக்கிறது என்று தெரியுமா? ஏனென்றால் நீங்கள்

எப்போதும் வெளியே ஓடி விளையாடுவதால்தான். கஞ்சி குடித்த உடனே நீங்கள் விளையாட ஓடுகிறீர்கள். நான் உள்ளே வரச் சொன்னாலும் நீங்கள் கவனிப்பதில்லை. ஸான்லியோ, இன்றும் தெருவில் கிடந்து கூச்சலிட்டான், உரக்க அலறினான். சின்னப் பொறுக்கி. இதுபோன்ற நேரங்களில் நீங்கள் எப்படி இந்த வகையில் தொடர முடியும்? இது போன்ற நேரங்களில் நீங்கள் மென்மையாகப் பேசி உங்கள் சக்தியை சேகரித்து வைக்க வேண்டும். உங்கள் வயிறு உறுமும். காலி வயிறுடன் நீங்கள் ஓடுகிறீர்கள். ஆயினும் உங்களுக்கு ஓடவும் கூச்சல்போடவும் முடிகிறது. உங்களுக்கு அவ்வளவு அதிகம் பசியெடுப்பதில் எனக்கு எந்த வியப்பும் இல்லை! நீங்கள் கஞ்சி குடித்த உடனே அது செரித்துவிடுகிறது.

"இன்று முதல் யீலியும் ஏளும், ஆமாம், ஸான்லி நீயும், கஞ்சி குடித்த உடனே அசையாமல் படுக்கப்போகிறீர்கள். நீங்கள் சுற்றித் திரியப்போவதில்லை. அதிகம் சுற்றித் திரிந்தால் உங்களுக்கு பசிக்கும். எனக்காக ஒரு உதவி செய்கிறீர்களா? பேசாமல் படுத்துக்கொள்ளுங்கள். உங்கள் அம்மாவும் நானும் உங்களுடன் படுக்கப்போகிறோம். நான் அதிகம் சொல்வதற்கில்லை. எனக்கும் பசி தாங்க முடியவில்லை. பேசிக்கொண்டிருப்பதற்கான சக்தி எனக்கில்லை. நாம் இப்போது குடித்த கஞ்சி போய்விட்டது."

அன்று முதல் ஸூ ஸன்க்வானின் குடும்பம் நாள்தோறும் இரண்டு நேரம் சோளக் கஞ்சி குடித்தது. காலையில் ஒருமுறை, அப்புறம் மாலையில் ஒரு முறை. மிச்ச நேரம் முழுதும் அவர்கள் அசையவோ பேசவோ செய்யாமல் படுத்துக் கிடந்தார்கள். அசையவோ பேசவோ செய்யும்போது வயிறு உறுமத் தொடங்கும். பசி தெரியத் தொடங்கும். அப்படி அசையாமல் பேசாமல் நாள் முழுதும் படுத்திருக்கும்போது இயல்பாகவே தூங்கிவிடுவார்கள். அந்த வகையில் ஸூ ஸன்க்வானின் குடும்பம் பகல் முழுதும் காலையிலிருந்து மாலைவரை தூங்கத் தொடங்கியது. அதன் பிறகு அவர்கள் கஞ்சிக்காக விழித்தார்கள். அதன் பிறகு மாலையிலிருந்து அடுத்த நாள் காலைவரை மீண்டும் தூங்குவார்கள். அப்படி அவர்கள் டிசம்பர்வரை தூங்கினார்கள்.

டிசம்பர் ஏழாம் தேதி இரவு ஸூ யுலான் கஞ்சி வைத்தது, ஒரு கிண்ணம் சோளமாவு அதிகம் எடுத்துத்தான். வழக்கத்தைவிட அடர்த்தியாக. பிறகு ஸூ ஸன்க்வானையும் குழந்தைகளையும் எழுப்பி சிரித்தபடி சொன்னாள்: "நாம் இந்த இரவு ஒரு நல்ல பொருள் சாப்பிடப் போகிறோம்."

ஸூ ஸன்க்வானும், யீலியும், ஏளும், ஸான்லியும் மேசைக்கருகில் அமர்ந்து, ஸூ யுலான் உணவு மேசைக்கு என்ன எடுத்து வரப்போகிறாள் என்று கழுத்தை நீட்டிப் பார்த்தார்கள். ஆனால் அவள், நாள்தோறும் குடிக்கும் அதே சோளக் கஞ்சியைத்தான் கொண்டு வந்தாள்.

ஏமாற்றத்தின் முதல் குரல் யீலியுடையதாயிருந்தது: "இது அதே பழைய சோளக் கஞ்சிதான்."

ஏமாற்றமடைந்த ஏளும் ஸான்லியும் அதை ஆமோதித்தார்கள்: "அதே கஞ்சி..."

ஸூ யுலான் சொன்னாள்: "நன்றாகப் பாருங்கள். நேற்றும் நேற்று முன்தினமும் மட்டுமல்லாமல் நீண்ட நாட்களாக குடித்ததைவிட இது கெட்டியாக இருக்கிறது. ஒரு வாய் குடித்துப் பார்த்தால் உங்களுக்கு அதன் வித்தியாசம் தெரியும்."

மூன்று பிள்ளைகளும் ஒவ்வொரு வாய் குடித்தபோது அவர்களது கண்கள் விரிந்தன; கஞ்சியில் ஏதோ மாற்றமிருக்கிறது. ஆனால் அது என்னவென்று சரியாகச் சொல்லவும் அவர்களால் முடியவில்லை. ஸூ ஸன்க்வானும் ஒரு மடக்கு குடித்தான். ஸூ யுலான் கேட்டாள்: "நான் அதில் என்ன சேர்த்திருக்கிறேன் என்று தெரியுமா?"

மூன்று பிள்ளைகளும் தலையாட்டினார்கள். கிண்ணங்களை எடுத்து கஞ்சியை அவசரமாக உறிஞ்சிக் குடிக்கத் தொடங்கினார்கள்.

ஸூ ஸன்க்வான் பிள்ளைகளிடம் சொன்னான்: "உங்களுக்கு உங்கள் புத்தி மந்தித்துவிட்டது. சுவைத்துப் பார்த்தாலும் இனிப்பாக இருக்கிறது என்று சொல்ல உங்களால் முடியவில்லையா?"

யீலி, சட்டென்று புரிந்துகொண்டு உரக்கச் சொன்னான்: "சர்க்கரை. கஞ்சியில் இனிப்பு சேர்த்திருக்கிறீர்கள்!"

ஏளும், ஸான்லியும் கிண்ணத்திலிருந்து ஓசையுடன் குடித்துக் கொண்டிருக்கும்போது, மகிழ்ச்சியுடன் தலையாட்டி இறக்கிக் கொண்டு சந்தோஷமாகச் சிரித்தார்கள். அவர்களைப்போலத்தான் ஸூ ஸன்க்வானும் ஓசையுடன் கஞ்சி குடித்து குழந்தைகளைப் போல மகிழ்ச்சியுடன் சிரித்தான்.

ஸூ ஸன்க்வானின் முதலாவது கிண்ணம் தீர்ந்திருந்தது. அவன் தலையிலடித்து அறிவித்தான்: "இன்றுதான் என் அம்மா என்னைப்

பெற்றெடுத்தார்கள்." பிறகு அவன் தொடர்ந்து சொன்னான்: "நீ கஞ்சியில் சர்க்கரை இட்டாய். வழக்கத்தைவிட கெட்டியுள்ளதாக ஆக்கினாய். எனக்கு கூடுதலாக ஒரு கிண்ணம் கஞ்சியும் வைத்தாய். எல்லாம் என் பிறந்த நாளின் காரணத்தால்தான். இன்று எனக்கு கொஞ்சம் அதிகம் சாப்பிடக் கிடைத்தது."

அதிகப்படியான கஞ்சிக்காக அவன் கிண்ணத்தை நீட்டுவதற்கு முன்பே யீலியும், ஏளும், ஸான்லியும் அவர்களின் காலிக் கிண்ணங்களை அவனுக்கு நேராக யாசிப்பதுபோல நீட்டினார்கள்.

"அதிகப்படியான கஞ்சியை நாம் இவர்களுக்குக் கொடுக்கலாம்." அவன் மகன்களை நோக்கி சைகை காண்பித்தான்.

"அதை அவர்களுக்குக் கொடுக்க முடியாது. நான் இதை உங்களுக்காக பிரத்தியேகமாகச் செய்திருக்கிறேன்."

ஸூ ஸன்க்வான் சொன்னான்: "கடைசியில் இதை யார் சாப்பிட்டார்கள் என்பது ஒரு பிரச்சினை இல்லை. யார் சாப்பிட்டாலும் வெளிக்குப் போகும். குழந்தைகள் கொஞ்சம் அதிகம் வெளிக்குப் போகட்டும். நாம் கஞ்சியை இவர்களுக்கே கொடுக்கலாம்."

குழந்தைகள் அவர்களின் கிண்ணங்களை வாய்க்கு உயர்த்துவதையும் இனிப்பு சேர்த்த சோளக் கஞ்சியை உறிஞ்சிக் குடிப்பதையும் ஸூ ஸன்க்வான் பார்த்துக்கொண்டிருந்தான். அவன் அவர்களிடம் சொன்னான்: "நீங்கள் சாப்பிட்டு முடித்தவுடன் மிகவும் பயபக்தி மரியாதையுடன் எனக்கு பிறந்த நாள் வாழ்த்துச் சொல்ல வேண்டும்."

இதைச் சொல்லி முடித்த உடனே அவனுக்கு கலக்கம் ஏற்படத் தொடங்கியது. இதெல்லாம் எப்போது முடியப்போகிறது! குறும்புக்காரக் குழந்தைகளுக்கு இது மிகவும் கஷ்டமானது. இனிப்புப் பலகாரங்கள் தின்பது என்றால் என்ன, அது எப்படி யிருக்கும் என்றுகூட அவர்களால் நினைவுகூர முடியவில்லை. ஆனால் இனிப்புக் கிடைத்தபோதோ, சர்க்கரை யின் ருசியை அவர்களால் இனங்காணவும் முடியவில்லை.

அன்று இரவு குடும்பத்துடன் படுத்திருக்கும்போது ஸூ ஸன்க்வான் பிள்ளைகளிடம் சொன்னான்: "குழந்தைகளான நீங்கள் எதை மிகவும் விரும்புவீர்கள் என்று எனக்குத் தெரியும். சாப்பிடுவதற்குத்தான், அல்லவா? உங்களுக்கு சோறு, எண்ணெயில் வறுத்த உணவுப் பண்டங்கள் எல்லாம் வேண்டும். உங்களுக்கு

மீனும் இறைச்சியும் அப்புறம், ருசியான எல்லாமும் வேண்டும், அல்லவா. உங்களுக்கு இன்னும் அதிகம் சாப்பிட வேண்டும் என்றும் தோன்றுகிறது, அல்லவா? கொஞ்சம் இனிப்பும் வேண்டும், அல்லவா? கேள்வி என்னவென்றால், நீங்கள் உண்மையில் எதைத் தின்ன விரும்புகிறீர்கள்? என் பிறந்த நாளாக இருப்பதால் நான் குழந்தைகளுக்காக பிரத்தியேகமாக ஏதாவது செய்ய வேண்டும் என்று விரும்புகிறேன். நான் என் வாயால் உங்கள் ஒவ்வொருவருக்கும் ஒவ்வொரு உணவைச் சமைத்துத் தருகிறேன். அதை நீங்கள் உங்கள் காதுகளால் சாப்பிடலாம். அதை உங்கள் வாயால் தின்ன முடியாது. ஏனென்றால் தின்பதற்கு எதுவுமில்லை. அதனால் கவனமாகக் கேட்டுக்கொள்ளுங்கள். நீங்கள் சாப்பிட விரும்புவதையெல்லாம் ஆடர் செய்யுங்கள். ஒருவர் பின் ஒருவராக. முதலில் ஸான்லி. ஸான்லி, உனக்கு என்ன வேண்டும்?"

மிகவும் மென்மையான ஒரு குரலில் ஸான்லி சொன்னான்: "எனக்கு இனிமேல் கஞ்சி வேண்டாம். எனக்கு நல்ல வெள்ளை அரிசிச் சோறு வேண்டும்."

"நமக்கு தாராளமாகச் சோறு இருக்கிறது." ஸூ ஸன்க்வான் சொன்னான்: "அளவு சாப்பாடு அல்ல. உனக்குத் தேவையான அளவு. உனக்கு என்ன கறிகள் வேண்டும் என்று எனக்குத் தெரியவேண்டும்."

ஸான்லி சொன்னான்: "எனக்கு இறைச்சி வேண்டும்."

"ஸான்லிக்கு இறைச்சி வேண்டும்." ஸூ ஸன்க்வான் அறிவித்தான்: "நான் அவனுக்காக சிவக்க வைத்த பன்றியிறைச்சி தயார் செய்கிறேன். ஒல்லியான பன்றி, குண்டான பன்றி. ஆனால், சிவக்க வைத்த பன்றி இறைச்சியைப் பயன்படுத்தும்போது இரண்டையும் கொஞ்சமாக உபயோகிப்பதுதான் நல்லது. அதன் தோலை இன்னும் கொஞ்சம் உரித்தால் மிகவும் நல்லது. சரி. ஒரு விரல் அளவு பருமனிலும் பாதி உள்ளங்கை நீளத்திலுமான துண்டு களாக நான் உனக்கு அரியத் தொடங்குகிறேன். இதோ ஸான்லிக்கான இறைச்சித் துண்டுகள் மூன்று."

ஸான்லி சொன்னான்: "அப்பா, எனக்கு நான்கு துண்டுகள் வேண்டும்."

"அப்படியென்றால் நான் ஸான்லிக்காக நான்கு துண்டுகள் அரிகிறேன்."

ஸான்லி சொன்னான்: "அப்பா, எனக்கு ஐந்து துண்டு..."

ஸூ ஸன்க்வான் சொன்னான்: "நீ நான்கு துண்டுதான் சாப்பிட வேண்டும். நீ இப்போது சின்னவன். ஐந்து சாப்பிட்டால் வயிறு நிறைந்து திணிந்துவிடும். இனி நான் சமையல் செய்வதைக் கேட்டுக்கொள். முதலில் நான் அந்த நான்கு துண்டுகளை கொதிக்கும் நீரிலிடுவேன். ஒரு நிமிட நேரம் மட்டும்தான். ஏனென்றால் அது இறுகுவதை நான் விரும்பவில்லை. அது முடிந்தவுடன் நான் அதை எடுத்து தண்ணீர் வடிவதற்காக வைப்பேன். தண்ணீர் வடிந்த பிறகு எண்ணெய்ச் சட்டியில் சூடான எண்ணெயில் இடுவேன். சோயா சாறு சேர்ப்பேன். ஐந்து மசாலாப் பொடிகளிலும் ஒவ்வொரு துளி எடுத்துப் போடுவேன். கொஞ்சம் மஞ்சள் அரிசி ஒயின் ஊற்றுவேன். மூடுவதற்காக கொஞ்சம் தண்ணீர். மெதுவாக நான் அதை வெப்பப்படுத்துவேன். மிதமான நெருப்பில்தான் சூடாக்குவேன். இரண்டு மணி நேரம் மூடி வைப்பேன். கடைசியில் சாறு பக்குவமாகும்போது, உன் சிவக்க வைத்த பன்றி இறைச்சி தயார்."

எச்சில் விழுங்கும் ஓசையை ஸூ ஸன்க்வான் கேட்டான்: "எண்ணெய்ச் சட்டியின் மூடியை நான் திறப்பேன். கறியின் வாசனை அறையில் நிறையும். நீ உன் சாப் ஸ்டிக்கை உயர்த்துவாய். ஒரு மாமிசத் துண்டைப் பற்றுவாய். உன் வாயில் வைப்பாய். மெல்லத் தொடங்குவாய்."

எச்சில் விழுங்கும் சத்தம் மேலும் சத்தமாகக் கேட்பதை ஸூ ஸன்க்வான் செவிமடுத்தான்: "யார் சப்புக்கொட்டுகிறார்கள்? ஸான்லியா? அல்லது மற்ற இருவருமா? சத்தம் கேட்டதிலிருந்து எனக்குத் தோன்றுகிறது. நீங்கள் எல்லோரும் சப்புக்கொட்டுகிறீர்கள். ஸூ யுலான், நீ என்ன சொல்கிறாய்? நான் சொல்வதை எல்லோரும் கவனித்துக் கேளுங்கள். இந்த உணவு ஸான்லிக்கானது. ஸான்லிக்கு மட்டும். ஸான்லி மட்டும்தான் சப்புக்கொட்ட வேண்டும். மற்றவர்கள் சப்புக்கொட்டினால், ஸான்லியின் சிவக்க வைத்த பன்றியிறைச்சியை நீங்கள் எடுக்கிறீர்கள் என்று அர்த்தம். அடுத்ததாக உங்கள் உணவும் தயாராகும். ஆனால் ஸான்லி அவன் இதயம் நிறைய சாப்பிடுவதற்கு நீங்கள் அனுமதிக்க வேண்டும். பிறகு நான் உங்கள் ஒவ்வொருவருக்கும் சமைத்துத் தருகிறேன்."

"ஸான்லி, கவனமாகக் கேள். நீ சாப்ஸ்டிக்கால் ஒரு துண்டு எடுத்து வாயில் வைத்து மென்று தின்னத் தொடங்க வேண்டும். அதன் வாசனை... அதன் வாசனையைப் பற்றி நான் சொல்கிறேன். தடித்த மாமிசம் கொழுப்புள்ளது. ஆனால் அது அவ்வளவு

சுவையாக இருக்காது. மெலிந்த மாமிசம் மென்மையானது, நீருள்ளது. நான் அவ்வளவு நேரம் மிதமான வெப்பத்தில் வேக வைத்தது எதற்குத் தெரியுமா? வாசனை முழுதும் இறைச்சியில் ஊறுவதற்காக. ஸான்லி, நீ பொறுமையாக ரசித்து சுவைத்துச் சாப்பிடு."

"அடுத்தது ஏள். நீ என்ன சாப்பிட விரும்புகிறாய் ஏள்?"

ஏள் சொன்னான்: "எனக்கும் சிவக்க வைத்த பன்றி இறைச்சி வேண்டும். ஐந்து துண்டுகள்."

"சரி. நான் முதலில் ஏளுக்காக ஐந்து துண்டு வெட்டி எடுக்கிறேன். தடித்த இறைச்சி பாதி, மெல்லிய இறைச்சி பாதி. பிறகு நான் அதை கொதிக்கும் நீரில் ஊற வைத்து வெளியே எடுத்து தண்ணீரை வடிப்பேன். பிறகு நான்..."

ஏள் குறுக்கிட்டான்: "அப்பா, யீலியும் ஸான்லியும் சப்புக்கொட்டுகிறார்கள்."

"யீலி," ஸூ ஸன்க்வான் கடிந்துகொண்டான்: "உன் உணவுக்கான நேரம் இன்னும் வரவில்லை." அவன் தொடர்ந்தான்: "ஏளுக்கு ஐந்து துண்டு இறைச்சி கிடைக்கும். நான் எண்ணெய்ச் சட்டியிலிட்டு தவிட்டு நிறம் ஆவதுவரை வறுப்பேன். பிறகு சோயா சாறு சேர்ப்பேன். மசாலாப் பொடிகளை துளித் துளியாகத் தூவுவேன்."

ஏள் சொன்னான்: "அப்பா, ஸான்லி இப்போதும் சப்புக்கொட்டுகிறான்."

ஸூ ஸன்க்வான் சொன்னான்: "ஸான்லி அவனது இறைச்சித் துண்டுகளைத் தின்றுகொண்டிருப்பதால்தான் இப்போதும் சப்புக்கொட்டுகிறான். உன்னுடையது இன்னும் சமைத்து முடியவில்லை."

ஏளின், சிவக்க வைத்த பன்றிக்கறியை சமைத்து முடித்த பிறகு அவன் யீலியிடம் திரும்பினான்: "யீலி, நீ என்ன சாப்பிடப்போகிறாய்?"

யீலி சொன்னான்: "சிவக்கச் சமைத்த பன்றியிறைச்சி."

ஸூ ஸன்க்வானுக்குச் சற்று கோபம் வந்தது: "போக்கிரிகள் மூவருக்கும் சிவக்கச் சமைத்த பன்றியிறைச்சிதான் வேண்டும் என்றால் அதை ஏன் முன்பே என்னிடம் சொல்லவில்லை. முன்பே என்னிடம் சொல்லியிருந்தால் நான் ஒரே நேரத்திலேயே

எல்லோருக்கும் சமைத்திருப்பேன். சரி, நான் யீலிக்காக ஐந்து துண்டுகள் வெட்டுகிறேன்."

யீலி சொன்னான்: "எனக்கு ஆறு துண்டுகள் வேண்டும்."

"யீலிக்காக நான் ஆறு துண்டுகள் வெட்டுகிறேன். தடித்த இறைச்சி பாதியும் மெல்லிய இறைச்சி பாதியும்."

யீலி சொன்னான்: "எனக்கு மெலிந்த இறைச்சி வேண்டாம். தடித்த இறைச்சிதான் வேண்டும்."

ஸூ ஸன்க்வான் சொன்னான்: "இரண்டையும் சேர்த்து சாப்பிட்டால் நல்ல ருசியாயிருக்கும்."

யீலி சொன்னான்: "எனக்கு தடித்த இறைச்சிதான் வேண்டும். மெலிந்த இறைச்சியே வேண்டாம்."

ஏளும் ஸான்லியும் உடன் சேர்ந்துகொண்டார்கள்: "எங்களுக்கும் தடித்த மாமிசம்தான் வேண்டும்."

தடித்த பன்றியின் இறைச்சியால் யீலிக்காக சிவக்க வைத்த பன்றிக் கறி சமைத்த பிறகு அவன் ஸூ யுலானுக்காக ஒரு கார்ப் மீன் சமைத்தான். ரகசியமாக மீனின் வயிற்றில் உலர்த்திய பன்றித் தொடை இறைச்சித் துண்டுகளை வைத்தான். அதனுடன் இஞ்சியும் உலர்த்திய காளான்களையும் வெட்டிப்போட்டான். செதில்களில் உப்பு தடவினான். மஞ்சள் அரிசி ஒயின் தெளித்தான். வெங்காயத்தை சிறு துண்டுகளாக நறுக்கி மேலே தூவினான். பிறகு எண்ணெய்ச் சட்டியில் ஒரு மணி நேரம் இளம் சூட்டில் அவித்தான். கடைசியில் மீன், மூடியைத் திறந்து வெளியே வந்தபோது அறையில் மெல்லிய மணம் நிறைந்தது.

ஸூ யுலானுக்காக கார்ப் மீன் அவிக்கும் ஸூ ஸன்க்வானின் தீவிரமான விவரணை, மீண்டும் சப்புக்கொட்டும் ஓசையால் அந்த அறை நிறைவதற்கு வாய்ப்பளித்தது. ஸூ ஸன்க்வான் பிள்ளைகளைக் கண்டித்தான்: "நான் அம்மாவுக்காகத்தான் இந்த மீனை சமைத்தேன். நீங்கள் ஏன் சப்புக்கொட்டுகிறீர்கள்? நீங்கள்தான் நிறைய மாமிசம் தின்று முடித்துவிட்டீர்கள் அல்லவா? இது நீங்கள் தூங்க வேண்டிய நேரம் என்று நினைக்கிறேன்."

கடைசியில் அவனுக்காக சமையல் செய்தான்; வறுத்த பன்றி ஈரல்தான் அவன் உணவு. அவன் சொன்னான்: "முதலில் நான் ஈரலை நறுக்குவேன். மிகவும் சிறிய துண்டுகளாக. பிறகு ஒரு பாத்திரத்தில் இட்டு உப்பும் சோளமாவும் தெளிப்பேன்.

சோளமாவு ஈரலை மென்மையாக்கும், சுவைக் கூட்டும். பிறகு சுவைக்காக, மஞ்சள் அரிசி ஒயின் அரைக் கோப்பை ஊற்றுவேன். அதன் மேல் வெங்காயத்தை அரிந்து போடுவேன். எண்ணெய் புகையத் தொடங்கும்போது நான் இந்த ஈரல் துண்டுகளை எண்ணெயில் போடுவேன். கிண்டுவேன். ஒரு முறை. இரண்டு முறை. மூன்று முறை கிண்டுவேன்...”

“நான்கு முறை கிண்டுவேன்... ஐந்து முறை... ஆறு முறை கிண்டுவேன்...” யீலியும் ஏளும் ஸான்லியும் ஒவ்வொருவராக எண்ணெய்ச் சட்டிக்கு அருகில் வந்து நின்று அவன் வார்த்தைகளைத் தொடர்ந்தார்கள். ஆனால், ஸூ ஸன்க்வான் அவர்களைத் திருத்தினான்: “மூன்று முறைதான் கிண்ட வேண்டும். நான்கு முறையானால் அது அதிகமாகிவிடும். ஐந்தாவது முறை அது கட்டியாகும். ஆறாவது முறையானால் அந்த ஈரலை கடிக்கவும் முடியாது. மூன்று முறை கிண்டிய பிறகு நான் அதை எண்ணெய்ச் சட்டியிலிருந்து எடுப்பேன். சாப்பிடத் தொடங்குவதற்கு முன்பு நான் சற்று நேரம் எடுத்துக்கொள்வேன். முதலில் நான் மஞ்சள் அரிசி ஒயின் இரண்டு குவளை எடுப்பேன். ஒரு வாய் குடிப்பேன். என் தொண்டையின் வழியாக அது மெதுவாக இறங்கிச் செல்லும். உடலுக்குள் சூடாக்கும். சூடான துணியால் முகம் துடைப்பதுபோலத் தோன்றும். ஒயின் வயிறைச் சுத்தமாக்கும். பிறகு ஒரு ஜோடி சாப்ஸ்டிக்கால் ஒரு துண்டு ஈரலை வாயில் போடுவேன். இதுதான் வாழ்க்கை. இதுதான் சொர்க்க தருணம்.”

சப்புக்கொட்டும் ஓசையால் அறை நிறைந்தது. ஸூ ஸன்க்வான் சொன்னான்: “வறுத்த பன்றி ஈரல் என் கறி. யீலி, ஏள், ஸான்லி ஸூ யுலான், நீயும்தான் நீங்கள் எல்லோரும் சப்புக் கொட்டுகிறீர்கள். நீங்கள் என் மாமிசத்தைத் திருடித் தின்கிறீர்கள்.”

ஸூ ஸன்க்வான் மகிழ்ச்சியுடன் குபீரென்று உரக்கச் சிரித்தான்: “இன்று என் பிறந்த நாள். நீங்கள் எல்லோரும் என் பன்றி ஈரல் வறுவலை சாப்பிட வேண்டும் என்று நான் விரும்புகிறேன்.”

20

பிறந்தநாளுக்கு மறுநாள் ஸூ ஸன்க்வான் அவன் குடும்பம் எத்தனை நாட்களாக சோளக் கஞ்சி குடித்துக்கொண்டிருக்கிறது என்று விரல் விட்டு எண்ணிப் பார்த்தான்; தொடர்ச்சியாக ஐம்பத்து ஏழு நாட்கள். பிறகு அவன் சொன்னான்: "நான் கொஞ்சம் ரத்தம் விற்க வேண்டும். அப்படிச் செய்தால்தான் இவர்கள் நல்ல சாப்பாடு சாப்பிட முடியும்."

அவன் மருத்துவமனைக்குச் சென்றதும் ரத்த அதிகாரி லீ க்கு எதிரே அமர்ந்ததும் அப்படித்தான். அவன் யோசித்தான்: "நகரத்தில் எல்லோரும் பசியால் துன்புறுகிறார்கள். அனைவரின் எடையும் குறைந்துவிட்டது. ஆனால், ரத்த அதிகாரி லீ என்றும்போல சதையாக இருக்கிறார். நகரத்தில் எல்லோரும் நெற்றியைச் சுளிக்கிறார்கள். ஆனால், ரத்த அதிகாரி லீக்கு மட்டும் முகத்தில் எப்போதும் பெரிய சிரிப்பு இருக்கிறது."

ரத்த அதிகாரி லீ, ஸூ ஸன்க்வானுக்கு வரவேற்பளிக்கும் சிரிப்பு சிரித்தான்: "எனக்கு உங்களைத் தெரியும். முன்பு ரத்தம் விற்பதற்கு நீங்கள் இங்கே வந்திருக்கிறீர்கள். கடந்த முறை நீங்கள் எனக்கு ஏதோ கொண்டு வந்திருந்தீர்கள் அல்லவா? இன்று ஏன் எதுவும் கொண்டு வரவில்லை?"

ஸூ ஸன்க்வான் சொன்னான்: "தொடர்ந்து ஐம்பத்து ஏழு நாட்கள் என் குடும்பம் சோளமாவுக் கஞ்சிதான் குடித்துவருகிறது. ஆக என்னிடம் மிச்சமுள்ளது ரத்தம்தான். என் ரத்தத்தை இரண்டு கிண்ணம் விற்பதற்கு நீங்கள் அனுமதிக்க வேண்டும் என்று உங்களிடம் யாசிக்க நான் வெறுங்கையுடன் வந்திருக்கிறேன். என் வீட்டுக்குக் கொஞ்சம் பணம் கொண்டு போக முடிந்தால் என் குடும்பம் ஒரு வேளையாவது நல்ல சாப்பாடு சாப்பிட முடியும். உங்களுக்கு நான் அப்புறம் தருகிறேன்."

ரத்த அதிகாரி சிரித்தார்: "எனக்கு எப்படி திருப்பித் தருவதாக உன் திட்டம்?"

ஸூ ஸன்க்வான் சொன்னான்: "என்னுடையதென்று சொல்ல இப்போது என்னிடம் ஏதுமில்லை. முன்பு நான் உங்களுக்கு முட்டைகள், இறைச்சி, ஒரு ராத்தல் சர்க்கரைகூட தந்திருக்கிறேன். நீங்கள் அதை வேண்டாம் என்றீர்கள். அது மட்டுமல்ல, அதைக் கொண்டு வந்ததற்காக என்னிடம் சண்டைபோட்டீர்கள். நீங்கள் கம்யூனிஸ்ட் கட்சி உறுப்பினர் என்று சொன்னீர்கள். மக்களிடமிருந்து ஊசியோ நூலோகூட வாங்க மாட்டேன் என்று சொன்னீர்கள். மீண்டும் பொருட்கள் வாங்கிக்கொள்ள நீங்கள் தயாராயிருக்கிறீர்கள் என்று எனக்குத் தெரியவில்லை. நான் அதற்கு ஆயத்தமாக வரவில்லை. உங்களுக்கு எப்படி திருப்பித் தர வேண்டும் என்று எனக்குத் தெரியவில்லை."

ரத்த அதிகாரி லீ சொன்னார்: "இந்தக் காலத்தில் ஏதேனும் ஒன்று தேர்தெடுப்பதற்கான சாவகாசம் எனக்கு இல்லை. இதுபோன்ற மிகவும் கஷ்டமான காலத்தில் தின்பதற்கும் குடிப்பதற்குமான ஏதாவது வாங்கிக் கொள்ளவில்லையென்றால் நகரத்தின் ரத்த அதிகாரி பட்டினி கிடந்துதான் சாக வேண்டியிருக்கும். நிலைமை சீராகும்போது நான் என் பழைய கொள்கைக்கு, அதாவது மக்களிடமிருந்து ஒரு ஊசியோ நூலோகூட வேண்டாம் என்ற கொள்கைக்குத் திரும்பிவிடுவேன். நான் ஒரு கட்சி உறுப்பினர் என்ற விஷயத்தை தற்சமயம் மறந்துவிடுங்கள். உங்களுக்கு உதவி செய்பவனாக மட்டும் என்னைப் பாருங்கள். கருணையின் ஒரு துளிக்குக் கைமாறாக ஒரு வெள்ளப்பெருக்கைக் கொடுக்க வேண்டும் என்று அவர்கள் சொல்கிறார்கள். எனக்குத் திரும்பி வேண்டியது ஒரே ஒரு துளிதான். ரத்தம் விற்றுக் கிடைக்கும் பணத்திலிருந்து கொஞ்சம் யுவான் எனக்கு ஏன் தரக்கூடாது? சில்லறையை எனக்குத் தந்துவிட்டு மிச்சத்தை நீ பாக்கெட்டில் போட்டுக்கொள்."

ஸூ ஸன்க்வான், ரத்தம் விற்ற பிறகு லீ க்கு ஐந்து யுவான் கொடுத்தான். பணத்தை ஸூ யுலானின் கையில் கொடுத்தான். ரத்தம் விற்று பெற்றதுதான் இந்தப் பணம் என்று சொல்லவும் செய்தான். மிச்சமுள்ள ஐந்து யுவான் கொண்டு ரத்த அதிகாரி லீயை மகிழ்ச்சியில் ஆழ்த்தினான். தொடர்ந்து ஐம்பத்து ஏழு நாட்களாக குடும்பம் சோளக் கஞ்சி மட்டும்தான் குடித்தது என்றும் இதையே குடித்துக்கொண்டு இன்னும் தொடர முடியாது என்றும் அவன் சொன்னான். அடுத்த சில தினங்களுக்கு

சாப்பாட்டில் கொஞ்சம் கூடுதலாக ஏதேனும் சேர்ப்பதற்கான பணம் இப்போது திகையும் என்றும் சொன்னான். பணம் தீரும்போது அவன் மீண்டும் சென்று ரத்தம் விற்பான். ஏனென்றால் ரத்தம் கிணறுபோலத்தான். நாள்தோறும் தண்ணீர் எடுத்தாலும் ஒருபோதும் எடுக்கவில்லையென்றாலும் தண்ணீரின் நிலை ஒரே மாதிரியிருக்கும்.

கடைசியில் அவன் சொன்னான்: "இன்று இரவு நாம் சோளக் கஞ்சி குடிக்க வேண்டாம். விக்டரி ஹோட்டலுக்குச் சென்று நல்ல சாப்பாடு சாப்பிடுவோம்." அவன் சொன்னான்: "இப்போது எனக்கு மிகவும் களைப்பாக இருக்கிறது. என்னால் சத்தமாகப் பேசவும் முடியவில்லை. உனக்குத் தெரியவில்லையா? என்னைப் பார். இன்று ரத்தம் விற்ற பிறகு நான் இரண்டு குவளை மஞ்சள் அரிசி ஒயின் குடிக்கவில்லை. வறுத்த பன்றி ஈரல் சாப்பிடவும் இல்லை. அதனால்தான் எனக்குச் சக்தியில்லை. சாப்பிடக் கூடாது என்று நினைத்து நான் அப்படிச் செய்யவில்லை. நான் விக்டரி ஹோட்டலுக்குச் சென்றேன். அங்கே வெறும் சூப் நூடுல்ஸ் மட்டுமே இருந்தது. அவர்களும் பஞ்சத்தால் அனைவரையும்போல ஒரே வகையில்தான் இருக்கிறார்கள். சூப் நூடுல்ஸ் மாமிச சாறும் சேர்த்துத்தான் தயாரித்து வந்தார்கள். இப்போது அது வெறும் சுடு தண்ணீர்தான். கொஞ்சம் சோயா சாறும் ஊற்றுவார்கள். வெங்காயம்கூட இல்லை. அதுதான் நிலை. அதற்கே ஒரு யுவானும் எழுபது பென்னும் கேட்கிறார்கள். முன்பு ஒரு கிண்ணத்துக்கு ஒன்பது பென்தான் விலை. நான் மிகவும் களைப்புற்றிருக்கிறேன். பன்றி ஈரலும் நான் சாப்பிடவில்லை. நான் காலி வயிற்றுடன் ஓடுகிறேன். தேவைக்குத் தின்பதற்கு ஒன்றுமில்லையென்றால் அதற்குப் பதிலாகத் தூங்கி அந்த குறையை ஈடு செய்ய வேண்டும் என்று அவர்கள் சொல்கிறார்கள். நான் இப்போது தூங்கப் போகிறேன்."

பேசிக் கொண்டிருக்கும்போதே ஸூ ஸன்க்வான் கட்டிலில் படுத்து கைகாலை நேராக வைத்து கண்கள் மூடினான்.

"நான் என்னென்னமோ பார்க்கிறேன்." அவன் தொடர்ந்தான்: "களைத்துத் துவண்டதுபோல என் இதயம் துடிக்கிறது. வயிற்றைக் கலக்குகிறது. எனக்கு வாந்தி வருவதுபோன்றிருக்கிறது. நான் தூங்கப்போகிறேன். நான் நான்கைந்து மணி நேரம் தூங்கினால் நீ கவலைப்பட வேண்டாம். ஆனால், நான் ஏழு எட்டு மணிநேரம் தூங்கினேன் என்றாலும் நீ என்னை எழுப்ப வேண்டாம். அப்போது என்னை ஆஸ்பத்திரிக்குக் கொண்டு செல்ல நீ யாரையாவது அழைத்து வருவதுதான் நல்லது."

ஸூ ஸன்க்வான் தூங்கிய பிறகு ஸூ யுலான் முப்பது யுவானை விரல்களுக்கிடையில் வைத்துக் கசக்கியபடி வாயிற்படியில் அமர்ந்திருந்தாள். அவள் காலியான தெருவைப் பார்த்தாள். காற்றில் தூசு பறப்பதைப் பார்த்தாள்.

மங்கலான சாம்பல் நிற மதிலைப் பார்த்தவாறு அவள் தனக்குத்தானே சொல்லிக்கொண்டாள்: "யீலி, கொல்லன் ஃபாங் மகனின் தலையை உடைத்தபோது அவர் ரத்தம் விற்றார். தடிச்சி லின்னின் கால் உடைந்தபோது அவர் மீண்டும் ரத்தம் விற்கச் சென்றார். அந்த தடிச்சி வேசியைப்போன்ற ஒருத்திக்காக அவர் ரத்தம் விற்க ஆயத்தாமானதை என்னால் இப்போதும் நம்ப முடியவில்லை. வியர்வைபோல அல்ல. இது ரத்தம். இப்போது குடும்பம் தொடர்ந்து ஐம்பத்து ஏழு நாட்கள் சோளக் கஞ்சி குடித்தபோது அவர் மீண்டும் ரத்தம் விற்கப்போனார். இனியும் அவர் ரத்தம் விற்கப்போவதாகச் சொல்கிறார். இல்லையென்றால் இந்தக் கஷ்டங்களைச் சமாளிக்க முடியாதாம். என்று, எப்போது இந்தக் கஷ்ட காலம் தீரும்?"

பேசிக்கொண்டிருக்கும்போதே அவள் முகத்தில் கண்ணீர் வழிந்தது. அவள் பணத்தை நேர்த்தியாக பொட்டணமிட்டு உள் பாக்கெட்டில் திணித்து, கண்களைத் துடைப்பதற்காக கையை முகத்திற்கு உயர்த்தினாள். கன்னத்துக் கண்ணீரை உள்ளங்கையால் துடைத்தாள்; பிறகு கண்ணில் உள்ளதை விரலால் துடைத்தாள்.

21

அன்று மாலையில் ஸூ ஸன்க்வானும் குடும்பத்தினரும் விக்டரி உணவு விடுதிக்குப் புறப்பட்டார்கள். ஸூ ஸன்க்வான் சொன்னான்: "இதை நாம் வசந்தகாலக் கொண்டாட்டம் போன்று அனுபவிக்க வேண்டும்."

அதனால்தான் அவன் ஸூ யுலானிடம், மிகவும் நன்றாக பின்னப்பட்ட ஸ்வெட்டரும் காக்கி பேண்ட்டும் பஞ்சு வைத்துத் தைத்த கரும்பூக்களுள்ள நீல மேலங்கியும் அணிந்து கொள்ளும் படிச் சொன்னான். ஸூ யுலான் அவனுக்காக அவற்றை அணிந்து கொண்டாள். பட்டுக் கழுத்துக் குட்டையை கழுத்தில் கட்டிக் கொள்ளும்படியும் அவன் சொன்னான். அதனால்தான் அவள் அதைப் பெட்டியிலிருந்து எடுத்து அணிந்துகொண்டாள். அவளிடம் ஸூ ஸன்க்வான் முகம் கழுவிக்கொள்ளும்படிச் சொன்னான். அதன் பிறகு சூரியகாந்தி தைலம் தடவும்படிச் சொன்னான். அந்த வாசனைத் தைலத்தை அவள் தடவிக் கொண்டாள்.

ஆனால், தெருவில் வாங் எர்ஹுவின் பலசரக்குக் கடைக்குச் சென்று யீலிக்காக கொஞ்சம் சர்க்கரை வள்ளிக்கிழங்கு வாங்கி வரச் சொன்னபோது ஸூ யுலான் அதைக் கேட்கவில்லை. "நீங்கள் என்ன நினைக்கிறீர்கள் என்று எனக்குத் தெரியும்." அவள் சொன்னாள்: "நல்ல சாப்பாடு சாப்பிட யீலியை விக்டரி ஹோட்டலுக்கு அழைத்துச் செல்ல நீங்கள் விரும்பவில்லை. நீங்கள் உங்கள் ரத்தப் பணத்தை அவனுக்காக செலவிட விரும்பவில்லை. ஏனென்றால் அவன் உங்கள் மகன் அல்ல. அவன் உங்கள் மகன் அல்லவென்று எனக்கும் தெரியும். அந்நியருக்காக பணம் செலவழிக்க யாரும் விரும்ப மாட்டார்கள் என்றும்

எனக்குத் தெரியும். ஆனால் தடிச்சி லின் உங்களுக்கான பெண் இல்லையல்லவா? அப்படித்தானே? அவள் உங்களுக்கு ஒரு குழந்தையைத் தரவில்லை, வீட்டை சுத்தம் செய்யவில்லை, சமையல் செய்யவில்லை. ஆயினும் உங்கள் ரத்தப் பணத்தை அவளுக்காக செலவிட உங்களுக்கு மிகவும் ஆர்வம் இருந்ததல்லவா?"

சர்க்கரை வள்ளிக்கிழங்கு கொடுத்து யீலியை சமாதானப்படுத்த ஸூ யுலானால் முடியவில்லை. அதனால் ஸூ ஸன்க்வான் நேரடியாக பையனிடம் பேசுவதைத் தவிர வேறு வழி இருக்கவில்லை. யீலியைத் தன் அருகே வரும்படிச் சொன்னான். பஞ்சு வைத்துத் தைத்த மேலங்கியை நீக்கி, கையில் ஊசி குத்திய சிவப்புத் தடத்தைக் காட்டினான்.

"இது என்னவென்று தெரியுமா?"

யீலி சொன்னான்: "இந்த இடத்தில் ரத்தம் வந்தது."

ஸூ ஸன்க்வான் சொன்னான்: "சரிதான். அங்குதான் அவர்கள் ஊசி குத்துவார்கள். நான் இன்று காலையில் ரத்தம் விற்கச் சென்றேன். நான் ஏன் ரத்தம் விற்கச் சென்றேன் என்று உனக்குத் தெரியுமா? நீங்களெல்லாம் ஒரு வேளை நல்ல சாப்பாடு சாப்பிடத்தான். உன் அம்மாவும் நானும் ஏளும் ஸான்லியும் இன்று நூடுல்ஸ் சாப்பிட விக்டரி ஹோட்டலுக்குச் செல்கிறோம். நீயோ, இந்த ஐம்பது பென்னை வாங்கிக்கொண்டு வாங் எர்ஹுவின் கடைக்குச் சென்று சர்க்கரை வள்ளிக் கிழங்கு வாங்கிச் சாப்பிடப்போகிறாய்."

யீலி கை நீட்டி ஐம்பது பென் நோட்டை வாங்கிக் கொண்டான்: "அப்பா, நீங்களும் அம்மாவும் இப்போது பேசிக் கொண்டிருந்ததை நான் கேட்டேன். எனக்கு ஐம்பது பென் மதிப்புள்ள சரக்கரை வள்ளிக் கிழங்கு வாங்கித் தரப்போகிறார்கள் என்றும் பாக்கி எல்லோருக்கும் ஒரு யுவான் எழுபது பென் விலையுள்ள நூடுல்ஸ் கிடைக்கப்போகிறது என்றும் நான் தெரிந்து கொண்டேன். அப்பா, நான் உங்கள் மகன் அல்லவென்றும் எனக்குத் தெரியும். ஏளும் ஸான்லியும்தான் உங்கள் மகன்கள் என்றும் எனக்குத் தெரியும். அதனால் எனக்குக் கிடைப்பதைவிட நல்லது அவர்களுக்கு சாப்பிடக் கிடைக்கிறது. அப்பா, நான் உங்கள் மகன் என்று நீங்கள் சற்று நேரமாவது பாவனை செய்கிறீர்களா? அப்படிச் செய்தால் நானும் கொஞ்சம் நூடுல்ஸ் சாப்பிடலாம் அல்லவா?"

ஸூ ஸன்க்வான் தலையாட்டினான்: “யீலி, நான் அவர்களைவிட மோசமாக உன்னிடம் ஒருபோதும் நடந்துகொண்டதில்லை. ஏளுக்கும் ஸான்லிக்கும் சாப்பிடுவதற்கு நல்ல பொருட்கள் கிடைக்கும்போது உனக்கும் கிடைப்பதுண்டு. ஆனால், இது என் ரத்தத்தை விற்று சம்பாதித்த பணம். இந்த பணத்துக்கு ஒரு பிரத்தியேக தன்மையுண்டு. மற்ற பணத்தைவிட மிகவும் சிரமப்பட்டு சம்பாதித்த பணம். என் உயிரையே ஆபத்துக்குள்ளாக்கிதான் நான் இந்தப் பணத்தை சம்பாதித்தேன். அதனால் இப்போது உன்னை இந்த நூடுல்ஸ் தின்ன அனுமதித்தால் நான் அந்த வேசி மகன் ஹீ ஸியோயோங்குக்கு ஒரு உதவி செய்வதாகி விடும்.”

ஸூ ஸன்க்வான் சொன்னதெல்லாம் புரிந்தது என்பதுபோல யீலி தலையாட்டினான். ஐம்பது பென் நோட்டைக் கையில் பிடித்து அவன் வாயிலை நோக்கி நடந்தான். வாயிற்படிக்குச் சென்றபோது அவன் ஒரு கேள்வி கேட்பதற்காக திரும்பினான்: “அப்பா, நான் உங்கள் மகனாக இருந்தால் நூடுல்ஸ் சாப்பிட என்னையும் அழைத்துச் சென்றிருப்பீர்கள்தானே?”

ஸூ ஸன்க்வான் அவனுக்கு நேரே கை நீட்டிச் சொன்னான்: “நீ என் சொந்த மகனாயிருந்தால் நீதான் என் மிகவும் அன்பிற்குரிய மகனாக இருந்திருப்பாய்.”

இந்த வார்த்தைகளைக் கேட்டு யீலி மிகவும் சந்தோஷப் பட்டான். அவன் சிரித்தவாறே அவன் வாங் எர்ஹுவின் கடைக்குச் சென்றான்.

வாங் எர்ஹு, சர்க்கரைவள்ளிக் கிழங்கு சுட்டுக்கொண்டு அடுப்பின் அருகில் நின்றார். இன்னுங்கொஞ்சம் சர்க்கரை வள்ளிக் கிழங்குகள் ஒரு மூங்கில் தட்டில் ஆறிக்கொண்டிருந்தன. வாங் எர்ஹுவும் அவர் மனைவியும் நான்கு பிள்ளைகளும் அடுப்பைச் சுற்றி அமர்ந்து கஞ்சி குடித்துக் கொண்டிருந்தார்கள். யீலி வந்தபோது, ஆறு வாய்கள் கஞ்சியை உறிஞ்சிக் குடிக்கும் ஓசையைக் கேட்டான்.

அவன் ஐம்பது பென் நோட்டை வாங் எர்ஹுவின் கையில் கொடுத்தான். பிறகு தட்டில் இருப்பதிலேயே பெரிய கிழங்கை சுட்டிக்காட்டினான்: “இதைக் கொடுங்கள்.”

வாங் எர்ஹு பணத்தை வாங்கிக்கொண்டு சிறிய கிழங்குகளில் ஒன்றைக் கொடுத்தான்.

யீலி தலையாட்டினான்: “இதைத் தின்று முடித்தாலும் எனக்குப் பசிக்கும்.”

கையிலிருந்த சர்க்கரை வள்ளிக் கிழங்கை அழுத்திக்கொண்டு வாங் எர்ஹு சொன்னார்: “பெரிய கிழங்குகளெல்லாம் பெரியவர்களுக்கு. சிறியதெல்லாம் உன்னைப்போன்ற பிள்ளைகளுக்கு.”

கையிலிருக்கும் கிழங்கை யீலி பார்த்தான்: “இது என் கையளவுகூட பெரிதாக இல்லை. இதைத் தின்று முடித்தாலும் எனக்குப் பசிக்கும்.”

வாங் எர்ஹு பதில் சொன்னார்: “தின்று முடிப்பதற்கு முன்பு அது எப்படி உனக்குத் தெரியும்.”

அந்த நியாயத்தில் திருப்தியடைந்த யீலி தலையசைத்து, சர்க்கரை வள்ளிக்கிழங்கை எடுத்துக்கொண்டு வீட்டுக்குச் சென்றான். அவன் வீட்டுக்குச் சென்றபோது ஸூ ஸன்க்வானும் குடும்பத்தினரும் ஹோட்டலுக்குச் சென்றுவிட்டிருந்தனர். அவன் தனியாக மேசையில் அமர்ந்து சூடான கிழங்கை முன்னால் வைத்தான். சாவகாசமாகவும் சிரத்தையுடனும் அதன் தோலை உரிக்கத் தொடங்கினான். கிழங்கின் உள்ளே இருந்த தசைப் பகுதி ஆரஞ்சு நிற சூரிய ஒளியின் வண்ணத்திலிருந்தது. அதன் கடும் மணத்தை அவன் முகர்ந்தான். அதைக் கடிக்கும்போது அதன் இனிமையும் மணமும் வாயில் நிறைந்தது.

நான்காவது கடிக்கு முன்பே கிழங்கு தீர்ந்துவிட்டது. சர்க்கரை வள்ளிக்கிழங்கின் சுவை மறைந்து வாயில் வெறும் உமிழ் நீராவதுவரை வாயின் உள்ளே நாவைச் சுழற்றி எச்சில் விழுங்கிக்கொண்டு மேசையருகிலேயே அவன் அமர்ந்திருந்தான். கிழங்கு தீர்ந்துவிட்டது என்று அவனுக்குப் புரிந்துவிட்டது. அவனுக்கு இன்னும் வேண்டும். உரித்துப்போட்ட கிழங்குத் தோலைப் பார்த்தான். அதிலிருந்து ஒன்றை எடுத்து வாயிலிட்டான். கருப்புப் பக்கம் கரியின் சுவையுடன் இருந்தது என்றாலும் தோல் இப்போதும் சற்று இனித்தது. அவன் அந்தத் தோல் முழுதையும் தின்றான்.

தோலைத் தின்று முடித்த பிறகும் அவனுக்கு இன்னும் சாப்பிட வேண்டும்போலிருந்தது. அதன் அர்த்தம் அவனுக்கு வயிறு நிறையவில்லை என்பதுதான். அவன் மேசையிலிருந்து எழுந்தான். வாசல் வழியே வெளியே வந்தான். வாங் எர்ஹுவின் சிறிய கடைக்கு வந்தான். இந்த நேரத்தில் வாங்கும் அவர்

குடும்பத்தினரும் கஞ்சி குடித்து முடித்துவிட்டு கிண்ணங்களை நக்கித் துடைத்து சுத்தம் செய்வதில் மூழ்கியிருந்தார்கள்.

யீலி அவர்களை உற்றுப் பார்த்தான். பிறது வாங் எர்ஹுவிடம் சொன்னான்: "எனக்கு இன்னும் வயிறு நிறையவில்லை. இன்னொரு கிழங்கு கொடுங்கள்."

வாங் எர்ஹு கேட்டார்: "உனக்கு இன்னும் வயிறு நிறைய வில்லை என்று உனக்கு எப்படித் தெரியும்?"

யீலி சொன்னான்: "நான் அதைத் தின்று தீர்த்துவிட்டேன். ஆயினும் எனக்கு இன்னும் சாப்பிட வேண்டும் என்று தோன்றுகிறது."

வாங் எர்ஹு கேட்டார்: "சர்க்கரைவள்ளிக் கிழங்கு நன்றாயிருந்ததா?"

யீலி தலையசைத்தான்: "நன்றாயிருந்தது."

"மிகவும் நன்றாயிருந்ததா? பரவாயில்லையா?"

"மிகவும் நன்றாயிருந்தது."

"அதுதான் காரணம்." வாங் எர்ஹு சொன்னார்: "மிகவும் சுவையாக இருக்கும் பொருள் இன்னும் கொஞ்சம் வேண்டும் என்று தோன்றுவது இயல்புதான்."

அது சரிதான் என்று யீலிக்கும் தோன்றியது. அதனால் அவன் தலையசைத்தான்.

வாங் எர்ஹு தொடர்ந்தார்: "இப்போது நீ வீட்டுக்குப் போ. உன் வயிறு நிறைந்திருக்கிறது."

யீலி திரும்ப வீட்டுக்குச் சென்றான். காலியாக இருக்கும் மேசைத் தளத்தைப் பார்த்தான். அவனுக்கு இன்னும் சாப்பிட வேண்டும்போலிருந்தது. அவர்கள் இப்போது ஒரு பெரிய மேசையைச் சுற்றிலும் அமர்ந்து பெரிய கிண்ணத்தில் ஆவி பறக்கும் நூடுல்ஸ் சாப்பிட்டுக்கொண்டிருக்கிறார்கள். ஆகமொத்தம் அவனுக்குக் கிடைத்ததோ, கையளவுகூட இல்லாத ஒரு சர்க்கரை வள்ளிக் கிழங்கு. அவன் அழத் தொடங்கினான். கண்ணீர் முதலில் முகத்தில் அமைதியாக வழியத் தொடங்கியது. பிறகு மேசையில் கை வைத்து தேம்பத் தொடங்கினான்.

சற்று நேரத்திற்குப் பிறகு அவனுக்கு மீண்டும், ஸூ ஸன்க்வானும் குடும்பத்தினரும் ஹோட்டலில் அமர்ந்து ஆவி

பறக்கும் பெரிய கிண்ணங்களில் நிறைத்த நூடுல்ஸ் சாப்பிடும் நினைவு வந்தது. உடனே அவன் அழுவதை நிறுத்தினான். ஹோட்டலுக்குச் சென்று அவர்களைக் கண்டுபிடிக்க வேண்டும் என்று அவனுக்குத் தோன்றியது. அவனும் ஆவி பறக்கும் நூடுல்ஸ் சாப்பிட வேண்டும். அவன் முன்புற வாயிலுக்குச் சென்றான்.

வெளியே இருட்டிவிட்டிருந்தது. மின்சாரம் குறைந்த அளவாக இருந்ததால் தெரு விளக்குகள் மெழுகுவர்த்திகள்போல பலவீனமாக இருந்தன. தெரு வழியே அவன் விரைந்து முன்னே நடந்தான். முன்னோக்கி நடக்க நடக்க அவன் திணறிக் கொண்டிருந்தான். வேகமாக, வேகமாக, மேலும் வேகமாக. அவன் ஓடுவதற்குத் துணியவில்லை. ஏனென்றால், சாப்பிட்ட உடனே ஓடினால் வயிற்றில் இருக்கும் உணவு முழுதும் செரித்து தீர்ந்துவிடும் என்று ஸூ ஸன்க்வானும், ஸூ யுலானும் அவனுக்குச் சொல்லிக் கொடுத்திருந்தனர். அதனால், நடக்கும்போது அவன் தனக்குத்தானே சொல்லிக்கொண்டான்: “ஓடாதே, என்னவாயினும் ஓடாதே.” மேற்கு முதல் தெருவுக்கான சாலையில் நடக்கும்போது அவன் தன் பாதங்களையே உற்றுப் பார்த்துக்கொண்டிருந்தான். கூட்டுச் சாலையின் மேற்குப் பகுதியில் லிபரேஷன் என்ற பெயருடைய ஒரு ஹோட்டல் இருந்தது. மாலை நேரங்களில் தெருவில் உள்ள மிகவும் பிரகாசமான இடம் லிபரேஷன் ஹோட்டல்தான்.

பார்வையைத் தரையில் ஊன்றி அவன் முன்னே விரைந்தான். பாதை சிறியதொரு தெருவில் முடிவதுவரை, வழி தவறிவிட்டது என்று புரிந்துகொள்ளாமல் அவன் கூட்டுச் சாலையைக் கடந்து சென்றான். அங்கே அவன் நின்றான். ஒரு நொடி சுற்றிலும் பார்த்தான். லிபரேஷன் ஹோட்டல் கடந்து சென்றுவிட்டது என்றுஅவனுக்குப் புரிந்தது. அவன் திரும்பிச் சென்றான். கீழே நடைபாதையைப் பார்க்காதிருக்கக் கவனம் கொண்டு அவன் திரும்பிச் சென்றான். கூட்டுச் சாலையைப் பார்ப்பதுவரை பார்வையைத் தெருவில் அங்கும் இங்கும் வீசிக்கொண்டிருந்தான். கதவுகள் அடைக்கப்பட்டதாக, சன்னல்கள் மூடப்பட்டதாக, விளக்குகள் அணைக்கப்பட்டதாக தெரிந்துகொண்டபோது, ஹோட்டலை முன்பே மூடியிருப்பார்கள் என்றும் ஸூ ஸன்க்வானும் குடும்பத்தினரும் நூடுல்ஸ் சாப்பிட்டு முடித்திருப்பார்களென்றும் நினைத்தான். அவன் சிமென்ட்டால் ஆன மின் கம்பத்தில் சாய்ந்து குமுறி அழுதான்.

உடனே இரண்டு வழிப்போக்கர்கள் அவனிடம் வந்தார்கள்: “அழுவது யார் பிள்ளை?”

யீலி பதில் சொன்னான்: "அழுவது ஸூ ஸன்க்வானின் பிள்ளை."

அவர்கள் கேட்டார்கள்: "எந்த ஸூ ஸன்க்வான்?"

அவன் சொன்னான்: "பட்டுத் தொழிற்சாலையில் வேலை செய்யும் ஸூ ஸன்க்வான்."

"உன்னைப்போன்ற பிள்ளை வெளியே நிற்பதற்கான நேரம் கடந்துவிட்டதே, நீ வீட்டுக்குப் போகக் கூடாதா?"

"நான் என் அப்பாவையும் அம்மாவையும் தேடுகிறேன். அவர்கள் நூடுல்ஸ் சாப்பிடுவதற்காக ஹோட்டலுக்குச் சென்றிருக்கிறார்கள்."

"உன் அப்பாவும் அம்மாவும் சாப்பிடச் சென்றிருக்கிறார்களா? அப்படியென்றால் விக்டரி ஹோட்டலில் பார்ப்பதுதான் நல்லது. ஏனென்றால் லிபரேஷன் ஹோட்டல் இரண்டு மாதமாக பூட்டப்பட்டிருக்கிறது."

உடனே யீலி, கூட்டுச்சாலையிலிருந்து இடது பக்கம் செல்லும் தெருவழியே புறப்பட்டான். விக்டரி ஹோட்டல், விக்டரி பாலத்துக்குப் பக்கத்தில் இருக்கிறது என்று அவனுக்குத் தெரியும். அவன் பார்வை மீண்டும் நடைபாதையில் பதிந்தது. ஏனென்றால், அப்படிச் செய்தால் அவனால் வேகமாக நடக்கக் கூடும். அந்த தெருவின் முனைக்கு வந்தபோது கீழே செல்லும் வழியில் இறங்கினான். அதன் வழியே நடந்து மற்றொரு பாதையைச் சென்றடைந்தான். நதியைப் பார்த்தபோது கரையோரமாக இறங்கினான். பாலத்தைச் சென்றடையும்வரை தண்ணீரின் பக்கத்திலேயே நடந்தான்.

விக்டரி ஹோட்டலின் விளக்குகள் இருட்டில் ஒளிர்ந்து கொண்டிருந்தன. ஒளிரும் வெளிச்சம் யீலிக்கு மகிழ்ச்சியளித்தது. இப்போதே நூடுல்ஸ் தின்பதுபோன்று சந்தோஷத்தின் ஒரு அலை அவன் மனதில் நிறைந்தது. அவன் துள்ளிக் குதித்து ஓடத் தொடங்கினான். ஆனால், பாலத்தை ஓடிக் கடந்து ஹோட்டலின் முன் வாயிலை அடைந்தபோது, உள்ளே ஸூ ஸன்க்வானையோ, ஸூ யுலானையோ, ஏளையோ, ஸான்லியையோ பார்க்க முடியவில்லை. மாறாக, இரண்டு பரிசாரகர்கள் பெரிய துடைப்பங்களால் தரையைப் பெருக்கிக்கொண்டிருந்தார்கள். முன்புறத்தில் உள்ள அந்த இடத்தைத் தவிர பாக்கி எல்லா இடத்தையும் அவர்கள் சுத்தப்படுத்தியிருந்தார்கள்.

யீலி முன் வாயிலில் நின்றதால், அவர்கள் பெருக்கித் தள்ளிய குப்பை அவன் ஷூக்களின் மீது வந்து பட்டது. அவன் கேட்டான்: "ஸூ ஸன்க்வானும் மற்றவர்களும் இங்கே நூடுல்ஸ் சாப்பிட வந்திருந்தார்களா?"

அவர்கள் சொன்னார்கள்: "விலகி நில்."

பக்கத்தில் தள்ளி நின்று அவன் திரும்பக் கேட்டான்: "ஸூ ஸன்க்வானும் மற்றவர்களும் இந்த இரவு நூடுல்ஸ் சாப்பிட வந்திருந்தார்களா? நான் கேட்பது பட்டுத் தொழிற்சாலை ஸூ ஸன்க்வானைப் பற்றித்தான்."

அவர்கள் சொன்னார்கள்: "அவர்கள் முன்பே இங்கிருந்து சென்றுவிட்டார்கள் அல்லவா? நூடுல்ஸ் சாப்பிட வந்தவர்களெல்லாம் வெகு நேரத்துக்கு முன்பே சென்றுவிட்டார்கள்."

யீலி தலை குனிந்தான். வழியோர மரத்தடியை நோக்கி நடந்தான். தரையைப் பார்த்தபடியே மரத்தினருகில் அவன் சற்று நேரம் நின்றான். பிறகு தரையில் அமர்ந்தான். கரங்களால் முழங்கால்களைக் கட்டிக்கொண்டு அழத் தொடங்கினான். இரவின் ஓசைகள் எதுவும் கேட்காதபடி அவன் மேலும் மேலும் பலமாகவும் உரக்கவும் அழுதான். வீசும் காற்றின் ஓசை மறைந்தது; மரங்களின் சரசரப்புகள் நின்றன; அதுபோலவே ஹோட்டலில் முக்காலிகளை இழுத்துப் போடும் சத்தமும் நின்றது. இரவினூடே மிதந்து செல்லும் அவன் தேம்பல் மட்டும் மிச்சமிருந்தது.

சற்று நேரத்திற்குப் பிறகு அவன் அழுது சோர்ந்துபோனான். கண்ணீரைத் துடைத்துக் கொள்வதற்காக அழுகையை நிறுத்தினான். பரிசாரகர்கள் ஹோட்டலை மூடும் ஓசையை அவன் கேட்டான்.

அவர்கள் கதவை அடைத்தார்கள். எதிரே யீலி இருப்பதைப் பார்த்தார்கள். அவனிடம் கேட்டார்கள்: "நீ வீட்டுக்குப் போகவில்லையா?"

யீலி சொன்னான்: "நான் வீட்டுக்குப் போக வேண்டும்."

அவர்கள் கேட்டார்கள்: "வீட்டுக்குப் போக வேண்டும் என்றால் பிறகு நீ யாருக்காக எதற்காக காத்திருக்கிறாய்? பிறகு எதற்கு நீ வெறுமனே இங்கு அமர்ந்திருக்கிறாய்?"

"நான் இளைப்பாற வேண்டும் என்பதால்தான் அமர்ந்திருக்கிறேன். நான் நெடுந்தூரம் நடந்தேன். இப்போது நான்

மிகவும் களைத்துப்போயிருக்கிறேன். நான் இளைப்பாறியே ஆக வேண்டும்.”

அவர்கள் சென்றார்கள். அவர்கள் ஒன்றாக நடந்து சென்று அடுத்த வளைவில் மறைவதுவரை யீலி பார்த்து நின்றான். ஒருவன் சந்தில் திரும்பினான். மற்றவன் கீழே இறங்கிச் செல்லும் வழியில் சென்றான்.

பிறகு அவன் எழுந்தான். வீட்டுக்கு நடக்கத் தொடங்கினான். சந்துகளில் திரும்பி தெருக்களில் நடந்து காலடிகளின் சத்தம் கேட்டு நடக்குந்தோறும் மேலும் மேலும் பசித்து சர்க்கரை வள்ளிக் கிழங்கு சாப்பிடவே இல்லை என்று அவனுக்குத் தோன்றியது. அவனுக்கு மேலும் மேலும் சோர்வாகவும் இருந்தது.

அவன் வீட்டுக்குச் சென்றபோது வீட்டில் எல்லோரும் படுத்திருந்தார்கள். ஸூ ஸன்க்வானின் குறட்டையின் கடகட ஒலியை அவன் கேட்டான். ஏள் புரள்வதையும் தூக்கத்தில் ஏதோ முணுமுணுப்பதையும் கேட்டான். முன்புறக் கதவைத் தள்ளித் திறந்து உள்ளே சென்றதை ஸூ யுலான் மட்டுமே அறிந்தாள்.

“யீலி!” ஸூ யுலான் அழைத்தாள்.

யீலி சொன்னான்: “எனக்குப் பசிக்கிறது.”

ஸூ யுலான் அடுத்து கேட்பதற்கு முன்பு அவன் நொடி நேரம் வாயிலில் நின்றான். “நீ எங்கு சென்றாய்?”

யீலி சொன்னான்: “எனக்குப் பசிக்கிறது.”

மீண்டும் ஒரு கணத்திற்குப் பிறகு ஸூ யுலான் சொன்னாள்: “படுக்க வா. தூங்கிவிட்டால் பசி தெரியாது.”

யீலி நெடு நேரம் வாயிலில் நின்றான். ஸூ யுலான் மேற்கொண்டு எதுவும் பேசவில்லை. அவளும் தூங்கிவிட்டா ளென்றும் இனியொன்றும் பேசுவதற்கில்லை யென்றும் புரிந்தபோது, இருட்டில் தட்டுத்தடுமாறி கட்டிலின் முனைக்குச் சென்றான். உடைகளைக் களைந்துவிட்டு படுத்தான்.

அவன் உடனேயே தூங்கிவிடவில்லை. அவன் இருட்டை உற்றுப் பார்த்தான். ஸூ ஸன்க்வானின் குறட்டை ஒலியைக் கேட்டு தனக்குத் தானே சொல்லிக்கொண்டான்: “நூடுல்ஸ் சாப்பிட என்னை ஹோட்டலுக்கு அழைத்துச் செல்லாதது இந்த மனிதன்தான், தூக்கத்தில் குறட்டைவிடுகிற இந்த மனிதன். காலி வயிறுடன் தூங்கும் கட்டாயத்துக்கு என்னை ஆட்படுத்தியதும்

இந்த மனிதன்தான். நான் அவரின் மகன் அல்ல என்று எப்போதும் சொல்வதும் இந்த மனிதன்தான்." கடைசியில் ஸூ ஸன்க்வானின் குறட்டையொலிக்கு பதில் சொல்வதாக அறிவித்தான்: "நான் உண்மையிலேயே உங்கள் மகன் அல்லவென்றால் நீங்கள் என் அப்பாவும் அல்ல."

22

அடுத்த நாள் காலையில் கஞ்சி குடித்து முடித்த பிறகு யீலி எழுந்து வெளியே சென்றான். ஸூ ஸன்க்வானும் ஸூ யுலானும் அப்போதும் படுக்கையறையில்தான் இருந்தார்கள். ஏளும் ஸான்லியும் வாயிற்படியில் அமர்ந்திருந்தார்கள். யீலியின் கால்கள் தங்கள் தோள்களைத் தாண்டுவதையும் படிக்கு வெளியே இறங்குவதையும் ஏளும் ஸான்லியும் பார்த்தார்கள்.

தெருவில் நடந்து செல்லும் யீலியைப் பார்த்து விடைபெறும் பார்வை இல்லையென்றாலும்கூட ஏள் உரக்கக் கேட்டான்: "யீலி, நீ எங்கே போகிறாய்?"

யீலி சொன்னான்: "நான் என் அப்பாவைக் கண்டுபிடிக்கச் செல்கிறேன்."

அவன் பதிலைக் கேட்டபோது ஏள் வீட்டினுள் பார்த்தான். ஸூ ஸன்க்வான் கஞ்சி குடித்து முடித்த பாத்திரத்தை நாக்கால் நக்கித் துடைப்பதைப் பார்த்தான். இது அவனுக்கு ஒரு தமாஷாகத் தோன்றியது. அதனால் அவன் ஸான்லியிடம் சொல்லிச் சிரித்தான்: "அப்பா உள்ளே இருக்கிறார். ஆனாலும் யீலி அவரைத் தேடிப் போகிறான்."

ஸான்லியும் சிரித்தான்: "அவன் அவரைப் பார்க்க மாட்டான்."

யீலி, ஹீ ஸியோயோங்கின் வீட்டை நோக்கி நடந்தான். அவன் அவனது உண்மையான அப்பாவைக் கண்டுபிடிக்கப் போகிறான். அவன் இனி ஒருபோதும் ஸூ ஸன்க்வானின் வீட்டுக்குத் திரும்பிச் செல்ல மாட்டேன் என்று அவனது உண்மையான அப்பாவிடம் சொல்லப்போகிறான். இனி எல்லா நாளும் விக்டரி ஹோட்டலுக்கு நூடுல்ஸ் சாப்பிட அழைத்துச் செல்வதாகச் சொன்னாலும் அவன்

திரும்பிப் போக மாட்டான். அவன் ஹீ ஸியோயோங்கின் வீட்டிலேயே தங்கப்போகிறான். இனி அவனுக்கு இரண்டு சகோதரர்கள் இல்லை. அவனுக்கு இரண்டு சிறிய தங்கைகள்தான் இருப்பார்கள். ஸியோஹிங்கும் ஸியோஹோங்கும். இன்று முதல் யாரும் அவனை ஸூ யீலி என்று அழைக்க மாட்டார்கள்; அவன் ஹீ யீலியாக இருப்பான். இதனுடைய சுருக்கம் இதுதான்; இப்போதிருந்து ஹீ ஸியோயோங்கைப் பார்க்கும்போதெல்லாம் அவன் அழைப்பான்: "அப்பா, அப்பா, அப்பா..."

ஹீ ஸியோயோங்கின் வீட்டு வாயிற்படியும், புறப்பட்டு வந்த ஸூ ஸன்க்வானின் வீட்டு வாயிற்படிபோலத்தான் இருந்தது. அங்கே ஏளும் ஸான்லியும் வாயிற்படியைக் கைப்பற்றியிருந்தார்கள். இங்கே ஹீ ஸியோஹிங்கும் ஹீ ஸியோஹோங்கும் வாயிற்படியில் அமர்ந்திருந்தார்கள். யீலியைப் பார்த்தவுடன் அவர்கள் திரும்பி உள்ளே பார்த்தார்கள்.

யீலி சொன்னான்: "உங்கள் பெரியண்ணன் இதோ வந்திருக்கிறேன்..."

அவர்கள் மீண்டும் தலை திருப்பி அவனைப் பார்த்தார்கள்.

கதவுக்குப் பின்னால் நிற்கும் ஹீ ஸியோயோங்கை அவன் பார்த்தான். அவன் அழைத்தான்: "அப்பா, இதோ நான் வீட்டுக்கு வந்துவிட்டேன்."

ஹீ ஸியோயோங் வீட்டுக்கு வெளியே வந்து அவனைப் பார்த்துக் குரைத்தான்: "நீ யாரையடா அப்பா என்று அழைக்கிறாய்?" பிறகு அவன் போவென்று கை வீசினான்: "இங்கிருந்து போடா!"

யீலி அங்கேயே நின்றான்: "அப்பா, இந்த முறை வித்தியாசம் இருக்கிறது. கடந்த முறை அம்மாதான் உங்களை வந்து பார்க்கும்படி என்னைக் கட்டாயப்படுத்தினார்கள். அப்போது நான் வரவேண்டும் என்று விரும்பவில்லை. இந்த முறை நான் தனியாக வந்திருக்கிறேன். நான் இங்கே இருப்பேன் என்றுகூட அம்மாவுக்குத் தெரியாது. ஸூ ஸன்க்வானுக்கும் தெரியாது. அப்பா, நான் இங்கே வந்துவிட்டேன். இனி திரும்பிப் போக மாட்டேன். அப்பா, நான் உங்களுடன்தான் இருக்கப்போகிறேன்."

ஹீ ஸியோயோங் மீண்டும் சொன்னான்: "யாரையடா நீ அப்பா என்று அழைக்கிறாய்?"

யீலி பதில் சொன்னான்: "நீங்கள்தான் என் அப்பா."

“அபத்தம்!” ஹீ ஸியோயோங் சொன்னான்: “ஸூ ஸன்க்வான்தான் உன் அப்பா.”

“ஸூ ஸன்க்வான் என் உண்மையான அப்பா அல்ல. நீங்கள்தான் என் உண்மையான அப்பா.”

ஹீ ஸியோயோங், யீலிடம் சொன்னான்: “இனி ஒரு முறை நீ என்னை அப்பா என்று அழைத்தால், நான் உன்னை உதைப்பேன். முஷ்டியால் அறைவேன்.”

யீலி தலையசைத்தான்: “நீங்கள் உங்கள் உண்மையான மகனை ஒருபோதும் அப்படிச் செய்ய மாட்டீர்கள்.”

அண்டைவாசிகள் வந்து சேரத் தொடங்கியிருந்தார்கள். சிலர் முன்னால் வந்து சொன்னார்கள்: “ஹீ ஸியோயோங், இவன் உண்மையில் உன் மகன் அல்ல என்றாலும்கூட நீ இவனிடம் இப்படி நடந்துகொள்ளக் கூடாது.”

யீலி அவர்களிடம் சொன்னான்: “நான் இவரின் மகன்.”

ஹீ ஸியோயோங்கின் மனைவி வீட்டிலிருந்து வெளியே வந்தாள்; யீலிக்கு நேராக ஜாடை காட்டி பார்வையாளர்களிடம் சொன்னாள்: “மீண்டும் ஸூ யுலான் என்ற பெண். அந்தப் பெட்டை நாய்தான் இவனை இங்கே அனுப்பியிருக்கிறாள். புடைத்துக்கொண்டிருக்கும் ஒன்றை அவள் போகிக்கிறாள். அடுத்த நாள் மற்றொன்றை. பிறகு என்ன செய்வது? அப்பனில்லாத அவள் பிள்ளைகளை பணம் பிச்சையெடுப்பதற்காக மற்ற வீடுகளுக்கு அனுப்புகிறாள். அவளுடைய அப்பனில்லாத பிள்ளைகளுக்கு மற்றவர்கள் உணவும் உடையும் கொடுக்க வேண்டும் என்று அவள் விரும்புகிறாள். இது கொஞ்சம் அதிகமாகத்தான் போய்விட்டது! இந்தக் காலத்தில் நிறையப் பேருக்கு தங்கள் சொந்தப் பிள்ளைகளையே பார்த்துக்கொள்ள முடியவில்லை. எங்கள் குடும்பமே சாப்பிட்டு நாட்கணக்காக ஆகிறது. ஒரு மாத காலமாக பசியுடன் இருக்கிறோம். எங்கள் வயிற்றுக்கும் பின்புறத்திற்கும் இடையில் இப்போது ஒன்றுமே இல்லை.”

ஹீ ஸியோயோங்கின் மனைவி சொல்லி முடிப்பதுவரை யீலி காத்திருந்தான். பிறகு ஹீ ஸியோயோங்கை நோக்கித் திரும்பிச் சொன்னான்: “அப்பா, நீங்கள்தான் என் உண்மையான அப்பா! எனக்கு ஒரு கிண்ணம் நூடுல்ஸ் வாங்கித் தர என்னை விக்டரி ஹோட்டலுக்கு அழைத்துச் செல்வீர்களா?”

"அவன் சொன்னதையெல்லாம் நீங்கள் கேட்டீர்கள்தானே?" ஹீ ஸியோயோங்கின் மனைவி அண்டைவாசிகளிடம் கேட்டாள். "அவனுக்கு நூடுல்ஸ் சாப்பிட வேண்டுமாம். என் குடும்பம் இரண்டு மாத காலமாக தவிட்டையும் களைச் செடிகளையும்தான் தின்று வாழ்கிறது. இதோ இப்போது இவன் வந்து நூடுல்ஸ் கேட்கிறான். அதுவும் விக்டரி ஹோட்டலுக்குச் சென்று. அதற்குக் குறைச்சலானது இல்லை."

"அப்பா, இப்போது உங்கள் கையில் பணம் இல்லை என்று எனக்குத் தெரியும். ஏன் நீங்கள் ஆஸ்பத்திரிக்குச் சென்று கொஞ்சம் ரத்தம் விற்கக் கூடாது? கொஞ்சம் ரத்தம் விற்றால் நிறையப் பணம் கிடைக்கும். அப்போது நீங்கள் என்னை நூடுல்ஸ் சாப்பிட அழைத்துச் செல்லலாம் அல்லவா?"

"அய்ய!" ஹீ ஸியோயோங்கின் மனைவி வீரிடத் தொடங்கினாள்: "இப்போது ஹீ ஸியோயோங் ஆஸ்பத்திரிக்குச் சென்று ரத்தம் விற்க வேண்டும் என்று இவன் சொல்கிறான். அவனுக்கு எங்கள் ஹீ ஸியோயோங்கைக் கொல்ல வேண்டும்! அவனுக்கு அவரைக் கொல்ல வேண்டும்! ஹீ ஸியோயோங், நீங்கள் இந்தப் பையனைக் கொஞ்சம் அனுப்புகிறீர்களா?"

ஹீ ஸியோயோங் யீலியை நோக்கி ஒரு அடி எடுத்து வைத்தான்: "இங்கிருந்து போய்த் தொலையடா!"

யீலி அசையவில்லை: "அப்பா, நான் உங்களைவிட்டு ஒருபோதும் போகமாட்டேன்."

ஹீ ஸியோயோங் வந்து யீலியைப் பிடித்தான். யீலியின் காலரைப் பற்றி தூக்கிக்கொண்டு நான்கைந்து அடி பின்னால் கொண்டு சென்றான். அவனை இன்னும் தூக்கிப் பிடிக்க முடியாததால் தரையில் போட்டு இழுத்துக்கொண்டு சென்றான். யீலியின் கைகள் கலவரத்துடன் அவனது காலரைப் பற்றிக்கொண்டன. அவன் முகம் உருக்குலைந்தது. மூச்சுத் திணறியது. ஹீ ஸியோயோங் அவனை சந்தின் முனைவரை இழுத்துச் சென்றான். பிறகு மதிலோடு சேர்த்து நிறுத்தினான். முகத்தருகில் ஒரு விரல் சுட்டினான்: "என்றாவது எப்போதாவது இந்த வழியாக நீ மீண்டும் வந்தால் உன்னை நான் கொன்றுவிடுவேன்."

இந்த அறிவிப்புடன் அவன் திரும்பிச் சென்றான். யீலி மதிலில் சாய்ந்தபடி, அவன் நடந்து வீட்டுக்குச் செல்வதைப் பார்த்தபடி நின்றான். பிறகு மதிலை விட்டு விலகி சந்திற்கு வந்தான். தான்

தெரிந்துகொள்வதற்காக இடப்புறமும் வலப்புறமும் பார்த்தான். தலைகுனிந்து பார்வையைத் தரையில் பதித்து அவன் மேற்குப் பகுதியை நோக்கி நடந்தான்.

தலை குனிந்து, பார்வையைத் தரையில் பதித்த பதினொன்று அல்லது பன்னிரண்டு வயதுப் பையன் மேற்குப் பகுதிக்கு நடந்து செல்வதை, ஸூ ஸன்க்வானை அறிந்த சிலர் பார்த்தார்கள். அவன் கண்களிலிருந்து கண்ணீர் வழிந்துகொண்டிருப்பதையும் அவர்கள் பார்த்தார்கள். அந்தக் கண்ணீரிலிருந்து சில துளிகள் அவன் ஷூக்களில் விழுந்துகொண்டிருந்தன. இவன் யார் குடும்பத்தைச் சேர்ந்தவன் என்று அவர்கள் வியந்தார்கள். இதயம் உடைந்தது போல இப்படி அழுவது எதற்கென்று அவர்கள் திகைத்தார்கள். பையனைக் கூர்ந்து பார்த்தபோது ஸூ ஸன்க்வானின் யீலிதான் என்று அவர்களுக்குப் புரிந்தது.

கொல்லன் ஃபாங்தான் முதலில் நெருங்கினான். கொல்லன் ஃபாங் சொன்னான்: "யீலி! யீலி! நீ எதற்கு அழுகிறாய்?"

யீலி சொன்னான்: "உண்மையில் ஸூ ஸன்க்வான் என் அப்பா அல்ல. என் உண்மையான அப்பா ஹீ ஸியோயோங்தான். எனக்கு ஒரு அப்பா இல்லை. அதனால்தான் நான் அழுகிறேன்."

கொல்லன் ஃபாங் கேட்டான்: "நீ எதற்கு மேற்குப் பக்கம் செல்கிறாய். உன் வீடு கிழக்குப் பக்கம்தானே இருக்கிறது?"

யீலி சொன்னான்: "நான் வீட்டுக்குப் போகவில்லை."

கொல்லன் ஃபாங் சொன்னான்: "யீலி, நீ இப்போது வீட்டுக்குச் செல்வதுதான் நல்லது."

யீலி கேட்டான்: "கொல்லன் ஃபாங்கே, எனக்கு ஒரு கிண்ணம் நூடுல்ஸ் வாங்கித் தருகிறீர்களா? அப்புறம் நீங்கள் என் உண்மையான அப்பாவாக ஆகலாமே."

கொல்லன் ஃபாங் சொன்னான்: "நீ என்னடா முட்டாள்தனமாகப் பேசுகிறாய்? நான் பத்து கிண்ணம் நூடுல்ஸ் வாங்கித் தந்தாலும் ஒருபோதும் என்னால் உன் அப்பாவாக முடியாது."

பாதையில் சற்று அப்புறத்தில் மற்றவர்கள் அவனிடம் பேச வந்தார்கள்: "நீதான் ஸூ ஸன்க்வானின் யீலி, அல்லவா? நீ எதற்கு இப்படி அழுகிறாய்? நீ தனியாக மேற்குப் பக்கம் நடந்து செல்கிறாய். உன் வீடு கிழக்குப் பக்கத்தில் இருக்கிறது. நீ ஏன் வீட்டுக்குச் செல்லக் கூடாது?"

யீலி சொன்னான்: "நான் வீட்டுக்குப் போகமாட்டேன். இனி ஒருபோதும் வீட்டுக்கு வரமாட்டேன் என்று நீங்கள் சென்று ஸூ ஸன்க்வானிடம் சொல்கிறீர்களா?"

அவர்கள் கேட்டார்கள்: "வீட்டுக்குப் போகவில்லையென்றால் பிறகு நீ எங்கே செல்கிறாய்?"

யீலி சொன்னான்: "நான் எங்கே போகிறேன் என்று எனக்கே தெரியவில்லை. நான் வீட்டுக்குப் போகவில்லை என்று மட்டுமே எனக்குத் தெரியும்."

யீலி இதையும் சேர்த்துச் சொன்னான்: "உங்களில் யாராவது எனக்கு ஒரு கிண்ணம் நூடுல்ஸ் வாங்கித் தந்தால் நான் அவருக்கு மகனாயிருப்பேன். எனக்கு நூடுல்ஸ் வாங்கித் தர வேண்டும் என்று யாருக்காவது தோன்றுகிறதா?"

ஐ

அவர்கள் ஸூ ஸன்க்வானிடம் சொல்லச் சென்றார்கள்: "ஸூ ஸன்க்வான் உங்கள் யீலி கோபத்துடன் அழுதுகொண்டு மேற்குப் பகுதியில் நடந்து செல்வதைப் பார்த்தோம்."

"ஸூ ஸன்க்வான், உங்கள் பையனுக்கு அப்பாவாக இனி நீங்கள் வேண்டாமாம்."

"ஸூ ஸன்க்வான், ஒரு கிண்ணம் நூடுல்ஸ் வாங்கிக் கொடுக்கும் யாரும் அவனுக்கு அப்பாவாகலாம் என்று அவன் சொல்கிறான்."

"ஸூ ஸன்க்வான், உங்கள் யீலி ஒரு பிச்சைக்காரனைப்போல எல்லா இடத்துக்கும் சென்று ஆட்களிடம் என் அப்பாவாக ஆகிறீர்களா என்று கேட்டுத் திரிகிறான். நீங்களோ, காலை நாற்காலி மீது வைத்துக்கொண்டு உட்கார்ந்திருக்கிறீர்கள். நீங்கள் சென்று ஏன் அவனை வீட்டுக்கு திருப்பி அழைத்து வரக் கூடாது?"

ஸூ ஸன்க்வான் தன் பிரம்பு நாற்காலியிலிருந்து எழுந்தான்: "அந்தப் பையன் மேலும் மேலும் மோசமாகிக்கொண்டு வருகிறான். அவனுக்கு தன் உண்மையான அப்பாவைப் பார்க்க வேண்டும் என்றால் ஹீ ஸியோயோங்கிடம் சென்றால் போதாதா? பார்க்கும் எல்லோரிடமும் என் அப்பாவாகிறீர்களா என்று கேட்கும் அவன் என்ன செய்ய நினைக்கிறான். ஹீ ஸியோயோங் அவனது உண்மையான அப்பா அல்ல என்றால் பிறகு எந்தக் கேடுகெட்டவன் அவன் அப்பா? எதற்கு அவன் மேற்குப் பக்கம்

போகிறான். உண்மையான அப்பாவின் வீட்டுக்கு நேர் எதிர் திசையில் அல்லவா அவன் செல்கிறான்."

பேசி முடித்த பிறகு அவன் பிரம்பு நாற்காலியில் அமர்ந்தான். சுற்றிலும் கூடி நிற்பவர்கள் சொன்னார்கள்: "நீங்கள் ஏன் மீண்டும் உட்கார்கிறீர்கள்? போய் அவனை வீட்டுக்கு அழைத்து வாருங்கள்."

ஸூ ஸன்க்வான் சொன்னான்: "அவன் அவனது சரியான அப்பாவைக் கண்டுபிடிக்கச் செல்கிறான் என்றால் அதற்குத் தடையாக இருக்க நான் யார்?"

இந்த ஒரு நியாயத்தை மிகவும் நன்றாக எதிர்த்துத் தோற்கடிக்க அவர்களுக்கு முடியவில்லை. அதனால் அவர்கள் ஒவ்வொருவராக அவர்கள் பாட்டுக்குச் சென்றார்கள். ஆனால், சற்று நேரத்திற்குப் பிறகு வேறு சிலர் வாயிலுக்கு வந்தார்கள்:

"ஸூ ஸன்க்வான், இதைக் கேட்டீர்களா? யீலி இன்று காலையில் அவன் உண்மையான அப்பாவைத் தேடி ஹீ ஸியோயோங்கின் வீட்டுக்குச் சென்றிருந்தானாம். அது மிகவும் பயங்கரமாயிருந்தது! பாவம் பையன். ஹீ ஸியோயோங்கின் மனைவி அவன் முகத்தைப் பார்த்து சபித்தாள். பிறகு ஸூ யுலானையும் சபித்தாள். அவள் பேசியது அவ்வளவு நன்றாக இல்லை என்று மட்டும் நான் சொல்வேன். பாவம் யீலி. ஹீ ஸியோயோங் அவனை சந்தில் தரதரவென்று இழுத்து தெருவுக்குக் கொண்டு சென்றான்."

ஸூ ஸன்க்வான் அவர்களிடம் கேட்டான்: "ஹீ ஸியோயோங்கின் மனைவி என்னையும் சபித்தாளா?"

"இல்லையில்லை," அவர்கள் சொன்னார்கள்: "உங்களைப் பற்றி மட்டும்தான் அவள் ஒன்றும் பேசவில்லை."

ஸூ ஸன்க்வான் சொன்னான்: "அது என் சம்பந்தப்பட்ட விஷயமே இல்லை."

மதியமான பிறகும் யீலி வீட்டுக்கு வராததால் ஸூ யுலான் அச்சம் கொள்ளத் தொடங்கினாள். அவள் ஸூ ஸன்க்வானிடம் சொன்னாள்: "யீலியைப் பார்ப்பவர்கள் எல்லாம் அவன் மேற்குப் பக்கம் போனதாகச் சொல்கிறார்கள். எல்லோரும் அப்படித்தான் சொல்கிறார்கள். மேற்கில் போனான் என்றால் அவன் எங்கே போயிருப்பான் என்று நீங்கள் நினைக்கிறீர்கள்? அவன் கிராமங்களுக்குச் சென்றுவிட்டால் திரும்பி வீட்டுக்கு வரும் வழி அவனுக்கு மறந்துவிடுமே. ஸூ ஸன்க்வான், அவனுக்குப்

பதினொரு வயதுதான் ஆகிறது. தயவு செய்து நீங்கள் கொஞ்சம் சென்று அவனைக் கண்டுபிடியுங்களேன்."

ஸூ ஸன்க்வான் சொன்னான்: "நான் போகமாட்டேன். நான் அவனுக்கு சாப்பாடு கொடுத்தேன். அவனுக்குக்கூட தெரியாமல் அவனுக்கு உடைகள் கொடுத்தேன். அவனை பள்ளிக்கு அனுப்பினேன். நான் அந்த சின்னப் போக்கிரியிடம் என்றென்றும் நல்லவனாகத்தான் நடந்துகொண்டேன். ஆயினும் அவன் எனக்குத் தெரியாமல் அவனது உண்மையான அப்பாவைத் தேடிப் போகிறான். அந்த வேசி மகன் ஹீ ஸியோயோங் அவனைத் திட்டி அடித்து வழியில் போட்டு இழுத்துச் செல்கிறான். இப்போது எனக்கு எல்லாம் நன்றாகத் தெளிவாகிறது. ஒரு குழந்தை உன் ரத்தமும் சதையும் இல்லையென்றால் அவனை எவ்வளவு நன்றாகப் பார்த்து வளர்த்தாலும் ஒரு வகையிலும் அவன் உனக்குச் சொந்தமாக ஆக மாட்டான்."

ஸூ யுலானே, யீலியைத் தேடி தனியே புறப்பட வேண்டிய கட்டாயத்துக்கு ஆட்பட்டாள்: "நீங்கள் யீலியின் சொந்த அப்பா இல்லாமல் இருக்கலாம். ஆனால், நான் அவன் அம்மா. நான் அவனைத் தேடிக் கண்டுபிடித்து வீட்டுக்கு அழைத்து வரப்போகிறேன்."

ஸூ யுலான் மதியம் முழுதும் வெளியேதான் இருந்தாள். கடைசியில் வீட்டுக்கு வரும்போது மதியமாகியிருந்தது. வாயிலைக் கடந்து வரும்போது அவள் கேட்டாள்: "அவன் இன்னும் திரும்பி வரவில்லையா?"

ஸூ ஸன்க்வான் சொன்னான்: "இல்லை. நான் மதியம் முழுதும் வாசலையே பார்த்தபடி இங்குதான் அமர்ந்திருக்கிறேன். ஏலும் ஸான்லியும் வந்து போய்க்கொண்டிருந்தார்கள். ஆனால் யீலி மட்டும் இதுவரை வரவில்லை."

ஸூ யுலான் அழத் தொடங்கினாள். அவள் ஸூ ஸன்க்வானிடம் சொன்னாள்: "வழியில் பார்த்தவர்களிடமெல்லாம் அவனைப் பார்த்தீர்களா என்று கேட்டவாறே நான் மேற்குப் பக்கம் நடந்து சென்றேன். அவன் நடந்து செல்வதைப் பார்த்ததாக அவர்களெல்லாம் சொன்னார்கள். வயல்களைச் சென்றடைந்த போது நான் பலரிடமும் கேட்டேன். அவர்கள் யாரும் அவனைப் பார்க்கவில்லை. நீண்ட நேரம் நான் கிராமங்களில் தேடித் திரிந்தேன். அங்கே விசாரிப்பதற்குக்கூட யாருமில்லை. எங்கே தேட வேண்டும் என்றும் எனக்குத் தெரியவில்லை." அவள்

பட்டென்று திரும்பி மீண்டும் புறப்பட்டாள், யீலியைத் தேடிச் சென்றாள்.

நாற்காலியிலிருந்த ஸூ ஸன்க்வான் கலக்கமடையத் தொடங்கினான். அவன் எழுந்து வாயிற்படியில் நின்று சுற்றிலும் பார்த்தான். இரவு பரவுவதைப் பார்த்தான். அவன் தனக்குள் சொல்லிக்கொண்டான்: “யீலி இன்னும் வீட்டுக்குத் திரும்பவில்லை. ஒருக்கால் அதற்கு அர்த்தம், அவனுக்கு ஏதோ ஆகிவிட்டது என்பதுதான்.”ஸூ ஸன்க்வானும் கவலைப்படத் தொடங்கினான். ஆகாயம் இருண்டு, மேலும் இருளாகிவருவதைப் பார்த்தபோது அவன் ஏளிடமும் ஸான்லியிடமும் சொன்னான்: “நீங்கள் இருவரும் வீட்டிலேயே இருங்கள். வெளியே செல்ல வேண்டாம். யீலி வந்தால் அவன் அம்மாவும் நானும் அவனைத் தேடிப் போயிருக்கிறோம் என்று சொல்ல வேண்டும்.”

ஸூ ஸன்க்வான் முன் கதவைச் சாத்திவிட்டு நகரத்தின் மேற்குப் பகுதியை நோக்கிச் சென்றான். ஆனால் சில அடி தூரம் சென்ற பிறகு காலடிகளுக்குப் பக்கத்திலிருந்து தேம்பும் சத்தம் கேட்டது. பார்ப்பதற்காக குனிந்தபோது, அண்டை வீட்டு வாயிற்படியில் சுருண்டு படுத்திருக்கும் யீலியைப் பார்த்தான். ஸூ ஸன்க்வானைப் பார்க்கும்போது யீலி நடுங்கினான்.

ஸூ ஸன்க்வான் பட்டென்று அவனிடம் குனிந்தான்: “யீலி, நீதான், அல்லவா?” அது யீலிதான் என்று உறுதியானபோது அவன் கத்தினான்: “நாசம்! நீ உன் அம்மாவை அச்சுறுத்தி கொன்றுவிட்டாய் அல்லவா? நீ நன்றாயிருக்கிறாய்தானே? நாங்கள் உன்னைப் பற்றி கவலைப்பட்டுக்கொண்டிருந்த நேரமெல்லாம் நீ இங்கே பக்கத்தில்தான் இருந்தாயா?”

யீலி சொன்னான்: “அப்பா, எனக்குப் பசிக்கிறது. எனக்கு மிகவும் பசிக்கிறது. நான் மிகவும் சோர்ந்திருக்கிறேன்.”

ஸூ ஸன்க்வான் சொன்னான்: “அது உன் குற்றம். நீ பசித்து செத்தாய் என்றாலும் அது உன் குற்றமாகத்தான் இருக்கும். உன்னை யாரும் வீட்டிலிருந்து துரத்தவில்லை. திரும்ப வரமாட்டேன் என்று நீ சொன்னதாகத்தான் நான் நினைத்தேன்.”

கண்ணீரைத் துடைப்பதற்காக அவன் ஒரு கையைத் தூக்கினான். கண்களைத் துடைத்துக்கொண்டே அவன் சொன்னான்: “நான் திரும்ப வரவேண்டும் என்று நினைக்க வில்லை. நீங்கள் என்னைச் சரியான மகனாக ஏற்றுக்கொள்ள வில்லையல்லவா? அதனால் நான் ஹீ ஸியோயோங்கைத் தேடிச்

சென்றேன். ஹீ ஸியோயோங்கும் என்னை ஏற்றுக்கொள்ளவில்லை. நான் திரும்பி வர விரும்பவில்லை."

அவன் வாசகத்தை பாதியில் இடைமறித்து ஸூ ஸன்க்வான் சொன்னான்: "இப்போது நீ இங்கே என்ன செய்கிறாய்? சொல். அவ்வளவு ஒன்றும் தாமதமாகவில்லை. இங்கிருந்து போ. நீ ஒருபோதும் திரும்பி வரவில்லையென்றால் அவ்வளவும் நல்லதுதான்."

யீலி மேலும் உரக்க அழுதான்: "எனக்குப் பசிக்கிறது. தூக்கம் வருகிறது. சாப்பிட ஏனக்கு ஏதாவது வேண்டும். தூங்க வேண்டும். நீங்கள் என்னை உண்மையான மகனாக ஏற்கவில்லை என்றாலும் ஹீ ஸியோயோங்கை விடவும் நீங்கள் என் மீது அன்பு காட்டுகிறீர்கள் என்று எனக்குத் தெரியும். அதனால்தான் நான் திரும்பி வந்தேன்."

யீலி ஒரு கையை நீட்டி மதிலைப் பிடித்து எழுந்தான். மதிலைப் பிடித்தவாறே சந்து வழியே மேற்குப் பக்கம் நடக்கத் தொடங்கினான்.

"நில்லடா, போக்கிரி. எங்கே போகிறாய்?"

யீலி நின்றான். தோள்களைக் குனிந்து தலை தாழ்த்தி நின்றான். மென்மேலும் உரக்க அழுதான். விசும்பல்களால் அவன் உடல் அதிர்ந்தது.

ஸூ ஸன்க்வான் அவன் பக்கத்தில் மண்டியிட்டான்: "முதுகில் ஏறிக்கொள்."

யீலி, ஸூ ஸன்க்வானின் முதுகில் ஏறிக்கொண்டான். ஸூ ஸன்க்வான் அவனைச் சுமந்துகொண்டு சந்து வழியே கிழக்குப் பகுதிக்கு நடந்தான். அவர்கள் அவர்களின் வீட்டைக் கடந்து சந்தின் முனைக்குச் சென்றார்கள். பிறகு மற்றொரு சந்தில் திரும்பி பிரதான தெருவுக்கு வந்தார்கள். நகரத்தில் ஓடும் நதிக் கரைக்கு வந்தார்கள்.

நடக்கும்போது ஸூ ஸன்க்வான் யீலிக்கு இடைவிடாமல் சாபங்கள் பொழிந்துகொண்டிருந்தான்: "பொறுக்கி, போக்கிரி. வேசிப் பிள்ளை. நீ என்னை மறுநாளே மயானத்துக்கு அனுப்பிவிடுவாய். நீ எனக்கு அந்தளவுக்கு பைத்தியம் பிடிக்கச் செய்கிறாய். ஓடிப்போக வேண்டும் என்றால் சரி, ஓடிப்போ. ஓடிப்போ. ஆனால், நகரத்தில் எல்லோரிடமும் சொல்லிவிட்டா நீ போக வேண்டும்? தினந்தோறும் நான் உன்னைத்

துன்புறுத்துவதாக நகரம் முழுதும் இப்போது நினைக்கக்கூடும். பதினொரு வருட காலம் நான் உன்னைப் பார்த்துக்கொண்டேன். நான் உன் வளர்ப்புத் தந்தை மட்டும்தான். அந்த வேசி மகன் ஹீ ஸியோயோங் உனக்காக ஒரு பென்கூட செலவு செய்யவில்லை. அவன் உன் அப்பனாம். யார் துரதிர்ஷ்டசாலி? என் அடுத்த பிறவியிலும் நான் உன் தந்தையாக வேண்டும் என்று நினைக்கவில்லை. அடுத்த பிறவியில் நீ என் வளர்ப்புத் தந்தையாக முயன்று பார். நீ பொறுத்திரு, நான் உன்னைப் பைத்தியமாக்கு கிறேன். செய்கிறேன். வாழ்வதா சாவதா என்று உன்னால் முடிவு செய்ய இயலாதபடி நான் உனக்குப் பைத்தியம் பிடிக்கச் செய்கிறேன்."

விக்டரி ஹோட்டலின் ஒளிரும் விளக்குகள் யீலியின் கண்ணில் பட்டன. வெட்கத்துடன் அவன் ஸூ ஸன்க்வானிடம் கேட்டான்: "அப்பா, நீங்கள் என்னை நூடுல்ஸ் சாப்பிட அழைத்துச் செல்கிறீர்களா?"

ஸூ ஸன்க்வான் யீலியை சபிப்பதை நிறுத்தினான். அவன் குரல் கனிவுடையதானது: "ஆமாம்."

23

இரண்டு வருடத்திற்குப் பிறகு ஒரு நாள் ஹீ ஸியோயோங் பாதையில் நடந்து செல்லும்போது ஷாங்காயிலிருந்து வரும் லாரி மோதி அடுத்த வீட்டுக்குத் தூக்கி எறிந்தது. அடுத்த வீட்டின் மூடப்பட்ட கதவை உடைத்து உள்ளே விழும்படி வலுவாகத் தூக்கியெறியப்பட்டான்.

ஹீ ஸியோயோங்கை லாரி மோதி தூக்கியெறிந்துவிட்டது என்ற செய்தி நகரம் முழுதும் பரவியபோது ஸூ ஸன்க்வான் அந்த நாள் முழுதும் மகிழ்ச்சியாக இருந்தான். வெப்பமான கோடை கால இரவில் அரைக் காற்சட்டையும் டீ ஷர்ட்டும் அணிந்து அக்கம் பக்கத்தில் சுற்றித் திரிந்தான்: “இதுதான் கர்ம பலன். உங்களுக்குத் தகுதியானது உங்களுக்குக் கிடைக்கும். நீங்கள் அசிங்கமான காரியங்கள் செய்கிறீர்கள். அப்படிச் செய்யவில்லையென்று நடிக்கிறீர்கள். ஆனால் சொர்க்கத்தில் உள்ள தாத்தாவுக்கு என்ன நடக்கிறது என்று மிகவும் துல்லியமாகத் தெரியும். செய்த காரியத்திற்கான தண்டனையை தர வேண்டும் என்று தாத்தா முடிவு செய்தால், தப்பித்துவிடலாம் என்று நினைக்க வேண்டாம். லாரிகள் மோதும். தன் விஷயங்களைப் பற்றி நினைத்துக்கொண்டு தெருவழியே செல்லும்போது சில சமயம் மேற்கூரையிலிருந்து ஏதாவது வந்து தலையில் விழும். சில சமயம் பாலத்தில் நடந்து சென்றுகொண்டிருக்கும்போது, திடீரென்று அது உடைந்து தண்ணீரில் விழும். சொர்க்கத்தில் உள்ள தாத்தா ஒரு வழி கண்டுபிடிப்பார். உதாரணத்திற்கு என்னைப் பாருங்கள். நான் உறுதியானவன், சக்தியுடையவன், நல்ல நிறமுடையவன். என்னுடையது தரித்திரனின் வாழ்க்கை. நான் கஷ்ட காலங்களைக் கடந்து வந்திருக்கிறேன். ஆயினும் நான் ஆரோக்கியமாக இருக்கிறேன். ஆரோக்கியம்தான் மிகவும்

முக்கியம். நான் நல்லவனாக இருப்பதற்கு தாத்தா எனக்கு சன்மானம் அளித்ததாக இருக்கும் இது."

பேசிக்கொண்டிருக்கும்போதே அவன் கையிலும் காலிலும் உள்ள தசைக் கட்டுகளை இறுக்கிக் கட்டினான். பிறகு தொடர்ந்து சொன்னான்:

"நிச்சயமாகச் சரிதான். பதிமூன்று வருடமாக நான் விபச்சாரியின் வஞ்சிக்கப்பட்ட கணவன். ஆனால் யீலியைப் பாருங்கள். அவனும் நானும் மிகவும் நெருக்கமாக இருக்கிறோம். ஏளைவிடவும் ஸான்லியைவிடவும். தின்பதற்கு ஏதேனும் நல்லதாகக் கிடைத்தால் அவன் கேட்பான்: 'அப்பா, உங்களுக்கு வேண்டுமா?' ஏளுக்கோ ஸான்லிக்கோ கிடைத்தால் அவர்கள் இப்படிக் கேட்கக்கூட மாட்டார்கள். யீலிக்கு ஏன் என் மீது இவ்வளவு பிரியம் தெரியுமா? நான் நல்லவனாக இருப்பதற்கு சொர்க்கத்தில் உள்ள தாத்தா சன்மானம் தருவதால்தான்."

ஸூ ஸன்க்வான் சொல்லி முடித்தான்: "அதனால் மக்கள் நன்மைசெய்ய வேண்டும். கெட்ட விஷயங்களிலிருந்து விலகி நிற்க வேண்டும். கெட்ட விஷயங்கள் செய்து, அந்த வழியிலிருந்து விலகாதிருந்தால் உங்களுக்கும் ஹீ ஸியோயோங்கின் முடிவுதான் ஏற்படும். தாத்தாவால் தண்டிக்கப்படுவீர்கள். சொர்க்கத்தில் உள்ள தாத்தா தண்டிக்கப்படுபவனிடம் எந்தக் கருணையும் காட்ட மாட்டார். அவர் நினைத்தால் உங்கள் உயிரையே எடுத்துவிடுவார். ஹீ ஸியோயோங்கைப் பாருங்கள்! ஆஸ்பத்திரியில் கிடக்கிறான். அவன் வாழ்வானா சாவானா என்று தெரியாது. என்னைப் போன்றவர்களை, எப்போதும் நல்லது மட்டும் செய்பவர்களை, சொர்க்கத்துத் தாத்தா நினைவில் வைத்திருக்கிறார். இடையிடையே சில நன்மைகளை உங்களை நோக்கி எறிவார். என் ரத்த வியாபாரத்தையே எடுத்துக்கொள்ளுங்கள். நான் ரத்தம் விற்கிறேன் என்று உங்களுக்கெல்லாம் தெரியும். ரத்தம் விற்பது ஒரு மானம் கெட்ட ஏற்பாடு என்றுதான் நகரத்தில் உள்ள பெரும்பாலானோர் நினைக்கிறார்கள். ஆனால் என் தாத்தா கிராமத்தில் ரத்தம் விற்கும் ஆண்களை, விற்காதவர்களைவிட வலிமையானவர்களாகத்தான் நினைக்கிறார். என்னைப் பாருங்கள். நான் ரத்தம் விற்றிருக்கிறேன். அதனால் நான் பலவீனமாகிவிட்டேனா? இல்லை. நிச்சயமாக இல்லை. ஏன் பலவீனமாக இல்லை. ஏனென்றால் சொர்க்கத்தில் உள்ள தாத்தா எனக்கு சன்மானம் தருகிறார். தினமும் ரத்தம் விற்றாலும் நான் பிழைத்திருப்பேன். ரத்தம் எனக்கு பணம் காய்க்கும் மரம்போல. அதைப் பிடித்துச் சற்று உலுக்க மட்டுமே

நான் செய்கிறேன். சொர்க்கத்து தாத்தாவின் தயாளம் என் மீது மழையாகப் பொழியும்.”

ஹீ ஸியோயோங் மீது லாரி மோதியது என்பதில் ஸூ யுலானுக்கு, தன் கணவனைப்போல அவ்வளவு மகிழ்ச்சியொன்றும் ஏற்படவில்லை. எதுவும் நடக்காததுபோல அவள் நடந்து கொண்டாள். அப்பம் செய்யும் நேரத்தில் அவள் அப்பம் பொரித்தாள். உணவு சமைக்கும் நேரத்தில் நேரத்தில் அவள் வீட்டுக்குச் சென்று உணவு சமைத்தாள். துணி துவைப்பதற்கான சமயத்தில் அவள் ஸூ ஸன்க்வான் மற்றும் பிள்ளைகளின் அழுக்குத் துணிகளை ஒரு மர வாளியிலிட்டு ஆற்றுக்குச் சென்றாள். ஹீ ஸியோயோங்குக்கு என்ன நடந்தது என்று அறிந்தபோது அவள் கண்கள் விரிந்தன. வியப்பால் அவள் வாய் திறந்தாள். ஆனால் சிரிக்கவில்லை.

அவளது எதிர்வினை ஸூ ஸன்க்வானுக்கு கோபத்தை ஏற்படுத்தியது. அதனால் அவள் விளக்கினாள்: “ஹீ ஸியோயோங் மீது லாரி மோதினால் நமக்கு என்ன? அவன் மீது லாரி மோதும்போதெல்லாம் நமக்கு ஒரு குவியல் பணம் கிடைக்கிறது என்றால் நாம் அதைப் பற்றி சந்தோஷப்பட ஒரு காரணம் இருக்கும். நமக்கு ஒன்றும் கிடைக்கவில்லை. மற்றவர்களின் துயரத்தைப் பார்த்து மகிழ்வதில் என்ன அர்த்தம் இருக்கிறது.”

ஸூ ஸன்க்வான் கையில்லாத டீ ஷர்ட் அணிந்து அக்கம் பக்கத்தில் கர்ம பலன்களைப் பற்றிப் பேசி சலிப்பூட்டிக் கொண்டிருப்பதைப் பார்த்தபோது ஸூ யுலானுக்குக் கோபம் வந்தது: “அவனைப் பற்றி ஏதேனும் பேச வேண்டும் என்றால் பேசுங்கள். ஆனால் சொன்னதையே மீண்டும் மீண்டும் சொல்லிக் கொண்டிருக்காதீர்கள். நேற்றும் இதைத்தான் சொன்னீர்கள். நாளையும் இப்படித்தான் பேசுவீர்கள் என்று நான் நினைக்கிறேன். ஹீ ஸியோயோங் எவ்வளவு மோசமானவனாக இருந்தாலும் சரி, இப்போது பாதி செத்து ஆஸ்பத்திரியில் கிடக்கிறான். நீங்கள் இப்படி சொல்லித் திரிந்துகொண்டிருந்தால் சொர்க்கத்தில் உள்ள தாத்தா உங்களையும் தண்டிப்பார்.”

கடைசி வாக்கியம் குளிர்ந்த நீர் உடலில் விழுவது போன்றிருந்தது. அவள் சரியாகத்தான் சொன்னாள். மற்றவரின் கெட்ட விதியைப் பார்த்து மகிழ்ந்து நேரம் போக்கினால் தாத்தா அதை குற்றமாகத்தான் கருதுவார். ஸூ ஸன்க்வான் தன் இறக்கைகளை மடக்கிக்கொண்டான். அன்று முதல் அண்டை அயலில் இப்படிப் பேசித் திரிவதைப் பார்க்க முடியவில்லை.

ஃ

ஹீ ஸியோயோங் மொத்தம் ஏழு நாட்கள் மருத்துவமனையில் இருந்தான். முதல் மூன்று நாட்கள் அவனுக்கு பிரக்ஞையே இல்லை. நான்காம் நாள் கண் திறந்தான். நொடி நேரம் சுற்றிலும் பார்த்தான்; பிறகு சட்டென்று அடுத்த மூன்று நாள் நிலைத்த மயக்கத்தில் வீழ்ந்தான்.

லாரி அவனது வலது காலையும் இடது கையையும் உடைத்திருந்தது. உடைந்த எலும்புகள் மிகச் சிறிய வருத்தங்களில் ஒன்றுதான் என்று மருத்துவர்கள் சொன்னார்கள். உள் ரத்தக் கசிவைத் தடுப்பதுதான் மிகவும் முக்கியம். ஹீ ஸியோயோங்குக்கு ரத்த அழுத்தம் உயர்ந்தது தாழ்ந்தது. காலையில் ரத்தம் மாற்றலுக்குப் பிறகு ரத்த அழுத்தம் உயர்ந்து இயல்பான நிலைக்கு வந்தது. மாலையாகும்போது மேலும் ரத்தம் வடிந்து மீட்டரில் பாதரசத்தின் நிலை மிகவும் கீழே உள்ள புள்ளிக்கு வந்துவிடும்.

ஹீ ஸியோயோங்கின் நண்பர்கள் தங்களுக்குள் பேசிக் கொண்டார்கள்: "ஹீ ஸியோயோங்கின் ரத்த அழுத்தம் நாள் தோறும் உயரவும் தாழவும் செய்கிறது. காலையில் அதிகரிக்கிறது, மாலையில் குறைகிறது. இன்னும் மூன்று நான்கு நாட்கள் அவன் உயிருடன் இருக்கலாம். இப்படியே தொடர்ந்தால் இனி ரத்த அழுத்தம் உயராது என்ற நிலை வந்துவிடுமென்று பயமாக இருக்கிறது."

அவர்கள் ஹீ ஸியோயோங்கின் மனைவியிடம் சொன்னார்கள்: "டாக்டர்கள் செய்வதற்கு இனியும் ஏதேனும் மிச்சமிருக்கிறது என்று தோன்றவில்லை. தினமும் அவர்கள் கட்டிலுக்குப் பக்கத்தில் ஒன்றிரண்டு மணி நேரம் நின்று என்ன செய்வதென்று சர்ச்சை மட்டுமே செய்கிறார்கள். எப்படியானாலும் ஹீ ஸியோயோங் மூக்கில் பிராணவாயு குழாய் பிணைக்கப்பட்டிருக்கிறான். ரத்தம் மாற்றுவதற்கான பாட்டில் கைக்கு அருகில் தொங்கிக் கொண்டிருக்கிறது. கடந்த வாரம் கொடுத்த அதே மருந்துதான் இப்போதும் கொடுக்கிறார்கள். அவனுக்கு குணமாகவே இல்லை."

அவர்கள் முடித்தார்கள்: "நீங்கள் சென்று நகரத்தில் மேற்குப் பகுதியில் வசிக்கும் திரு. சென்னைப் பார்க்க வேண்டும்."

வயதான திரு. சென் மூலிகை மருந்து வியாபாரி, குறி சொல் பவர், நடக்கவிருப்பதை உரைப்பவர்.

திரு. சென், ஹீ ஸியோயோங்கின் மனைவியிடம் சொன்னார்: "அவருக்குத் தேவையான மருந்துகளின் ஒரு பட்டியல் நான் தயாரித்திருக்கிறேன். மருந்துகள் அந்த உடலில் எவ்வளவு

பயனளிப்பதாய் இருந்தாலும் ஆத்மாவைக் காக்கத் தக்கவாறு வலிமையாயிருக்காது. ஆத்மா போகிறது என்றால், பூமியில் உள்ள எந்த மருந்தாலும் அது பறந்து போவதைத் தடுக்க முடியாது. மனிதர்களின் ஆத்மா பறந்து செல்லும்போது பெரும்பாலும் அது புகைக் குழாய் வழியாகத்தான் போகிறது. நீங்கள் செய்ய வேண்டியது இதுதான். உங்கள் மகனிடம் கூரைமீது ஏறும்படிச் சொல்ல வேண்டும்; ஏறி புகைக் குழாயின் மீது அமர வேண்டும். அங்கே அமர்ந்தவாறு மேற்கு வானத்தை நோக்கி முடிந்தவரை உரத்த குரலில் கத்த வேண்டும்: 'அப்பா போகாதீர்கள்! அப்பா போகாதீர்கள்!' அவன் அதை மட்டும்தான் சொல்ல வேண்டும். கொஞ்சம் அதிகமாகவோ கொஞ்சம் குறைவாகவோ சொல்லக் கூடாது. இந்த இரண்டு வாக்கியம் மட்டும்தான். அரை மணி நேரமோ அதற்கு அதிகமாகவோ அவன் அப்படிக் கத்தினால் ஹீ ஸியோயோங்கின் ஆத்மா அதைக் கேட்கும்! அது பறந்து செல்லத் தொடங்கிவிட்டது என்றாலும்கூட திரும்பி வரும்! பறக்கத் தொடங்கியிருக்கவில்லையென்றால் அது இருக்கும் இடத்திலேயே இருக்கும்."

ஹீ ஸியோயோங்கின் மனைவி சொன்னாள்: "ஹீ ஸியோயோங்குக்கு ஆண் பிள்ளைகள் இல்லை. இரண்டு பெண் பிள்ளைகள்தான் இருக்கிறார்கள்."

திரு. சென் சொன்னார்: "பெண் பிள்ளைகள் கணக்கில் வரமாட்டார்கள். அவர்களை நீங்கள் திருமணம் செய்து கொடுத்தால் பிறகு அவர்கள் பாலத்தினடியில் உள்ள தண்ணீர் போலத்தான். மகள்களில் ஒருத்தியை கூரை மீது ஏற்றினாலும் அவளது அப்பாவின் ஆத்மாவுக்கு அவள் குரலைக் கேட்க முடியாது. அவள் எவ்வளவு உரக்கக் கத்தினாலும் சரி, அந்தக் குரல் எவ்வளவு தூரம் சென்றாலும் சரி."

ஹீ ஸியோயோங்கின் மனைவி சொன்னாள்: "ஹீ ஸியோயோங்குக்கு ஒரு மகன் இல்லை. நான் அவருக்கு ஒரு மகனைக் கொடுக்கவில்லை. நான் இரண்டு பெண் பிள்ளைகளைத்தான் அவருக்குக் கொடுத்தேன். சென்ற பிறவியில் நான் என்ன குற்றம் செய்தேன் என்று எனக்குத் தெரியவில்லை. இல்லையென்றால் அவர் என்ன செய்தார் என்றும் எனக்குத் தெரியவில்லை. எப்படியானாலும் இந்தப் பிறவியில் எங்களுக்கு ஒரே ஒரு ஆண் பிள்ளைகூட இல்லை. ஹீ ஸியோயோங்குக்கு ஆண் பிள்ளைகள் இல்லையென்றால் அவர் உயிரைக் காப்பாற்ற எதுவும் செய்ய முடியாது என்றுதான் அர்த்தமா?"

ஹீ ஸியோயோங்கின் நண்பர்கள் கேட்டார்கள்: "ஹீ ஸியோயோங்குக்கு ஆண் பிள்ளை இல்லையென்று யார் சொன்னது? ஸூ ஸன்க்வானின் யீலி உண்மையில் ஹீ ஸியோயோங்கின் மகன்தானே?"

௳

ஹீ ஸியோயோங்கின் மனைவி ஸூ ஸன்க்வானின் வீட்டு வாயிலுக்கு வருவதற்கான காரணம் அதுதான். ஸூ யுலானைப் பார்த்தவுடனே, மெலிந்த அந்தப் பெண் அழத் தொடங்கினாள். அழுது முடித்த பிறகு கண்களைக் கைக்குட்டையால் துடைத்துக்கொண்டு முதலில் அவள் வாயிற்படியிலேயே நின்றாள். பிறகு அமர்ந்து ஆழமாக அழத் தொடங்கினாள்.

ஸூ யுலான் தனியாக இருந்தாள். ஹீ ஸியோயோங்கின் மனைவியைப் பார்த்தபோது அவள் வாயிலில் என்ன செய்கிறாள் என்று சந்தேகித்தாள். அந்தப் பெண் வாயிற்படியிலிருந்து தேம்பவும் பிலாக்கணம் வைக்கவும் தொடங்கியபோது ஸூ யுலான் ஆரம்பித்தாள்: "ஓ, யார் இது? இவ்வளவு வெட்கம் கெட்டுப்போய் யார் இது? தன் வீட்டில் தனிமையில் உட்கார்ந்து அழாமல் அடுத்தவர்கள் வீட்டில் வந்து அழுகிறாள். அழுவது மட்டுமல்ல, சூடுபட்ட பூனையைப்போல புலம்பிக் கூச்சலிடுகிறாள்."

பேசுவதற்கு ஏற்றவாறு அழுகையையும் விசும்பல்களையும் குறைத்து ஹீ ஸியோயோங்கின் மனைவி சொன்னாள்: " என் விதி மிகவும் மோசமான விதி. என் கணவர் ஹீ ஸியோயோங் தான் உண்டு தன் வேலை உண்டு என்று யாருக்கும் எந்தத் தொந்தரவும் செய்யாமல் இருந்தார். எந்தக் காரணமும் இல்லாமல் அவர் மீது லாரி மோதியது. அவர் பிரக்ஞையில்லாமல் ஏழு நாட்கள் படுத்திருந்தார். அவரைக் காப்பாற்ற ஆஸ்பத்திரி டாக்டர்களால் எதுவும் செய்ய முடியவில்லை. மேற்குப் பக்கம் வசிக்கும் திரு. சென், யீலியால் மட்டுமே அவரைக் காப்பாற்ற முடியும் என்று சொன்னார். அதனால் உங்களின் உதவியை யாசித்து நான் வந்திருக்கிறேன்."

அவள் நிறுத்தியவுடன் ஸூ யுலான் பிடித்துக்கொண்டாள்: "என் விதி இனிப்பானது. என் கணவர் ஸூ ஸன்க்வான் ஒருபோதும் ஆஸ்பத்திரிக்குச் சென்றதில்லை. அவருக்கு நாற்பது வயதுக்கு மேலாகிறது. ஆஸ்பத்திரிக் கட்டிலில் எப்படிப் படுக்க வேண்டும் என்றுகூடத் தெரியாது. ஒரு நூறு ராத்தல் அரிசியைத்

தூக்கிவரும் அளவு பலசாலி. அரிசிக் கடை ஒரு மைல் தூரத்தில் இருக்கிறது. ஆயினும் வீட்டுக்கு வரும் வழியில் இளைப்பாற சற்று நேரம்கூட நிற்க மாட்டார்."

ஹீ ஸியோயோங்கின் மனைவி மீண்டும் உரக்க அழுதாள்: "என் விதி கசப்பானது. ஹீ ஸியோயோங் மரணத்தின் விளிம்பில் ஆஸ்பத்திரியில் கிடக்கிறார். டாக்டர்களால் அவரைக் காப்பாற்ற முடியவில்லை. யீலியால் மட்டும்தான் அவரைக் காப்பாற்ற முடியும். யீலி எங்கள் வீட்டின் மேல் ஏறி புகைபோக்கியின் மீது அமர்ந்து ஆத்மாவை கூப்பிட்டு அழைத்தால் மட்டும்தான் அவர் பிழைப்பார். யீலி கூப்பிடவில்லையென்றால் அவர் எப்படியும் இறந்துவிடுவார். நான் ஒரு விதவையாகிவிடுவேன்."

ஹூ யுலான் சொன்னாள்: "என் விதி இனிப்பானது. ஸூ ஸன்க்வான் வெகு காலம் வாழ்வார் என்று எல்லோரும் சொல்கிறார்கள். அவருக்கு அதிக ஆயுள் அருளப்பட்டிருக்கிறது என்று அவர் முகத்தைப் பார்த்தாலே தெரிகிறது என்று அவர்கள் சொல்கிறார்கள். அவர் கைகளில் பார்த்தாலும் என் ஆயுள் ரேகை ஆழமாக நீண்டிருப்பதைப் பார்க்கலாம். அதன் அர்த்தம் என்ன? எண்பது முடிந்தாலும் அவரை நரகத்துக்குப் பிடித்து இழுப்பதற்கு நரகத்தின் ராஜா எவ்வளவு முயன்றாலும் முடியாது என்பதுதான். நானும் நல்ல முதுமைவரை வாழ்வேன். ஆயினும் நான் ஸூ ஸன்க்வான் அளவு அவ்வளவு காலம் வாழ மாட்டேன். அடுத்த உலகத்துக்கு என்னைப் பயணம் அனுப்ப அவரும் இருப்பார். ஒரு பெண்ணுக்கு ஏற்படக்கூடிய மிகப் பெரிய துயரம் என்ன? விதவையாவதுதான். அதுதான். நீங்கள் விதவையானால் உங்கள் நாட்களை எப்படித் தள்ளுவீர்கள்? முன்பைவிட பணம் குறைவாய் இருக்கும் என்பது உறுதி. அதைவிட பயங்கரமான மற்றொன்று இருக்கிறது. குழந்தைகளுக்கு அப்பா இருக்கமாட்டார். அவர்கள் கஷ்டப்படும்போது காப்பாற்ற யாரும் இருக்க மாட்டார்கள். பெரும் புயல் வீசும்போது, இடி மின்னலைப் பார்த்து அஞ்சும் போது சாய்வதற்கு ஒரு தோள் இருக்காது."

ஹீ ஸியோயோங்கின் விசும்பல்கள் உரத்தொலித்தன. அவள் ஸூ யுலானிடம் சொன்னாள்: "என் விதி கொடூரமானது. ஆயினும் கருணை காட்டும்படி நான் யாசிக்கிறேன். ஹீ ஸியோயோங்கின் ஆத்மாவை யீலி அழைக்கட்டும். எனக்காக இல்லையென்றாலும் யீலிக்காக நீங்கள் கொஞ்சம் சம்மதிக்க வேண்டும். எப்படியானாலும் அவன் ஹீ ஸியோயோங்கின் மகன் அல்லவா?"

ஸூ யுலான் சொன்னாள்: "ஓ! நீ இதை ஆரம்பத்திலேயே சொல்லியிருந்தால் நான் ஒருக்கால் யீலியை உன்னுடன் அனுப்பியிருப்பேன். இதுவரை நீ அதை ஒத்துக்கொள்ளவில்லை. இப்போது மிகவும் தாமதமாகிவிட்டது. ஸூ ஸன்க்வான் இனி ஒருபோதும் அதற்குச் சம்மதிக்க மாட்டார். யோசித்துப்பார். அன்று நான் உன் வீட்டு வாசலுக்கு வந்தபோது நீ என்னைப் பார்த்துக் கத்தினாய், துன்புறுத்தினாய், சபித்தாய். ஹீ ஸியோயோங் என்னை அடிக்கவும் செய்தான். அப்போது உங்களுக்கு எவ்வளவு அகங்காரம்! இன்றுபோல ஒரு நாள் வரும் என்று நீங்கள் ஒருபோதும் நினைத்துப் பார்க்கவில்லை. ஸூ ஸன்க்வான்தான் சரி. நல்லது செய்தால் நல்லது கிடைக்கும். எங்களைப் பார். நாங்கள் மேலும் மேலும் மேம்பட்டுவருகிறோம். என் மேலங்கியைப் பார். சுத்தமான பட்டால் ஆனது. கடந்த வாரம் நானே தைத்தேன்."

ஹீ ஸியோயோங்கின் மனைவி சொன்னாள்: "எங்களுக்குத் தகுதியானது எங்களுக்குக் கிடைக்கிறது. நாங்கள் யீலியை ஏற்றுக்கொள்ளாதது, கொஞ்சம் பணமாவது மிச்சப்படுத்தலாமே என்று நினைத்துதான். நாங்கள் குற்றவாளிகளாகிவிட்டோம். ஹீ ஸியோயோங் தவறு செய்துவிட்டார். அவருடன் நானும் சகித்துக்கொண்டேன். ஆனால் இனி அதையெல்லாம் சொல்லிப் பயனொன்றும் இல்லை. என்னிடம் இரக்கம் காட்டுங்கள் என்று மட்டும் நான் உங்களிடம் வேண்டிக்கொள்கிறேன். அவரின் உயிரைக் காப்பாற்ற யீலியை அனுமதிக்க வேண்டும். நானும் அவரை வெறுக்கிறேன். ஆயினும், நல்லதோ கெட்டதோ அவர் என் கணவர். அழுது அழுது என் கண்கள் வீங்கிவிட்டன. கண்கள் வலிக்கின்றன. அவர் இறந்துவிட்டால் என்னால் என்ன செய்ய முடியும்?"

ஸூ யுலான் சொன்னாள்: "நீ என்ன செய்வாய்? நீ ஒரு விதவையாவாய். நிச்சயம்."

∞

ஸூ யுலான், ஸூ ஸன்க்வானிடம் சொன்னாள்: "ஹீ ஸியோயோங்கின் மனைவி பார்ப்பதற்கு வந்திருந்தாள். அழுது அழுது அவள் கண்கள் கலங்கியிருக்கின்றன. அவை பல்புகளைப் போல இருக்கின்றன."

ஸூ ஸன்க்வான் கேட்டான்: "அவளுக்கு என்ன வேண்டுமாம்?"

ஸூ யுலான் சொன்னாள்: "அவள் எப்போதும் ஒல்லியாக இருப்பாள். ஹீ ஸியோயோங்குக்கு விபத்து ஏற்பட்ட பிறகு அவளுடைய எல்லாமும் போய்விட்டது. உடலே உருக்குலைந்து விட்டது. மூங்கில் கம்புபோன்றிருக்கிறாள். துணி துவைத்து காயப்போடப் பயன்படுத்தலாம்."

ஸூ ஸன்க்வான் கேட்டான்: "அவளுக்கு என்ன வேண்டுமாம்?"

ஸூ யுலான் சொன்னாள்: "அவள் நாட்கணக்காக தலைகூட சீவவில்லை. சட்டையில் இரண்டு பித்தான்கள் போயிருக்கின்றன. அவளது ஒரு ஷூ சுத்தமாக இருந்தது. இன்னொன்று முழுதும் சேறு. அவள் எங்கே மிதித்தாளோ என்னமோ?"

ஸூ ஸன்க்வான் கேட்டான்: "நான் உன்னிடம் ஒரே ஒரு கேள்வி மட்டும்தான் கேட்கிறேன். நம்மிடமிருந்து அவளுக்கு என்ன வேண்டுமாம்?"

"இதுதான்." ஸூ யுலான் ஆரம்பித்தாள்: "ஹீ ஸியோயோங் ஆஸ்பத்தியில் இருக்கிறான். இறக்கும் தறுவாயில் இருக்கிறான். டாக்டர்களால் ஒன்றும் செய்ய முடியவில்லை. அதனால் அவள் மேற்குப் பக்கம் இருக்கும் திரு. சென்னைப் பார்க்கச் சென்றாள். அவராலும் ஹீ ஸியோயோங்கைக் காப்பாற்ற எதுவும் செய்ய முடியவில்லை. அவனைக் காப்பாற்றக்கூடிய ஒரே ஆள் யீலிதான் என்று திரு. சென் சொல்கிறார். யீலி அவர்கள் வீட்டுக் கூரை மீது ஏறி, திரும்பி வரும்படி ஹீ ஸியோயோங்கின் ஆத்மாவிடம் கத்த வேண்டும். அதனால் யீலியைக் கேட்டு அவள் வந்தாள்."

ஸூ ஸன்க்வான் கேட்டான்: "ஏன் அவள் தானே கூரை மீது ஏறவில்லை. அவன் ஆத்மாவுக்காக கத்துவதற்கு இரண்டு மகள்களை கூரை மீது ஏற்றக் கூடாதா?"

"அது..." ஸூ யுலான் தொடர்ந்தாள்: "அவள் தானே கூரை மீது ஏறி அழைத்தால் ஹீ ஸியோயோங்கின் ஆத்மா கேட்காது. ஹீ ஸியோயோங்கின் ஆத்மாவுக்கு அவளின் குரலைக் கேட்க முடியாது. அவன் மகள்கள் ஏறி அழைத்தாலும் அவன் ஆத்மாவுக்குக் கேட்காது. திரும்பி வரும்படி சொந்த மகன் அழைத்தால் மட்டும்தான் அவன் ஆத்மா அந்தக் குரலைக் கேட்கும். அப்படித்தான் திரு. சென் சொல்லியிருக்கிறார். அதனால் யீலியைத் தேடி அவள் இங்கே வந்தாள்."

"அவள் பிள்ளை விளையாட்டு விளையாடுகிறாளா?" ஸூ ஸன்க்வான் கேட்டான்: "கனவு காணச் சொல். நான்

அவர்களுக்காக ஒன்பது வருடம் வளர்த்துப் பெரிதாக்கிய அவர்கள் மகனை அவர்களுக்குக் கொடுக்க விரும்பியபோது அவர்கள் மறுத்துவிட்டார்கள். இப்போது மேலும் நான்கு வருடங்கள் வளர்த்த பிறகு அவனைத் திருப்பிக் கேட்க அவர்கள் வந்தார்களா? மறந்துவிடு. ஹீ ஸியோயோங் நரகத்துக்குப் போகட்டும். அவன் யாருக்கும் நல்லது செய்யவில்லை. அவனைச் சாகவிடுங்கள்! இழவு! அவன் ஆத்மாவைத் திருப்பி அழைக்க அவர்களுக்கு யீலி வேண்டும்! யீலிக்கு அவனைத் திருப்பிக் கொண்டுவர முடிந்தால்கூட ஹீ ஸியோயோங் வேசி மகனாத்தான் இருப்பான்."

ஸூ யுலான் சொன்னாள்: "இருந்தாலும் ஹீ ஸியோயோங்கின் மனைவியின் துயரத்தைப் பற்றி நீங்கள் புரிந்துகொள்ள வேண்டும். ஒரு பெண்ணுக்கு ஏற்படுக்கூடிய மிகப் பெரிய கஷ்டம் இதுதான். வீட்டில் உள்ள ஆண் போய்விட்டால் பிறகு நாம் என்ன செய்ய முடியும்? எப்படி வாழ்வது? அதுபோல எனக்கு நடந்தால்?"

"அபத்தம்!" ஸூ ஸன்க்வான் சொன்னான்: "நான் இப்போதும் ஆரோக்கியமாக இருக்கிறேன். எப்படிச் செலவழிப்பது என்று தெரியாத அளவு எனக்குச் சக்தி இருக்கிறது. இந்த தசைகளைப் பார். நான் நடக்கும்போது இவை உண்மையில் சட்டைக்குள் அதிர்வுகளை ஏற்படுத்துகின்றன."

"நான் சொன்னதற்கு அர்த்தம் அது அல்ல. சில சமயம் மற்றவரின் கண்கள்கொண்டு பார்க்க வேண்டி வரும் என்றுதான் நான் சொன்னேன். ஹீ ஸியோயோங்கின் மனைவி நம் கருணையை யாசித்து தேம்பி அழுதுகொண்டு வந்தாள். அவர்களுக்கு உதவி செய்யாமல் இருந்தால் அது சரியாயிருக்காது. அவர்கள் அந்த காலத்தில் செய்ததை நாம் மறந்துவிடலாம். நீங்கள் என்ன நினைத்தாலும் சரி, அவன் உயிர் நம் கைகளில் இருக்கிறது. யாரும் கல்லறைக்குப் போக நாம் உதவி செய்யக் கூடாது."

ஸூ ஸன்க்வான் சொன்னான்: "நாம் உண்மையில் அதைத் தானே செய்ய வேண்டும்? ஹீ ஸியோயோங் மயானத்துக்குச் செல்ல உதவி செய்யவேண்டும். ஒரு தொற்று நோயை சமூகத்திலிருந்து நீக்கவேண்டும். யோசித்துப்பார்த்தால், லாரி டிரைவர் நமக்கெல்லாம் ஒரு நன்மைதான் செய்திருக்கிறார்."

ஸூ யுலான் சொன்னாள்: "நல்லது செய்தவர்களுக்கு நல்லது கிடைக்கும் என்று நீங்கள் எப்போதும் சொல்வீர்கள் அல்லவா? நாம் நல்லது செய்யும்போது மக்கள் எழுந்து நின்று அதை

அங்கீகரிப்பார்கள். அவன் ஆத்மாவை திருப்பி அழைக்க உதவி செய்தால், ஸூ ஸன்க்வான் நல்ல மனிதர் என்று எல்லோரும் சொல்வார்கள். அவர்கள் சொல்வார்கள், 'ஹீ ஸியோயோங் இப்படியெல்லாம் செய்த பிறகும் அவன் உயிரைக் காப்பாற்றக்கூடிய அளவு ஸூ ஸன்க்வான் கருணையுள்ளவராக இருக்கிறார்" என்று

ஸூ ஸன்க்வான் சொன்னான்: "அவர்கள், 'ஸூ ஸன்க்வான் ஒரு வடிகட்டிய முட்டாள். கீழ்மகன். மூடன். விபச்சாரியின் வஞ்சிக்கப்பட்ட கணவன் என்றெல்லாம் சொல்வார்கள். அதை அவன் மேலும் மேலும் விரும்புகிறான் என்றும் அவர்கள் சொல்வார்கள்."

ஸூ யுலான் சொன்னாள்: "நீங்கள் என்ன சொன்னாலும் ஹீ ஸியோயோங் யீலியின் அப்பாதான்."

ஸூ ஸன்க்வான் அவள் முகத்துக்கு நேராக விரல் நீட்டினான்: "இனி ஒரு முறை நீ இப்படிச் சொன்னால் நான் உன் முகத்தை அடித்து உடைத்துவிடுவேன். நான் அவனை பதிமூன்று வருடம் வளர்த்தேன். அவன் என் மகன் அல்ல என்றால் பிறகு அவன் யார்? நான் இங்கே தடுப்பதற்கு இருக்கும்வரை ஹீ ஸியோயோங்கின் ஆத்மா திரும்பி வராது."

ஐ

ஸூ ஸன்க்வான் யீலியைப் பக்கத்தில் அழைத்துச் சொன்னான்: "யீலி, உனக்கு இப்போது பதிமூன்று வயது ஆகிவிட்டது. நான் உன்னைப்போல இருக்கும்போது என் அப்பா இறந்திருந்தார். என் அம்மா மற்றொருவருடன் ஓடிப்போயிருந்தாள். நகரத்தில் நான் தனியாக வாழ முடியாத நிலை வந்தபோது கிராமத்தில் உள்ள என் தாத்தாவைப் பார்ப்பதற்காக நான் நாள் முழுதும் நடந்தேன். உண்மையில் அவ்வளவு தூரத்திலிருந்தது கிராமம். அங்கே செல்வதற்கு அரை நாள் போதும். ஆனால், பாதி தூரத்தில் எனக்கு வழி தவறிவிட்டது. வழியில் நான் என் நான்காவது சித்தப்பாவின் முன்பு வந்திருக்கவில்லையென்றால், நான் எங்கே சென்றிருப்பேன் என்று எனக்கே தெரியாது. என் நான்காவது சித்தப்பாவுக்கு என்னை அடையாளம் தெரியவில்லை. ஆனால், இருட்டாகத் தொடங்கியிருந்தது. அப்போது நான் ஒரு சிறிய குழந்தையாக இருந்தேன். அதனால் அவர் நீ எங்கே போகிறாய் என்று என்னிடம் கேட்டார். என் அப்பா இறந்துவிட்டார்

என்றும், என் அம்மா மற்றொருவருடன் ஓடிப்போய்விட்டார் என்றும், நான் என் தாத்தாவைத் தேடிப் போகிறேன் என்றும் சொன்னேன். அவர் சதோதரனின் மகன்தான் நான் என்று புரிந்தபோது அவர் மண்டியிட்டு என் தலையைத் தடவி அழத் தொடங்கினார். அப்போது என்னால் நடக்க முடியாமல் போய்விட்டது. அப்போது சித்தப்பா தன் முதுகில் என்னைச் சுமந்து சென்றார்."

"யீலி, நான் ஏன் என் நான்காவது சித்தப்பாவின் மீது இந்தளவு அக்கறைக் கொள்கிறேன் என்று உனக்குப் புரிந்ததா? அந்த இரவில் என்னைக் கண்டுபிடித்து தாத்தாவின் வீட்டுக்குச் சுமந்து சென்றதால்தான். மனிதர்களுக்கு ஒரு மனசாட்சி வேண்டும். நான்காவது சித்தப்பா இறந்து கொஞ்சம் வருடங்கள் ஆகிறது என்றாலும் அவரைப் பற்றி நினைக்கும்போது எனக்கு அழுகை வரும். உனக்கும் மனசாட்சி இருக்க வேண்டும். பதிமூன்று வருடமாக நான் உன்னை வளர்க்கிறேன். இதற்கிடையில் நான் உன்னை அடித்திருப்பேன், திட்டியிருப்பேன். ஆனால், நீ அதையொன்றும் மனதில் வைத்திருக்க வேண்டியதில்லை. ஏனென்றால் நான் அப்படியெல்லாம் செய்தது உனக்காகத்தான். உன் பொருட்டு நான் எத்தனை முறை கவலைப்பட்டேன் என்று எனக்குத் தெரியவில்லை. எல்லாவற்றையும் ஒதுக்கிவிட்டுப் பார்த்தாலும் நான் உன் உண்மையான அப்பா இல்லையல்லவா? உன் உண்மையான அப்பா இப்போது ஆஸ்பத்திரியில் இருக்கிறான். டாக்டர்களால் அவனைக் காப்பாற்ற முடியாத காரணத்தால் அவன் இறக்கப்போகிறான். மேற்குப் பகுதியில் உள்ள, நாட்டு வைத்தியரும் குறிசொல்பவருமான சென் சொல்கிறார், ஹீ ஸியோயோங்கைக் காப்பாற்றும் சக்தியுள்ள ஒரே ஒரு ஆள் நீதானாம். ஹீ ஸியோயோங்கின் ஆத்மா அவன் உடலைவிட்டுவிட்டது. ஆனால், திரு. சென் சொல்கிறார், நீ ஹீ ஸியோயோங்கின் மேற்கூரை மீது ஏறினால் அவன் ஆத்மாவைத் திருப்பி அழைப்பதற்கு உன்னால் முடியுமாம்."

"யீலி, நம்மிடம் அவன் நடந்துகொண்டது மன்னிக்கக் கூடியதல்ல. ஆயினும் நடந்ததை நடந்ததாக கருதுவதுதான் நல்லது. இப்போது நாம் பழைய விஷயங்களை மறந்துவிடலாம். அவன் வாழ்க்கை ஆபத்தான நிலையில் இருக்கிறது. அதைக் காப்பாற்ற நாம் உதவிசெய்ய வேண்டியிருக்கிறது. எப்படி யிருந்தாலும் அது ஒரு மனித உயிர். ஒருவன் சாகக் கிடக்கும்போது அவனைக் குறித்து உனக்கு என்ன எண்ணமிருந்தாலும் உன்னால்

செய்ய முடிந்ததைச் செய்யவேண்டும். அவன் உன் உண்மையான அப்பாவும்கூட. அவன் உன் அப்பா என்பதால் செய். கூரை மீது ஏறி அவன் ஆத்மாவை உரக்கக் கூப்பிடு."

"யீலி, ஹீ ஸியோயோங் உன்னை தன் சொந்த மகனாக அங்கீகரிப்பான். அவன் அப்படிச் செய்யவில்லையென்றாலும் என்னால் ஒருபோதும் உன் உண்மையான அப்பாவாக முடியாது."

"யீலி, நான் உன்னிடம் சொன்னதை எப்போதும் நினைவில் வைத்துக்கொள். உனக்கு ஒரு மனசாட்சி இருக்க வேண்டும். நான் உனக்குச் செய்வதற்கெல்லாம் திரும்பித் தர வேண்டும் என்று நான் சொல்லவில்லை. ஒருபோதும் நான் அந்த அர்த்தத்தில் சொல்லவில்லை. நான் என் சித்தப்பாவைப் போய் பார்த்ததுபோல நீயும் என்னைப் பார்க்க வரவேண்டும் என்றுதான் நான் கேட்கிறேன். அதுவே தாராளம். நான் வயதாகி நோய் வந்து இறந்த பிறகும், நான் உன்னை எப்படி வளர்த்தேன் என்று நினைத்துப்பார்த்தால், என்னை நினைத்து ஒரு நொடி துக்கித்தால், எனக்காக ஒன்றிரண்டு துளி கண்ணீர் சிந்தினால் போதும். எனக்கு அது மட்டும்போதும். அதுவே என்னைச் சந்தோஷப்படுத்தும்."

"யீலி, அம்மாவின் பின்னால் செல். யீலி, நான் சொல்வதைக் கேள். போய், ஹீ ஸியோயோங்கின் ஆத்மாவைத் திரும்பக் கூப்பிடு. நீ இப்போது போ யீலி."

24

யீலி, ஹீ ஸியோயோங்கின் வீட்டுக் கூரை மீது ஏறி புகைபோக்கிக் குழாயின் மீது அமர்ந்து ஹீ ஸியோயோங்கின் அலையும் ஆத்மாவை திரும்ப அழைப்பான் என்று நகரத்தில் எல்லோரும் அறிந்திருக்க வேண்டும். அவர்கள் அனைவரும் ஹீ ஸியோயோங் கின் வீட்டு வாசலில் கூட்டமாகக் கூடியிருந்தார்கள். யீலி, ஸூ யுலானால் அழைத்து வரப்பட்டு வீட்டுக்கு வருவதையும் அவர்கள் ஹீ ஸியோயோங்கின் மனைவியால் வரவேற்கப்படுவதையும் வீட்டின் ஒரு பக்கத்தில் சாய்த்து வைத்திருந்த ஏணியிடம் யீலியை அழைத்துச் செல்வதற்கு முன்பு அவள் அவர்களிடம் நெடு நேரம் பேசிக்கொண்டிருப்பதையும் அவர்கள் பார்த்தார்கள்.

ஹீ ஸியோயோங்கின் ஒரு நண்பன் முன்பே வீட்டுக் கூரை மீது ஏறியிருந்தான். மற்றொரு நண்பன் ஏணியை உறுதியாகப் பிடித்துக்கொண்டு கீழே நின்றிருந்தான். யீலி ஏணியில் ஏறி கூரைக்குச் சென்றான். மற்றொருவன் கை கொடுத்து மூலையோடு மூலையாக நடத்தி புகைக் குழாய்க்கு கொண்டு சென்று சரியாக அதன் மேலே அமர்த்தினான். யீலியை உயரமான இடத்தில் அமர்த்திவிட்டு அவன் கரங்களை கால்களுக்கு மேலே வைத்தான். பிறகு அவன் திரும்ப ஏணிக்கருகில் சென்றான். ஏணியின் மேற்படியில் கால்கள் பதிவதுவரை அவன் ஓட்டின் மூலையை கையால் பிடித்துக்கொண்டிருந்தான். ஒருவன் தண்ணீரில் மூழ்கி மறைவதுபோல அவன் யீலியின் பார்வையிலிருந்து மறைந்தான்.

யீலி புகைக் குழாயின் மேலிருந்து, தன்னைச் சுற்றிலுமுள்ள மேற்கூரையிலிருந்து பிரதிபலிக்கும் ஈர வெளிச்சத்தை பார்த்துக் கொண்டிருந்தான். ஒரு குருவி, காதைத் துளைக்கும் விதமாகக் கத்தி அவன் தலைக்கு மேலே சுற்றிப் பறந்து சென்றது. நொடிகளுக்குப் பிறகு சின்னக் குருவிகள் கூட்டமாக சற்று

மென்மையாகக் கத்திப் பறந்தன. யீலி இருக்கும் இடத்திலிருந்து பக்கத்திலிருக்கும் இறவாணத்திலிருந்து அந்த சத்தம் வந்தது. அடிவானத்துக்கு எதிரே ரோஜா நிறத்தில் உயர்ந்திருக்கும் மலைத் தொடர்களை யீலி பார்த்தான். அவை வெகு தூரத்திலிருந்தன. அதனால் அவை மேகங்களா, நிழல்களா என்று தெளிவாகவில்லை. எந்தவொன்றின் தெளிவான சாயலும் தெரியவில்லை.

ஹீ ஸியோயோங்கின் ஆத்மாவுக்காக யீலி கத்தும் நேரத்துக்காக ஆட்கள் கழுத்தை உயர்த்திக் காத்திருந்தார்கள். அவர்கள் வாயைத் திறந்தவாறு அவனையே பார்த்துக்கொண்டிருந்தார்கள் ஒரு குரலுக்காக; ஒரு கதறலுக்காக. ஆனால் எந்த சத்தமும் வரவில்லை. அவர்களின் ஆவலான ஓசை யீலி இருக்கும் உயரமான இடத்தில் மேக்பை பறவைகளின் சலசலப்புபோலக் கேட்டன.

ஹீ ஸியோயோங்கின் மனைவி யீலியை நோக்கி உரக்கக் கத்தினாள்: "யீலி, நீ உடனே கத்திக் கூப்பிட ஆரம்பி. நீ அப்படிச் செய்ய வேண்டும் என்றுதான் சென் சொன்னார். நீ கத்திக் கதறி கூப்பிடத் தொடங்கினால் உன் அப்பாவின் ஆத்மா அதைக் கேட்கும்."

கீழே உள்ள கூட்டத்தை யீலி பார்த்தான். அவர்கள் அவனை நோக்கிச் சுட்டும் விரல்கள் அசைவதை அவன் பார்த்தான். அவன் அவர்களிடமிருந்து தலை திருப்பினான். கூரை மீது தான் தனியாக இருப்பது அவனுக்குப் புரிந்தது. அவனைச் சுற்றிலுமுள்ள கூரைகளின் மீது யாருமில்லை. எல்லாப் பக்கங்களிலும் கூரை ஓடுகளிலெல்லாம் பச்சை நிறக் களைகள் நிறைந்திருந்தன. காற்றில் அவை அங்கும் இங்கும் ஆடின.

ஹீ ஸியோயோங்கின் மனைவி மீண்டும் உரத்துச் சொன்னாள்: "யீலி சீக்கிரம்... சீக்கிரம் அழ ஆரம்பி! நீ ஏன் கத்தவில்லை! சீக்கிரம்.... சீக்கிரம்... சீக்கிரம் கத்திக் கூப்பிடு."

யீலி கத்துவதற்கு முன்பே ஹீ ஸியோயோங்கின் மனைவி கத்தத் தொடங்கினாள்: "இந்தப் பையன் ஏன் கத்தாமலிருக்கிறான்? அவனிடம் எல்லாவற்றையும் விளக்கமாகச் சொன்னோம் என்றுதான் நினைக்கிறேன். அவனுக்கு என்ன ஆயிற்று?" அவள் இன்னொரு முறை கூச்சலிட்டாள்: "யீலி, கத்து. நான் உன்னிடம் கேட்டுக்கொள்கிறேன். கத்த ஆரம்பி."

கடைசியில் யீலி கேட்டான்: "நான் எதற்குக் கத்த வேண்டும்?"

ஹீ ஸியோயோங்கின் மனைவி சொன்னாள்: "உன் அப்பா ஆஸ்பத்திரியில் இருக்கிறார்; அவர் சாகக் கிடக்கிறார். அவரது

ஆத்மா அவர் உடலிலிருந்து பறந்து சென்றிருக்கிறது. நீ சீக்கிரம் அழுது அழைக்கத் தொடங்கவில்லையென்றால் அவர் உன் குரலைக் கேட்க முடியாது. தொலைவுக்கு அப்பால் சென்று விடுவார். சீக்கிரம் கத்த ஆரம்பி!"

யீலி சொன்னான்: "என் அப்பா ஆஸ்பத்திரியில் இல்லை. என் அப்பா பட்டுக் கம்பெனியில் வேலை செய்கிறார். என் அப்பா சாகக் கிடக்கவில்லை. அவர் பட்டுக் கம்பெனியில் பட்டுநூல் புழுக்கள் நிறைத்த வண்டியைத் தள்ளிக்கொண்டிருக்கிறார். என் அப்பாவின் ஆத்மா அவர் உடலுக்குள் பாதுகாப்பாக இருக்கிறது. என் அப்பாவின் ஆத்மா பறந்து சென்றுவிட்டது என்று யார் சொன்னது?"

ஹீ ஸியோயோங்கின் மனைவி சொன்னாள்: "பட்டுக் கம்பெனியில் உள்ள ஸூ ஸன்க்வான் உன் அப்பா இல்லை. உன் அப்பா ஆஸ்பத்திரியில் இருக்கிறார். ஹீ ஸியோயோங்தான் உன் அப்பா."

யீலி சொன்னான்: "மடத்தனம்!"

ஹீ ஸியோயோங்கின் மனைவி சொன்னாள்: "அது உண்மைதான். உண்மையில் ஸூ ஸன்க்வான் உன் அப்பா அல்ல. உன் உண்மையான அப்பா ஹீ ஸியோயோங்தான்."

யீலி சொன்னான்: "மடத்தனம்!"

ஹீ ஸியோயோங்கின் மனைவி பின்னால் ஸூ யுலானிடம் திரும்பினாள்: "என்னால் இனி யாசிக்கத்தான் முடியும். எப்படி யிருந்தாலும் நீதான் அவன் அம்மா. அவனிடம் ஏதாவது பேசு. அவனை அழச் செய். அவன் ஹீ ஸியோயோங்கின் ஆத்மாவைத் திருப்பி அழைக்கும்படிச் செய்."

ஸூ யுலான் பதில் சொல்வதற்கு முன்பு நொடி நேரம் அசையாதிருந்தாள்: "எத்தனையோ ஆட்கள் பார்த்துக் கொண்டிருக்கிறார்கள். நான் என்ன சொல்ல வேண்டும் என்று நினைக்கிறாய்? அவர்களின் பார்வையில் எனக்கு இருந்த முகத்தைக்கூட நான் இழந்துவிட்டேன். அவர்களெல்லாம் மனதில் என்னைக் கேலி செய்கிறார்கள். அவனிடம் நான் என்ன சொல்வது? நான் அங்கே செல்ல மாட்டேன்."

ஹீ ஸியோயோங்கின் மனைவி தரையில் விழுந்தாள். பைத்தியம் பிடித்ததுபோன்று தரையைப் பிராண்டி ஸூ யுலானை நோக்கித் தலை குனிந்தாள்: "நான் உன் முன்னால் மண்டி

இடுகிறேன். உன்னைப்போலவே என் அத்தனை மதிப்பையும் இழந்துவிட்டேன். அவர்கள் கேலி செய்கிறார்கள் என்றால் முதலாவதாகவும் மிகவும் அதிகமாகவும் என்னைத்தான் கேலி செய்கிறார்கள். உன்னிடம் நான் மண்டியிட்டுக் கேட்டுக்கொள்கிறேன். போய் யீலிடம் பேசு.” ஸூ யுலானிடம் பேசும்போது அவள் கண்களிலிருந்து கண்ணீர் தாரை தாரையாக வழிந்தது.

ஸூ யுலான் சொன்னாள்: “எழுந்திரு. நீ என் முன்னால் விழுந்து வணங்கும்போது நான் என் முகத்தைத்தான் இழக்கிறேன். எழுந்திரு. நான் போய் அவனிடம் பேசுகிறேன்.” ஸூ யுலான் முன்னால் வந்தாள். தலையுயர்த்தி மேற்கூரையைப் பார்த்து உரத்துச் சொன்னாள்: “யீலி, யீலி இது நான்தான்; இங்கே பார். இது நான்தான், உன் அம்மா. கொஞ்சம் கத்தி அழுது கூப்பிடு. சில தடவையாவது கூப்பிடு. ஹீ ஸியோயோங்கின் ஆத்மாவைத் திருப்பிக்கொண்டுவர நீ செய்ய வேண்டியது அது மட்டும்தான்.”

யீலி சொன்னான்: “அம்மா, நான் அழப்போவதில்லை. கத்திக் கூப்பிடவும் போவதில்லை.”

ஸூ யுலான் சொன்னாள்: “யீலி, நீ இப்போது கத்தித்தான் ஆக வேண்டும். நீ சத்தமாகக் கூப்பிட வேண்டும். மேலும் மேலும் ஆட்கள் நம்மைப் பார்க்க வந்துகொண்டிருக்கிறார்கள். எனக்கு என் முகம்தான் இழப்பாகிறது. இன்னும் அதிகமான ஆட்கள் வந்துவிட்டால் நகரத்தில் தலைநிமிர்ந்து நடக்கக்கூட முடியாமல் போய்விடும். அவன் ஆத்மாவுக்காக சீக்கிரம் அழுது கூப்பிடு. எப்படியானாலும் ஹீ ஸியோயோங் உன் அப்பா.”

யீலி சொன்னான்: “அம்மா, எப்படி உங்களால் இப்படிச் சொல்ல முடிந்தது? அவர்தான் என் சரியான அப்பா என்று உங்களால் எப்படிச் சொல்ல முடியும்? உங்களுக்கு வெட்க மில்லையா?”

“இப்படியெல்லாம் நடப்பதற்கு போன பிறவியில் நான் என்ன பாவம் செய்தேனோ தெரியவில்லையே?” ஸூ யுலான் அழுதவாறு ஹீ ஸியோயோங்கின் மனைவியை பார்ப்பதற்காகத் திரும்பினாள்: “நான் இப்போது வெட்கம் கெட்டவள் என்று என் மகன்கூட சொல்கிறான். ஹீ ஸியோயோங் எங்களுக்குச் செய்ததன் பலன்தான் இதெல்லாம். அவன் சாகிறான் என்றால் சாகட்டும். எனக்கு இனி இதெல்லாம் ஒரு பிரச்சினையே இல்லை. என்னால் இதைப் பற்றி இனிமேல் கவலைப்பட முடியாது.”

மேற்கொண்டு உதவி செய்ய ஸூ யுலான் மறுத்தபோது ஹீ ஸியோயோங்கின் நண்பர்கள் அவன் மனைவியிடம் சொன்னார் கள்: "நாம் சென்று ஸூ ஸன்க்வானை அழைத்து வருவதுதான் நல்லது. ஸூ ஸன்க்வானைப் பார்த்தால் யீலி கத்தி அழைக்கக் கூடும்."

ஸூ ஸன்க்வான் பட்டுத் தொழிற்சாலையில் வண்டி தள்ளிக்கொண்டு செல்லும்போதுதான், ஹீ ஸியோயோங்கின் இரண்டு நண்பர்கள் அவனைத் தேடி ஓடி வந்தார்கள்: "யீலி, அழவும் ஆத்மாவைத் திருப்பி அழைக்கவும் மறுக்கிறான். கூரை மீது ஏறி அமர்ந்து, ஹீ ஸியோயோங் தன் அப்பா இல்லையென்றும் நீங்கள் ஒருவர்தான் அவன் அப்பா என்றும் மட்டுமே கத்துகிறான். அவனிடம் ஸூ யுலான், ஆத்மாவைக் அழுது அழைக்கும்படி சொல்லும்போது உங்களுக்கு வெட்கமில்லையா என்று அவன் கேட்கிறான். ஸூ ஸன்க்வான், நீங்கள் வந்து ஏதாவது செய்ய முடியுமா என்று பார்க்கக் கூடாதா? இது வாழ்வா சாவா என்ற நிலைதானே?"

அவர்களின் விவரிப்பை கவனமாகக் கேட்டு ஸூ ஸன்க்வான் பட்டு நூல் புழு வண்டியை ஒரு ஓரமாக ஒதுக்கினான்: "அவன் என் மகன்."

ஸூ ஸன்க்வான், ஹீ ஸியோயோங்கின் வீட்டுக்கு வந்தவுடன் கூரை மீது பார்த்துச் சொன்னான்: "யீலி நீ ஒரு நல்ல மகன்தானே? நீ எனக்கு ஒரு நல்ல மகன். இந்தப் பதின்மூன்று வருடம் நான் உன்னைக் கவனித்து வளர்த்தேன். என் எல்லா பாடுகளுக்கும் பலன் கிடைத்துவிட்டது. நீ இன்று சொன்னதை வைத்து, இனி அடுத்த பதிமூன்று வருடமும் உன்னை வளர்ப்பதற்கு எனக்கு மகிழ்ச்சிதான்."

ஸூ ஸன்க்வான் வந்ததைப் பார்த்த யீலி சொன்னான்: "அப்பா, நான் இங்கே வெகு நேரமாக இருக்கிறேன். இங்கே வந்து என்னைக் கீழே அழைத்துச் செல்லுங்கள். நான் தனியாகக் கீழே வர எனக்குப் பயமாக இருக்கிறது. அப்பா, மேலே வந்து என்னைக் கீழே அழைத்துச் செல்லுங்கள்."

ஸூ ஸன்க்வான் சொன்னான்: "யீலி, இப்போது நான் அங்கே ஏறி வந்து உன்னைக் கீழே அழைத்து வர முடியாது. நீ இதுவரையும் அழவில்லை. ஆத்மாவை அழைக்கவும் இல்லை. அதனால் ஹீ ஸியோயோங்கின் ஆத்மா திரும்பி வரவில்லை."

யீலி சொன்னான்: "அப்பா, நான் அழ மாட்டேன். அழைத்துக் கூவவும் மாட்டேன். நான் கீழே வரவேண்டும்."

ஸூ ஸன்க்வான் சொன்னான்: "யீலி, நான் சொல்வதைக் கேள். கொஞ்சமாவது அழு. இரண்டு முறையாவது கூப்பிடு. அது மட்டும்தான் நீ செய்ய வேண்டியது. உதவி செய்கிறேன் என்று நான் வாக்குறுதி கொடுத்திருக்கிறேன். வாக்குறுதி கொடுத்தால் நாம் அதை நிறைவேற்ற வேண்டும். நாம் கொடுத்த வாக்கைக் காப்பாற்ற வேண்டும். எப்படியானாலும் ஹீ ஸியோயோங்தான் உன் அப்பா."

யீலி அழத் தொடங்கினான்: "என் உண்மையான அப்பா நீங்கள் இல்லையென்று எல்லாரும் சொல்கிறார்கள். நீங்கள் என் சரியான அப்பா இல்லையென்று அம்மாவும் சொல்கிறார்கள். இதோ நீங்களும் அதைத்தான் சொல்கிறீர்கள். அதற்கு அர்த்தம், எனக்கு ஒரு அப்பா இல்லை என்பதுதான். எனக்கு ஒரு அம்மாவும் இல்லை. எனக்கு ஒரு குடும்பம் இல்லை. ஆகமொத்தம் எனக்கு உள்ளது நான் மட்டும்தான். இதோ நானே கீழே இறங்கி வருகிறேன்."

யீலி எழுந்தான். செங்குத்தான சரிவில் பயந்து நிற்பதுவரை, ஓடுகளில் அவன் இரண்டடி வைத்தான். ஓட்டிலேயே அமர்ந்தான். பிறகு உரத்து அழத் தொடங்கினான்.

ஹீ ஸியோயோங்கின் மனைவி மேற்கூரையைப் பார்த்துக் கத்தினாள்: "அதுபோதும் யீலி, அதுபோதும். கடைசியில் நீ அழுதுவிட்டாயே, அதுபோதும். இனி கொஞ்சம் நீ உரக்கக் கூப்பிடு."

"வாயை மூடு!" ஸூ ஸன்க்வான், ஹீ ஸியோயோங்கின் மனைவியைப் பார்த்துக் கத்தினான்: "நீ வேசி மகனான உன் கணவனுக்காக அழுகிறாய். அவன் எனக்காக அழுகிறான்."

யீலியைப் பார்ப்பதற்காக ஸூ ஸன்க்வான் தலை உயர்த்தினான்: "யீலி, நீ ஒரு நல்ல மகன். நீ உரக்க அழைத்து முடித்தால் நான் மேலே வந்து உன்னை அழைத்துக்கொண்டு வருவேன். பிறகு நான் உன்னை வறுத்த பன்றி ஈரல் சாப்பிடுவதற்காக விக்டரி ஹோட்டலுக்கு அழைத்துச் செல்வேன்."

யீலி ஏங்கி அழுதான்: "அப்பா, மேலே வந்து என்னை கீழே இறக்குங்கள்."

ஸூ ஸன்க்வான் சொன்னான்: "யீலி, இனி நீ செய்ய வேண்டியது என்னவென்றால் சில முறை உரக்க அழைப்பதுதான். அது முடிந்தால் நான் உன் சரியான அப்பாவாகிவிடுவேன். சில

முறை கூப்பிடு. அது முடிந்துவிட்டால் அந்த வேசி மகன் ஹீ ஸியோயோங் ஒருபோதும் உன் அப்பாவாக மாட்டான். இப்போது முதல் நான்தான் உன் உண்மையான அப்பா."

ஸூ ஸன்க்வான் சொன்னதைக் கேட்டவுடன் யீலி ஆகாயத்தைப் பார்த்து உரக்கக் கத்தினான்: "அப்பா போகாதீர்கள்! அப்பா திரும்பி வாருங்கள்!"

அவன் முடித்துவிட்டு கீழே ஸூ ஸன்க்வானைப் பார்த்தான்: "அப்பா, மேலே ஏறி வந்து என்னை கீழே அழைத்துச் செல்லுங்கள்."

ஹீ ஸியோயோங்கின் மனைவி சொன்னாள்: "யீலி, இன்னும் ஒன்றிரண்டு முறை சத்தம்போட்டுக் கூப்பிடு."

யீலி, ஸூ ஸன்க்வானைப் பார்த்தான். ஹூ ஸன்க்வான் சொன்னான்: "யீலி, இரண்டு முறை மட்டும்."

யீலி அலறினான்: "அப்பா போகாதீர்கள்! அப்பா திரும்பி வாருங்கள்! அப்பா போகாதீர்கள்! அப்பா திரும்பி வாருங்கள்!"

யீலி, ஸூ ஸன்க்வானிடம் சொன்னான்: "அப்பா, மேலே வந்து என்னைக் கீழே கொண்டு செல்லுங்கள்."

ஹீ ஸியோயோங்கின் மனைவி சொன்னாள்: "யீலி, நீ கத்திக்கொண்டே இருக்க வேண்டும். அரை மணி நேரமாவது கத்த வேண்டும் என்றுதான் சென் சொன்னார். யீலி, கத்து."

"போதும்,போதும்!" ஸூ ஸன்க்வான், ஹீ ஸியோயோங்கின் மனைவியைப் பார்த்துக் குரைத்தான்: "அந்த சென்னும் வேசி மகன்தான்! யீலி அவன் வேலையை முடித்துவிட்டான். இனி ஹீ ஸியோயோங்கின் விருப்பம்தான். அவன் வாழ்கிறான் என்றால் அதுவும் நல்லது. சாகிறான் என்றாலோ, சாகிறான்; அவ்வளவு தான்."

பிறகு யீலிடம் சொன்னான்: "யீலி, அங்கேயே நில். உன்னைக் கீழே இறக்குவதற்கு நான் அங்கே ஏறி வருகிறேன்."

ஸூ ஸன்க்வான் ஏணி ஏறி மேற்கூரையில் இறுக்கிப் பிடித்துக்கொண்டான். யீலியிடம் தன் கழுத்தைப் பற்றிக் கொள்ளும்படிச் சொன்னான். பிறகு அவனை முதுகிலேற்றிக் கொண்டு ஏணிப்படிகளில் இறங்கினான்.

பாதுகாப்பாக கீழே வந்த பிறகு யீலியைத் தரையில் இறக்கிவிட்டு, ஸூ ஸன்க்வான் அவனிடம் சொன்னான்: "யீலி, இங்கேயே நில். அசையாதே."

ஸூ ஸன்க்வான், ஹீ ஸியோயோங்கின் வீட்டுக்குள் சென்றான். நொடிகளுக்குப் பிறது காய்கறி நறுக்கும் கத்தியுடன் வெளியே வந்தான். ஹீ ஸியோயோங் வீட்டு வாயிற்படியருகில் நின்று, கத்தியை முகத்துக்கு உயர்த்தி தன் கன்னத்தைக் கீறினான். பிறகு கை வைத்துத் தடவினான். காயத்திலிருந்து ரத்தம் வழிந்தது. அந்த மக்கள் கூட்டத்தைப் பார்த்து அறிவித்தான்: "நான் இப்போது என்ன செய்தேன் என்று நீங்கள் பார்த்தீர்கள் அல்லவா? நான் இந்தக் கத்தியால் என் முகத்தைக் கிழித்தேன். இப்போது முதல் நீங்கள் யாராவது..." ஹீ ஸியோயோங்கின் மனைவியைப் பார்ப்பதற்காக நொடி நேரம் இடைவிட்டான் "நீ உட்பட, யீலி என் மகன் அல்லவென்று என்றாவது எப்போதாவது சொன்னால், நான் இதைத்தான் உங்களுக்குச் செய்வேன்."

பேசி முடித்தவுடன் கத்தியை ஓரமாக எறிந்துவிட்டு யீலியின் கையைப் பிடித்தான்: "நாம் வீட்டுக்குப் போகலாம்."

25

கோடை காலத்தில் ஒரு நாள் வீட்டுக்கு வந்த உடனே ஸூ ஸன்க்வான் ஸூ யுலானிடம் சொன்னான்: "வரும் வழியில் நம் சந்தில் வசிக்கும் ஒருவர்கூட வீட்டில் இல்லை என்று தோன்றியது. எல்லாரும் தெருவுக்கு வந்திருக்கிறார்கள். தெருக்களில் இவ்வளவு மனிதர்களை என் வாழ்க்கையில் ஒருபோதும் நான் பார்த்தது இல்லை. கையில் சிவப்பு நாடா கட்டிய மனிதர்கள். ஆட்கள் அணி வகுத்து ஊர்வலமாகப் போகிறார்கள். ஆட்கள் அரசியல் முழக்கங்கள் எழுதுகிறார்கள். ஆட்கள் பெரிய சுவரொட்டிகள் ஒட்டுகிறார்கள். பிரதான தெருவின் சுவர்களெல்லாம் பெரிய பெரிய சித்திர எழுத்துக்களாலான விளம்பரங்களால் நிறைந்திருக்கின்றன. அவர்கள் ஒன்றின் மீது ஒன்றாக ஒட்டிக்கொண்டிருக்கிறார்கள் கனமாக. சுவர்கள் பஞ்சு வைத்துத் தைத்த மேலங்கி அணிந்திருப்பதாகத்தான் தோன்றும். ஷான்டோங்கிலிருந்து வரும் அந்த கிராமச் செயலர் குண்டனை நான் பார்த்தேன். தனக்கு ஒரு குறிப்பிட்ட அம்சம் இருப்பதாக எப்போதும் நினைத்துக்கொண்டிருந்தவன். முன்பு நான் பார்க்கும்போதெல்லாம் அவன் கையில் ஒரு கோப்பை நல்ல டீ இருந்தது. ஆனால் இப்போது அவன் கையில் ஒரு பழைய தகரக்குவளை இருந்தது. அதில் அடித்து ஓசையெழுப்பிக் கொண்டேயிருந்தான். தன்னைத்தானே நிந்தித்துக் கொண்டிருந் தான். தான் ஒரு வெறும் நாயாக இருந்தேன் என்று திரும்பத் திரும்ப சொல்லிக்கொண்டு நடக்கிறான்."

ஸூ ஸன்க்வான் சொன்னான்: "நீ கேட்டாயா? தொழிற்சாலைகள் ஏன் மூடப்பட்டிருக்கின்றன என்று தெரியுமா? கடைகள் பூட்டிக் கிடக்கின்றன. பள்ளிக்கூடங்களில் வகுப்புகள் நடக்காதது ஏன் என்று தெரியுமா? நீ பலகாரங்கள் செய்யப்

போக வேண்டியில்லாதது ஏன்? சிலர் மரக்கிளைகளில் தூக்குப் போட்டு செத்தது ஏன்? மற்ற சிலரை தொழுவத்தில் போட்டு அடித்து குற்றுயிராக ஆக்கியது ஏன்? ஏன்? தலைவர் மாவோ ஏதாவது சொல்லும்போது மக்கள் அவர் சொன்னதை எடுத்து ஒரு பாடலாக்குவது ஏன்? அந்த வாசகங்களை பாதை களிலும் சுவர்களிலும், கார்களிலும், தோணிகளிலும், விரிப்புகளிலும், தலையணைகளிலும், கிண்ணங்களிலும், சமையல் பாத்திரங்களி லும், ஏன், குளியலறைச் சுவர்களிலும் எச்சில் துப்பும் பாத்திரங்களி லும் வண்ண அழகுடன் எழுதிவைப்பது ஏன்? தலைவர் மாவோவின் பெயர் இவ்வளவு உயர்வானது ஏன் என்று தெரியுமா? நீ இதை கவனமாகக் கேள். பெருந்தலைவரும் தலைசிறந்த ஆசிரியரும், மிக உயர்ந்த தளபதியும், வழிகாட்டியுமான தலைவர் மாவோ பத்தாயிரம் வருடங்கள் வாழ்க! மொத்தம் பன்னிரண்டு வார்த்தைகள்! எதையும் விட்டுவிடாமல் ஒரே மூச்சில் எல்லாவற்றையும் சொல்லவும் வேண்டும். ஏன் அப்படி என்று தெரியுமா? கலாசாரப் புரட்சிதான் காரணம்.”

“கலாசாரப் புரட்சி என்றால் என்னவென்று நான் இப்போது தான் புரிந்துகொண்டேன்.” ஸூ ஸன்க்வான் சொன்னான்: “பழைய கணக்குகளைத் தீர்ப்பதற்கான நேரம். முன்பு யாராவது உன்னை எதிர்த்திருந்தார்கள் என்றால் அவர்களைப் பற்றி பெரிய எழுத்துக்களில் விளம்பரம் எழுதி சுவர்களில் ஒட்டுவதற்கான நேரம். இன்னும் மறுகட்டமைப்புச் செய்யப்படாத பண்ணையார் என்று நீ அவன் மீது குற்றம்சாட்டலாம்; இல்லை யென்றால் அவன் ஒரு எதிர்ப்புரட்சிக்காரன் என்றும் சொல்லலாம். எப்படியானாலும் இந்தக் காலத்தில் நீதிமன்றமோ போலீஸோ இல்லை. பலவிதமான குற்றங்கள் இருக்கின்றன. உனக்கு விருப்ப மானதை அதிலிருந்து நீ தேர்ந்தெடுக்கலாம்; ஒரு சுவர் விளம்பரம் எழுதலாம். பிறகு, நீ குற்றம் சாட்டிய ஆளை எல்லோரும் சேர்ந்து அடித்துக்கொல்வதை, சாய்ந்தமர்ந்து பார்த்து ரசிக்கலாம். நான் படுக்கும்போது, எனக்கும் ஒரு எதிரி இருந்தால் நன்றாக இருக்குமே என்று நானும் இப்போது யோசிப்பதுண்டு. அப்படியிருந்தால் நானும் ஒரு சுவர் விளம்பரம் எழுதலாம்; கணக்கு தீர்க்கலாம். ஆனால், எனக்கு ஆக மொத்தம் உள்ள ஒரு எதிரி அந்த வேசிமகன் ஹீ ஸியோயோங்தான். அவனோ மூன்று வருடங்களுக்கு முன்பு லாரி மோதி செத்துவிட்டான். நான் நல்லவன். அதனால்தான் இவ்வளவு வருடங்கள் ஆனாலும் எனக்கு வேறு ஒரு எதிரியில்லை. அதுவும் நல்லதுதான்; யாராவது என்னைக் கேவலப்படுத்தி சுவர் விளம்பரம் எழுதி ஒட்டுவார்கள் என்று பயப்பட வேண்டாம் அல்லவா?”

அவன் அதைச் சொல்லி முடிப்பதற்கு முன்பே ஸான்லி கதவைத் தள்ளித் திறந்து விரைந்து வந்து திடுக்கிட்டுக் கத்தினான்: "அரிசிக்கடை சுவரில், அம்மா ஒரு அறுந்த செருப்பு என்று எழுதி போஸ்டர் ஒட்டியிருக்கிறார்கள்!"

ஸூ யுலானும் ஸூ ஸன்க்வானும் பயந்து நடுங்கி உடனே அந்த சுவரொட்டியைப் பார்ப்பதற்காக அரிசிக் கடைக்கு ஓடினார்கள். ஸான்லி தவறாகச் சொல்லவில்லை. நிறைய சுவரொட்டிகளுக்கு இடையே ஸூ யுலானைப் பற்றியும் ஒரு சுவரொட்டி இருந்தது. அவள் ஒரு 'அறுந்த செருப்பு' என்றும் வெட்கம் கெட்ட வேசி என்றும், அவள் பதினைந்து வயது முதலே ஒரு விபச்சாரியாக இருந்தாள் என்றும், வெறும் இரண்டு யுவானுக்கு அவளோடு இரண்டு இரவுகள் தங்கலாம் என்றும் இதுவரை அவளுடன் பத்து வண்டிகள் கொள்ளுமளவு ஆட்கள் தூங்கியிருக்கிறார்கள் என்றும் அதில் சொல்லப்பட்டிருந்தது.

ஸூ யுலான் சுவரொட்டியைக் காட்டி சாப வசனங்களின் வரிசையையே திறந்துவிட்டாள்: "உன் அம்மாதானடா சரியான 'அறுந்த செருப்பு.' உன் அம்மாதானடா சரியான வேசி. அவள் தானடா விபச்சாரி. பத்து வண்டிகளா? அவளுடன் படுத்த ஆண் களின் கணக்கை இந்த பூமியால்கூட விழுங்க முடியாது."

ஸூ ஸன்க்வானைப் பார்ப்பதற்காக ஹூ யுலான் சற்று சுழன்று திரும்பினாள். அவள் அழத் தொடங்கினாள்: "ஆண் பிள்ளைகள் இல்லாத பேரக் குழந்தைகளைப் பற்றி எதிர்பார்ப்புக்கூட இல்லாத, தலையில் சிரங்குள்ள, காலில் ஆறாத ரணம் உள்ள ஒருவனால் மட்டும்தான் இந்த வகையில் விஷம் துப்ப முடியும்."

ஸூ ஸன்க்வான், அவனுக்கு அருகில் நிற்பவர்களிடம் சொன்னான்: எளிமையான மொழியில் சொன்னால் இது ஒரு அவதூறு. ஸூ யுலான் பதினைந்து வயதில் வேசியானாள் என்று இது சொல்கிறது. அசிங்கம்! அது உண்மையாக இருந்தால் எனக்குத் தெரிந்திருக்காது என்றா நீங்கள் நினைக்கிறீர்கள்? எங்கள் முதல் இரவில் எங்கள் படுக்கை விரிப்பில் ஸூ யுலான் எவ்வளவு ரத்தம் பெருக்கினாள்!" ஸூ ஸன்க்வான் கையால் காற்றில் ஒரு வட்டம் வரைந்தான். "ஸூ யுலான் பதினைந்து வயதில் ஒரு வேசியாக மாறியிருந்தாள் என்றால், திருமண இரவில் நான் ரத்தம்... ரத்தம் பார்த்திருப்பேன் என்று நீங்கள் நம்புகிறீர்களா?" கடையில் உள்ள மற்றவர்கள் பதில் சொல்லவில்லை என்று அறிந்த பின் ஸூ ஸன்க்வானே தன் கேள்விக்குப் பதில் சொன்னான்: "நிச்சயமாக இல்லை!"

அன்று பிற்பகல் ஸூ ஸன்க்வான், யீலியையும் ஏளையும் ஸான்லியையும் பக்கத்தில் அழைத்துச் சொன்னான்: “யீலி உனக்குப் பதினாறு வயதாகிறது. ஏளுக்குப் பதினைந்து. தெருவுக்குச் சென்று அந்தப் போஸ்டர்களைப் பார்த்து ஒன்று எழுதித் தயாரிக்க வேண்டும். அதில் எந்தப் பிரச்சினையும் இல்லை. ஒன்றைப் பார்த்து எழுதவேண்டும். பிறகு அதை உன் அம்மாவைப் பற்றியான போஸ்டரின் மீது ஒட்டவேண்டும். ஸான்லி, நீ இப்போதும் ஒரு சின்னப் போக்கிரிதான். அதனால் நீ ஒரு வாளியில் இவர்கள் இருவருக்குமான பசையை எடுத்துக் கொண்டு உன்னால் போக முடியும். எப்படியானாலும் பெரிய சித்திர எழுத்துக்கள் உள்ள அந்த போஸ்டரை கிழிக்கவே கூடாது. அந்தப் போஸ்டர்களில் எதையாவது சற்று கிழித்தாலும் போதும். பிறகு நாம் எதிர்புரட்சிக்காரர்களாகிவிடுவோம். அதைக் கிழித்து எறிய வேண்டும் என்று நினைக்கக்கூட செய்யாதீர்கள்! புதிய ஒரு போஸ்டர் எழுதித் தயாரித்து அதன் மீது ஒட்டுங்கள். அது மட்டும்தான். என்னால் இதைச் செய்ய முடியாது. ஏனென்றால் எல்லோரும் என்னைப் பார்ப்பார்கள். நீங்கள் சிறுவர்கள் சென்றால் யாரும் கவனிக்க மாட்டார்கள். சகோதரர்கள் நீங்கள் சென்று இருட்டாவதற்கு முன்பு காரியத்தை முடியுங்கள்.”

இரவில் ஸூ ஸன்க்வான் ஸூ யுலானிடம் சொன்னான்: “உன் மூன்று மகன்கள் அந்தப் போஸ்டரின் மீது வேறு போஸ்டர் ஒட்டிவிட்டார்கள். அதனால் நீ நிம்மதியடையலாம். நிறையபேர் பார்த்திருப்பார்களோ என்று எனக்கு சந்தேகம். அங்கே நிறைய போஸ்டர்கள் இருக்கின்றன. அதனால் யாரும் எல்லா போஸ்டரின் பக்கத்திலும் செல்ல முடியாது. தவிர, புதிய புதிய போஸ்டர்களை ஒட்டிக்கொண்டே இருக்கிறார்கள். முதலாவது போஸ்டரை வாசித்து முடிவதற்குள் அதன் மீது வேறொன்றை ஒட்டியிருப்பார்கள்.”

௨௦

இரண்டு நாட்களுக்குப் பிறகு கையில் சிவப்பு நாடா கட்டிய மனிதர்கள் ஸூ ஸன்க்வானின் வீட்டுக்கு வந்து ஸூ யுலானைப் பிடித்துச் சென்றார்கள். நகரத்து சதுக்கத்தில் ஒரு சிறப்பான ‘போராட்ட நிகழ்ச்சிக்கு’ அவர்கள் திட்டமிட்டிருந்தார்கள். அதற்காக அவர்கள் ஒரு பண்ணையாரைக் கண்டுபிடித்திருந்தார் கள். ஒரு பணக்கார விவசாயியைத் தேடிப் பிடித்திருந்தார்கள். ஒரு வலதுசாரியை கண்டுபிடித்திருந்தார்கள். ஒரு எதிர்

புரட்சிக்காரனைப் பிடித்திருந்தார்கள். அதிகார மையத்தை நோக்கி ஊடுருவும் ஒரு முதலாளித்துவவாதியையும் பிடித்து வைத்திருந்தார் கள். ஒரு வேசியைத் தவிர அவர்களுக்குத் தேவையான எல்லோரும் கிடைத்திருந்தார்கள். அவர்கள் ஒரு வேசியைத் தேடி மூன்று நாட்கள் அலைந்தார்களாம். கூட்டம் தொடங்குவதற்கு இன்னும் ஒரு மணி நேரம்தான் இருக்கிறது. கடைசியில் அவர்கள் ஒருத்தியைக் கண்டுபிடித்தார்கள். அவர்கள் சொன்னார்கள்: "ஸூ யுலான், எங்களுடன் வா. உன் உதவி எங்களுக்குத் தேவை. இது மிகவும் அவசரம்."

மாலை நேரம்வரை அவள் திரும்பி வரவில்லை. திரும்பி வந்தபோது தலையின் இடது பக்க முடியெல்லாம் போயிருந்தது; வலது பக்கத்தை தொடக்கூட இல்லை. அவர்கள் அவளுக்கு 'யிங் யாங்' சவரம் செய்திருக்கிறார்கள். ஒரு பக்கத்து முடியை சுத்தமாக மழித்துவிட்டிருந்ததால் அவள் தலை, அறுவடைக் காலத்தில் பாதி அறுத்த நெல்வயல் போன்றிருந்தது.

அவளைப் பார்த்தபோது ஸூ ஸன்க்வான் சட்டென்று தன்னைறியாமல் அழுதுவிட்டான். ஸூ யுலான் சன்னலுக்குச் சென்று கண்ணாடித் துண்டை எடுத்தாள். கண்ணாடியைப் பார்த்தபோது தேம்பி அழத் தொடங்கினாள்.

"இதோ, இப்போது நான் இப்படி இருக்கிறேன். நான் எப்படி இனிமேல் என் முகத்தை வெளியே காட்டுவேன்? இனி நான் எப்படி வாழ்வேன்? நான் வீட்டுக்கு நடந்து வரும்போது அவர்களெல்லாம் என்னைச் சுட்டிக்காட்டிச் சிரிக்கிறார்கள். ஸூ ஸன்க்வான், நான் இவ்வளவு அசிங்கமாக இருப்பேன் என்று இதுவரை எனக்குத் தெரியாது. அவர்கள் தலைமுடியை எடுத்து விட்டார்கள் என்று எனக்குத் தெரியும். ஆயினும் அது இவ்வளவு அசிங்கமாக இருக்கும் என்று எனக்குத் தெரியாது. கண்ணாடி பார்ப்பதுவரை எனக்கு இது தெரியாது. ஸூ ஸன்க்வான், நான் என்ன செய்வது? பேராட்டக் கூட்டத்தில் அவர்கள் என் முடியை வெட்டினார்கள். கீழே நிற்பவர்களெல்லாம் சிரிப்பதை நான் கேட்டேன். காலடியில் முடி விழுவதை நான் அறிந்தேன். என் தலைமுடியை வெட்டிவிட்டார்கள் என்று எனக்குத் தெரிந்தது. நான் கையால் தொட்டுப்பார்க்க முயன்றபோது அவர்கள் என் முகத்தில் அடித்தார்கள். பல் வலிக்கும்படி அடித்தார்கள். தொட்டுப்பார்க்க அனுமதிக்க மாட்டோம் என்று அவர்கள் சொல்லவும் செய்தார்கள். ஸூ ஸன்க்வான், இனி நான் எப்படி வாழ்வேன்? சாவதுதான் நல்லது. அவர்கள் மீது எனக்கு எந்த

விரோதமும் இல்லை. அவர்களுக்கும் என் மீது இல்லை. எனக்கு அவர்களைத் தெரியவே தெரியாது. பிறகு அவர்கள் ஏன் என் முடியை வெட்டினார்கள்? அவர்கள் என்னைக் கொன்றிருக்கக் கூடாதா? ஸூ ஸன்க்வான், ஏதாவது பேசுங்கள்."

"நான் என்ன சொல்லப்போகிறேன்?" ஸூ ஸன்க்வான் கேட்டான். பிறகு ஒரு பெருமூச்சுவிட்டான். நாம் செய்ய முடிவ தென்று இப்போது அதிகமொன்றும் இல்லை. உனக்கு இப்போது யிங் யாங் தலை கிடைத்திருக்கிறது. இக்காலத்தில் இதுபோன்று முடியுள்ள பெண்கள் 'அறுந்த செருப்பு'க்களோ வேசிகளோதான். உன்னால் மேற்கொண்டு எதுவும் சொல்லமுடியாது. இப்படி ஆகிவிட்டது, அவ்வளவுதான். உன்னைப் பற்றி நீ சொல்லக் கூடியதையெல்லாம் இப்போது யாரும் நம்பமாட்டார்கள். புனித நதியில் பாய்ந்தால்கூட இனி உன்னால் சுத்தமாக வரமுடியாது. இனி வெளியே போக முடியாது. வீட்டுக்கு உள்ளேதான் இருக்க வேண்டும்."

ஸூ யுலானின் தலையின் மிச்சப் பகுதியிலிருக்கும் முடியையும் எடுப்பதற்கு ஸூ ஸன்க்வான் உதவி செய்தான். அவள் வீட்டுக்கு உள்ளேயே இருக்கும்படிச் செய்தான். ஸூ யுலானும் வீட்டுக்குள் இருப்பதற்குத்தான் விரும்பினாள். ஆனால் அதற்கு அவளை அனுமதிப்பதற்கு, கையில் சிவப்பு நாடா கட்டியவர்களுக்கு ஆர்வ மில்லை. அடிக்கடி அவர்கள் வந்து அவளைப் பிடித்துச் செல்வார்கள். போராட்டக் கூட்டத்துக்கு இழுத்துச் செல்வார்கள். நகரத்தில் நடத்திய எல்லா போராட்டக் கூட்டங்களிலும் அது எவ்வளவு சிறிதாக இருந்தாலும் சரி, பெரிதாக இருந்தாலும் சரி ஸூ யுலான் ஒரு புறம் இருப்பாள். பெரும்பாலும் அவள் ஒரு துணை நடிகையின் பாத்திரத்தை நடித்தாள்.

ஸூ யுலான், ஸூ ஸன்க்வானிடம் சொன்னாள்: "அவர்கள் என் பின்னால் அல்ல. அவர்கள் மற்றவர்களைத் தாக்குகிறார்கள். நான் ஒரு புறமாகத் தள்ளியிருந்து, தாக்கப்படுபவர்களுக்கு ஒரு துணையாக இருக்கிறேன்."

ஸூ ஸன்க்வான் பிள்ளைகளிடம் சொன்னான்: "அவர்கள் உங்கள் அம்மாவை உண்மையில் தாக்கவில்லை. உங்கள் அம்மா முதலாளித்துவவாதிகளுக்கும் வலதுசாரிகளுக்கும் எதிர் புரட்சிக்காரர்களுக்கும் பண்ணையார்களுக்கும் கூட்டாக நிற்கிறாள், அவ்வளவுதான். ஒரு புறமாகத் தள்ளியிருந்து பங்கெடுப்பதாக நடிக்கிறாள், அவ்வளவுதான். உங்கள் அம்மா துணை நடிகையின் பாத்திரமேற்று நடிக்கிறாள். துணை நடிகை

என்றால் நான் என்ன அர்த்தமாக்குகிறேன் என்று தெரியுமா? கறிவேப்பிலைபோல எந்த கறிக்கும் சேர்க்கலாம்; ருசி அதிகப்படும்."

பிறகு அவர்கள் ஸூ யுலானைக்கொண்டு முக்காலியை தூக்கச் செய்து மக்கள் கூட்டமுள்ள கடைத்தெருவுக்கு அழைத்துச் சென்று, முக்காலியின் மீது நிற்க வைத்தார்கள். அறிவிப்புப் பலகையைக் கழுத்தில் தொங்கவிட்டுக்கொண்டு அவள் நின்றாள். அவளுக்காக மட்டும் அவர்கள் எழுதித் தயாரித்திருந்தார்கள்: அது இதுதான்: "ஸூ யுலான், வேசி."

அவர்கள் அந்த இடத்துக்கு ஸூ யுலானை அழைத்துச் சென்றார்கள். அந்த அறிவிப்புப் பலகையை எடுத்து கழுத்தில் தொங்கவிடுவதைப் பார்த்தார்கள். அவளை முக்காலிக்கு மேலே ஏற்றி நிற்கவைத்த பிறகு அவர்கள் சென்றுவிட்டார்கள். சென்ற பிறகு அவர்கள் அவளை மறந்துவிட்டார்கள். அவர்கள் திரும்பி வருவதை எதிர்பார்த்து நாள் முழுதும் அவள் முக்காலி மீதே நின்றுகொண்டிருந்தாள். சூரியன் தாழ்ந்து தெருக்களில் ஆள் நடமாட்டம் இல்லாதபோதுதான், தன்னை இங்கே ஏற்றி நிற்க வைத்த விஷயத்தை அவர்கள் மறந்திருப்பார்களோ என்று அவள் வியந்தாள். பிறகுதான் அவள் வீட்டுக்குத் திரும்பிச் சென்றாள். ஒரு கரத்தில் முக்காலியையும் மறு கரத்தில் அறிவிப்புப் பலகையையும் பிடித்துக்கொண்டு அவள் நடந்தாள்.

எத்தனையோ முறை நாள் முழுதும் தெருவில் நிற்க வேண்டிய கட்டாயத்துக்கு அவள் ஆட்பட்டாள். நின்று களைப்படையும் போது அவள் முக்காலியில் அமர்வாள். மீண்டும் எழுந்து நிற்க முடிவதுவரை கால்களையும் பாதங்களையும் அமுக்கிவிட்டுக் கொள்வாள்.

அவள் நின்றிருந்த இடம் பொதுக் கழிப்பிடத்திலிருந்து தூரத்தில் இருந்தது. குளியலறைக்குச் செல்ல வேண்டிய சமயத்தில் இரண்டு தெருக்கள் கடந்து அரிசிக் கடைக்குப் பக்கத்தில் உள்ள பொதுக் கழிப்பறையை நோக்கி நடப்பாள். அப்போதும் அவள் கழுத்தில் அறிவிப்புப் பலகை தொங்கிக்கொண்டிருக்கும். அந்த அறிவிப்புப் பலகையைச் சேர்த்துப் பிடித்தவாறு பல நோட்டங்களைத் தவிர்த்தபடி பாதையோரத்தில், முடிந்தவரை ஓரத்தில் அவள் நடந்து செல்வதை எல்லோரும் பார்த்துக் கொண்டிருப்பார்கள். கழிப்பறையை அடைந்தால் அவள் அந்தப் பலகையைக் கழற்றி சுவரில் சாய்த்து வைப்பாள். காரியம் முடிந்த பிறகு மீண்டும் அந்த அறிவிப்புப் பலகையைக் கழுத்தில் மாட்டிக்கொண்டு அந்த இடத்தை நோக்கி நடப்பாள்.

முக்காலியில் ஏறி நிற்பதும், போராட்டக் கூட்டங்களில் கலந்து கொள்வதுபோலத்தான் இருந்தது. தலைகுனிந்து நிற்க வேண்டும். ஏனென்றால் குற்றவாளிகள் அப்படித்தான் தலைகுனிந்து நிற்க வேண்டும். ஸூ யுலான் முக்காலியின் மீது ஏறி குனிந்து தன் காலையே பார்த்தவாறு நின்றாள். ஒரே புள்ளியையே நீண்ட நேரம் பார்த்துக்கொண்டிருந்தால் கண் வலிக்கத் தொடங்கும். அதனால் தெருவில் அங்கும் இங்கும் நடந்து செல்லும் மக்களையும் இடையிடையே பார்த்தாள்.

யாரும் தன்னைக் கவனிக்கவில்லை என்று அவள் புரிந்து கொண்டாள். வழிப்போக்கரில் யாராவது சற்றுப் பார்த்தால்தான் உண்டு. ஆனால் மிகக் குறைவான பேர்களே மீண்டும் மற்றொருமுறை பார்க்க முற்பட்டார்கள். இந்தநிலை ஸூ யுலானுக்கு சற்று நல்லதாகத் தோன்றியது. அவள் ஸூ ஸன்க்வானிடம் சொன்னாள்: “தெருவில் நிற்கும்போது என்னைப் பார்ப்பவர்களுக்கெல்லாம் நான் ஒரு தொலைபேசிக் கம்பம்போலத்தான்.”

அவள் சொன்னாள்: “ஸூ ஸன்க்வான், எனக்கு இனிமேல் யாருக்கும் எதற்கும் பயம் கிடையாது. நான் எல்லாவற்றையும் சகித்து முடித்துவிட்டேன். இனி இதைவிட அதிகமாக எதுவும் அவர்கள் எனக்குச் செய்துவிட முடியாது. விஷயங்கள் இந்த இடம்வரை வந்துவிட்டன. இனி இதைவிட அதிகமாக என்ன செய்வது? கொல்வார்களா? நல்லது. சாவதற்கு எனக்கு பயமே இல்லை. ஆனால் சில சமயம் உங்களைப் பற்றியும் பிள்ளைகளைப் பற்றியும் நினைக்கும்போது பயமாக இருக்கிறது. நீங்களும் பிள்ளைகளும் இல்லையென்றால் நான் எதற்கும் பயப்படமாட்டேன்.”

மூன்று மகன்களைப் பற்றிய எண்ணம் அவள் விழிகளில் கண்ணீர் நிறைத்தது.

“யீலியும் ஏளும் என்னைப் புறக்கணிக்கிறார்கள். என்னிடம் அவர்கள் பேசுவதுகூட இல்லை. நான் கூப்பிடும்போது காதில் விழாததுபோன்று நடிக்கிறார்கள். ஸான்லி மட்டும்தான் என்னிடம் பேசுகிறான்; இப்போதும் அம்மா என்று அழைக்கத் துணிவது அவன் மட்டும்தான். நீங்கள் மட்டும்தான் என்னிடம் நன்றாக நடந்துகொள்கிறீர்கள். என் கால்கள் வீங்கும்போது, நான் கால்களை வைப்பதற்காக நீங்கள் ஒரு பாத்திரத்தில் சுடுதண்ணீர் பிடித்து வைக்கிறீர்கள். நான் தாமதமாக வீட்டுக்கு வரும்போது என் இரவுச் சாப்பாடு குளிர்ந்துவிடுமோ என்று பயந்து

போர்வையில் மூடி வைக்கிறீர்கள். தெருவில் நிற்கும்போது எனக்குச் சாப்பாடும் தண்ணீரும் எடுத்துக்கொண்டு நீங்கள் வருகிறீர்கள். ஸூ ஸன்க்வான், நீங்கள் என்னிடம் நன்றாக நடந்துகொள்ளும்வரை இந்த உலகத்தில் எதற்கும் நான் பயப்பட மாட்டேன்."

வழக்கமாக நாள் முழுதும் ஸூ யுலான் தெருவில் நிற்க வேண்டியிருந்தது. ஸூ ஸன்க்வான் அவளுக்குச் சாப்பாடும் தண்ணீரும் எடுத்துச் சென்றான். ஸூ ஸன்க்வானுக்கு முதலில் யீலி சென்றால் தேவலாம் என்றிருந்தது. ஆனால் யீலி மறுத்தான்: "அப்பா, ஏளிடம் சொல்லக்கூடாதா?"

ஸூ ஸன்க்வான் ஏளை அழைத்துச் சொன்னான்: "ஏள், நாம் எல்லோரும் சாப்பிட்டுவிட்டோம். அம்மா ஒன்றும் சாப்பிட வில்லை. நீ கொண்டுபோய் கொடுக்கக்கூடாதா?"

ஏள் தலையசைத்தான்: "அப்பா, ஸான்லியிடம் சொல்லக் கூடாதா?"

ஸூ ஸன்க்வானுக்குக் கோபம் வந்தது: "யீலிடம் செய்யச் சொன்னபோது அவன் அந்த வேலையை ஏளிடம் சொல்கிறான். ஏளிடம் சொல்லும்போது அவன் ஸான்லியிடம் சொல்லும்படிச் சொல்கிறான். சின்னப் போக்கிரி ஸான்லியோ, பாத்திரத்தை தரையில் வைத்து மறைந்துவிடுகிறான். உணவு தேவைப்படும் போது, உடை தேவைப்படும்போது, பணம் தேவைப்படும் போதெல்லாம் அவர்கள் என் பிள்ளைகள். ஆனால் அவர்கள் அம்மா சாப்பிடுவதற்கு ஏதேனும் கொண்டுபோய் கொடுக்கச் சொன்னால், அப்புறம் எனக்குப் பிள்ளைகளே இல்லை என்றாகிவிடுகிறது."

ஏள், ஸூ ஸன்க்வானிடம் சொன்னான்: "அப்பா, என்னால் வெளியே போகவே முடியவில்லை. வெளியே, நம்மைத் தெரிந்த ஆட்கள் என்னைப் பார்க்கும்போது 'ஒரு ராத்திரிக்கு இரண்டு யுவான்' என்று அழைக்கிறார்கள். எனக்கு மிகவும் வெட்கமாகவும் துயரமாகவும் இருக்கிறது."

யீலி சொன்னான்: "'ஒரு ராத்திரிக்கு இரண்டு யுவான்' என்று அவர்கள் என்னை அழைத்தாலும் எனக்கு அச்சமொன்றும் இல்லை. அவர்கள் என்னைக் கேலி செய்தால், நானும் அவர்களைக் கேலி செய்வேன், மேலும் சத்தமாக. சண்டை போடவும் எனக்குப் பயமில்லை. என்னைவிட அதிக ஆட்கள்

இருந்தால் மட்டும்தான் நான் ஓடுவேன். ஓடி நான் வீட்டுக்கு வந்து கத்தியை எடுத்துக்கொண்டு திரும்பிச் செல்வேன். அதைக் காட்டி நான் இரக்கமே இல்லாத கொலையாளி என்று சத்தமாகச் சொல்வேன். அப்புறம் ஓடுவது அவர்கள்தான். வெளியே செல்ல பயப்படவில்லை. ஆனால், போக விரும்பவில்லை, அவ்வளவு தான்."

ஸூ ஸன்க்வான் சொன்னான்: "வெளியெ செல்ல பயப்பட வேண்டிய ஒரே ஆள் நான்தான். நான் வெளியே செல்லும்போது ஆட்கள் என் மீது கல்லெறிகிறார்கள். காறித் துப்புகிறார்கள். மற்றவர்கள் என்னைத் தடுத்து நிறுத்தி உங்கள் அம்மாவின் மீது வெளிப்படையாகக் குற்றம்சாட்ட வேண்டும் என்று சொல்கிறார்கள். குழந்தைகளே, உங்களிடமும் அவர்கள் அப்படிச் செய்தால் அது தெரியாததுபோல, புரியாததுபோல நடித்தால் போதும். நான் எதுவும் சொல்ல மறுத்தால் என்ன நடக்கும் என்று எனக்குத் தெரியவில்லை. உங்களைவிட மோசமில்லை என்றாலும் என் நிலையும் அவ்வளவு கஷ்டமானதுதான். நீங்கள் எதற்குப் பயப்படுகிறீர்கள்? நீங்கள் புதிய சமூகத்தில்தான் பிறந்திருக் கிறீர்கள். சிவப்புக் கொடிகளுக்குக் கீழேதான் வளர்ந்தீர்கள். நீங்கள் அப்பாவிகள். சின்னப் போக்கிரி ஸான்லி எப்போதும் தெருவில் விளையாடிக்கொண்டிருப்பான் அல்லவா. இன்று அவன் வெகு தூரத்துக்குச் சென்றிருப்பான் என்று நினைக்கிறேன். இதுவரை திரும்பி வரவில்லை."

ஸான்லி திரும்பி வந்தபோது ஸூ ஸன்க்வான் அழைத்தான்:

"நீ எங்கே சென்றாய்? காலையில் சாப்பிட்டுவிட்டுப் போனவன் அல்லவா? நாள் முழுதும் உன்னை வீட்டில் பார்க்க வில்லை. நீ எங்கேயிருந்தாய்? நீ யாருடன் விளையாடிக் கொண்டிருந்தாய்?"

ஸான்லி சொன்னான்: "எனக்கு இப்போது நினைவில்லை. நான் எத்தனை எத்தனை இடங்களுக்குச் சென்றேன். அதனால் என்னால் நினைவுகூர முடியவில்லை. குறிப்பாக நான் யாருடனும் விளையாடவில்லை. தனியாக விளையாடிக்கொண்டிருந்தேன்."

அம்மாவுக்கு உணவு கொண்டுபோய்க் கொடுக்க ஸான்லி தயாராக இருந்தான். ஆனால் அந்தப் பொறுப்பை ஏற்றுக் கொள்ளவில்லை என்று ஸூ ஸன்க்வான் கவலைப்பட்டான். அவனுக்கு வேறு வழியில்லை. அவளுக்கான உணவை தானே எடுத்துச் செல்லவேண்டி வந்தது. சிறியதொரு அலுமினியப்

பாத்திரத்தில் சோறு எடுத்துக்கொண்டு அவன் தெருவில் இறங்கினான்.

ஸூ யுலான் தலை குனிந்து கழுத்தில் அந்த அறிவிப்புப் பலகையை தொங்கவிட்டுக்கொண்டு முக்காலியின் மீது நிற்பதை அவன் தூரத்திலிருந்தே பார்த்தான். அவள் முடி வளரத் தொடங்கி யிருந்தது. தூரத்திலிருந்து பார்ப்பதற்கு ஒரு பையனைப்போல தெரிந்தது. அவள் உடைகள் கிழிந்து தொங்கிக்கொண்டிருந்தன. சுவரொட்டிகளில் உள்ள கேள்விக்குறிபோல அவள் முதுகு வளைந்திருந்தது. கைகள் முன்னால் தொங்கிக்கொண்டிருந்தன. வளைந்த முதுகின் உயரத்திற்கு சமமாக தலை குனிந்திருந்ததால் அவள் கைகள் முழங்கால்வரை வந்தன.

அவளது இந்த வேதனையைப் பார்த்து துக்கத்தின் அலைகள் ஒவ்வொன்றாக அவன்மீது வந்து மோதின. அவளுக்கு அருகே வந்தபோது அவன் சொன்னான்: "நான் இங்கே இருக்கிறேன்."

ஸூ யுலான் தன் குனிந்த தலையை, ஸூ ஸன்க்வானைப் பார்ப்பதற்காக நிமிர்த்தினாள். அவன் சிறிய அலுமினியப் பாத்திரத்தைக் காட்டினான்.

"நான் கொஞ்சம் சாப்பாடு கொண்டு வந்திருக்கிறேன்."

ஸூ யுலான் கீழே இறங்கி முக்காலியில் அமர்ந்தாள். கழத்தில் மாட்டியிருந்த விளம்பரப் பலகையை சரிப்படுத்தினாள். அலுமினியப் பாத்திரத்தை எடுத்தாள். மூடியைத் திறந்து முக்காலியின் ஓரத்தில் வைத்தாள். பாத்திரத்தில் வெறும் சோறு மட்டும்தான் இருக்கிறது என்றும் காய்கறியோ மாமிசமோ ஒரு துண்டுகூட இல்லையென்று அறிந்தபோது அவள் தேக்கரண்டி எடுத்து சாப்பிடத் தொடங்கினாள். சோற்றை மெல்லும்போது அவள் தன் காலடிகளையே பார்த்துக்கொண்டிருந்தாள்.

அமைதியாக அவள் சாப்பிடுவதைப் பார்த்தவாறு ஸூ ஸன்க்வான் பக்கத்திலேயே நின்றான். நொடி நேரத்திற்குப் பிறகு, தெருவில் நடந்து செல்பவர்களைப் பார்ப்பதற்காக அவன் தலை நிமிர்ந்தான்.

ஸூ யுலான் முக்காலியில் அமர்ந்து உணவு சாப்பிடுவதை சிலர் கவனித்தார்கள். அவள் பக்கத்தில் வந்து உணவுப் பாத்திரத்தைப் பார்த்துவிட்டு ஸூ ஸன்க்வானிடம் கேட்டார்கள்: "அவள் சாப்பிட நீ என்ன கொண்டு வந்திருக்கிறாய்?"

ஸூ ஸன்க்வான், ஸூ யுலானின் கையிலிருந்த சாப்பாட்டுப் பாத்திரத்தை பட்டென்று வாங்கி அவர்களிடம் காட்டிச் சொன்னான்: "பார்த்துக்கொள்ளுங்கள். சோறு மட்டும்தான் இருக்கிறது. காய்கறியோ மாமிசமோ இல்லை. நீங்களே பரிசோதித்துப் பார்த்துக்கொள்ளலாம். இவளுக்கு சோற்றைத் தவிர வேறு ஒன்றும் நான் கொடுப்பதில்லை."

அவர்கள் தலையசைத்தார்கள்: "சரிதான். சோற்றைத் தவிர இதில் வேறு ஒன்றும் இல்லை."

மற்றொருவன் கேட்டான்: "இதில் வேறு எதுவும் போடக் கூடாதா? வெறும் சோற்றுக்கு ருசியே இருக்காது அல்லவா?"

ஸூ ஸன்க்வான் சொன்னான்: "அவள் சாப்பிடுவதற்கு வேறு எதுவும் கொடுப்பதற்கு என்னால் முடியாது. நான் நல்லதாக ஏதாவது சாப்பிடக் கொடுத்தால்" அவன் ஸூ யுலானைச் சுட்டிக் காட்டிச் சொன்னான்: "நான் 'எதிரியை' பாதுகாப்பதாக இருக்கும். வேறு எதுவும் இல்லாமல் வெறும் சோறு மட்டும் கொடுக்கும் போது நான் அவளிடம் 'போராடு'கிறேன்."

ஸூ ஸன்க்வான் பேசிக்கொண்டிருக்கும்போது, ஸூ யுலான் தன் வாயில் உள்ள சோற்றை மெல்லவும் பயந்து தலை குனிந்திருந்தாள். அவர்கள் அகன்று சென்றபோதுதான் அவள் மெல்லத் தொடங்கினாள்.

பக்கத்தில் யாரும் இல்லையென்று உறுதிப்படுத்திக்கொண்டு ஸூ ஸன்க்வான் அவளிடம் முணுமுணுத்தான்: "சோற்றின் அடியில் நான் நல்ல பொருள் ஒளித்து வைத்திருக்கிறேன். இப்போது யாரும் பார்க்கமாட்டார்கள். எடுத்துச் சாப்பிடு."

ஸூ யுலான் ஸ்பூனால் சோற்றின் அடியில் துழாவிப் பார்த்தாள். சோற்றின் கீழே முழுதும் மாமிசம் இருந்தது. ஸூ ஸன்க்வான் அவளுக்காக, இளம் சூட்டில் சிவக்கவைத்து வறுத்த பன்றியிறைச்சி சமைத்திருந்தான். அவள் ஸ்பூனால் ஒரு துண்டை எடுத்து வாயில் வைத்து மெல்லத் தொடங்கினாள்.

ஸூ ஸன்க்வான் சொன்னான்: "நான் ரகசியமாக உனக்காக மட்டும் சமைத்தது. குழந்தைகளுக்குக்கூட தெரியாது.

ஸூ யுலான் தலையசைத்தாள். இன்னும் கொஞ்சம் சோறு சாப்பிட்டாள். பிறகு பாத்திரத்தை மூடினாள். அவள் சொன்னாள்: "எனக்கு இவ்வளவு போதும். இனி வேண்டாம்."

ஸூ ஸன்க்வான் சொன்னான்: “நீ ஒரு துண்டு கறிதானே சாப்பிட்டாய். மிச்சத்தையும் சாப்பிடு.”

ஸூ யுலான் தலையாட்டினாள்: “அதை யீலிக்கும் பிள்ளை களுக்கும் கொடுங்கள். வீட்டுக்குக் கொண்டு செல்லுங்கள். யீலியும் பிள்ளைகளும் சாப்பிடட்டும்.” பிறகு ஒரு கைநீட்டி முஷ்டி பிடித்து அழுத்திக்கொண்டாள்: “நின்று நின்று என் கால் மரத்துப் போய் விட்டது.”

அவள் நிலைமை ஸூ ஸன்க்வானின் விழிகளில் கண்ணீரை வரவழைத்துவிட்டது. அவன் சொன்னான்: “எப்போதும் சரியாக இருக்கும் சில பழைய வாக்குகள் உண்டு. அதிகமாகக் காணுந் தோறும் உலகத்தை அதிகமாக அறிகிறோம். கடந்த கொஞ்சம் மாதங்களுக்குள் எனக்கு பத்து வயது அதிகமானதாக நினைக்கிறேன். ‘ஒரு மனிதனின் முகத்தைத் தெரிந்துகொள்ளலாம், மனதைத் தெரிந்துகொள்ள முடியாது’ என்பதும் சரிதான். அந்த போஸ்டருக்கு யார் பொறுப்பு என்று இப்போதும் நமக்குத் தெரியாது. யாருக்குத் தெரியும். நீ எதையும் உள்ளே வைப்ப தில்லை. முகத்திலடிப்பதுபோல எல்லாவற்றையும் வெளிப் படையாகப் பேசிவிடுவாய். அதனால் யாருக்காவது கஷ்டம் ஏற்பட்டிருக்கும். இனிமேல் இன்னும் கொஞ்சம் கவனமாக இருப்பதுதான் நல்லது. பழைய மனிதர்களின் வாக்கல்லவா, எவ்வளவு சொல்கிறோமோ அவ்வளவு இழக்கிறோம்.”

இந்த வார்த்தைகள் ஸூ யுலானை மிகவும் புண்படுத்தின. அவள் வெடித்தாள்: “ஹீ ஸியோயோங்குடன் ஒரே ஒரு தடவை மட்டும். ஒரு தடவை மட்டும். பாருங்கள், என் இப்போதைய நிலையை. நீங்களும் லின் பென்பாங்கும் அதைத்தான் செய்தீர்கள். ஆனால் யாரும் உங்களிடம் ‘போராடு’ வதைப் பற்றி நினைத்துப் பார்க்கவும் இல்லை.”

ஸூ யுலானின் வார்த்தைகளைக் கேட்டு ஸூ ஸன்க்வான் மிகவும் அஞ்சி நடுங்கினான். அவன் சுற்றிலும் யாரும் இருக்கிறார் களா என்று அவன் பதற்றத்துடன் பார்த்தான். யாருமில்லை என்று உறுதிப்படுத்திக்கொண்ட பிறகு குரலைத் தாழ்த்தி முணுமுணுப்பதுபோன்று சொன்னான்: “இதுபோன்ற விஷயங் களைப் பற்றி நீ ஒருபோதும் பேசக்கூடாது. வேறொருவரிடம் ஒருபோதும், இனி ஒருபோதும் சொல்லிவிடாதே!”

ஸூ யுலான் சொன்னாள்: “நான் ஒருபோதும் சொல்ல மாட்டேன்.”

ஸூ ஸன்க்வான் சொன்னான்: "நீ இப்போது கொதிநீரில் இருக்கிறாய்; உன்னைக் காப்பாற்ற இந்த உலகத்தில் நான் மட்டுமே முயற்சி செய்கிறேன். நானும் உன்னுடன் கொதிநீரில் மாட்டிக் கொண்டால் உன்னை மீட்பதற்கு யாரும் இருக்கமாட்டார்கள்."

ஜ

ஸூ ஸன்க்வான் வழக்கமாக மதியப்பொழுது நேரத்தில் அலுமினியப் பாத்திரத்துடன் வீட்டுக்கு வெளியே வருவான். அவனை அறிந்தவர்களுக்கெல்லாம் அவன் ஸூ யுலானுக்கு சாப்பாடு எடுத்துப் போகிறான் என்று தெரியும். அவர்கள் கேட்பார்கள்: "ஸூ ஸன்க்வான், பட்டுவாடா செய்யப் போகிறீர்களா?"

ஆனால் ஒரு நாள் யாரென்றே தெரியாத ஒரு மனிதன், ஸூ யுலானின் இடத்துக்குச் செல்லும் வழியைத் தடுத்து நின்றான்: "நீ ஸூ ஸன்க்வான்தானே? ஸூ யுலான் என்ற பெண்ணுக்குக் கொண்டுபோய் கொடுக்கப்போகும் உணவுதானே இது? நான் ஒன்று கேட்கிறேன். வீட்டில் 'போராட்டக் கூட்டம்' நடத்தினீர் களா? ஸூ யுலானுக்கான பகிரங்க கண்டனக் கூட்டம்?"

ஸூ ஸன்க்வான் அலுமினியப் பாத்திரத்தை நெஞ்சோடு சேர்த்து அழுத்திப் பிடித்துக்கொண்டான். கண்கள் தரையைப் பார்க்க, தலை குலுக்கினான்: "நகரம் முழுதும் அவளுக்குக் கண்டனம் தெரிவித்தாயிற்று." பிறகு அவளுக்குக் கண்டனம் தெரிவித்த இடங்களை எண்ணிப் பார்த்தான்: "தொழிற்சாலையில் அவளுக்குக் கண்டனம் தெரிவித்துவிட்டார்கள், பிறகு பள்ளிக் கூடத்தில், தெருவில், நகரத்து சதுக்கத்திலேயே ஐந்து போராட்டக் கூட்டங்களில் கலந்துகொண்டிருக்கிறாள்."

அவன், "வீட்டிலும் அவள் போராடியே ஆக வேண்டும்" என்றான்.

ஸூ ஸன்க்வானுக்கு அந்த மனிதனைத் தெரியவில்லை. அவன் கையில் சிவப்பு நாடா கட்டியிருக்கவில்லை. அவன் யார் என்றோ எங்கிருந்து வருகிறான் என்றோ சொல்வது சாத்தியமில்லாதிருந்தது. இப்படியெல்லாம் இருந்தாலும் அந்த மனிதன் சொல்வதைக் கேட்பதைத் தவிர வேறு வழி ஏதுமிருக்கவில்லை.

அவன் ஸூ யுலானிடம் சொன்னான்: "ஆட்கள் நம்மைப் பார்த்துக்கொண்டிருக்கிறார்கள் என்பது தெரியும் அல்லவா?

வீட்டில் இதுவரை போராட்டக் கூட்டம் நடத்தவில்லையா என்று யாரோ ஒருவன் என்னிடம் கேட்டான். வீட்டில் கூட்டம்போட்டு உன்மீது குற்றம்சாட்ட வேண்டும் என்று அவன் சொல்கிறான்."

அப்போதுதான் ஸூ யுலான் தெருவிலிருந்து வந்தாள். 'ஸூ யுலான், வேசி' என்ற பலகையைக் கழுத்திலிருந்து கழற்றி தரையில் வைத்தாள். நாள் முழுதும் நிற்பதற்கு பயன்படுத்திய முக்காலியை மேசைக்குப் பக்கத்தில் வைத்தாள். கிழிந்த துணியெடுத்து முக்காலியைத் துடைத்து சுத்தமாக்கத் தொடங்கினாள். அவனைப் பார்க்கவும் செய்யாமல் துடைத்துக்கொண்டே கவனித்தாள். அவன் நிறுத்தியபோது அவள் சொன்னாள்: "சரி, இனி தொடங்குங்கள்."

அன்று மாலையில் ஸூ ஸன்க்வான், யீலியையும் ஏளையும் ஸான்லியையும் கூப்பிட்டுச் சொன்னான்: "இன்று இரவு நம் குடும்பம் ஒரு 'போராட்டக் கூட்டம்' நடத்தப்போகிறது. நாம் யாரின் மீது குற்றம்சாட்டப்போகிறோம். நிச்சயமாக ஸூ யுலானைத்தான். இப்போதிருந்து நீங்கள் அவளை ஸூ யுலான் என்றுதான் அழைக்க வேண்டும். போராட்டக் கூட்டத்தில் அம்மா என்று அழைக்கக் கூடாது. அது முடிவதுவரையிலும் அம்மா என்று சொல்லக்கூடாது."

ஸூ ஸன்க்வான் மூன்று மகன்களையும் வரிசையாக அமரவைத்தான். அவர்களுக்கு முன்னால் அவன் அமர்ந்தான். பக்கத்தில் ஒரு முக்காலி வைத்திருந்தார்கள் என்றாலும் ஸூ யுலான் ஒரு ஓரமாகத் தள்ளி நின்றாள். நால்வரும் முக்காலியில் அமர்ந்தபோது ஸூ யுலான் மட்டும் இப்போதும் தெருவில் இருப்பதைப்போல தலை குனிந்து நின்றாள்.

ஸூ ஸன்க்வான் பிள்ளைகளிடம் சொன்னான்: "இன்று நாம் ஸூ ஸன்க்வானுக்கு கண்டனம் தெரிவிக்கிறோம். அதனால் அவள் நிற்கத்தான் வேண்டும். ஆனால் அவள் பகல் முழுதும் தெருவில் நின்றிருந்ததால் அவள் கால்கள் வீங்கியிருக்கின்றன; அவள் கால்கள் மரத்துப்போயிருக்கின்றன. அதனால் அவள் முக்காலியில் அமர அனுமதிக்கலாம் என்று நீங்கள் நினைக்கிறீர்களா? இதை ஆதரிப்பவர்கள் கை தூக்குங்கள்."

கருத்தை முன்மொழிந்து ஸூ ஸன்க்வான் தன் கையைத் தூக்கினான். உடனே ஸான்லியும் கை தூக்கினான். ஆனால் யீலியும் ஏளும் கை தூக்குவதற்கு முன்பு ஒருவரை ஒருவர் பார்த்துக் கொண்டார்கள்.

ஸூ ஸன்க்வான், ஸூ யுலானிடம் சொன்னான்: "நீங்கள் உட்காரலாம்."

ஸூ யுலான் முக்காலியில் அமர்ந்தாள்.

ஸூ ஸன்க்வான் பிள்ளைகளிடம் சொன்னான்: "நீங்கள் ஒவ்வொருவரும் பேச வேண்டும். பேச நினைக்கும் எதையும் ஒதுக்காதீர்கள். பேசுவதற்கு ஒன்றுமில்லை என்றாலும் சுருக்கிச் சொல்லவாவது வேண்டும். எப்படியானாலும் எல்லோரும் பேசியிருக்க வேண்டும். ஏனென்றால், யாராவது கேட்டால், கூட்டத்தில் எல்லோரும் பேசினார்கள் என்று நான் நேர்மையாகச் சொல்லலாம் அல்லவா. யீலி, நீ முதலில் பேசு."

யீலி திரும்பி ஏளைப் பார்த்தான்: "ஏள், நீதான் முதலில்."

ஏள் ஸூ யுலான் மீது கண்ணோட்டி ஒரு பார்வை பார்த்தான். பிறகு ஸூ ஸன்க்வானைப் பார்த்தான். கடைசியில் ஸான்லிக்கு நேராகத் திரும்பினான்: "முதலில் ஸான்லி பேசட்டும்."

சிரிப்பதுபோல ஸான்லி வாய் திறந்தான். ஆனால் சட்டென்று அடக்கிக்கொண்டான். அவன் ஸூ ஸன்க்வானிடம் சொன்னான்: "என்ன பேச வேண்டும் என்று எனக்குத் தெரியவில்லை."

ஸான்லியைப் பார்த்துக்கொண்டு ஸூ ஸன்க்வான் சொன்னான்: "எப்படியானாலும் நீங்கள் பேசுவதற்கு அதிகம் இருக்காது என்று என்னால் ஊகிக்க முடியும்." அவன் தொண்டையை சரிப்படுத்திக்கொண்டான்: "அதனால் கொஞ்சம் வார்த்தைகளால் நானே தொடங்கி வைக்கிறேன். ஸூ யுலான் ஒரு வேசி என்று அவர்கள் சொல்கிறார்கள். அவள் எல்லா இரவுகளிலும் வாடிக்கையாளர்களைப் பார்க்கிறாள் என்றும் அதற்கு இரண்டு யுவான் வாங்குகிறாள் என்றும் அவர்கள் சொல்கிறார்கள். இதைப் பற்றி நீங்கள் எல்லோரும் சிந்திக்க வேண்டும் என்று நான் விரும்புகிறேன். ஸூ யுலானுடன் என்றும் ஒரே படுக்கையில் படுத்துத் தூங்குவது யார்?"

பேசி முடித்தபோது ஸூ ஸன்க்வான் கேள்வி பாவத்தில் யீலியையும் ஏளையும் ஸான்லியையும் பார்த்தான். அவனது மூன்று பிள்ளைகளும் அமைதியாக திரும்பி அவனைப் பார்த்தார்கள்.

கடைசியில் ஸான்லி அமைதியை உடைத்தான்: "அது நீங்கள் தான்! எல்லா இரவுகளிலும் அம்மாவுடன் ஒரே படுக்கையில் படுப்பது நீங்கள்தான்."

"நிச்சயமாக அது சரிதான்." ஸூ ஸன்க்வான் சொன்னான்: "அது நான்தான். ஸூ யுலானின் எல்லா ஆணும் நான்தான். ஆனால் நீங்கள் என்னை ஒரு வாடிக்கையாளனாகக் கணக்கிட முடியுமா?"

ஸான்லி சம்மத பாவத்தில் தலையாட்டுவதை ஸூ ஸன்க்வான் பார்த்தான். ஏளும் ஆதரவாகத் தலையாட்டுவதை அவன் கவனித்தான். யீலி மட்டும் தலையாட்டுவதைத் தவிர்த்தான்.

ஸூ ஸன்க்வான், ஏளையும் ஸான்லியையும் சுட்டிக்காட்டிச் சொன்னான்: "சம்மதித்து தலையாட்டும்படி நான் உங்களிடம் சொன்னேனா? தலையசைத்து மறுக்க வேண்டும் என்றுதான் நான் விரும்பினேன். நீங்கள் முட்டாள்கள்! நான் அவளுடைய வாடிக்கையாளன் என்று நினைக்கிறீர்களா? ஸூ யுலானைத் திருமணம் செய்யும்போது நான் அதற்காக நிறையப் பணம் செலவிட்டேன். வாத்திய இசைக்கு ஆறு பேரை ஏற்பாடு செய்தேன்; பல்லக்கு சுமக்க நான்கு பேரை அமர்த்தினேன். மூன்று மேசை போட்டேன். என்னால் நினைவுகூர முடிந்த அளவு நண்பர்களும் உறவினர்களும் வயிறு நிறையச் சாப்பிட்டு முடிந்தவரை குடித்துச் சென்றார்கள். அதனால்தான் நான் அவள் வாடிக்கையாள் அல்லாதாகிறேன்; அவள் விபச்சாரி அல்லாதாகிறாள். ஸூ யுலான் ஒரே ஒரு முறை பெரிய தவறு செய்தாள் என்றும் நான் இங்கே மேலும் சொல்கிறேன். அவள் ஹீ ஸியோயோங்குடன் அந்த தவறைச் செய்தாள்." அவன் யீலியை பார்த்துச் சொன்னான்: "ஸூ யுலான் ஹீ ஸியோயோங் தொடர்பைப் பற்றி உனக்கு நன்றாகத் தெரியும். இன்றைய கூட்டத்தில் நீங்கள் அதற்குத்தான் கண்டனம் தெரிவிக்கப் போகிறீர்கள்."

ஸூ ஸன்க்வான், ஸூ யுலானை நோக்கி முகம் திருப்பினான்: "உன் அந்த தொடர்பைப் பற்றி பிள்ளைகளின் முன்னால் வெளிப்படையாகப் பேச நேரம் வந்துவிட்டது."

ஸூ யுலான் தலைகுனிந்து மென்மையாகச் சொன்னாள்: "அதைப் பற்றி நான் என் மகன்களிடம் எப்படிப் பேசுவேன்? அதைப் பற்றி அவர்களிடம் எப்படிப் பேசத் தொடங்குவேன்?"

ஸூ ஸன்க்வான் சொன்னான்: "நீ இவர்களை உன் மகன்களாகப் பார்க்காதே. உனக்குக் கண்டனம் தெரிவிக்கும் புரட்சிக்காரர்களாக இவர்களைப் பார்த்தால் போதும்."

ஸூ யுலான், அவளின் மூன்று மகன்களையும் பார்த்தான். யீலி தலை குனிந்திருந்தான். ஏளும் ஸான்லியும் மட்டுமே அவளைப் பார்த்தார்கள். அவள் ஸூ ஸன்க்வானை நோக்கிப் பார்வையைத் திருப்பினாள். அவன் சொன்னான்: "ஆரம்பி."

"நான் என் போன பிறவியில் சில தவறுகள் செய்திருக்கலாம்." ஸூ யுலான் கண்ணீரைத் துடைத்துக்கொண்டாள்: "அதற்கான விலையை நான் இந்தப் பிறவியில் கொடுக்கிறேன். போன பிறவியில் நான் ஹீ ஸியோயோங்கை துன்புறுத்தியிருக்க வேண்டும். அதற்கு அவன் இந்தப் பிறவியில் என்னைப் பழிவாங்கினான். அவன் இறந்துவிட்டான். நான் விலை கொடுத்துக் கொண்டேயிருக்கிறேன்."

ஸூ ஸன்க்வான் சொன்னான்: "அது போதும்."

ஸூ யுலான் தலையாட்டினாள். இரண்டு கரங்களையும் தூக்கி முகத்தைத் துடைத்துக்கொண்டாள்: "உண்மையில் நானும் ஹீ ஸியோயோங்கும் ஒரு முறை மட்டும்தான் அதைச் செய்தோம். அந்த ஒரு முறையிலேயே யீலியை கர்ப்பம் தரிப்பேன் என்று நான் ஒருபோதும் எதிர்பார்க்கவில்லை."

யீலி தலையிட்டான்: "என்னைப் பற்றிப் பேச வேண்டாம். நீங்கள் குற்றத்தை ஏற்றுக்கொள்ளப் போகிறீர்கள் என்றால் உங்கள் விஷயத்தை மட்டும் பேசுங்கள்."

ஸூ யுலான் தலையுயர்த்தி யீலியைப் பார்த்தாள். அவளது பார்வையைத் தவிர்த்தபடி அவள் எதிரே சாம்பல் நிற முகத்துடன் அவன் அமர்ந்திருந்தான். மீண்டும் பேசத் தொடங்கும்போது அவள் கண்களிலிருந்து கண்ணீர் வழிந்தது: "உங்களிடமெல்லாம் நான் மன்னிப்புக் கேட்க வேண்டும் என்று எனக்குத் தெரியும். நீங்களெல்லாம் என்னை வெறுக்கிறீர்கள் என்றும் எனக்குத் தெரியும். என் பொருட்டு உங்களுக்கு முகமே இல்லாது போய் விட்டது என்றும் எனக்குத் தெரியும். ஆயினும் நீங்கள் என் மீது குற்றம்சாட்ட முடியாது. அது ஹீ ஸியோயோங்தான். எங்களைத் தனித்துவிட்டுவிட்டு என் அப்பா பொதுக் கழிப்பறைக்குச் சென்ற நேரத்தைப் பயன்படுத்திக்கொண்டது ஹீ ஸியோயோங்தான். அவன் என்னைச் சுவற்றோடு சேர்த்து அழுத்தினான். நான் அவனைத் தள்ளி விலக்குவதற்கு முயன்றேன். நான் ஸூ ஸன்க்வானுடையவளாகி விட்டேன் என்றும் சொன்னேன். ஆனால் அவன் என்னைச் சுவற்றோடு சேர்த்து அழுத்திப் பிடித்துக் கொண்டேயிருந்தான். அவனைத் தள்ளுவதற்கு என்னால்

முடிந்தவரை நான் முயன்றேன். ஆனால் அவன் என்னைவிட வலிமையானவனாயிருந்தான். அவனை என் உடலிலிருந்து விலக்க என்னால் முடியவில்லை. நான் அலறுவதற்கு விரும்பினேன். ஆனால் அவன் என் மார்புகளைப் பிடித்து நெரித்தான். எதனாலோ என்னால் மேற்கொண்டு எதிர்க்க முடியவில்லை. என் சக்தியெல்லாம் சோர்ந்துவிட்டது."

ஏள் மற்றும் ஸான்லியின் கண்கள் வியப்பால் விரிவதை ஸூ ஸன்க்வான் பார்த்தான். யீலி தரையிலேயே பார்வை பதித்திருந் தான். ஆனால் மனக் கலக்கத்தால் அவன் கால்கள் நடுங்கிக் கொண்டிருந்தன.

ஸூ யுலான் அவள் கதையைத் தொடர்ந்தாள்: "அவன் என்னைப் படுக்கைக்கு இழுத்துச் சென்றான். என் சட்டைப் பித்தான்களைக் கழற்றினான். அவனை எதிர்ப்பதற்கான எந்த சக்தியும் என்னிடம் மிச்சமில்லை. என் ஒரு காலிலிருந்து மட்டும் அவன் பேண்ட்டைக் கழற்றினான். மற்ற காலைப் பற்றி அவன் கவலைப்படவில்லை. பிறகு அவன் அவனுடைய பேண்ட்டையும் கீழே இறக்கிவிட்டான்."

ஸூ ஸன்க்வான் அலறினான்: "நிறுத்து. தாராளமாகப் போதும். ஏளின் கண்களும் ஸான்லியின் கண்களும் விரிந்து வருவதைப் பார்த்தாயா? நீ விஷம் கக்குகிறாய். நீ இளைய தலைமுறையைக் கெடுக்கிறாய்."

ஸூ யுலான் சொன்னாள்: "நீங்கள்தான் இப்படி என்னைச் செய்ய வைத்தீர்கள்."

ஸூ ஸன்க்வான் சொன்னான்: "நான் அந்த விஷயத்தைப் பற்றி விளக்கவொன்றும் சொல்லவில்லையே?" அவன் ஸூ யுலானை நோக்கி விரல் சுட்டி ஏளையும் ஸான்லியையும் பார்த்துக் கத்தினான்: "இது உங்கள் அம்மா அல்லவா? அந்த விஷயத்தைக் கவனித்துக்கொண்டு நீங்கள் எப்படி இங்கே உட்கார்ந்திருந்தீர்கள்?"

ஏள் பலமாகத் தலையாட்டினான்: "நான் எதையும் கேட்கவில்லை. ஸான்லிதான் எல்லாவற்றையும் கவனமாகக் கேட்டான்."

ஸான்லி சொன்னான்: "நான் எதையும் கேட்கவில்லை."

"அதை விடுங்கள்." ஸூ ஸன்க்வான் சொன்னான்: "ஸூ யுலான் அந்த விஷயத்தைப் பற்றி தேவைக்கு அதிகமாக குற்றத்தை ஏற்றுக்கொண்டாள். இனி ஏதாவது சொல்ல வேண்டியது நீங்கள்தான் என்று நினைக்கிறேன். யீலி முதலில் பேசட்டும்."

இப்போதுதான் யீலி தரையிலிருந்து பார்வையை நிமிர்த்தினான்: "நான் வேறொன்றும் சொல்வதற்கில்லை. ஹீ ஸியோயோங்கை நான் மிக அதிகம் வெறுக்கிறேன். இரண்டாவதாக இவர்களையும்." அவன் ஸூ யுலானை நோக்கிக் கை காட்டினான்: "என்னை அவர் மகனாக அங்கீகரிக்காததால் நான் ஹீ ஸியோயோங்கை வெறுக்கிறேன். என்னால் தலைநிமிர்ந்து வெளியே நடக்க முடியாததால் இவர்களையும் வெறுக்கிறேன்."

அவனுடைய பேச்சை நிறுத்தும்படி ஸூ ஸன்க்வான் ஜாடை காட்டி ஏளைப் பார்த்தான்: "ஏள், இப்போது நீ."

ஏள் தலையைச் சாய்த்து ஸூ யுலானிடம் கேட்டான்: "உங்களை சுவரோடு சேர்த்து அழுத்தியபோது நீங்கள் ஏன் அவனைக் கடிக்கவில்லை? உங்களால் அவனைத் தள்ள முடியவில்லை என்றாலும் அவனைக் கடிக்காதிருந்தது ஏன்? உங்கள் சக்தியெல்லாம் சோர்ந்துவிட்டது என்று நீங்கள் சொன்னீர்கள். ஆனால் கடிப்பதற்கான சக்தியாவது மிச்சமிருக்கும் அல்லவா?"

"ஏள்!" ஸூ ஸன்க்வான் மிக உச்சத்தில் கத்தினான். ஏள் மிகவும் பயந்து நடுங்கிப்போய்விட்டான். ஸூ ஸன்க்வான் அவனை நோக்கி ஜாடை காட்டினான்: "அந்த விஷயத்தை எல்லாம் கேட்கவில்லை என்று நீ சொன்னதாக ஞாபகம். எதையும் கேட்கவில்லையென்றால் அப்புறம் என்ன போக்கிரித்தனம் பேசுகிறாய்? நீ எதையும் கேட்வில்லையென்றால் ஒன்றும் பேச வேண்டாம். ஸான்லி, நீ ஏதாவது பேசு."

ஸான்லி, ஏளைப் பார்த்தான். ஏள் இப்போதும் கலக்கத்துடன் ஸூ ஸன்க்வானைப் பார்த்துக்கொண்டிருந்தான். அப்பா கடிந்துகொண்டதால் ஏற்பட்ட அச்சத்தால் அவன் இப்போதும் கூசி ஒதுங்கியிருந்தான். பிறகு ஸான்லி ஸூ ஸன்க்வானைப் பார்த்தான். ஸூ ஸன்க்வானின் முகம் கோபத்தால் சிவந்திருந்தது. ஸான்லியும் மிகவும் பயந்துபோனான். வாயைத் திறந்து ஒரு வார்த்தைகூட பேசத் துணியவில்லை. மாறாக, வாயைப் பாதி திறந்து, தயாராவதுபோல உதட்டைக் கோணியிருந்தான்.

ஸூ ஸன்க்வான் கையசைத்து அவனைத் தவிர்த்தான்: "மறந்துவிடு. எதுவும் பேச வேண்டாம். நாயின் வாயில் யானைத் தந்தம் முளைக்காது. என்னவாயினும், இன்றைய போராட்டக் கூட்டம் இத்துடன் கலைகிறது."

யீலி சொன்னான்: "நான் இன்னும் பேசி முடியவில்லை."

ஸூ ஸன்க்வான் மறுப்பான பாவத்துடன் பார்த்தான்: "நீ வேறு என்ன பேச வேண்டும்?"

யீலி சொன்னான்: "நான் யாரை வெறுக்கிறேன் என்ற பகுதியை மட்டும்தான் தொடங்கியிருக்கிறேன். நான் யாரை நேசிக்கிறேன் என்ற பகுதியைச் சொல்வதற்கு நீங்கள் என்னை அனுமதிக்க வில்லையல்லவா? நான் மிக அதிகம் நேசிக்கும் மனிதர், நிச்சயமாக அது பெருந்தலைவர் மாவோதான். நான் மிகவும் நேசிக்கும் இரண்டாவது மனிதர்.." யீலி, ஸூ ஸன்க்வானைப் பார்த்தான். "நீங்கள்தான்."

ஸூ ஸன்க்வான் கண் சிமிட்டவும் செய்யாமல் யீலியையே பார்த்து நின்றான். நீண்ட நேரத்திற்குப் பிறகு அவன் கண்களில் நீர் நிறைந்தது. அவன் ஸூ யுலானிடம் சொன்னான்: "யீலி என் மகன் அல்ல என்று யார் சொன்னார்கள்?"

ஸூ ஸன்க்வான் வலது கையால் தூக்கி கண்ணீரைத் துடைத்துக்கொண்டான். சற்று நேரம் துடைத்த பிறகு மீண்டும் இடது கையால் கண்ணீரைத் துடைத்தான்.

கருணையுடன் தன் மூன்று மகன்களையும் பார்த்தான் ஸூ ஸன்க்வான்: "நானும் என் வாழ்க்கையில் ஒரு பயங்கரமான தவறு செய்திருக்கிறேன். அது லின் ஃபென்ஃபாங்குடன். உங்களுக்குத் தெரியும் அல்லவா, தடிச்சி லின்."

ஸூ யுலான் சொன்னாள்: "ஸூ ஸன்க்வான், நீங்கள் ஏன் அதை இப்போது வெளியே எடுக்கிறீர்கள்?"

"ஏனென்றால், அதை நான் இவர்களிடம் சொல்ல விரும்பு கிறேன்." ஸூ ஸன்க்வான், ஸூ யுலானை நோக்கிச் சுட்டினான்: "அது இப்படி நடந்தது. தடிச்சி லின்னுக்கு கால் உடைந்தபோது நான் அவளைப் பார்க்கச் சென்றேன். அவள் கணவன் வீட்டில் இல்லை. அந்த வீட்டில் நாங்கள் மட்டும்தான் இருந்தோம். நான் அவளிடம் எந்தக் கால் உடைந்தது என்று கேட்டேன். வலது கால் என்று அவள் சொன்னாள். தலை வலிக்கிறதா என்று நான் கேட்டேன். முதலில் நான் அவள் கெண்டைக்காலைத் தொட்டேன். பிறகு தொடையில், பிறகு அதற்கும் மேலே..."

"ஸூ ஸன்க்வான்!" ஸூ யுலான் அவனைக் கூப்பிட்டாள்: "நீங்கள் அப்படியே நிறுத்துங்கள். இனியும் மேலே சென்றால் அது குழந்தைகளின் மனதில் விஷம் நிறைப்பதாகும்."

தலையாட்டி சம்மதித்தவாறு ஸூ ஸன்க்வான் தன் மூன்று மகன்களையும் பார்த்தான். மூவரும் பார்வையைத் தரையில் பதித்திருந்தார்கள். அவன் தொடர்ந்தான்: "நான் லின் ஃபென்ஃபாங்குடன் ஒரு முறை மட்டும், ஒரே ஒரு முறை மட்டும் அப்படிச் செய்தேன். அம்மாவும் ஹீ ஸியோயோங்குடன் ஒரு முறை மட்டும். இந்த இரவு நான் உங்களிடம் இதையெல்லாம் சொல்வதற்குக் காரணம், நானும் அம்மாவைப்போல மோசக் காரன் என்று நீங்கள் தெரிந்துகொள்ள வேண்டும் என்று நினைத்துத்தான். நாங்கள் இருவரும் கடுமையான தவறுகள் செய்தோம். அதனால் நீங்கள் அவளை வெறுக்கவே கூடாது." அவன் ஸூ யுலானைச் சுட்டிக்காட்டினான்: "நீங்கள் இவளை வெறுக்கிறீர்கள் என்றால் என்னையும் வெறுக்கவேண்டும். ஏனென்றால் நானும் அவளும் ஒரே இறகுடைய பறவைகள்தான்."

ஸூ யுலான் தலையாட்டி, பிள்ளைகளிடம் சொன்னாள்: "அவர் என்னைப்போல அல்ல. நான் முதலில் அவரது உணர்வுகளைப் புண்படுத்தியதால்தான் அவர் லின் ஃபென்ஃபாங் குடன் அப்படிச் செய்தார்."

ஸூ ஸன்க்வான் தலையசைத்தான்: "உண்மையில் அதெல்லாம் ஒன்றுதான்."

ஸூ யுலான், ஸூ ஸன்க்வானை பார்த்துச் சொன்னாள்: "நாம் ஒன்றுபோல அல்ல. ஹீ ஸியோயோங்குடன் அந்த சம்பவம் நடந்திருக்கவில்லையென்றால் நீங்கள் ஒருபோதும் லின் ஃபென்ஃபாங்கைத் தொட்டிருக்க மாட்டீர்கள்."

ஸூ ஸன்க்வானால் அங்கீகரிக்காதிருக்க முடியவில்லை: "சரி, உண்மைதான். இருந்தாலும்," அவன் மேலும் சொன்னான்: "நாம் இருவரும் ஒன்றுதான்."

ஃ

பிற்பாடு தலைவர் மாவோ பேசத் தொடங்கினார். தலைவர் மாவோ பெரும்பாலும் எல்லா நாட்களும் பேசினார்: "நாம் ஆயுதம் கொண்டல்ல, வார்த்தைகள் கொண்டுதான் போராட வேண்டும்." என்று சொன்னபோது எல்லோரும் கத்தியையும் கம்பையும் கீழே வைத்தார்கள். "நாம் புரட்சியை வகுப்பறைகளுக்குக் கொண்டு செல்ல வேண்டும்" என்று சொன்னபோது யீலியும், ஏளும், ஸான்லியும் புத்தகப் பைகளை எடுத்துக்கொண்டு மீண்டும் பள்ளிக்குச் சென்றார்கள். "புரட்சி, உற்பத்திக்கு உதவ வேண்டும்"

என்று தலைவர் மாவோ சொன்னபோது ஸூ ஸன்க்வான் பட்டுத் தொழிற்சாலைக்குச் சென்றான். ஸூ யுலான் பலகாரம் செய்வதற்காக தினமும் காலையில் முன்னேரத்திலேயே எழுந்து சென்றாள். ஸூ யுலானின் முடி நீண்டு வளர்ந்து காதுகளை மூடுமளவு வந்தது.

டியனான்மென்னில் உரைமேடையில் தலைவர் மாவோ, அந்த சதுக்கத்தில் கூடியிருந்த லட்சக்கணக்கான மாணவர்களைப் பார்த்து கை வீசி, மிகவும் கீழ்நிலையிலுள்ள விவசாயிகளுக்கு புனர் கல்வி அளிப்பதற்காக, கல்விபெற்ற மாணவர்களை கிராமங் களுக்கு அனுப்பவேண்டும் என்று அவர் அறிவித்தார்.

அப்போது யீலி, படுப்பதற்கான பாய், ஒரு பிளாஸ்க், தண்ணீர் பிடிப்பதற்கான பாத்திரம் ஆகியவற்றை எடுத்துக்கொண்டு இளைஞர்களின் ஒரு நீண்ட வரிசையின் மிகக் கடைசியில் நடந்தான். அனைவரும் அவனைப்போன்று இளைஞர்கள்தான். எல்லோரும் அதே வயது. அவர்களெல்லாம் ஒரு சிவப்புக் கொடியின் கீழே அணிவகுத்து பாட்டுகள் பாடி மகிழ்ச்சியாக பேருந்துகளில் ஏறி, தோணிகளில் ஏறி, அம்மா அப்பாக்களின் கண்ணீருக்கு விடைகொடுத்து கிராமத்தில் அவர்களுடைய புதிய வீடுகளைத் தேடிச் சென்றார்கள்.

யீலியைக் கிராமத்துக்கு அனுப்பிய பிறகு அவன் அந்தி நேரத்தில் குன்றின் சரிவில் தனியே முழங்கால்களைக் கட்டிக்கொண்டு வெறுமனே சுற்றிலும் பார்த்தவாறு அமர்ந்திருப் பான். அதுபோன்று அனுப்பப்பட்ட மற்ற மாணவர்கள் அவனைப் பார்க்கும்போது, “யீலி, நீ என்ன செய்கிறாய்?” என்று கேட்பார்கள்.

யீலி சொல்வான்: “நான் என் அப்பாவையும் அம்மாவையும் நினைத்துக்கொண்டிருக்கிறேன்.”

யீலியின் இந்தக் கதை நகரத்துக்கு வந்தபோது ஸூ ஸன்க்வானும் ஸூ யுலானும் அழுதார்கள்.

அப்போது ஏளின் பள்ளிப்படிப்பு முடிந்தது. ஒரு பாய், ஒரு பிளாஸ்க், தண்ணீர் பாத்திரம் ஆகியவற்றை மட்டும் எடுத்துக்கொண்டு அவனும் கூடவே செல்வான். மற்றொரு பிரிவு மாணவர்கள் சிவப்புக் கொடிக்குக் கீழே கிராமத்தின் புதிய வீடுகளைத் தேடிப் பயணம் சென்றார்கள்.

ஏள் போவதற்கு முன்பு ஸூ யுலான் அவனிடம் சொன்னாள்: “கிராமத்துக்குச் சென்று, மிகவும் கஷ்டமாக இருக்கும்போது ஒரு

குன்றேறி உன் அம்மாவையும் அப்பாவையும் நினைத்துக்கொள். ஏள், எங்களை நினைத்துக்கொள்.”

ஒருநாள் தலைவர் மாவோ, படிப்பறையின் சோபாவில் அமர்ந்தவாறு சொன்னார்: “வேண்டுமென்றால் நீங்கள் ஒரு குழந்தையை உங்களுடன் வைத்துக்கொள்ளலாம்.” அதனால் ஸான்லி பதினெட்டு வயதில் பள்ளிப் படிப்பு முடிந்து, நகரத்தில் எந்திர உபகரணத் தொழிற்சாலையில் வேலை செய்தபடி தாய் தந்தையுடன் இருந்தான்.

26

யீலி சில வருடங்களுக்குப் பிறகு கிராமத்திலிருந்து நகரத்துக்கு வந்தான். அவன் ஒரு சுள்ளிக்கம்புபோல மெலிந்திருந்தான். அவன் முகம் மஞ்சள் கலந்த சாம்பல் நிறத்திலிருந்தது. சமைக்கப் பயன்படுத்தும் ஒரு கட்டு இலைகள் நிறைந்த ஒரு கிழிந்த பையை அவன் கையில் பிடித்திருந்தான். அப்பா அம்மாவுக்கான அவனது பரிசு அது. கடந்த ஆறு மாதத்துக்கும் அதிகமாக அவன் வீட்டுக்கு வரவில்லை. அவன் முன் கதவைத் தட்டியபோது, ஸூ ஸன்க்வானும் ஸூ யுலானும் நொடிநேரம் அவனை உற்றுப் பார்த்த பிறகுதான், அவன் தங்கள் மகன் என்று புரிந்து கொண்டார்கள்.

யீலியின் மிகவும் வெளிறிய சோர்ந்த தோற்றம் அவர்களுக்கு வியப்பளித்தது. ஏனென்றால் அவன் கடந்த முறை வீட்டுக்கு வந்தபோது இவ்வளவு மோசமாகக் காணப்படவில்லை. முதல் முறை வீட்டை விட்டுச் சென்றதைவிட மெலிந்தும் நிறம் கறுத்தும் இருந்தான் என்பது சரிதான். ஆயினும் ஆள் உற்சாகமாக இருந்தான். திரும்பிச் செல்லும்போது நூறு ராத்தல் அரிசியாவது கொள்ளும் பெரியதொரு மட்பாண்டத்தைச் சுமந்துகொண்டும் சென்றான். பாரத்தின் காரணமாக இடுப்பைக் குனிந்துதான் அவன் நடந்து சென்றான். நடக்கும்போது நடைபாதை உள்ளீடற்றதுபோல ஓசையெழுப்பியவாறு நடந்து சென்றான். கிராமத்தில் அவனுக்கு அரிசிப் பானை இல்லை. அதனால் கார்ட்போர்டு பெட்டியில்தான் அரிசி வைத்திருந்தான். ஆனால் பருவநிலை மாறி காற்றில் ஈரப்பதம் அதிகரித்தபோது பெட்டியின் அடிப்பகுதி முழுதும் சீர்கெட்டது. அடிப் பகுதியில் இருந்த அரிசி மஞ்சள் கலந்த பச்சை நிறமாகிவிட்டது.

அவன் வீட்டுக்குத் திரும்பி வந்தபோது ஸூ ஸன்க்வான் ஸூ யுலானிடம் சொன்னான்: "யீலிக்கு ஏதும் உடம்பு சரியில்லை என்று தோன்றுகிறதா? அவன் விழித்திருக்கும் நேரத்திலெல்லாம் எதுவும் பேசாமல் வீட்டிலேயே இருக்கிறான். அவன் அதிகம் சாப்பிடுவதும் இல்லை. எப்போதும் அவன் முதுகு சற்று வளைந்திருக்கிறது."

காய்ச்சல் இருக்கிறதா என்று பார்ப்பதற்காக ஸூ யுலான் யீலியின் நெற்றியில் கை வைத்தாள்.

"அவன் உடம்புக்கு ஒன்றுமில்லை. உடம்புக்கு முடியாமல் இருந்தால் காய்ச்சல் இருக்கும். அவனுக்கு கிராமத்துக்குப் போக விருப்பமில்லை, அவ்வளவுதான். அங்கே அவனுக்கு மிகவும் கஷ்டமாயிருக்கும். கொஞ்சநாள் நகரத்தில் தங்கி ஓய்வெடுக்கட்டும். பிறகு அவனுக்கு எல்லாம் சரியாகிவிடும் என்று எனக்கு உறுதியிருக்கிறது."

யீலி பத்து நாட்கள் நகரத்தில் தங்கினான். பகல் நேரமெல்லாம் கைகளை சன்னல் கம்பிகளின் கீழே வைத்து, கைகளின் மீது தாடை பதித்து தெருவையே பார்த்து அமர்ந்திருந்தான். மற்ற சில சமயம் வீட்டுச் சுவரையே பார்த்து அமர்ந்திருந்தான். சுவர்கள் ஏறத்தாழ நூறு வருடப் பழமை மிக்கவை. செங்கற்களிடையே பிளவுகளில் காற்றில் அசையும் விதத்தில் பாசிகள் வளர்ந்திருந்தன. பக்கத்தில் வசிக்கும் பெண்கள் சில சமயம் சன்னலுக்கு அருகே வந்து பேசுவார்கள். அவர்கள் ஏதும் சுவாரஸ்யமாகச் சொன்னால் அவன் சிரிப்பான். கைகளை மேற்கொண்டு வசதியாக வைத்துக்கொள்வான்.

இந்தக் காலத்தில் ஸான்லி எந்திர உபகரண தொழிற்சாலையில் நிரந்தரப் பணியாளராக மாறியிருந்தான். தொழிற்சாலையின் துயிலிடத்தில் அவனுக்கு ஒரு கட்டில் அனுமதிக்கப்பட்டது. அந்த அறையில் ஐந்து பேர் இருந்தார்கள். ஸான்லி தொழிற்சாலையில் தங்க விரும்பினான். ஏனென்றால் அங்கே சம வயதினரோடு இருக்கலாம். யீலி வீட்டில் உள்ள நேரத்தில் தினமும் இரவு உணவுக்குப் பிறகு வீட்டுக்கு வந்து குடும்பத்துடன் சற்று நேரம் செலவிடுவான். ஸான்லி வரும்போதெல்லாம் யீலி படுத்திருப்பான். ஸான்லி சொன்னான்: "யீலி, எவ்வளவு அதிகமாகத் தூங்குகிறார்களோ, அவ்வளவு அதிகமாக உடல் தடிக்கும். ஆனால் நீ மட்டும் எவ்வளவு தூங்குகிறாயோ அந்தளவு மெலிந்து வருகிறாய்."

ஸான்லி வீட்டுக்கு வரும் நேரங்களில்தான் யீலியை சற்று நேரமாவது உற்சாகமாகப் பார்க்க முடியும். சிரித்துப் பேசுவான். அவர்கள் இருவரும் ஒன்றாக நடக்கப் புறப்பட்ட சந்தர்ப்பங்களும் உண்டு. ஆனால் ஸான்லி போய்விட்டால் யீலி மீண்டும் படுப்பான். இல்லையென்றால் பசைபோட்டு ஒட்டியதுபோன்று அசைவற்று சன்னலருகில் அமர்ந்திருப்பான்.

யீலி வீட்டையே சுற்றிக்கொண்டிருப்பதைப் பார்த்து, அவனுக்கு இனிமேல் கிராமத்துக்குச் செல்லும் எண்ணம் இல்லையென்று நினைத்த ஸூ யுலான் கேட்டாள்: "யீலி, நீ எப்போது திரும்பிப் போவாய்? நீ வீட்டுக்கு வந்து பத்து நாள் ஆயிற்றே?"

யீலி சொன்னான்: "எனக்கு இப்போது கொஞ்சம்கூட சக்தி இல்லை. இப்போது போவது நன்றாயிருக்காது. வயல்களில் வேலை செய்வதற்கான தெம்பு எனக்கு இல்லை. இன்னும் கொஞ்சம் நாள் நான் இங்கே இருக்கிறேன்."

ஸூ யுலான் சொன்னாள்: "யீலி, நீ போக வேண்டும் என்று நான் சொல்லவில்லை; இருந்தாலும் கொஞ்சம் யோசித்துப்பார். உன்னுடன் அங்கே அனுப்பப்பட்ட பலருக்கும் இடமாற்றம் கிடைத்துவிட்டது. அவர்கள் நகரத்துக்கு திரும்பி வர அனுமதிக்கப் பட்டிருக்கிறார்கள். கிராமங்களிலிருந்து திரும்பி வந்தவர்களில் நான்குபேர் ஸான்லியின் தொழிற்சாலையில் வேலை செய்கிறார் கள். நீ கடுமையாக உழைத்து உன் குழுத் தலைவனின் நன் மதிப்பைப் பெற வேண்டும். அப்படிச் செய்தால் நீ நிரந்தரமாக நகரத்துக்கு வந்துவிட முடியும்."

ஸூ ஸன்க்வான் சம்மதித்தான்: "உன் அம்மா சொல்வது சரிதான். உன்னை வெளியேற்ற எங்களுக்கு ஆசையில்லை. எங்கள் விருப்பத்தின்படி, நீ உன் வாழ்நாள் முழுதும் இங்கே இருக்கலாம். ஆனால், இன்றைய நிலையில் நீ திரும்பிச் சென்று வேலையில் சேர்வதுதான் நல்லது. நீ வீட்டில் அதிக காலம் தங்கினால் உன் குழுவினர் ஏதாவது சொல்லத் தொடங்குவார்கள். குழுத் தலைவன் உனக்கு இட மாற்றம் தருவதற்கான வாய்ப்பும் குறையும். யீலி, நீ சீக்கிரம் திரும்பிச் செல். ஒன்றிரண்டு வருடம் கடுமையாக உழைத்தால் நீ நிரந்தரமாக வீட்டுக்குத் திரும்பி வந்துவிடலாம்."

யீலி தலையசைத்தான்: "எனக்கு உண்மையிலேயே முடிய வில்லை. இப்போது நான் திரும்பிச் சென்றால் எப்படியும் என்னால் கடுமையாக பிரயத்தனப்பட முடியாது."

ஸூ ஸன்க்வான் சொன்னான்: "யீலி, சக்தி என்பது பணம் போன்று அல்ல. பணத்தை எந்தளவு அதிகம் செலிவிடுகிறோமோ அந்தளவு குறையும். ஆனால் எந்தளவு சக்தியை செலவிடு கிறோமோ அது அந்தளவு அதிகரிக்கும். வீட்டுக்குள்ளேயே அடைந்து கிடப்பதால் வலிமை தோன்றாமல் இருப்பதில் வியப்பில்லை. ஆனால் திரும்பிச் சென்று தினமும் கடுமையாக உழைத்தால் தினமும் கொஞ்சம் வியர்த்தால் உனக்கு சக்தி திரும்பக் கிடைக்கும். சீக்கிரமே உன்னை நீ பலசாலியாக உணர்வாய்."

யீலி தலையசைத்துக்கொண்டேயிருந்தான்: "கடைசியில் வீட்டுக்கு வந்து ஆறு மாதத்துக்கு மேல் ஆகிவிட்டது. இதற்கிடையில் ஏள் இரண்டு முறை வந்தான். என்னால் வர முடியவில்லை. நான் இன்னும் கொஞ்சம் நாள் இங்கே இருப்பதற்கு சம்மதிக்க மாட்டீர்களா?"

"இல்லை, இல்லை. முடியாது," ஸூ யுலான் சொன்னாள்: "நாளை நீ திரும்பிச் செல்கிறாய்."

பத்து நாள் வீட்டில் தங்கியதற்குப் பிறகு யீலி கிராமத்துக்குத் திரும்பிச் சென்றான். அவன் புறப்படவிருந்த அன்று காலையில் ஸூ யுலான் பலகார வேலை முடிந்தவுடனே வீட்டுக்குத் திரும்பினாள். எண்ணெய்ப் பலகாரத்தில் இரண்டை யீலிக்காக எடுத்து வந்திருந்தாள்: "சூடாக இருக்கும்போதே இதைச் சாப்பிடு. சாப்பிட்டு முடித்தவுடன் நீ புறப்படலாம்."

யீலி பலகாரத்தைப் பார்த்து தலையாட்டி கலக்கத்துடன் சன்னலருகில் அமர்ந்திருந்தான்: "எனக்கு சாப்பிடத் தோன்ற வில்லை. எனக்குப் பசியில்லை."

பிறகு அவன் எழுந்தான். கிராமப்புறங்களிலிருந்து வரும்போது கொண்டு வந்திருந்த மாற்றுடைகளை மடித்து பழைய பையில் திணித்து வைத்தான். பையை எடுத்து தோளில் மாட்டிக் கொண்டான்: "நான் போகிறேன்."

ஸூ ஸன்க்வான் சொன்னான்: "போவதற்கு முன்பு பலகாரத்தைச் சாப்பிடு."

யீலி தலையசைத்தான்: "இப்போது எனக்கு ஒன்றும் சாப்பிடத் தோன்றவில்லை."

ஸூ யுலான் சொன்னாள்: "நீ ஏதாவது சாப்பிட்டே ஆக வேண்டும். இன்று நீ நீண்ட தூரம் பயணம் போகவேண்டும் அல்லவா."

யீலியை ஒரு நொடி இருக்கச் சொன்னாள் ஸூ யுலான். முட்டை அவிப்பதற்காக அடுக்களைக்குச் சென்றாள். இரண்டு முட்டைகளை அவித்து முடித்து ஒரு துண்டில் கட்டி அவன் கையில் கொடுத்தாள்: "பசிக்கும்போது வழியில் சாப்பிடலாம்."

முட்டையைக் கையில் பிடித்தவாறு அவன் முன்வாயிலைக் கடந்து இறங்கினான். ஸூ ஸன்க்வானும் ஸூ யுலானும் வாயிற்படிக்குச் சென்றார்கள். அவன் செல்வதைப் பார்த்துக் கொண்டிருந்தார்கள். அவன் மிகவும் கவனத்துடன் மிகவும் மெதுவாக சந்து வழியே தாங்காக சுவரில் சாய்ந்து தலைகுனிந்து நடந்துசெல்வதை ஸூ ஸன்க்வான் பார்த்து நின்றான். அவன் மிகவும் மெலிந்திருந்தான். அவன் தோள் எலும்புகள் சட்டையில் கூர்மையாகத் துருத்திக்கொண்டிருந்தன. முன்பு ஒரு முறை சிறியதாகத் தோன்றியிருந்த உடைகள் அவன் உடலில் தளர்ந்து கிடந்தன. அதற்குள்ளே ஒரு உடல் இருக்கிறது என்றுகூட தோன்றவில்லை. யீலி தொலைபேசிக் கம்பத்தின் பக்கத்தில் செல்லும்போது அவன் கையால் கண்களைத் துடைத்துக் கொள்வதை ஸூ ஸன்க்வான் பார்த்தான். அவன் அழுகிறானோ என்று ஸூ ஸன்க்வானுக்குச் சந்தேகமாக இருந்தது. அவன் ஸூ யுலானிடம் சொன்னான்: "நான் அவனை வழியனுப்பப் போகிறேன்."

யீலி உண்மையில் அழுகிறான் என்று அவன் பக்கத்தில் வந்தபோது ஸூ ஸன்க்வான் தெரிந்துகொண்டான். அவன் யீலியிடம் சொன்னான்: "இந்த விஷயத்தில் உன் அம்மாவோ நானோ ஒன்றும் செய்ய முடியாது. நீ அங்கே நன்றாகச் செயல்பட வேண்டும். அப்படிச் செய்தால்தான் உனக்கு இட மாற்றம் கிடைத்து நீ இங்கே வர முடியும்."

பக்கத்தில் அப்பா நடக்கும்போது அவன் கண்ணீரைத் துடைப்பதை நிறுத்தினான். தோளிலிருந்து நழுவும் பையை முதுகுக்கு மாற்றினான்: "எனக்குத் தெரியும்."

பிறகு ஒரு வார்த்தைகூட பேசிக்கொள்ளாமல் அவர்கள் நடந்தார்கள். யீலியைவிட வேகத்தில் ஸூ ஸன்க்வான் நடந்தான். அதனால் யீலி வரும்வரை அடிக்கடி நிற்க வேண்டியிருந்தது. பிறகு மீண்டும் ஒன்றாக நடந்தார்கள். மருத்துவமனையின் வாயிலுக்கு வந்தபோது ஸூ ஸன்க்வான் சொன்னான்: "யீலி, கொஞ்சம் நேரம் இங்கே நில்!" அவன் மருத்துவமனைக்கு உள்ளே சென்றான்.

யீலி வாயிலில் காத்திருந்தான். சற்று நேரம் கடந்தபோது அவன் செங்கல் குவியல் மீது அமர்ந்தான். அந்தப் புத்தகப் பை

மீண்டும் தோளிலிருந்து நழுவியது. அடுத்த கையில் இரண்டு அவித்த முட்டைகள். ஏதாவது கொஞ்சம் சாப்பிட வேண்டும் என்று அவனுக்குத் தோன்றியது. அதனால் அவன் முட்டைகளில் ஒன்றை எடுத்தான். செங்கல்லில் தட்டித் தோலுரித்தான். உடைத்துத் தின்னத் தொடங்கினான். மருத்துவமனையின் வாயிலைப் பார்த்தவாறு மெதுவாகத் தின்றான். அந்த முட்டையை மிகவும் மெதுவாகத் தின்று முடித்த பிறகும் ஸூ ஸன்க்வான் மருத்துவமனைப் படியில் தெரியவில்லை. அவன் படிக்கட்டி லிருந்து பார்வையை விலக்கினான். புத்தகப் பையை முழங்காலில் வைத்தான். பை மீது ஊன்றிய கையால் தலையைத் தாங்கி இருந்தான்.

சற்று நேரத்திற்குப் பிறகு ஸூ ஸன்க்வான் திரும்பி வந்தான்: "நாம் போகலாம்."

அவர்கள் படகுத்துறை வரை ஒன்றாக நடந்தார்கள். ஸூ ஸன்க்வான், காத்திருக்கும் அறையில் யீலியை உட்காரச் சொல்லி விட்டு படகுக்கான பயணச் சீட்டு வாங்கச் சென்றான். அது முடிந்து வந்து யீலிக்கருகில், அரைமணி நேரத்திற்குள் புறப்பட விருக்கும் படகுக்காகக் காத்திருந்தான். அந்த அறையில் நிறையபேர் இருந்தார்கள். அதில் பெரும்பாலானோர், அவர்களின் உற்பத்திப் பொருட்களை விற்பதற்காக காலையில் வந்து இப்போது வீட்டுக்குத் திரும்பும் விவசாயிகள். சுமந்துகொண்டு வரப் பயன்படுத்திய மூங்கிகள் தரையில் குவிக்கப்பட்டிருந்தன. இப்போது விளைபொருட்கள் காலியான கூடைகளைக் கையில் பிடித்தவாறு மலிவான சிகரெட்டுகளைப் புகைத்தபடி அவர்கள் மகிழ்ச்சியுடன் பேசிக்கொண்டிருந்தனர்.

ஸூ ஸன்க்வான் தன் பையிலிருந்து முப்பது யுவான் எடுத்து யீலியின் கையில் திணித்தான்: "இதை வைத்துக்கொள்." அப்பா இவ்வளவு பணம் தருவதைக் கண்டு திடுக்கிட்டுப்போன யீலி கேட்டான்: "அப்பா, எனக்கா?"

ஸூ ஸன்க்வான் சொன்னான்: "எடுத்துக்கொள். இப்போது இதைப் பாதுகாப்பாக வை."

யீலி சொன்னான்: "அப்பா, நான் பத்து யுவான் எடுத்துக் கொள்கிறேன்."

ஸூ ஸன்க்வான் சொன்னான்: "எல்லாவற்றையும் எடுத்துக்கொள். நான் இப்போது ரத்தம் விற்று சம்பாதித்த பணம்

இது. இது எல்லாவற்றையும் எடுத்துக்கொள். ஏளுக்கும் கொஞ்சம் கொடு. ஏள் நகரத்திலிருந்து வெகு தூரத்தில் இருந்தாலும் உன் பக்கத்தில்தானே இருக்கிறான். அதனால் அவன் அடுத்த முறை உன்னைப் பார்க்க வரும்போது பத்தோ பதினைந்தோ அவனுக்கும் கொடு. நிதானத்துடன் செலவு செய்யும்படி அவனிடம் சொல்ல வேண்டும். நீங்கள் இருவரும் வீட்டிலிருந்து எவ்வளவோ தூரத்தில் இருக்கிறீர்கள். அதனால் உங்களை பார்த்துக்கொள்ள முடிய வில்லை. நீங்கள் இரண்டு சகோதரர்களும் ஒருவர் மீது ஒருவர் அக்கறைக் கொள்ளவேண்டும்."

யீலி தலையாட்டி சம்மதித்து அதை வாங்கிக்கொண்டான்.

ஸூ ஸன்க்வான் தொடர்ந்தான்: "தேவையற்ற விஷயங் களுக்காக இந்தப் பணத்தை செலவிடாதீர்கள். கவனமாக இருக்க வேண்டும். அறிவுடன் மட்டுமே இதைச் செலவிட வேண்டும். உனக்கு களைப்பாக இருக்கிறது என்றால், பசிக்கிறது என்றால் சாப்பிடுவதற்கு ஏதாவது நல்லதாக வாங்கிக்கொள். அதனால் சக்தி கிடைக்கும். வஸந்தகாலக் கொண்டாட்ட நாட்களில் குழுத் தலைவனுக்கு இரண்டு பாக்கெட் சிகரெட்டும் ஒரு புட்டி மதுவும் வாங்கிப் பரிசளி. அப்படி நேரம் வரும்போது நீ சீக்கிரம் நகரத்துக்கு வர முடியும். புரிந்ததா? இதை புத்திசாலித்தனமாகப் பயன்படுத்த வேண்டும். மிகவும் நல்ல உருக்கு கத்திக்குதான். அல்லாது, கைப்பிடிக்கல்ல."

யீலி படகில் ஏற வேண்டிய நேரமாகிவிட்டது. பயணச் சீட்டை வாங்கிக்கொண்டு உள்ளே ஏற்றும் இடம்வரை ஸூ ஸன்க்வான் யீலியைப் பின்தொடர்ந்தான். அவன் படகில் ஏறுவதைப் பார்த்தான். பிறகு சத்தமாகச் சொன்னான்: "யீலி, நான் சொன்னதை ஞாபகத்தில் வைத்துக்கொள்ள வேண்டும். மிகவும் நல்ல உருக்கு கத்திக்குதான், கைப்பிடிக்கல்ல."

யீலி ஸூ ஸன்க்வானைப் பார்த்து தலையசைத்தான். பிறகு தலை குனிந்து படகின் கீழ்த்தள அறைக் கதவை நோக்கிச் சென்றான்.

ஸூ ஸன்க்வான் வளாகக் கதவுக்குப் பக்கத்திலேயே நின்றிருந்தான். படகு நதியில் நீந்திச் செல்லத் தொடங்கும்வரை அவன் அங்கேயே நின்றான். பிறகுதான் அவன் வீட்டுக்குச் சென்றான்.

௧௦

யீலி கிராமப்புறத்துக்கு திரும்பிச் சென்று ஒரு மாதம் ஆவதற்கு முன்பே, ஏளின் உற்பத்தி அணியின் தலைவர் நகரத்துக்கு வந்தார். அவருக்கு ஐம்பது வயது முடிந்திருந்தது. தாடி வைத்திருந்தார். சிகரெட் புகைக்கும்போது புகையிலை வீணாகாமல் இருப்பதற்காக, புகைத்து முடித்த குற்றியை புதிய சிகரெட்டில் சேர்த்தார். ஸூ ஸன்க்வானின் வீட்டில் செலவிட்ட அரை மணி நேரத்துக்குள் அவர் நான்கு சிகரெட்டுகள் புகைத்தார். சற்று முன்பு புகைத்துத் தீரவிருந்த சிகரெட்டிலிருந்துதான் மூன்று முறையும் தொடங்கி னார். நான்காவது சிகரெட்டை தரையில் குத்தி அணைத்து, குற்றியை பாக்கெட்டில் வைத்துக்கொண்டு எழுந்தார். மதிய உணவு வெளியே ஒரு இடத்தில் என்றும், இரவு உணவுக்கு ஸூ ஸன்க்வானிடம் வருவதாகவும் அவர் அறிவித்தார்.

ஏளின் அணித் தலைவர் சென்றபோது ஸூ யுலான் வாசல்படியில் அமர்ந்து கண்ணீரைத் துடைத்துக்கொண்டாள். முகத்தைத் துடைத்துக்கொள்ளும்போது அவள் சொன்னாள்: "மாசக் கடைசியில் வீட்டில் ஆகமொத்தம் உள்ளது இரண்டு யுவான்தான். இரண்டு யுவானைக்கொண்டு நீங்கள் எப்படி ஒருவரை இரவு உணவுக்கு அழைக்க முடியும்? கூப்பிட்டால் அவருக்கு மீனும் இறைச்சியும் பரிமாற வேண்டும். ஒயினும் சிகரெட்டும் கொடுக்க வேண்டும். இரண்டு யுவானைக்கொண்டு என்னால் ஒரு ராத்தல் மாமிசமும் அரை ராத்தல் மீனும் மட்டுமே வாங்க முடியும். ஒரு அரிசிமணிகூட இல்லாத நிலையில் புத்திசாலி யான எந்த வேலைக்காரியும் கஷ்டப்படுவாள். உணவுக்கான பணம் இல்லாதபோது எப்படி நான் ஒருவருக்கு இரவு உணவு கொடுப்பேன்? இவர் சாதாரண விருந்தினர் மட்டுமல்ல. ஏளின் அணித் தலைவர். தலைவர் திருப்தியடையவில்லையென்றால் ஏளுக்கு கஷ்டம்தான். நகரத்துக்கான இடம் மாற்றம் பற்றிய நம்பிக்கைகூட அஸ்தமிக்கும் என்பது மட்டுமல்ல, வேலை செய்யும் இடத்திலும் கடுமையாகப் பாடுபடவேண்டியிருக்கும். அப்படிப் பட்ட அணித் தலைவர்தான் இரவு சாப்பாட்டுக்கு வருகிறார். நாம் அவரை குடிக்க வைக்கவேண்டும், சாப்பாடுபோட வேண்டும், அன்பளிப்பும் கொடுக்க வேண்டும். இரண்டு யுவானை வைத்துக்கொண்டு நான் இதையெல்லாம் எப்படிச் செய்வேன்?" அறைக்குள் இருக்கும் ஸூ ஸன்க்வானைப் பார்ப்பதற்காக ஸூ யுலான் தலையைத் திருப்பினாள். "ஸூ ஸன்க்வான், கொஞ்சம் ரத்தம் விற்கும்படி நான் உங்களிடம் கேட்டுக்கொள்கிறேன்."

அவன் தலையசைத்து நொடி நேரம் அமர்ந்திருந்தான்: "போய் கிணற்றிலிருந்து ஒரு வாளி தண்ணீர் எடுத்துக்கொண்டு வா. ரத்தம் கொடுப்பதற்கு முன்பு தண்ணீர் குடிக்க வேண்டும்."

ஸூ யுலான் சொன்னாள்: "கோப்பையில் தண்ணீர் இருக்கிற தல்லவா, குடியுங்கள்."

ஸூ ஸன்க்வான் சொன்னான்: "கோப்பையில் போதுமான அளவு இல்லை. நிறையத் தண்ணீர் குடிக்க வேண்டியிருக்கிறது."

ஸூ யுலான் சொன்னாள்: "பிளாஸ்கிலும் இருக்கிறது."

ஸூ ஸன்க்வான் சொன்னான்: "பிளாஸ்கில் இருப்பது சூடாக இருக்கிறது. கிணற்றிலிருந்து தண்ணீர் மொண்டு வரும்படிதான் நான் உன்னிடம் சொன்னேன். நான் சொன்னதைச் செய்."

ஸூ யுலான் தலையசைத்து சம்மதித்தாள். எழுந்து கிணற்றருகே சென்றாள். நீர் நிறைந்த வாளியை மேசை மீது வைக்கும்படியும் குடிக்கும் கிண்ணத்தை எடுத்து வரும்படியும் ஸூ ஸன்க்வான் சொன்னாள். கிண்ணத்திற்கு மேல் கிண்ணமாக அவன் தண்ணீர் குடித்தான். ஐந்தாவது கிண்ணம் குடித்து முடித்துபோது, ஏதாவது பிரச்சினை ஏற்பட்டால் என்ன செய்வது என்று ஸூ யுலான் கவலைப்பட்டாள்: "குடித்தது போதும். உங்களுக்கு ஏதாவது ஆகி விடுமோ என்று எனக்குப் பயமாக இருக்கிறது."

அவள் சொன்னதைப் பொருட்படுத்தாமல் அவன் மீண்டும் இரண்டு கிண்ணம் குடித்தான். இரண்டு கைகளாலும் வயிற்றைத் தாங்கியவாறு கவனத்துடன் மெதுவாக அவன் எழுந்தான். பிரத்தியேகமான ரீதியில் மெதுவாக சற்று நடந்தான். வாயிற்படியில் நொடி நேரம் நின்று அவன் வெளியே சென்றான்.

ஸூ ஸன்க்வான், ரத்த அதிகாரி லீயைப் பார்ப்பதற்கு மருத்துவமனைக்குச் சென்றான்: "நான் மீண்டும் ரத்தம் விற்க வந்திருக்கிறேன்" என்று சொன்னான்.

ரத்த அதிகாரி லீக்கு அறுபது வயதுக்கு மேல் ஆகிவிட்டிருந்தது. முடி முற்றிலும் நரைத்துவிட்டது. முதுகு சற்றுக் கூனியிருந்தது. சிகரெட்டுகள் புகைத்து இருமி அவர் தொடர்ந்து தரையில் சளி துப்பியவாறிருந்தார். துப்பும்போதெல்லாம், பருத்தி யாலான அடிப் பகுதி உள்ள ஷூவை தரையில் முன்பும் பின்பும் உரசினார். கபத்தைத் துடைப்பதற்கான வீண் முயற்சி. அவர் ஸூ ஸன்க்வானை நொடி நேரம் பார்த்த பிறகு சொன்னார்: "நேற்று முன் தினம் நீ ரத்தம் விற்றாயல்லவா?"

ஸூ ஸன்க்வான் சொன்னான்: "நான் ஒரு மாதம் முன்பு இங்கே ரத்தம் விற்க வந்தேன்."

ரத்த அதிகாரி லீ சிரித்தார்: "நீ ஒரு மாதம் முன்பு வந்தாய், அல்லவா? நீ யார் என்று இப்போது எனக்கு நினைவு வருகிறது. எனக்கு வயதாகிறது என்று நினைக்கவேண்டாம். இப்போதும் என் ஞாபக சக்தி கூர்மையாக இருக்கிறது. நான் எதையாவது பார்த்தாலோ கேட்டாலோ அது அவ்வளவு முக்கியமாக இல்லா விட்டாலும் எப்போதும் நான் நினைவு வைத்திருப்பேன்."

ஸூ ஸன்க்வான் சிரித்துத் தலையசைத்தான்: "உங்கள் ஞாபக சக்தி அபாரம்தான். என்னுடையதெல்லாம் போய்விட்டது. மிகவும் முக்கியமான விஷயங்கள்கூட. நான் தூங்கி எழும்போது நேற்று நடந்தவற்றைக்கூட மறந்திருப்பேன்."

இந்த வார்த்தைகளைக் கேட்டு மகிழ்ச்சியடைந்த லீ நாற்காலியில் சாய்ந்தார்: "நீ என்னைவிட இளமையாக இருக்கிறாய்; ஆனால் உன் ஞாபக சக்தி என்னுடையதைப்போல நன்றாக இல்லை என்றல்லவா தோன்றுகிறது."

ஸூ ஸன்க்வான் கேட்டான்: "உங்களுடன் என்னை எப்படி ஒப்பிடமுடியும்?"

ரத்த அதிகாரி லீ சொன்னார்: "நீ சொன்னதிலும் விஷயம் இருக்கிறது. என் ஞாபக சக்தி உன் ஞாபக சக்தியைவிட சிறந்தது. உண்மையைச் சொன்னால் என்னுடன் ஒப்பிட முடியாதபடி, இருபது முப்பது வயதுள்ள நிறைய பேர் இருக்கிறார்கள்."

அவர் முகத்தில் புன்னகை மலர்வதைப் பார்த்து ஸூ ஸன்க்வான் கேட்டான்: "கொஞ்சம் ரத்தம் விற்க என்னை அனுமதிப்பீர்களா?"

"முடியாது." ரத்த அதிகாரி லீயின் சிரிப்பு சட்டென்று மறைந்தது: "நீ சாவதற்கு ஆயத்தமாகிறாயா? ஒவ்வொரு முறை ரத்தம் விற்ற பிறகும் நீ குறைந்தபட்சம் மூன்று மாதமாவது ஓய்வெடுக்க வேண்டும். மூன்று மாதம் கடந்த பிறகே இனி நான் உன்னை ரத்தம் விற்க அனுமதிப்பேன்."

ஸூ ஸன்க்வான் மிகவும் சோர்ந்துபோய் என்ன சொல்வது என்று தெரியாமல் சில நொடிகள் அசையாமல் நின்றான். பிறகு சொன்னான்: "எனக்கு பணத்துக்குத் தேவை இருக்கிறது. என் மகன் ஏளின் அணித் தலைவர்."

ரத்த அதிகாரி லீ பட்டென்று குறுக்கிட்டார்: "என்னைப் பார்க்க வரும் எல்லோருக்கும் பணத் தேவை இருக்கிறது."

ஸூ ஸன்க்வான் சொன்னான்: "நான் உங்களிடம் வேண்டிக் கேட்டுக்கொள்கிறேன்."

ரத்த அதிகாரி லீ அவன் பேச முற்பட்டது முழுதையும் பேச அனுமதிக்கவில்லை: "என்னிடம் யாசிக்க வேண்டாம். இங்கு வருபவர்கள் எல்லோருமே என்னிடம் யாசிக்கிறார்கள்."

ஸூ ஸன்க்வான் மீண்டும் தொடர்ந்தான்: "நான் உங்களிடம் யாசிக்கிறேன். என் ஏளின் தலைவர் இன்று இரவுச் சாப்பாட்டுக்கு வருகிறார். எங்களிடம் மொத்தம் இரண்டு யுவான் மட்டும்தான்..."

ரத்த அதிகாரி லீ கை வீசினார்: "நீ உன் மூச்சை அதிகமாக வீணடிக்க வேண்டாம். எப்படியானாலும் நீ சொல்வதை நான் கேட்கப்போவதில்லை. இரண்டு மாதம் கழித்து வா."

ஸூ ஸன்க்வான் அழத் தொடங்கினான்: "இரண்டு மாதம் கழித்து நான் வரும்போது கெடுதி ஏற்பட்டுவிட்டிருக்கும். ஏளின் வாழ்க்கை அழியும். அவனது தலைவரை திருப்திப் படுத்தா திருந்தால் அவனுக்கு என்னவெல்லாம் நடக்குமோ?"

"ஏள் யார்?" ரத்த அதிகாரி லீ கேட்டார்.

"என் மகன்." ஸூ ஸன்க்வான் பதில் சொன்னான்.

"ஓ!" ரத்த அதிகாரி தலையாட்டினார்.

ரத்த அதிகாரி லீயின் உணர்ச்சி வெளிப்பாடு ஸூ ஸன்க்வானுக்கு சற்று ஆசுவாசம் அளித்தது. அதனால் கண்ணீரைத் துடைத்துக்கொண்டு அவன் சொன்னான்: "இந்த முறை, இந்த ஒரேயொரு முறை மட்டும் ரத்தம் விற்பதற்கு அனுமதித்தால், இனியொருபோதும் இப்படி நடக்காது என்று நான் உறுதியளிக்கிறேன். தயவு செய்து ஒரே ஒரு முறை."

"இல்லையில்லை." ரத்த அதிகாரி லீ மீண்டும் தலையசைத்தார்: "இது உன் நன்மைக்குத்தான். உன் வாழ்க்கையையே விற்றுத் தொலைக்கும் நிலைமைக்கு வந்தால் யார் பொறுப்பாளியாவது?"

ஸூ ஸன்க்வான் சொன்னான்: "நான் முழுப் பொறுப்பு எடுத்துக்கொள்கிறேன்."

"நீ என்னடா முட்டாள்தனமாகப் பேசுகிறாய்?" ரத்த அதிகாரி லீ சொன்னார்: "நீ செத்துவிட்டால் எதற்கும் பொறுப்பேற்க உன்னால் முடியாது. நரகம்வரை நானும் உன்னைப் பின்தொடர வேண்டியிருக்கும். ஏன்? மருத்துவ ஊழல். சில நொடிகளுக்குள் இங்கே மேலதிகாரிகள் வந்துவிடுவார்கள்."

ரத்த அதிகாரி லீ, ஸூ ஸன்க்வானின் கால்கள் நடுங்குவதைப் பார்த்துக் கேட்டார்: "நீ ஏன் இப்படி நடுங்குகிறாய்?"

ஸூ ஸன்க்வான் சொன்னான்: "நான் சிறுநீர் கழித்தே ஆக வேண்டும்."

அதே நேரம் தோளில் ஒரு மூங்கில் கம்பை தாங்கி அதன் முனையில் உயிருடன் ஒரு கோழியைத் தொங்கவிட்டுக்கொண்டு ஒருவன் வந்தான். அறைக்குள் வந்த உடனே ஸூ ஸன்க்வானுக்கு அவனை அடையாளம் தெரியவில்லை அவன் கேட்டான்: "ஸூ ஸன்க்வான் உனக்கு என்னைத் தெரியவில்லையா? நான்தான் ஜென்லோங்."

ஸூ ஸன்க்வானுக்கு அப்போதுதான் புரிந்தது: "ஜென்லோங், நீ மிகவும் மாறிவிட்டாய். இவ்வளவு சீக்கிரம் உனக்கு எப்படி இவ்வளவு வயதாயிற்று? தலைமுடி முழுதும் நரைத்துவிட்டது. உனக்கு நாற்பது வயதுதான் இருக்கும் என்று நான் நினைத்திருந்தேன்."

ஜென்லோங் சொன்னான்: "நாட்டுப்புறத்து வாழ்க்கை மிகவும் கஷ்டம். அதனால் நாங்கள் நகரத்தில் உள்ளவர்களைவிட வயதானவர்களாத் தோற்றமளிக்கிறோம். உனக்கும் நரைக்கத் தொடங்கிவிட்டது என்று தெரியுமா? முன்பு இருந்ததைவிட நீயும் நிறைய மாறியிருக்கிறாய்; என்றாலும் நீதான் என்று என்னால் சொல்ல முடிந்தது."

ஜென்லோங், கோழியை ரத்த அதிகாரியிடம் கொடுத்தான்: "இது முட்டையிடும் கோழி. இன்று காலையிலும் இரண்டு கருக்களுள்ள முட்டையிட்டது."

ரத்த அதிகாரி லீ அன்பளிப்பை ஏற்றுக்கொண்டார். அவர் நன்றாகச் சிரித்தார். விசாலமான அந்தச் சிரிப்பில் முகத்தில் ஏற்பட்ட சுருக்கங்களில் அவர் கண்கள் மறைந்தன: "ஐயோ, நீ என்மீது எவ்வளவு அன்பு காட்டுகிறாய். நீ கருணையுள்ளவன்."

ஜென்லோங், ஸூ யுவானைப் பார்த்துச் சொன்னான்: "நீயும் ரத்தம் விற்க வந்திருக்கிறாயா? இதுபோன்ற ஒரு சந்திப்பு எவ்வளவு தற்செயல்! எப்படியானாலும் ஒரு பத்து வருடமாவது ஆகியிருக்கும் அல்லவா?"

ஸூ ஸன்க்வான், ஜென்லோங்கிடம் சொன்னான்: "ஜென்லோங், நீ எனக்கு உதவி செய்யவேண்டும். என் ரத்தத்தையும் விற்பதற்கு ரத்த அதிகாரி லீ அனுமதிக்கச் செய்ய வேண்டும்."

ஜென்லோங், கேள்விமுகமாக லீயைப் பார்த்தான்.

ரத்த அதிகாரி லீ சொன்னார்: "அவன் ரத்தம் விற்க அனுமதிக்க மாட்டேன் என்றில்லை. இவன் ஒரு மாதத்திற்கு முன்புதான் ரத்தம் விற்றிருக்கிறான்."

ஜென்லோங் தலையசைத்து ஸூ ஸன்க்வானிடம் விளக்கினான்: "ஒவ்வொரு முறை விற்ற பிறகும் மூன்று மாதமாவது ஓய்வெடுக்க வேண்டும்."

ஸூ ஸன்க்வான் சொன்னான்: "உன்னிடமும் நான் கேட்டுக்கொள்கிறேன். எனக்காக நீ அவரிடம் கேள். எனக்கு பணம் மிக அவசியம் தேவைப்படுகிறது. என் மகனுக்காகத்தான் நான் இதைச் செய்கிறேன்."

இதைக் கேட்டு அவன் மீண்டும் ரத்த அதிகாரி லீயைப் பார்த்தான்: "நானும் உங்களிடம் வேண்டிக் கேட்டுக்கொள்கிறேன். எனக்கான உதவியாக நீங்கள் இதைச் செய்ய வேண்டும். இந்த ஒரு முறை மட்டும்."

ரத்த அதிகாரி லீ மேசை மீது அடித்தார்: "உன்னைத் தவிர வேறு யாராக இருந்தாலும் நான் இதற்கு அனுமதிக்க மாட்டேன் ஜென்லோங். என் எல்லா நண்பர்களையும்விட ஜென்லோங்குக்குத் தான் என்னில் மிக அதிகம் செல்வாக்கு செலுத்த முடிகிறது. ஜென்லோங் ஒரு விஷயம் கேட்டால், அவனுக்கு அது கிடைத்திருக்கும்."

ஸூ ஸன்க்வானும் ஜென்லோங்கும் ரத்தம் விற்ற பிறகு சிறுநீர் கழிப்பதற்காக மருத்துவமனைக் கழிப்பறைக்குச் சென்றார்கள். பிறகு விக்டரி ஹோட்டலுக்குச் சென்று நதியோரத்திலுள்ள சன்னலுக்குப் பக்கத்தில் அமர்ந்து வறுத்த பன்றி ஈரலும், மஞ்சள் அரிசி ஒயினும் கொண்டுவரும்படிச் சொன்னார்கள். அவை கிடைத்த பிறகு ஸூ ஸன்க்வான் கேட்டான்: "ஆ ஃபாங் நன்றாகத்தானே இருக்கிறான். அவன் ஏன் இன்று வரவில்லை?"

ஜென்லோங் சொன்னான்: "ஆ ஃபாங் மோசமான நிலையில் இருக்கிறான்."

ஸூ ஸன்க்வான் திடுக்கிட்டுப்போய்விட்டான்: "அவனுக்கு என்ன ஆயிற்று?"

"அவனது சிறுநீர்ப் பை வெடித்துவிட்டது." ஜென்லோங் சொன்னான்: "நாங்கள் ரத்தம் விற்பதற்கு முன்பு நிறைய தண்ணீர்

குடிப்போம். அதுபோன்று ஒருமுறை குடித்தபோது சிறுநீர்ப் பை வெடித்துவிட்டது. ரத்தம் விற்பதற்காகப் புறப்பட்ட நாங்கள் அதிக தூரம் சென்றிருக்கவில்லை. ஆஸ்பத்திரிக்கு வந்து சேர்வதற்கு முன்பு ஆ ஃபாங் வயிறு வலிக்கிறது என்று சொன்னான். பாதையருகில் அமர்ந்து ஓய்வெடுக்கும்படி நான் சொன்னேன். நாங்கள் சினிமா தியேட்டரின் வாசலுக்குச் சென்றோம். அமர்ந்த உடனேயே அவன் வலியால் கத்தத் தொடங்கினான். சற்று நேரத்திற்குப் பிறகு அவன் மயக்கமடைந்தான். நான் மிகவும் பயந்துவிட்டேன். என்ன நடக்கிறது என்றுகூடப் புரியவில்லை. அதிர்ஷ்டவசமாக நாங்கள் ஆஸ்பத்திரிக்குப் பக்கத்தில் இருந்தோம். ஆஸ்பத்திரியில் சேர்ப்பதுவரை, சிறுநீர்ப் பை வெடித்துவிட்டது என்று எனக்குத் தெரியாது."

ஸூ ஸன்க்வான் கேட்டான்: "அவன் அதையெல்லாம் சமாளித்துவிட்டானா?"

"ஓ, அவனுக்கு உயிர் இருக்கிறது." ஜென்லோங் சொன்னான்: "ஆயினும் அவன் மோசமான நிலையில் இருக்கிறான். இனி ஒருபோதும் அவனால் ரத்தம் விற்க முடியாது."

ஜென்லோங் கேட்டான்: "நீ என்ன சொல்கிறாய்?"

ஸூ ஸன்க்வான் தலையசைத்தான்: "என் இரண்டு மகன்களையும் கிராமத்துக்கு அனுப்பியிருக்கிறேன். நன்றாக இருப்பது ஸான்லி மட்டும்தான். அவன் இங்கே எந்திர உபகரண தொழிற்சாலையில் வேலை செய்கிறான். மற்ற இருவரும் மிகவும் கஷ்டப்படுகிறார்கள். ஏதாவது விதத்தில் செல்வாக்கு மிகுந்த பெற்றோரின் பிள்ளைகள் எல்லாம் ஒன்றிரண்டு வருடம்தான் கிராமப்புறத்தில் இருக்க வேண்டி வருகிறது. அதற்கிடையிலேயே அவர்களுக்கு இடமாற்றம் கிடைத்துவிடுகிறது. ஆனால் என்னால் என்ன கொடுக்க முடியும்? நான் தொழிற்சாலையில் கைவண்டி தள்ளுகிறவன் மட்டும்தான் என்று உனக்குத் தெரியும் அல்லவா? எனக்கு எந்த செல்வாக்கும் இல்லை. அவர்கள் இருவரும் ஒருவருக்கொருவர் உதவி செய்துகொள்ள முடியுமா என்று பார்க்க வேண்டும். அதிர்ஷ்டமிருந்தால் தலைவருடன் நல்ல நிலையில் இருக்க முடிந்தால், நகரத்தில் ஏதேனும் வேலைக்கு சீக்கிரம் மாற்றல் வாங்க சுலபமாக முடியும்."

ஜென்லோங், ஸூ ஸன்க்வானிடம் கேட்டான்: "நீ ஏன் அவனை அந்த உற்பத்தி அணியுடன் அனுப்பினாய்? ஆ ஃபாங்கும் ஒரு உற்பத்தி அணியின் தலைவன். உன் பிள்ளைகள் எங்கள்

அணியில் இருந்தால் நாங்கள் அவர்களை நன்றாகப் பார்த்துக்கொண்டிருந்திருப்போம்; அது மட்டுமல்ல, இடமாற்ற காரியம் என்றால் முதலில் செல்வது அவர்களாகத்தான் இருந்திருப்பார்கள்."

ஜென்லோங் சற்று நேரம் நிறுத்தி நெற்றியில் கை வைத்தான்: "எனக்கு ஏதோ தலை சுற்றுகிறது."

"சரிதான்." ஸூ ஸன்க்வானின் கண்கள் விரிந்தன: "நான் ஏன் அதை நினைக்கவில்லை?"

ஜென்லோங் முன்னால் குனிந்து நெற்றியை மேசை மீது வைத்து ஓய்வெடுப்பதை அவன் பார்த்துக்கொண்டிருந்தான்: "ஜென்லோங், உனக்குப் பிரச்சினை ஒன்றுமில்லையே?"

"நான் நன்றாகத்தான் இருக்கிறேன். கொஞ்சம் தலை சுற்றுகிறது, அவ்வளவுதான்."

ஸூ ஸன்க்வானின் எண்ணங்கள் மீண்டும் அவனது சொந்தப் பிரச்சினைகளுக்குத் திரும்பின: "நான் இதைப் பற்றி முன்பே நினைத்திருந்தேன் என்றால் நன்றாக இருந்திருக்கும். இப்போது தாமதமாகிவிட்டது என்று நினைக்கிறேன்."

ஜென்லோங் கண்கள் மூடுவதை அவன் பார்த்தான்: "நான் அவர்களை அங்கே அனுப்ப வேண்டும் என்று நினைத்தாலும் பயனிருந்திருக்காது. அவர்களை எங்கே எப்போது அனுப்ப வேண்டும் என்று அதிகாரிகளிடம் நம்மால் சொல்ல முடியாது அல்லவா?"

ஜென்லோங் பதில் சொல்லவில்லை என்று புரிந்தபோது ஸூ ஸன்க்வான் முன்னே சாய்ந்து விரலால் குத்திப்பார்த்தான். அதுவும் எந்த விளைவையும் ஏற்படுத்தவில்லை என்று அறிந்து அவன் பெயர் சொல்லிக் கூப்பிட்டான்: "ஜென்லோங், ஜென்லோங்."

ஜென்லோங் அசையவில்லை என்று கண்டபோது ஸூ ஸன்க்வானுக்கு அச்சம் ஏற்படத் தொடங்கியது. அவன் சுற்றிலும் பார்த்தான். அந்த ஹோட்டல் ஆட்களால் நிறைந்திருந்தது. பேசும் ஓசைகளும் சாப்பிடும் ஓசைகளும் காதை அடைத்தன. சிகரெட் புகையும், சமையல் ஆவியும் அந்த அறைக்குள் சாம்பல் நிறத்தில் மூடியிருந்தன. பரிசாரகர்கள் தட்டுகளில் உணவுடன் ஆட்களுக்கிடையில் நெருக்கிக்கொண்டு நடந்தார்கள். ஸூ ஸன்க்வான் மீண்டும் விரலால் குத்திப்பார்த்தான். எந்த எதிர்வினையும்

இல்லாதபோது அலறினான்: "சீக்கிரம் வந்து உதவி செய்யுங்கள்! ஜென்லோங் இறந்துவிட்டான்!"

ஹோட்டல் சட்டென்று அமைதியடைந்தது. பரிசாரகர்கள் அவசரமாக மேசைக்கருகே வந்தார்கள். ஒருவன் ஜென்லோங்கின் தோளைப் பிடித்துக் குலுக்கினான். மற்றொருவன் முகத்தைத் தேய்த்தான். முகத்தைத் தேய்த்த பரிசாரகன் சொன்னான்: "இவன் சாகவில்லை. இப்போதும் சூடு இருக்கிறது."

மற்றொரு பரிசாரகன் வந்து மேசையிலிருந்து ஜென்லோங்கின் முகத்தைத் தூக்கினான். சுற்றிலும் கூடியிருப்பவர்களிடம் சொன்னான்: "கிட்டத்தட்ட இறந்துவிட்டான் என்றுதான் நான் நினைக்கிறேன்."

ஸூ ஸன்க்வான் கேட்டான்: "நாம் இப்போது என்னசெய்வது?"

ஒருவன் சொன்னான்: "ஆஸ்பத்திரிக்குக் கொண்டு செல்ல வேண்டும்."

மருத்துவமனையில் மருத்துவர்கள் அவனுக்கு ஸெரிபரல் ஹாமரேஜ் ஏற்பட்டிருப்பதாகச் சொன்னார்கள். அப்படியென்றால் என்னவென்று விசாரித்தபோது தலைக்கு உள்ளே இருக்கும் ரத்த நாளங்கள் வெடித்துவிட்டன என்று சொன்னார்கள். பக்கத்திலேயே நின்றிருந்த மற்றொரு மருத்துவர் சொன்னார்: "ஒரு நாளமல்ல, அதிகம் வெடித்திருக்கும் என்று நினைக்கிறேன்."

ஸூ ஸன்க்வான் மருத்துவமனை வராந்தாவில் மூன்று மணி நேரம், ஜென்லோங்கின் மனைவி க்வி ஹுவா வருவதுவரையில் ஒரு நாற்காலியில் அமர்ந்திருந்தான். க்வி ஹுவாவைப் பார்த்து இருபது வருடங்கள் ஆகிறது. அவனது நினைவில் இருந்த இளம் பெண்ணுடன் எந்த ஒப்புமையும் இல்லாத ஹுவாவைத்தான் அவன் தன் முன்னால் பார்த்தான். இந்த க்வி ஹுவா, வலிமையான ஒரு ஆணைப் போன்றிருந்தாள். இலையுதிர் காலத்தின் கடைசிப் பகுதி என்றாலும் க்வி ஹுவா முழங்கால்வரை ஏற்றிவிட்டு வெற்றுப் பாதங்களுடன் வந்தாள். செய்தியைக் கேட்டவுடனே கால் கழுவாமல் நேராக மருத்துவமனைக்கு வந்ததால் காலில் வயலின் சேறு படிந்திருந்தது. கண்கள் சிவந்து வீங்கியிருந்தன. நகரத்திற்கான வழியெங்கும் அழுதிருப்பாள் என்று ஸூ ஸன்க்வானுக்குத் தோன்றியது.

ஜென்லோங்கின் மனைவி வந்தபிறகு ஸூ ஸன்க்வான் வீட்டுக்குப் புறப்பட்டான். வீட்டை நோக்கி நடக்கும்போது

வெறுமை உணர்வு அவனை ஆட்கொண்டது. நூறு ராத்தல் அரிசி சுமப்பதுபோன்று உடல் மிகவும் பாரமாக இருப்பதுபோன்று உணர்ந்தான். ஒவ்வொரு அடி எடுத்து வைக்கும்போதும் கால்கள் நடுங்கின. ஸெரிபரல் ஹாமரேஜ் என்று மருத்துவர்கள் சொன்னார்கள். ஆயினும் ஸூ ஸன்க்வானுக்கு நன்றாகத் தெரியும். அதிகம் ரத்தம் விற்று ஜென்லோங்குக்கு உடம்பு முடியாமல் போய்விட்டது. அவன் தனக்குத்தானே சொல்லிக்கொண்டான்: "ஜென்லோங் இப்போதுதான் ரத்தம் விற்றான் என்று டாக்டருக்குத் தெரியாது. தெரிந்திருந்தால் ஸெரிபரல் ஹாமரேஜ் என்று சொல்லியிருக்க மாட்டார்."

ஸூ ஸன்க்வான் வீட்டுக்கு வந்த உடனே ஸூ யுலான் கத்தினாள். "நீங்கள் எங்கேயிருந்தீர்கள்? நீங்கள் என்னை அச்சு றுத்திக் கொன்றுவிட்டீர்களே? ஏளின் தலைவர் சாப்பாட்டுக்கு வருகிறார். நீங்களோ எங்கோ போய் மறைந்துவிட்டீர்கள். நீங்கள் ரத்தம் விற்றீர்களா?"

ஸூ ஸன்க்வான் தலையாட்டி சம்மதித்தான்: "நான் ரத்தம் விற்றேன். ஆனால் ஜென்லோங் இறக்கிறான்."

ஸூ யுலான் கை நீட்டினாள்: "பணம் எங்கே?"

ஸூ ஸன்க்வான் பணத்தைக் கொடுத்தான். அவள் அவசரமாகப் பணத்தை எண்ணிப் பார்த்தாள். எண்ணி முடித்த பிறகுதான், அவன் சொன்னது அவளது கவனத்தில் பட்டது: "யார் இறக்கிறார் என்று நீங்கள் சொன்னீர்கள்?"

"ஜென்லோங்!" ஸூ ஸன்க்வான் ஒரு முக்காலியில் அமர்ந்தான்: "என்னுடன் ரத்தம் விற்க வந்தவன். என் தாத்தாவின் கிராமத்தில் உள்ள ஜென்லோங்."

ஜென்லோங் யார் என்று ஸூ யுலானுக்குத் தெரியவில்லை. அவன் ஏன் இறக்கப்போகிறான் என்றும் அவளுக்குத் தெரியவில்லை. அவள் பணத்தை உள் பையில் வைத்துக் கொண்டாள். ஸூ ஸன்க்வான் சொல்லி முடிவதற்கு முன்பு அவள் இறைச்சியும், மீனும், சிகரெட்டும், மதுவும் வாங்குவதற்காக வாயிலுக்கு வெளியே சென்றுவிட்டிருந்தாள்.

வீட்டில் தனிமைப்பட்ட ஸூ ஸன்க்வான் அவனது நாற்காலி யில் அமர்ந்தான். சோர்வாக இருந்ததால் உடனே படுத்தான். அவன் யோசித்தான்: "நாற்காலியில் அமர்ந்தாலும் எனக்குக் களைப்பாக இருக்கிறது. ஒருக்கால், நானும் சாகப்போகிறேன்

போலிருக்கிறது." இந்த எண்ணம் மனதில் கடந்து சென்ற உடனே அவனுக்கு நெஞ்சிலொரு வலி ஏற்பட்டது. ஒன்றிரண்டு நொடிகளுக்குப் பிறகு மூச்சுத் திணறியது. தலை சுற்றியது. ஜென்லோங்குக்கு வந்த பிரச்சினையும் தலைசுற்றலோடுதான் ஆரம்பித்தது என்று அவன் நினைத்துப் பார்த்தான். ஜென்லோங் தலையை மேசை மீது வைத்திருந்தான். அழைத்தபோது பதிலும் சொல்லவில்லை.

ஸூ யுலான் கடையிலிருந்து திரும்பி வந்தபோதும் ஸூ ஸன்க்வான் படுத்துத்தான் இருந்தான். அவன் படுத்திருப்பதைப் பார்த்தபோது அவள் சொன்னாள்: "நீங்கள் அப்படியே படுத்துக் கொள்ளுங்கள். ரத்தம் விற்று நீங்கள் மிகவும் சோர்ந்து போயிருக்கிறீர்கள். அங்கேயே அசையாமல் படுத்திருங்கள். நான் எல்லாவற்றையும் பார்த்துக்கொள்கிறேன். அணித் தலைவர் வரும்வரை ஓய்வெடுங்கள்."

மாலையில் ஏளின் அணித் தலைவர் வந்தார். உணவு வகைகள் நிறைந்திருந்த மேசை அவரை வரவேற்றது.

"இவ்வளவு உணவா! என்ன! மேசையே நிறைந்திருக்கிறதே! நீங்கள் மிகவும் மரியாதை தெரிந்தவர்கள். அருமையான மது!"

ஸூ ஸன்க்வானைப் பார்த்தபோது அவர் தொடர்ந்தார்: "நீங்கள் மெலிந்து காணப்படுகிறீர்கள். நான் இன்று மதியம் உங்களைப் பார்த்ததைவிட மெலிந்து காணப்படுகிறீர்கள்."

இந்த வார்த்தைகளில் ஸூ ஸன்க்வானின் இதயம் மூழ்கித் தாழ்ந்துவிட்டது. ஆயினும் ஒரு சிரிப்பை வரவழைத்துக் கொண்டான்: "ஆமாம், எனக்கு எடை குறைந்திருக்கிறது தலைவரே. உட்காருங்கள்."

"ஆறு மாதத்திற்குள் அல்லது ஒரு வருடத்திற்குள் உடல் மெலிபவர்களை நான் பார்த்திருக்கிறேன். ஆனால் ஒரு நாளுக்குள் இவ்வளவு அதிகம் எடை குறையும் ஆளை நான் இப்போதுதான் முதன் முதலாகப் பார்க்கிறேன்."

அணித் தலைவர் மேசை முன் அமர்ந்தார். மேசையில் புதிதாக ஒரு பெட்டி சிகரெட்டைப் பார்த்தபோது அவன் தன்னை யறியாமல் கத்திவிட்டான்: "நீங்கள் பெரிய பெட்டி சிகரெட் வாங்கிவிட்டீர்களா? இதையெல்லாம் ஓர் இரவில் ஊதி முடித்துவிட முடியுமா என்று தோன்றவில்லை."

ஸூ யுலான் சொன்னாள்: "தலைவரே! இந்த சிகரெட் பெட்டி உங்களுக்குத்தான். புகைத்து மிச்சமுள்ளதை நீங்கள் வீட்டுக்கு எடுத்துச் செல்லலாம்."

ஏளின் அணித் தலைவர் தலையசைத்து மகிழ்ச்சியுடன் வலது கரத்தால் மதுப் புட்டியின் மூடியைத் திறந்தார். அவனது குவளையை நிறைத்துக்கொண்டார்: ஸூ ஸன்க்வானின் குவளை யில் ஊற்ற முற்பட்டபோது ஸூ ஸன்க்வான் பட்டென்று அந்தக் குவளையைத் தள்ளி வைத்தான்: "நான் குடிக்க மாட்டேன்."

அணித் தலைவர் சொன்னார்: "இருக்கலாம். இருந்தாலும் இன்று என்னுடன் குடிக்கவேண்டும். தனியாகக் குடிப்பது எனக்குப் பிடிக்காது. அதில் எந்த சுவாரஸ்யமும் இல்லை."

ஸூ யுலான் சொன்னாள்: "ஸூ ஸன்க்வான், தலைவருடன் நீங்களும் கொஞ்சம் குடிப்பதுதுதான் நல்லது."

தேர்ந்தெடுப்பதற்கான சுதந்திரம் ஸூ ஸன்க்வானுக்கு இல்லாமல்போய்விட்டது. குவளையை ஏளின் தலைவரிடம் நீட்டினான். அவர் அதன் விளிம்புவரை நிறைத்தார். திருப்பிக் கொடுத்தவாறு சொன்னார்: "இனி ஒரே மூச்சில்!"

ஸூ ஸன்க்வான் சொன்னான்: "நான் ஒரு மடக்கு குடிக்கிறேன்."

"அது முடியாது." ஏளின் அணித் தலைவர் சொன்னார்: "இதை நீங்கள் ஒரே மூச்சில் குடித்துத் தீர்க்க வேண்டும். இது நமது நட்புக்கான சோதனையும்கூட. நண்பர்கள் புதிதாக சேரும்போது குடிப்பார்கள். ஒருவரையொருவர் தெரிந்தவர்கள்தான் மிடறு மிடறாகக் குடிப்பார்கள்."

அந்தக் குவளை முழுதையும் ஸூ ஸன்க்வான் ஒரே மூச்சில் காலியாக்கினான். உடனே தன் உடலில் ஒரு சூட்டை உணர்ந் தான். வயிற்றுக்குள் யரோ ஒரு தீக்குச்சியைக் கொளுத்தியதுபோல. வடிந்துபோன தன் சக்தியெல்லாம் உடலுக்கே திரும்பி வருகிறது என்று நிம்மதியுடன் அவன் அறிந்தான். சாப்ஸ்டிக்கால் ஒரு மாமிசத் துண்டை எடுத்து வாயிலிட்டான்.

ஸூ யுலான் ஏளின் அணித் தலைவரிடம் சொன்னாள்: "தலைவரே, ஏள் ஒவ்வொரு முறை வீட்டுக்கு வரும்போதும் நீங்கள் எவ்வளவு நல்ல மனிதர் என்று சொல்வான். நீங்கள்தான் எவ்வளவு கருணை காட்டுகிறீர்கள், எவ்வளவு இலகுவாக நீங்கள் அவர்களுடன் ஒன்று சேர்ந்து போகிறீர்கள், எவ்வளவு

கவனத்துடன் நீங்கள் அவர்களைப் பார்த்துக்கொள்கிறீர்கள் என்றெல்லாம் சொல்வதுண்டு."

வீட்டுக்கு வரும்போதெல்லாம் ஏள் தன் அணித் தலைவரைப் பற்றி எவ்வளவு வெறுப்புடன் சொல்வான் என்பதை நினைத்துக்கொண்டு ஸூ ஸன்க்வான், ஸூ யுலான் சொல்லி முடித்த இடத்திலிருந்து தொடர்ந்தான்: "நீங்கள் எவ்வளவு கவனத்துடன் எல்லாவற்றையும் பார்த்து நடத்திச் செல்கிறீர்கள் என்று அனைவரும் அவனிடம் சொல்வார்களாம்."

ஸூ ஸன்க்வானை சுட்டி, தலைவர் சொன்னார்: "ஆமாம் , ஆமாம். அதெல்லாம் சரிதான்." அவர் குவளையை உயர்த்தினார்: "ஒரே மூச்சில் தீர்த்துவிடுவோம்."

ஸூ ஸன்க்வான் அப்படிச் செய்ய வேண்டிய கட்டாயத்துக்கு ஆட்பட்டான். ஒரே மூச்சில் அதைக் குடித்துத் தீர்த்தான்.

ஏளின் அணித் தலைவர் வாயைத் துடைத்துக்கொண்டார்: "நான் பெருமையடித்துக்கொள்ள விரும்பவில்லை. ஆயினும், நூறு மைல் சுற்றளவில் என்னைவிட மேலான ஒரு அணித் தலைவரைப் பார்க்க முடியாது. நான் என்ன செய்தாலும் ஒரே தத்துவம்தான். எதிலும் பொய்யும் திருட்டும் இல்லாதிருந்தால் யாரும் நம் தோணியை மூழ்கடிக்க மாட்டார்கள் என்பதுதான் என் கோட்பாட்டுச் சொல்."

ஸூ ஸன்க்வானுக்கு மயக்கம் வருவதுபோன்றிருந்தது. அவன் ஜென்லோங்கை நினைத்துக்கொண்டான். அந்த ஜென்லோங்கோ, மருத்துவமனையில் இருக்கிறான். ஜென்லோங்கின் நிலை எவ்வளவு மோசமாக இருக்கிறது என்று நினைத்தபோதே சீக்கிரமே தானும் மருத்துவமனைக்குச் செல்வோம் என்று அவன் நினைத்துவிட்டான்.

அவன் தலை வேகமாக, மேலும் மேலும் வேகமாகச் சுற்றியது. நெஞ்சுக்குள் இதயம் முரசறைந்து விரைந்தோடியது. கால்கள் நடுங்கின. அந்த நடுக்கம் நொடிகளுக்குள் தோளிலும் ஏற்பட்டது.

ஏளின் அணித் தலைவர் கேட்டார்: "நீங்கள் ஏன் இப்படி நடுங்குகிறீர்கள்?"

ஸூ ஸன்க்வான் சொன்னான்: "எனக்குக் குளிர்கிறது."

"கொஞ்சம் குடித்தால் சூடாகிவிடும்." அவர் குவளையைத் தூக்கினார்.

ஸூ ஸன்க்வான் தலையசைத்தான்: "இனி என்னால் ஒரு துளிகூட குடிக்க முடியாது." பேசும்போது அவன் யோசித்தான்: "இனி ஒரு முறை; அப்புறம் நான் சவம்தான்."

ஏளின் அணித் தலைவர் ஸூ ஸன்க்வானின் குவளையை எடுத்து அவன் கரத்தில் கட்டாயப்படுத்தித் திணித்தார்: "சீக்கிரம், ஒரே மூச்சில்."

ஸூ ஸன்க்வான் தலையாட்டினான்: "இனி என்னால் முடியாது. நான் மிகவும் கஷ்டத்திலிருக்கிறேன். நான் போய் விடுவேன். என் தலையில் ரத்த நாளங்கள் உடைந்துவிடும்."

ஏளின் அணித் தலைவர் மேசையில் அடித்தார்: "அதற்கென்ன? குடி என்றால் அதுதான். சாகிறீர்கள் என்றாலும் நீங்கள் குடிக்க வேண்டும். குடித்தே ஆக வேண்டும். ஏன்? ஒரு நண்பரின் உணர்வு களைப் புண்படுத்துவதைவிட மேலானது தான் கஷ்டப்படுவது. நீங்கள் என்னை ஒரு நண்பனாக நினைக்கிறீர்கள் என்றால் இந்தக் குவளையையும் குடித்திருப்பீர்கள்."

ஸூ யுலான் சொன்னாள்: "குடியுங்கள் ஸூ ஸன்க்வான்! தலைவர் சொல்வதுதான் சரி. ஒரு நண்பரின் உணர்வுகளைப் புண்படுத்துவதைவிட தான் கஷ்டப்படுவதுதான் மேலானது."

ஸூ யுலான் என்ன அர்த்தத்தில் சொல்கிறாள் என்று ஸூ ஸன்க்வானுக்குப் புரிந்தது. ஆனால் அதை உரக்கச் சொல்ல முடிய வில்லை. ஏளுக்காக அவன் அதைச் செய்துதான் ஆக வேண்டும். ஸூ ஸன்க்வான் குடிப்பதற்கு முடிவு செய்தான். ஏளுக்காக அவன் குடிப்பான். ஏளுக்கு நகரத்துக்கு இடமாற்றம் கிடைக்கலாம். அதற்காக அவன் குடிப்பான். அவன் மதுவை விழுங்கினான்.

மூன்றாவது குவளை மது தொண்டை வழியாக இறங்கியபோது அவன் வயிறு புயல் கடக்கும் கடல்போல உயர்ந்து தாழத் தொடங்கியது. வாந்தியெடுக்கப் போகிறோம் என்று அவனுக்கு உறுதியாகத் தெரிந்தது. அவன் முன் கதவைத் திறந்து ஓடினான். ஓசையுடன் வாந்தியெடுக்கத் தொடங்கினான். மதுவை வெளியே தள்ளும்போது அவன் வயிறு நடுங்கியது. கடும் வலியாக இருந்ததால் அவனால் நிமிர்ந்து நிற்கவும் முடியவில்லை. வாந்தி யெடுத்து முடித்தபோது அவன் கொஞ்சம் நேரம் மண்டியிட்டிருந் தான். பிறகு மெதுவாக எழுந்தான். வாயைத் துடைத்துக் கொண்டான். கண்களிலிருந்து இப்போதும் நீர் வழிந்து கொண்டிருந்தது. மீண்டும் நாற்காலிக்குச் சென்றான்.

ஸூ ஸன்க்வான் திரும்பி வந்த உடனே அணித் தலைவர் மற்றொரு குவளை நிறைய ஊற்றினார்: "குடியுங்கள்! நண்பரின் உணர்வுகளைப் புண்படுத்துவதைவிட அளவு மீறுவது நல்லது. இன்னும் கொஞ்சம் குடியுங்கள்."

ஸூ ஸன்க்வான் யோசித்தான்: "ஏளுக்காகச் செய். இது உன்னைக் கொல்வதாக இருந்தாலும் குடி." அவன் குவளையைக் கையிலெடுத்து ஒரே மூச்சில் காலியாக்கினான்.

அவன் நிலையைப் பார்த்த ஸூ யுலான் பயந்தாள்: "ஸூ ஸன்க்வான், நீங்கள் நிறையக் குடித்துவிட்டீர்கள், போதும். உங்களுக்கு ஏதாவது ஆகிவிடும்."

ஏளின் அணித் தலைவர் கையசைத்து அவளை மௌனமாக்கினார்: "முட்டாள்தனம்! அவருக்கு எதுவும் ஆகாது!" அவர் இன்னொரு குவளை மது ஊற்றி ஸூ ஸன்க்வானுக்குக் கொடுத்தார்: "நான் ஒரே தடவையில் அரை காலன் மது குடித்திருக்கிறேன். இரண்டு கால் காலன் வீதம். ஒன்று குடித்து முடித்தபோது இனி கொஞ்சம்கூட குடிக்க முடியாது என்ற நிலை வந்துவிட்டது. அப்போது தொண்டையில் விரல்விட்டு நான் வாந்தியெடுத்துவிட்டேன். அப்படி வயிற்றைக் காலியாக்கி நான் மற்றொன்றுக்குத் தயாரானேன்."

மதுப்புட்டி காலியாகிவிட்டது என்று தெரிந்தபோது ஸூ ஸன்க்வான், ஸூ யுலானிடம் சொன்னான்: "போய் இன்னொரு பாட்டில் வாங்கிவா."

அணித் தலைவர் அன்று இரவு போதையேறுவதுவரை குடித்தார். அவர் எழுந்து தடுமாறி முன் வாயிலுக்கு நடந்தார். பிறகு ஒரு புறமாக ஒதுங்கி சந்திலேயே சிறுநீர் கழித்தார். பிறகு மெதுவாகத் திரும்பி ஸூ ஸன்க்வானையும் ஸூ யுலானையும் உற்றுப்பார்த்து சொன்னார்: "இன்று இரவுக்கு இவ்வளவு போதும். நான் அடுத்த முறை வரும்போது நாம் இன்னும் கொஞ்சம் குடிக்கலாம்."

ஏளின் அணித் தலைவர் சென்ற பிறகு ஸூ யுலான், ஸூ ஸன்க்வான் கட்டிலுக்குப் போக உதவி செய்தாள். ஷூக்களையும் சட்டையையும் கழற்றினாள். மெல்லிய மெத்தையால் போர்த்திவிட்டு மேசையைச் சுத்தமாக்கச் சென்றாள்.

ஸூ ஸன்க்வான் கண்களை மூடிப் படுத்திருந்தான். அடிக்கடி ஏப்பம் விட்டான். சற்று நேரத்திற்குப் பிறகு ஏப்பம் குறட்டையாக மாறியது.

அடுத்த நாள் காலையில் அவன் நீண்ட நெடுநேரம் தூங்கினான். விழித்தபோது உடலெல்லாம் வலித்தது. ஸூ யுலான் பலகாரக் கடைக்குச் சென்றுவிட்டிருந்தாள். ஸூ ஸன்க்வான் மெதுவாக படுக்கையிலிருந்து எழுந்தான். தலை வலித்தது. வெடித்துவிடுவதுபோலத் தோன்றியது. மேசைக்கருகில் அமர்ந்து ஒரு குவளை தண்ணீர் குடித்தான். அப்போது அவன் ஜென்லோங்கை நினைத்துப்பார்த்தான்: ஜென்லோங் எப்படி இருக்கிறானோ என்னமோ? மருத்துவமனைக்குச் சென்று பார்க்க வேண்டும் என்று நினைத்தான்.

மருத்துவமனைக்குச் சென்றபோது, நேற்று ஜென்லோங் படுத்திருந்த படுக்கை காலியாகக் கிடந்தது. ஜென்லோங்கை இவ்வளவு சீக்கிரம் மருத்துவமனையிலிருந்து விட்டுவிட்டார்களே என்று மகிழ்ச்சியான வியப்பு ஏற்பட்டது. அவன் வார்டிலிருந்த மற்ற நோயாளிகளிடம் கேட்டான்: "ஜென்லோங் எங்கே?"

"யார் ஜென்லோங்?"

"நேற்று ஸெரிபரல் ஹாமரேஜுடன் வந்தவர்."

"அவர் இறந்துவிட்டார்."

ஜென்லோங் இறந்துவிட்டானா? ஸூ ஸன்க்வான் வாயைத் திறந்தபடி காலியான கட்டிலையே பார்த்துக்கொண்டிருந்தான். படுக்கையில் மேல் விரிப்பு இல்லை. மெத்தை உறை மட்டும்தான் இருந்தது. உறையில் ரத்தக் கறை. வெகுகாலமாயுள்ள ரத்தத் துளியின் கறை கருக்கத் தொடங்கியிருந்தது.

ஸூ ஸன்க்வான் மருத்துவமனையிலிருந்து வெளியேறி மேற்குப் பகுதியில் உள்ள செங்கல் அடுக்கின் மேல் அமர்ந்தான். குளிர் காலக் காற்று அவன் உடலுக்குக் குளிர்ச்சியூட்டியது. அவன் கைகளை சட்டைக்குள் வைத்துக்கொண்டு, சட்டைக் காலர் கழுத்தைப் பாதுகாக்கும் என்று நினைத்து கழுத்தைக் குனிந்துகொண்டான். அவன் அமர்ந்து ஜென்லோங்கை நினைவுகூர்ந்தான். ஆ ஃபாங்கையும். அவர்கள் இருவரும் முதல் முறை ரத்தம் விற்க அழைத்து வந்ததை நினைத்துப் பார்த்தான். ரத்தம் விற்பதற்கு முன்பு அவர்கள் தண்ணீர் குடிக்க கற்றுக்கொடுத்ததையும் அதன் பிறகு வறுத்த பன்றி ஈரல் சாப்பிட – மஞ்சள் அரிசி ஒயின் குடிக்க அழைத்துச் சென்றதையும் நினைத்துப் பார்த்தான். அவன் ஜென்லோங்கை நினைவுகூர்ந்தான். நினைவுகூர்ந்து முடிந்த பிறகு அவன் அமர்ந்து அழுதான்.

27

கிராமப்புறத்துக்குத் திரும்பி வந்த பிறகு யீலி நாள்தோறும் பலவீனமாகிக்கொண்டிருந்தான். கையைத் தூக்கினால்கூட மூச்சுத் திணறும் நிலைக்கு வந்துவிட்டான். அதே நேரம் அவனுக்கு மேலும் மேலும் குளிரெடுத்தது. கிடைக்கக்கூடியதையெல்லாம் எடுத்து அவன் போர்த்திக்கொண்டான். ஆனாலும் வெப்பம் கிடைக்கவில்லை. அதனால், உள்ளே பஞ்சு வைத்துத் தைத்த மேலங்கி அணிந்து மெத்தைப்போர்வைக்குள் படுத்தான். ஆயினும் காலையில் எழும்போது பாதங்கள் பனிபோன்று குளிர்ந்திருந்தன.

இப்படி இரண்டு மாதங்கள் தொடர்ந்தன. குளிர்ந்த சோறு சாப்பிட்டு குளிர்ந்த நீர் அருந்தி அவன் நாள் முழுதும் தூங்கினான். மேலும் மேலும் பலவீனமாகி அவனால் பேசக்கூட முடியாத நிலைக்கு வந்துவிட்டான்.

இந்த சூழ்நிலையில்தான் ஏள் பார்க்க வந்தான். அவனது உற்பத்தி அணியின் இடத்திலிருந்து மதியம் புறப்பட்டான். மூன்று மணி நேரம் நடந்தே பயணித்து வந்து சேர்ந்தான். அங்கே வந்து சேர்ந்தபோது ஏறத்தாழ இருட்டிவிட்டது. யீலியின் கதவுக்கு வெளியே கதவைத் தட்டி பேர் சொல்லி அழைத்தபடி ஏள் நின்றான். அவன் வந்து சேர்ந்ததை யீலி கேட்டான். கதவைத் திறப்பதற்கு எழ வேண்டும் என்று அவன் விரும்பினான். ஆயினும் அவனுக்கு அதற்கான சக்தி இல்லை. பேசவேண்டும் என்று நினைத்தான். ஆனால் பேசவும் முடியவில்லை.

ஏள், யீலியின் பெயர் சொல்லிக் கூப்பிட்ட பிறகு கதவின் இடுக்கு வழியே உள்ளே உற்றுப் பார்த்தான். யீலி இருட்டில் படுத்திருப்பதை அவன் பார்த்தான். அவன் உதடுகள் அசைந்தன. ஆனால் குரல் எழவில்லை. ஏள் உரக்க அழைத்தான்: "கதவைத்

திற. இங்கே பனி பெய்கிறது. நான் குளிர்ந்துறைந்து நிற்கிறேன் என்று தெரியவில்லையா? நான் உள்ளே வருகிறேன். நான் இங்கே நிற்கிறேன் என்று தெரியவில்லையா? நீ ஏன் கதவைத் திறக்க வில்லை. நீ என்னைப் பார்க்கிறாய் என்று எனக்குத் தெரிகிறது. உன் வாய் அசைவது தெரிகிறது. உன் கண்களையும் பார்க்கிறேன். நீ என்னைக் கேலி செய்கிறாயா? இது தமாஷுக்கான நேரம் அல்ல. நான் குளிரில் செத்துக்கொண்டிருக்கிறேன். கடவுளே! உன் முட்டாள்தனத்தை நிறுத்து. என் கால் மரத்துப்போகிறது! என் காலைத் தரையில் தட்டும் சத்தம் கேட்கவில்லையா? யீலி, கதவைத் திற."

ஆகாயம் முழுமையாக இருள்வதுவரை ஏள் உரக்க கூப்பிட்டான். நிறங்களை அபகரிக்கும் இருள் யீலியை முற்றிலும் விழுங்கியது. ஆயினும் யீலி எழுந்து வந்து கதவைத் திறக்க மறுத்தான். ஏள் அஞ்சத் தொடங்கினான். சகோதரனுக்கு ஏதேனும் ஆகிவிட்டதோ என்று கவலைப்பட்டான். அவன் பூச்சிக்கொல்லி மருந்து எதையும் குடித்துவிட்டானா என்று சந்தேகப்பட்டான். கதவை உதைத்துத் திறக்க முடிவு செய்தான். காலால் இருமுறை தாழில் உதைத்தபோது கதவு திறந்துகொண்டது. ஓடிச் சென்று யீலியின் முகத்தைத் தொட்டுப்பார்த்தான். அது அந்தளவு சுட்டுக் கொதித்ததால் ஏளின் பாதி உயிரும் போய் விட்டது. அவன் நினைத்தான்: "யீலிக்கு குறைந்தபட்சம் நூற்றி நான்கு டிகிரி காய்ச்சல் இருக்கும்."

யீலி பேசத் தொடங்கியபோது அவன் குரல் மிகவும் மெலிந்து போயிருந்தது: "எனக்கு முடியவில்லை!"

ஏள், மெத்தைப் போர்வையை எடுத்துவிட்டு யீலியைத் தூக்கினான்: "நான் உன்னை வீட்டுக்கு அழைத்துச் செல்கிறேன். இரவு படகுக்குப் போகலாம்."

யீலியின் உடல் நிலை மிகவும் பாதிக்கப்பட்டிருக்கிறது என்று அறிந்து ஏள் திடுக்கிட்டுப்போய்விட்டான். இனியும் தாமதித்தால் ஆபத்தாகிவிடும் என்று முடிவு செய்தான். யீலியை உடனே முதுகில் சுமந்துகொண்டு வாயிற்கதவைக் கடந்து படகுத் துறையை நோக்கி ஓடினான். மிகப் பக்கத்திலுள்ள படகுத்துறை என்பது, யீலியின் உற்பத்தி அணி இருக்கும் இடத்திலிருந்து மூன்று மைல் தொலைவிலிருந்தது. ஏள், படகுத்துறைக்குச் சென்றடை வதற்கு முன்பு பனியிலும் குளிர்காற்றிலும் ஏறத்தாழ ஒரு மணிநேரம் யீலியைச் சுமந்தான். படகுத்துறை இருட்டில் ஆழ்ந்திருந்தது.

ஏளுக்கு, பனியினூடே கடந்துவரும் நிலவொளியில் அதற்குப் பக்கத்திலுள்ள கூரையற்ற தங்குமிடத்தை சிரமப்பட்டுக் கண்டு பிடிக்க முடிந்தது. பாதை தங்குமிடத்தைக் கடந்து இடது பக்கம் திரும்பியது. அந்த இடத்திலிருந்து வலது பக்கம், நீண்ட கற்படிகள் நதியில் இறங்கின.

அவர்கள் படகுத்துறைக்கு வந்தார்கள். மழை, பனி, கோடை வெப்பம் ஆகியவற்றிலிருந்து படகுப் பயணிகள் பாதுகாப்பாக நிற்பதற்காக ஒரு தங்குமிடம். ஏள், யீலியை அந்த தங்குமிடத்திற்கு தூக்கிச் சென்றான். அங்கே காங்கிரீட் பெஞ்சில் படுக்க வைத்தான். அங்கே நான்கு பக்கங்களிலிருந்தும் காற்று வரும். யீலியின் தலை முடியிலும் முதுகிலும் பனி மூடியிருக்கிறது என்று அவன் அப்போது அறிந்துகொண்டான். ஒரு கையால் யீலியின் முதுகிலிருந்து பனியைத் தட்டிவிடும் அதே நேரத்தில் மறு கையால் தலையில் இருக்கும் பனியையும் தட்டிவிட்டான். யீலியின் தலை ஊறியிருந்தது. ஈரம் கழுத்துக்கு இறங்கியது. "எனக்குக் குளிர்கிறது" என்று யீலி சொல்லும்போது அவனது உடல் முழுதும் நடுங்கியது.

ஆனால் ஏளுக்கோ, படகுத்துறைக்கான அந்தப் பயணத்தின் காரணத்தால் வெப்பமாக இருந்தது. முதுகிலிருந்து வியர்த்து வழிந்தது. யீலி சொல்வதுவரை, அங்கே நாற்புறமிருந்து காற்று வீசுகிறது என்று ஏளுக்குத் தெரியவில்லை. பஞ்சு வைத்துத் தைத்த மேலங்கியைக் கழற்றி சகோதரனுக்குப் போர்த்தினான். யீலி நடுங்கிக்கொண்டேயிருந்தான். ஏள் கேட்டான்: "எப்போது படகு வரும்?"

யீலி என்ன பதில் சொன்னான் என்று அவனால் கஷ்டப் பட்டுத்தான் கேட்க முடிந்தது. யீலியின் வாய்க்கு அருகே ஏள் குனிந்தான். அப்போதுதான் புரிந்தது. பத்து மணி.

ஏள் யோசித்தான்: "இப்போது ஏழு மணிக்கு அதிகமாக இருக்காது. திறப்பான இந்த இடத்தில் இனி மூன்று மணி நேரம் இருந்தால் யீலி குளிர்ந்து விறைத்துச் செத்துவிடுவான்." யீலியை பெஞ்சிலிருந்து இறக்கி கீழே படுக்கவைத்தான். ஏனென்றால் அங்கே இந்தளவு காற்றும் பனியும் வரவில்லை.

"நீ இங்கேயே இரு. நான் ஓடிச் சென்று உன் மெத்தைப் போர்வையை எடுத்து வருகிறேன்."

யீலியின் உற்பத்தி அணி இருக்கும் இடத்துக்கு ஏள் பாயந்தோடினான். அவன் உயிரே அந்த ஓட்டத்தில்தான் இருக்கிறது என்பதுபோல அவன் ஓடினான். ஒரு நொடிகூட

தாமதிக்கத் துணியாமல் ஓடினான். பனியினூடான ஓட்டம். அதனால் அவன் தொடர்ந்து விழுந்துகொண்டிருந்தான். அவன் வலது கரத்தின் வழியாகவும் புட்டத்தின் வழியாகவும் வலியின் அலைகள் ஓங்கி ஏறின. கடைசியில் அவன் யீலியின் இடத்துக்குச் சென்றடைந்தான். மெத்தைப் போர்வையை எடுத்துக்கொண்டான். மூச்சுவிடுவதற்கு நொடி நேரம் நின்றான். பிறகு படகுத்துறையை நோக்கி ஓடத் தொடங்கினான்.

தங்குமிடத்துக்குச் சென்றபோதோ, அங்கே எங்கும் யீலியைக் காணவில்லை. பதறிப்போன அவன் உரக்க அழைத்தான்: "யீலி... யீலி..." சட்டென்று, இருண்ட தெளிவற்ற ஏதோ ஒன்று அவன் கண்ணில் பட்டது. பனியில் விழுந்து கிடக்கும் யீலிதான் அது. பஞ்சு வைத்துத் தைத்த மேலங்கி ஒரு ஓரமாக விலகிப்போயிருந்தது. துணியின் ஒருமுனை மட்டும்தான் யீலியின் நெஞ்சை மூடியிருந்தது. பெயர் சொல்லிக் கூப்பிட்டவாறே ஏள் குனிந்து அவனைத் தூக்கினான். அச்சத்தின் எல்லைக்கே சென்றுவிட்ட ஏள் யீலியின் முகத்தைத் தடவினான். யீலியின் கைபோலவே முகமும் குளிர்ந்திருந்தது.

ஏள் கத்தினான்: "யீலி, யீலி, நீ இறந்துவிட்டாயா?"

யீலியின் தலை அசைவதை அவன் பார்த்தான். அவன் இறக்கவில்லை என்று உறுதிப்பட்டபோது அவன் சிரித்தான். "ஐயோ என் கடவுளே!" அவன் சொன்னான்: "நீ என்னை மிகவும் பயமுறுத்திவிட்டாயே." பிறகு அவன், "உனக்கு ஒரு மெத்தைப் போர்வை எடுத்து வந்திருக்கிறேன். இனி உனக்கு அவ்வளவு குளிராக இருக்காது."

ஏள் மெத்தைப் போர்வையை தரையில் விரித்தான். பிறகு சகோதரனை அதில் கிடத்தி மூடினான். பிறகு, பஞ்சு வைத்த மேலங்கியால் மெத்தைப் போர்வையை மூடினான். அவன் அந்த தங்குமிடத்தில் காங்கிரீட் தரையில் அமர்ந்தான். அப்புறம் அந்த பெரிய கட்டை, அதற்குள் இருக்கும் யீலியுடன் தூக்கினான். கடைசியில் அவன் காங்கிரீட் பெஞ்சில் சாய்ந்தான். இப்போது யீலி, ஏளின் நெஞ்சில் சாய்ந்துகொள்ளலாம்.

"யீலி உனக்கு இப்போதும் குளிர்கிறதா?"

அந்த நேரத்தில் ஏள் தன் சோர்வை அறிந்துகொண்டான். அவன் தன் தலையை காங்கிரீட் பெஞ்சில் சாய்த்தான். யீலியை சுற்றிப் பிடித்திருக்கும் கைகள் எந்த நேரத்திலும் பக்கங்களில் விழுந்துவிடும் நிலையிலிருக்கின்றன என்று தெரிந்துகொண்டான்.

நொடி நேரத்துக்குப் பிறகு அவை அப்படி விழுந்தன. தன் கரங்கள் பக்கங்களிலேயே தொங்கிக்கொண்டிருக்கட்டும் என்று நினைத்தான். அப்புறம் கரங்களை காங்கிரீட் தரையில் அழுத்திக் கொண்டான். அவ்வாறு உடல் எடையை இருபுறமாகப் பகிர்ந்தான்.

ஏளின் சட்டை வியர்வையில் ஊறியிருந்தது. நொடி நேரத்துக்குப் பிறகு வியர்வை பனிபோலக் குளிர்ந்தது. வட மேற்குக் காற்று கழுத்தின் வழியே சீழ்க்கையிட்டுச் சென்றது. முழு உடலும் வியர்க்கத் தொடங்கியது. தலையிலிருந்து நீர்த்துளிகள் உடலில் வீழ்ந்தன. தலையைத் தொட்டுப் பார்த்தபோதுதான் அங்கே விழுந்த பனி உருகுகிறது என்று புரிந்தது. உடையில் தட்டியபோது, அங்கு இருந்த பனித் துண்டுகளும் இதேபோல உருகுகின்றன என்று அறிந்தான். உள்ளாடைகளிலிருந்து பனிக் கட்டிபோல குளிர்ந்த வியர்வை வெளிவருவதையும் உருகிய பனி அதில் ஊறுவதையும் அவன் அறிந்தான். சீக்கிரமே அவன் தோல்வரை நனைந்து ஊறியது.

பத்து மணி தாண்டிய பிறகுதான் இரவுப் படகு வந்தது. ஏள், யீலியை முதுகில் சுமந்து படகுக்குக் கொண்டுசென்றான். அது பெரும்பாலும் காலியாக இருந்தது. அவன் பின்புறத்துக்கு நடந்தான். எஞ்சின் மிகவும் பின்னால், மரப் பலகைகளுக்குப் பின்னால் இருந்தது. மரப் பலகைகளில் சாய்த்து வைத்திருந்த நாற்காலிகளில் ஒன்றில் யீலியை அமர்த்தினான். எஞ்சின் வெப்பத்தால் அங்கே சுகமாக இருந்தது.

உதயத்துக்கு முன்பாக படகு நகரத்துக்கு வந்து சேர்ந்தது. அங்கே பனி பொழிந்துகொண்டிருந்தது. தெருக்கள் பனிக் கட்டிகளின் அடர்த்தியான படலத்துடனிருந்தன. ஏள், யீலியை மீண்டும் முதுகில் சுமந்துகொண்டான். யீலியை இப்போதும் பஞ்சு வைத்துத் தைத்த கனமான போர்வையால் மூடியிருந்ததால், இருவரும் சேர்ந்தபோது மூன்று சக்கர சைக்கிள் அளவு பெரிதாக இருந்தார்கள். பனி மூடிய ஏளின் பாதங்கள் ஆடிக் கொண்டிருந் தன. சிலசமயம் ஆழமான மற்ற சிலபோது மெல்லப் பதிந்ததுமான, ஒன்றுபோலல்லாத காலடிகள் தெரு மின்விளக்குகளின் வெளிச்சத்தில் குளிர்ந்தொளிர்ந்தன.

௯

முதுகில் யீலியையும் சுமந்தவாறு ஏள் வீட்டுக்கு வந்தபோது ஸூ ஸன்க்வானும் ஸூ யுலானும் தூங்கிக்கொண்டிருந்தார்கள்.

வெளியிலிருந்து கதவைத் தள்ளித் திறப்பதை அவர்கள் கேட்டார்கள். என்ன நடக்கிறது என்று தெரிந்துகொள்வதற்காக படுக்கையறையிலிருந்து வெளியே வந்த அவர்கள், பெரியதொரு பனிமலை வாயில் வழியே உள்ளே வருவதைப் பார்த்தார்கள்.

யீலியை உடனே மருத்துவமனைக்குக் கொண்டு சென்றார்கள். சூரியன் உயர்ந்து வரும்போது மருத்துவர், யீலிக்கு வந்திருக்கும் நோய் கல்லீரல் வீக்கத்தின் ஒரு வகை என்றும் மிகவும் மோசமான நிலையில் இருப்பதாகவும் அறிவித்தார். இனி அவர்களால் இந்த நகரத்தில் ஒன்றும் செய்ய முடியாது. முடிந்தவரை விரைவாக ஷாங்காயில் இருக்கும் பெரிய மருத்துவமனைக்குக் கொண்டு செல்வதுதான் இருக்கும் ஒரே வழி. "ஏதாவது தாமதம் ஏற்பட்டால்," மருத்துவர் மேலும் சொன்னார்: "உயிருக்கே ஆபத்தாகிவிடும்."

மருத்துவர் சொல்லி முடிப்பதற்கு முன்பே ஸூ யுலான் அழத் தொடங்கினாள். வார்டுக்கு வெளியே நாற்காலியிலிருந்து ஸூ ஸன்க்வானின் சட்டைக் கையைப் பிடித்து இழுத்துக்கொண்டு அழுதாள்.

"அவனுக்கு இப்போது நோய் வந்திருக்கிறது என்றால் கடந்த முறை வீட்டுக்கு வந்தபோதும் உடம்புக்கு முடியாமல் இருந்திருக்கும். நாம் அவனைக் கட்டாயப்படுத்தி அனுப்பி விட்டோம். அவனுக்கு முடியவில்லை என்று நமக்குத் தெரியாது அல்லவா? தெரிந்திருந்தால் நாம் அவனுக்கு சிகிச்சை செய்திருக்க லாம்; விஷயம் இவ்வளவு மோசமாகப் போயிருக்காது. அவனை இனி ஷாங்காய்க்கு அனுப்ப வேண்டும். போகவில்லையென்றால் அவன் பிழைப்பான் என்பதற்கு எந்த உறுதியும் இல்லை. அவனை ஷாங்காய்க்கு அனுப்ப எவ்வளவு செலவு வருமோ என்னமோ? ஒரு ஆம்புலன்ஸ் பிடிப்பதற்கான பணம்கூட நம்மிடம் இல்லையே. ஸூ ஸன்க்வான், நாம் என்ன செய்யப்போகிறோம்?"

ஸூ ஸன்க்வான் சொன்னான்: "நீ அழாதே. எவ்வளவு அழுதாலும் யீலிக்கு குணமாகாது அல்லவா. நம்மிடம் பணம் இல்லையென்றால் அதற்கு ஒரு வழி கண்டுபிடிக்க வேண்டும். நாம் கடன் வாங்கலாம். நமக்குத் தெரிந்த அனைவரிடமிருந்தும் கொஞ்சம் கொஞ்சம் வாங்கலாம். அப்படி, தேவைக்கான பணத்தை ஏற்பாடு செய்யலாம்."

ஸூ ஸன்க்வான் முதலில் ஸான்லியின் தொழிற்சாலைக்குத் தான் சென்றான். ஸான்லியைப் பார்த்தவுடன் அவனிடம்

எவ்வளவு பணம் இருக்கிறது என்று கேட்டான். நான்கு நாட்களுக்கு முன்புதான் சம்பளம் கிடைத்தது என்றும், அதனால் பன்னிரண்டு யுவானுக்கும் அதிகமாக இருக்கிறது என்று ஸான்லி சொன்னான். ஸூ ஸன்க்வான் பத்து யுவான் கேட்டான்.

ஸான்லி தலையசைத்து மறுத்தான்: "நான் பத்து கொடுத்தால் மிச்ச நாட்களை நான் எப்படி ஓட்டுவேன்?"

ஸூ ஸன்க்வான் சொன்னான்: "நீ வடமேற்குக் காற்றைப் பிடித்துத் தின்றாலும் எனக்குப் பிரச்சினையில்லை."

ஸான்லி ஓசையற்று சிரிக்கத் தொடங்கினான்.

ஸூ ஸன்க்வான் கத்தினான்: "என்னிடம் முட்டாள்தனமாக நடந்துகொள்ள வேண்டாம்! உன் அண்ணன் யீலி அங்கே சாகக் கிடக்கிறான்! நீ இங்கே சிரிக்கிறாய்!"

ஸான்லி வியப்புடன் அவனை உற்றுப் பார்த்தான்: "அப்பா நீங்கள் இப்போது என்ன சொன்னீர்கள்?"

எதற்குப் பணம் கேட்கிறோம் என்பதை அவனிடம் சொல்ல வில்லையே என்ற விஷயம் அப்போதுதான் ஸூ ஸன்க்வானுக்குப் பட்டது. யீலிக்கு கல்லீரல் நோய் வந்திருக்கிறது. இப்போது அவன் மோசமான நிலையில் இருக்கிறான். ஸூ ஸன்க்வான், இருக்கும் நிலையை விரைவாகச் சொல்லி முடித்தான். ஸான்லி பன்னிரண்டு யுவான் முழுதையும் கொடுத்தான்.

"அப்பா, இது முழுவதையும் எடுத்துக்கொள்ளுங்கள். நீங்கள் ஆஸ்பத்திரிக்குப் போங்கள். நான் உடனே அங்கே வந்து உங்களைப் பார்க்கிறேன். நான் போய் வேலைக்கு வரவில்லை என்று சொல்லிவிட்டு வருகிறேன்."

ஸூ ஸன்க்வான் ஸான்லியிடமிருந்து பன்னிரண்டு யுவானை வாங்கிய பிறகு கொல்லன் ஃபாங்கைப் பார்க்கச் சென்றான். அவனுடைய பட்டறையில் அவனுக்குப் பக்கத்தில் அமர்ந்தான். "நமக்குள் இருப்பது இருபது வருடப் பழக்கமல்லவா? இதுவரை நான் உன்னிடம் எதுவும் கேட்டதில்லை. ஆனால் இன்று நான் உன்னிடம் ஒரு உதவி கேட்டு வந்திருக்கிறேன்."

ஸூ ஸன்க்வானின் விளக்கத்தைக் கேட்ட பிறகு கொல்லன் ஃபாங் பாக்கெட்டிலிருந்து பத்து யுவான் நோட்டு எடுத்துக் கொடுத்தான்: "இப்போது எனக்கு இந்தப் பத்து யுவான் மட்டுமே தர முடியும். இது போதாது என்று எனக்குத் தெரியும். என்னால் இந்த அளவுதான் தாங்க முடியும்."

கொல்லன் ஃபாங்கிடமிருந்து புறப்பட்ட பிறகு ஸூ ஸன்க்வான் நகரத்துச் சுற்று வட்டாரத்திலுள்ள பதினொரு வீடுகளுக்குச் சென்றான். பதினொன்றில் எட்டு பேர் ஸூ ஸன்க்வானுக்கு ஏதாவது கொடுத்து உதவத் தயாராயிருந்தார்கள். மதியத்தை ஒட்டி அவன் ஹீ ஸியோயோங்கின் வீட்டுக்குச் சென்றான். ஹீ ஸியோயோங்கின் மரணத்துக்குப் பிறகு அவன் மனைவியை மிக அரிதாகத்தான் ஸூ ஸன்க்வான் பார்த்திருக்கிறான். அவன் வாயிற் படிக்கு வந்தபோதுதான் அவளும் அவள் மகள்களும் மதிய உணவுக்காக உள்ளே அமர்ந்தார்கள். கணவனின் மரணத்துக்குப் பிறகு ஹீ ஸியோயோங்கின் மனைவியின் தலை நரைத்திருந்தது.

வாயிலில் நின்றே ஸூ ஸன்க்வான் அவளை அழைத்தான்: "யீலிக்கு உடம்புக்கு முடியாமல் ஆபத்தான நிலையில் இருக்கிறான். அவனை ஷாங்காய்க்கு அழைத்துச் செல்ல வேண்டும் என்று டாக்டர்கள் சொல்கிறார்கள். இல்லையென்றால் அவன் செத்து விடுவானாம். அதற்குத் தேவையான பணம் எங்களிடம் இல்லை. எங்களுக்கு ஏதாவது தந்து உதவுவீர்களா?"

ஹீ ஸியோயோங்கின் மனைவி நொடி நேரம் ஸூ ஸன்க்வானைப் பார்த்தாள். பிறகு எதுவும் சொல்லாமல் அவளது உணவுக்குத் திரும்பினாள்.

இரண்டாவதாகப் பேசுவற்கு முன்பு ஸூ ஸன்க்வான் சற்று நேரம் அமைதியாக நின்றான்: "முடிந்தவரை விரைவாக திருப்பித் தந்துவிடுகிறோம். ஒரு பிராமிசரி நோட்டும் எழுதித் தருகிறோம்."

இன்னுமொரு முறை அவள் அவனைப் பார்த்தாள், திரும்பி உள்ளே சென்று சாப்பிடத் தொடங்கினாள்.

ஸூ ஸன்க்வான் மூன்றாவதாகவும் பேசினான்: "முன்பு நான் தவறு செய்திருக்கிறேன் என்று எனக்குத் தெரியும். அதற்காக நான் வருத்தப்படுகிறேன். நான் யீலிக்காக உங்களிடம் யாசிக்கிறேன். என்ன இருந்தாலும் யீலி..."

ஹீ ஸியோயோங்கின் மனைவி தன் மகள்களிடம் சொன்னாள்: "என்ன சொல்கிறீர்கள்? என்ன இருந்தாலும் உங்கள் மூத்த அண்ணன் அல்லவா? ஒருவன் மூழ்கிச் சாவதை பார்த்துக் கொண்டிருக்க நம்மால் முடியாது. பிள்ளைகளே, உங்களிடம் எவ்வளவு பணம் இருக்கிறது? இருப்பதையெல்லாம் அவருக்குக் கொடுங்கள்." ஹீ ஸியோயோங்கின் மனைவி ஸூ ஸன்க்வானைப் பார்த்துச் சுட்டினாள்.

அவளது இரண்டு மகள்களும் பணம் எடுப்பதற்காக மாடிக்குச் சென்றார்கள். அவள் தன் உடையின் பக்கவாட்டுப் பகுதிக்குள் கைவிட்டு கைக்குட்டையால் நேர்த்தியாக மூடிய ஒரு பொதியை எடுத்தாள். அதை மேசை மீது வைத்துத் திறந்தாள். ஒரு ஐந்து யுவான் நோட்டும் ஒரு இரண்டு யுவான் நோட்டும் சில்லறைகளும் வெளிப்பட்டன. அவள் இரண்டு நோட்டுகளை எடுத்தாள். சில்லறைகளை மீண்டும் மூடிக் கட்டி பைக்குள் வைத்தாள். அதே நேரத்தில் அவளது மகள்கள் கீழே இறங்கி வந்து தங்கள் பணத்தையும் அம்மாவிடம் கொடுத்தார்கள்.

ஹீ ஸியோயோங்கின் மனைவி நோட்டுகளைச் சேகரித்து எண்ணிப் பார்த்தாள். எழுந்து ஸூ ஸன்க்வானிடம் நோட்டுகளைக் கொடுத்தாள்: "எண்ணிப் பார்த்துக்கொள்ளுங்கள்! மொத்தம் பதினேழு யுவான் இருக்கிறது!"

பணத்தை வாங்கிக்கொண்ட ஸூ ஸன்க்வான் எண்ணிப் பார்த்து பையில் வைத்தான். பிறகு அவளிடம் சொன்னான்: "நான் இன்று காலையிலிருந்து பதிமூன்று பேரைக் காணச் சென்றேன். அவர்கள் அனைவரையும்விட நீங்கள் அதிகப் பணம் தந்திருக் கிறீர்கள். நான் என் நன்றியை உங்களுக்குத் தெரிவித்துக் கொள்கிறேன்."

ஸூ ஸன்க்வான் நன்றாகக் குனிந்து வணங்கி தன் மரியாதையை வெளிப்படுத்தினான். அன்று அவன் மொத்தம் அறுபத்து மூன்று யுவான் சேகரித்தான். அந்தப் பணம் முழுவதையும் ஸூ யுலானின் கையில் கொடுத்து யீலியை ஷாங்காய்க்கு அழைத்துச் செல்லும்படிச் சொன்னான்.

"எல்லா செலவுகளுக்கும் இது போதாது என்று எனக்குத் தெரியும். பாக்கிப் பணம் ஏற்பாடு செய்ய நான் ஒரு வழி கண்டுபிடிக்கிறேன். யீலியை நன்றாகப் பார்த்துக்கொள்ள வேண்டியது மட்டுமே நீ செய்ய வேண்டிய வேலை. மிச்சத்தை நான் பார்த்துக்கொள்கிறேன். பணம் சேர்த்த பிறகு நான் உன்னை ஷாங்காய்க்கு வந்து பார்க்கிறேன். நீ சீக்கிரம் புறப்படு. இது வாழ்வா சாவா பிரச்சினை."

ஸூ யுலான் ஷாங்காய்க்குப் புறப்பட்ட அன்று மதியமே ஏளின் உடல் நிலை பாதிப்படைந்தது. கிராமப்புறத்திலிருந்து யீலியை முதுகில் சுமந்து வந்ததால் அவனுக்கு கடும் ஜலதோஷம்

ஏற்பட்டது. அவன் இடைவிடாமல் இருமியவாறு படுத்திருந்தான். அவ்வளவு பயங்கரமான இருமல் என்பதால் அவன் வாந்தியெடுக்கிறானோ என்று தோன்றும். அதுதான் ஸூ ஸன்க்வானை அச்சுறுத்தியது. அவன் ஏளின் நெற்றியில் கை வைத்துப் பார்த்தபோது தீச்சுடரில் கை வைப்பதுபோன்றிருந்தது.

ஸூ ஸன்க்வான் சீக்கிரம் ஏளை மருத்துவமனைக்குக் கொண்டு சென்றான். ஏளுக்கு சளிக் காய்ச்சல் என்றும் சுவாச நாளத்திற்கான வழிகள் தடைப்பட்டிருக்கின்றன என்றும் மருத்துவர்கள் சொன்னார்கள்: "அதிர்ஷ்டவசமாக சுவாசப்பைக்கு எந்தப் பிரச்சினையும் இல்லை; எல்லாம் சுத்தமாக இருக்கிறது. கொஞ்சம் ஸ்ரெப்டோமைசினால் குணப்படுத்திவிடலாம்" என்றும் சொன்னார்கள்.

ஸான்லியை பக்கத்தில் அழைத்து ஸூ ஸன்க்வான் சொன்னான்: "நான் ஏளை உன்னிடம் ஒப்படைக்கிறேன். நீ கொஞ்சம் நாள் வீட்டிலேயே இருக்க வேண்டும். இவனை நன்றாகப் பார்த்துக்கொள்ள வேண்டும். இவனுக்கு நல்ல ஓய்வும் நல்ல சாப்பாடும் கிடைக்கும்படி பார்த்துக்கொள்ள வேண்டும். உனக்கு சமைக்கத் தெரியாது என்று எனக்குத் தெரியும். ஆனால் என்னால் சமைக்க முடியாது. ஏனென்றால் யீலிக்கான பணத்தை ஏற்பாடு செய்தே ஆக வேண்டும். நீ தொழிற்சாலையிலிருந்து தேவையான உணவை வாங்கிக்கொள். இந்தா பத்து யுவான். வாங்கிக்கொள்."

பிற்பாடு ஸூ ஸன்க்வான், ரத்த அதிகாரி லீயை மற்றொரு முறை சந்திக்கச் சென்றான். ஸூ ஸன்க்வான் அறைக்குள் வருவதைப் பார்த்தபோது லீ சிரித்தார்: "மீண்டும் ரத்தம் விற்க வந்திருக்கிறாயா?"

ஸூ ஸன்க்வான் தலையசைத்துச் சம்மதித்தான்: "என் மகன் யீலிக்கு கல்லீரல் பாதிப்படைந்திருக்கிறது. அவனை ஷாங்காயில் உள்ள ஆஸ்பத்திரிக்கு அழைத்துச் செல்ல வேண்டும். என் மகன் ஏளும் நோய்வாய்ப்பட்டு வீட்டில் படுத்திருக்கிறான். நான் இப்போது கதிகெட்ட நிலையில் இருக்கிறேன்."

"என்னிடம் பேசுவதற்கு நீ மெனக்கெட வேண்டிய அவசியமில்லை." ரத்த அதிகாரி லீ கைவீசித் தடுத்தார்: "நான் காரணம் கேட்பதே இல்லை."

அழுதுவிடக்கூடிய நிலையில் ஸூ ஸன்க்வான் அவர் முன்னால் நின்றான்.

ரத்த அதிகாரி லீ சொன்னார்: "இந்த வேகத்தில் ரத்தம் விற்று விற்று உன்னை நீயே கொல்ல வேண்டும் என்று நினைக்கிறாயா? நீ இங்கே எல்லா மாதமும் வருகிறாய், அல்லவா? உனக்கு வாழ்க்கை வெறுத்துவிட்டது என்றால் தூக்கு மாட்டித் தொங்கு வதற்கு ஏற்ற மரமுள்ள நல்ல இடத்தைக் கண்டுபிடிப்பதுதான் நல்லது."

ஸூ ஸன்க்வான் சொன்னான்: "பாருங்கள்! நான் உங்களிடம் இறைஞ்சிக் கேட்டுக்கொள்கிறேன். ஜென்லோங்கை நினைத்து நீங்கள் எனக்கு உதவி செய்யுங்கள்!"

"இழவு!" ரத்த அதிகாரி சொன்னார்: "ஜென்லோங் உயிருடன் இருக்கும்போது ஜென்லோங் கணக்கில் அதைச் செய்யும்படி என்னிடம் கேட்டாய். அவன் இறந்த பிறகும் அவன் கணக்கில் உனக்கு நான் உதவி செய்யவேண்டும், அப்படித்தானே?"

ஸூ ஸன்க்வான் பதில் சொன்னான்: "ஜென்லோங் விட்டுச் சென்று அதிக நேரமாகவில்லை. அவன் உடல் குளிர்ந்துகூட இருக்காது என்று நான் பந்தயம் கட்டுகிறேன். அவன் மீதான மரியாதைக்காகவாவது நீங்கள் இதைச் செய்யக்கூடாதா?"

தன்னையறியாமல் சிரித்துவிட்டார் ரத்த அதிகாரி லீ: "உனக்கு வெட்கம் மானம் ஒன்றும் இல்லை, அப்படித்தானே? நான் இதுவரை பார்த்ததிலேயே மிகவும் கனத்த தோல் கொண்டவன். உன் கனத்த தோல் மீதான மரியாதையின் காரணத்தால் நான் உனக்குச் சில ஆலோசனைகள் தரப்போகிறேன். ஒரு துளி ரத்தம் விற்பதற்கும் நான் சம்மதிக்கமாட்டேன். ஆயினும் நீ வேறு எங்காவது போகலாம். வேறு ஆஸ்பத்திரிக்குச் சென்று முயன்று பார். நீ வேறு எங்கு ரத்தம் விற்றாய் என்று அவர்கள் அறியப் போவதில்லை. உன் ரத்தம் வாங்குவதில் அவர்களுக்கு மகிழ்ச்சி தான் ஏற்படும். புரிந்ததா?"

ஸூ ஸன்க்வான் தலையாட்டுவதை ரத்த அதிகாரி லீ பார்த்தார்: "அப்படி நீ வேண்டுமளவு ரத்தம் விற்கலாம். அத்துடன் உன் உயிரையும் விற்கலாம். எனக்கு என்ன?"

28

ஸூ ஸன்க்வான், நோய்வாய்ப்பட்ட ஏளை வீட்டில் கிடத்தி, அவனை நன்றாகப் பார்த்துக்கொள்ள வேண்டும் என்று ஸான்லியிடம் சொல்லிவிட்டு, பூக்களுள்ள நீல நிற துணிப்பையை முதுகிலேற்றி, இரண்டு யுவானும் முப்பது பென்னும் முன் பையில் திணித்துக்கொண்டு படகுத்துறைக்குப் புறப்பட்டான்.

அவன் ஷாங்காய்க்குப் போகும் வழி. அங்கே சென்றடைவதற்கு முன்பு அவன் லின் படகுத்துறை, வடக்குச் சதுப்பு, மேற்குக் கரை, நூறாவது மைல், தோங்க்யான், தேவதாரு தோட்டம், பெரிய பாலம், ஆங்சாங் வாயில், ஜிங்யான், ஹுவாங் ஹோட்டல், புலித்தலைப் பாலம், மூன்று குகை, ஏழாவது மைல் கோட்டை, மஞ்சள் விரிகுடா, வில்லோ கிராமம், சாங்நிங், புதிய கிராமம் ஆகிய இடங்கள் வழியாகக் கடந்து செல்வான். இந்த இடங்களில் லின் படகுத்துறை, நூறாவது மைல், தேவதாரு தோட்டம், ஹுவாங் ஹோட்டல், ஏழாவது மைல் கோட்டை, சாங்நிங் ஆகிய ஆறு இடங்கள் மாவட்டத் தலைநகரங்களாகும். இந்த ஆறு இடங்களிலும் அவன் ரத்தம் விற்பதற்காக இறங்குவான். ஷாங்காய்க்குப் போகும் வழியெல்லாம் அவன் ரத்தம் விற்பான்.

ஸூ ஸன்க்வான் மதியத்தை ஓட்டி லின் படகுத்துறைக்கு வந்து சேர்ந்தான். நதியில் இறங்கியிருக்கும் அஸ்திவாரங்களுள்ள கட்டடங்கள் மற்றும் வீட்டுத் தொகுப்புகளினூடே செல்லும் நதிக் கரை வழியாக அவன் நடந்தான். பஞ்சு வைத்துத் தைத்த மேலங்கியின் பித்தான்களை அவன் கழற்றிவிட்டான்; காற்றோடு சேர்ந்த சூரிய வெளிச்சம் நெஞ்சில் படட்டும். அவனுடைய செம்பு நிற உடல் குளிர்ந்த காற்றில், ரத்தத் துடிப்புள்ள ஆழ்ந்த சிவப்பானது. நதியில் இறங்கும் கற்படிகளைக் கண்டபோது அவன் இறங்கி நதிக் கரையில் சென்றமர்ந்தான். நதியின் இருபுறங்களிலும்

நிறையப் படகுகுகள் கிடந்தன. அவன் அமர்ந்திருந்த இடத்தின் வழியாக மட்டும்தான் தடையில்லாமல் நதிக்கு வரமுடியும். லின் படகுத்துறையில் ஒரு பனிப் பொழிவு ஏற்பட்டு வெகுநேரம் ஆகியிருக்காது. ஏனென்றால் கற்படிகளின் பிளவுகளில் உருகாத பனி சூரிய வெளிச்சத்தில் ஒளிர்வதை ஸூ ஸன்க்வான் பார்த்தான். லின் படகுத்துறையில் உள்ள மக்கள் இப்போது மதிய உணவு சாப்பிட்டுக் கொண்டிருக்கிறார்கள் என்று அவனால் சொல்ல முடிந்தது; ஏனென்றால், ஆவி சன்னல்களை மறைத்திருந்தது.

பொதிக் கட்டிலிருந்து ஒரு கிண்ணத்தை வெளியே எடுத்தான். நீர் மேற்தளத்தில் ஆடை நீக்குவதுபோன்று ஒதுக்கிவிட்டு ஒரு கிண்ணம் நீர் மொண்டான். படகுத்துறைத் தண்ணீர் கிண்ணத்தில் சற்று பச்சை நிறத்தில் காணப்பட்டது. அவன் ஒரு வாய் குடித்தான். பல்லைத் துளைக்கும் குளிருள்ள அந்தத் தண்ணீர் வயிற்றில் இறங்கும்போது அவனது உடலெல்லாம் நடுங்கியது. கழுத்தை ஆகாயத்தை நோக்கி உயர்த்தி ஒரே மூச்சில் அந்தத் தண்ணீர் முழுவதையும் குடித்தான். அது முடிந்த உடனே உடல் முழுதும் ஏற்பட்ட ஒரு கடும் நடுக்கத்தை சரிப்படுத்துவதற்காக கரங்களால் உடலை மூடிப் பிடித்துக்கொண்டான். சற்று நேரத்திற்குப் பிறகு உடலுக்கு இயல்பான வெப்ப நிலை ஏற்பட்டது. அப்போது மீண்டும் அசைத்து மற்றொரு கிண்ணம் நீர் மொண்டான். குடித்த பிறகு மீண்டும் ஒருமுறை ஏற்பட்ட நடுக்கத்தின் தாக்குதலை சமநிலைப்படுத்தினான்.

சன்னலுக்குப் பக்கத்தில் ஆவிபறக்கும் பாத்திரங்களிலிருந்து மதிய உணவு சாப்பிட்டுக்கொண்டிருந்த லின் படகுத்துறை மக்கள், ஸூ ஸன்க்வானைப் பார்த்தார்கள். அவர்கள் சன்னல்களைத் திறந்து தலையை வெளியே நீட்டினார்கள். ஏறத்தாழ ஐம்பது வயதுள்ள ஒருவர் குளிர்ந்த நீரை கிண்ணத்தில் மொண்டு மொண்டு குடிப்பதையும் ஒவ்வொரு மிடறு குடிக்கும்போதும் அவர் உடல் முழுதும் நடுங்குவதையும் பார்த்து நின்றார்கள்.

அவர்கள் ஸூ ஸன்க்வானிடம் பேசினார்கள்: "நீங்கள் யார்? எங்கிருந்து வருகிறீர்கள்?", "என் வாழ்க்கையில் இவ்வளவு தாகமுள்ள ஒருவரை நான் பார்த்ததே இல்லை.", "ஏன் நதிநீரைக் குடிக்கிறீர்கள்? இந்தக் குளிர்காலத்தில் நோய் வந்துவிடும்.", "இங்கே வாருங்கள்! என் வீட்டுக்கு வாருங்கள். நீங்கள் குடிப்பதற்கு நான் ஏதாவது தருவேனே. எங்களிடம் சுடு நீர் இருக்கிறது. தேயிலையும் இருக்கிறது. ஒரு பாத்திரம் டீ போட்டுத் தருகிறேன்."

ஸூ ஸன்க்வான் அவர்களைப் பார்த்துச் சிரித்தான்: "உங்களையெல்லாம் தொந்தரவு செய்ய நான் விரும்பவில்லை. நன்றி. நீங்களெல்லாம் நல்ல மனிதர்கள். நான் உங்களுக்குத் தொந்தரவு தரமாட்டேன். நான் நிறையத் தண்ணீர் குடித்தே ஆக வேண்டும். அதனால் நதியில் குடித்தால் பிரச்சினையில்லை."

அவர்கள் சொன்னார்கள்: "இங்கே எங்களிடம் நிறையத் தண்ணீர் இருக்கிறது. வேண்டுமென்றால் அது எல்லாவற்றையும் நீங்களே குடிக்கலாம். ஒரு பாத்திரம் போதவில்லை என்றால் இரண்டு பாத்திரம் தண்ணீர் தருகிறோம். அதுவும் போதவில்லை என்றால் மூன்று."

ஸூ ஸன்க்வான் எழுந்து கிண்ணத்தைப் பிடித்துக்கொண்டு, அழைப்பு வந்த சன்னலைப் பார்த்தான்: "உங்கள் தேநீரைக் குடிக்க நான் விரும்பவில்லை. கொஞ்சம் உப்பு கொடுங்கள். நான் நான்கு கிண்ணம் நீர் குடித்துவிட்டேன். தண்ணீர் மிகவும் குளிராக இருக்கிறது. என்னால் இனிமேல் கொஞ்சம்கூட குடிக்க முடியாது. கொஞ்சம் உப்பு கொடுங்கள். பிறகு என்னால் இன்னும் குடிக்க முடியும்."

இந்த வேண்டுகோள் மிகவும் வித்தியாசமானதாக அவர்களுக்குத் தோன்றியது: "உப்பு எதற்கு? அதிகம் குடிக்கத் தோன்றவில்லையென்றால் தாகமும் இல்லையல்லவா?"

"எனக்குத் தாகமில்லை. நான் தாகத்துக்காகக் குடிக்கவில்லை."

சிலர் சிரித்தார்கள். ஒருவன் கேட்டான்: "தாகமில்லையென்றால் பிறகு எதற்கு இவ்வளவு தண்ணீர் குடிக்கிறீர்கள்? அதுவும் நதிநீர் ரொம்பவும் குளிராக இருக்கும். இவ்வளவு நதிநீர் குடித்தால் வயிற்று வலி நிச்சயம்."

ஸூ ஸன்க்வான் அவர்களைப் பார்த்தான்: "நீங்கள் மிகவும் நல்ல மனிதர்களாகத் தெரிகிறீர்கள். அதனால் நான் சொல்கிறேன். நான் இவ்வளவு அதிகமாகத் தண்ணீர் குடிப்பது எதற்காக என்றால், என்னால் ரத்தம் விற்க முடியும்."

"ரத்தம் விற்பதா?" அவர்கள் கேட்டார்கள்: "ரத்தம் விற்பதற்கு தண்ணீர் குடிப்பது எதற்கு?"

"எவ்வளவு தண்ணீர் குடிக்கிறோமோ அவ்வளவு ரத்தம் ஊறும். நிறையத் தண்ணீர் குடித்தால் இரண்டு பாட்டில் ரத்தம் விற்க முடியும்."

பேசிக் கொண்டிருக்கும்போது ஸூ ஸன்க்வான் கிண்ணத்தின் விளிம்பில் தட்டிச் சிரித்தான். சுருக்கங்களுடைய முகத்தில் சிரிப்பு படர்ந்தது.

"எதற்கு நீங்கள் ரத்தம் விற்கிறீர்கள்?"

ஸூ ஸன்க்வான் பதில் சொன்னான்: "யீலிக்கு உடம்பு முடிய வில்லை. அவனுக்கு ஆபத்தான நோய் வந்திருக்கிறது. ஷாங்காயில் உள்ள பெரிய ஆஸ்பத்தியியால் மட்டும்தான் அவனைக் காப்பாற்ற முடியும். என்னிடம் பணம் இல்லை. அதனால் நான் ரத்தம் விற்றே ஆக வேண்டும். ஷாங்காய்க்குச் செல்லும் வழி முழுதும் ரத்தம் விற்றால் அங்கே செல்லும்போது ஆஸ்பத்திரிக் கட்டணத்தைச் செலுத்துவதற்கு என்னிடம் பணம் இருக்கும்."

இவ்வளவும் சொல்லி முடித்தபோது ஸூ ஸன்க்வான் குமுறி அழுதான். அவன் முகத்தில் கண்ணீர் வழியும்போது வார்த்தைகள் இல்லாமல் அவன் சிரித்தான். ஸூ ஸன்க்வானின் வார்த்தைகள், அவர்களை வார்த்தைகள் அற்றவர்களாக்கின. அவனைப் பார்த்து வெறுமே நிற்க மட்டுமே அவர்களால் முடிந்தது. கடைசியில் ஸூ ஸன்க்வான் அவர்களைப் பார்த்துக் கை நீட்டினான்: "நீங்கள் கருணையுள்ளவர்கள். கொஞ்சம் உப்பு தருகிறீர்களா?"

அவர்கள் எல்லோரும் தலையசைத்தார்கள். சற்று நேரத்திற்குப் பிறகு ஒருவன் உப்பை ஒரு காகிதத்தில் மடித்துக் கொண்டு வந்து தந்தான். மற்றொருவன் மூன்று பாத்திரம் நிறைய சூடான தேநீருடன் வந்தான். உப்பையையும் தேநீரையும் பார்த்து ஸூ ஸன்க்வான் சொன்னான்: "இவ்வளவு உப்பா! இது முழுவதையும் பயன்படுத்த என்னால் முடியாது. உண்மையைச் சொல்கிறேனே, இந்த டீ இருப்பதால் இனி உப்பு தேவைப்படும் என்று நினைக்கவில்லை."

அவர்கள் சொன்னார்கள்: "இப்போது இந்த உப்பு பயன் படவில்லையென்றாலும் கையில் வைத்துக்கொள்ளுங்கள். அடுத்த முறை ரத்தம் விற்கும்போது பயன்படுத்தலாம் அல்லவா? டீ ஆறுவதற்கு முன்பு குடித்துவிடுங்கள்."

ஸூ ஸன்க்வான் தலையசைத்தான். உப்பை பையில் வைத்துக் கொண்டான். மீண்டும் கற்படியில் அமர்ந்தான். தண்ணீரின் மேற்படலம் நீக்கி அரை கிண்ணம் தண்ணீர் எடுத்தான். அவர்கள் கொடுத்த தேநீர்ப் பாத்திரங்கள் ஒன்றிலிருந்து கொஞ்சம் கிண்ணத்தில் ஊற்றினான். பிறகு அந்தக் கலவையை ஒரே வாயில் குடித்துவிட்டு வாயைத் துடைத்துக்கொண்டான்.

“டீ மிகவும் நன்றாக இருக்கிறது.” ஸூ ஸன்க்வான் மூன்று கிண்ணம் தண்ணீர் குடித்தான்.

அவர்கள் சொன்னார்கள்: “நன்றாகக் குடிப்பதற்கு அறிந்திருக்கிறீர்கள்.”

ஸூ ஸன்க்வான் வெட்கத்துடன் சிரித்தான்: “எப்படி யெல்லாமோ கஷ்டப்பட்டு நான் குடித்து இறக்குகிறேன்.” படியில் வைத்திருந்த மூன்று தேநீர்ப் பாத்திரத்தையும் பார்த்தான்: “நான் இப்போது போயே ஆக வேண்டும்! இந்த டீ பாத்திரங்கள் யாருடையவை என்று தெரியவில்லை. நான் இவற்றை யாரிடம் திருப்பிக் கொடுக்கவேண்டும்?”

அவர்கள் சொன்னார்கள்: “நீங்கள் புறப்படுங்கள். நாங்கள் எடுத்துக்கொள்கிறோம்.”

ஸூ ஸன்க்வான் தலையசைத்தான். சுற்றிலும் சன்னல்களில் நிற்பவர்களையும் படிகளில் தனக்கு எதிரே நிற்பவர்களையும் பார்த்தான். அவர்களுக்கு நேராக தலைகுனிந்தான்: “நீங்கள் எல்லோரும் என்னிடம் மிகவும் நன்றாக நடந்துகொண்டீர்கள். உங்களுக்குத் திருப்பிச் செய்ய இந்த மரியாதையைத் தவிர என்னிடம் ஏதுமில்லை.”

சீக்கிரமே ஸூ ஸன்க்வான் லின் படகுத்துறையின் மாவட்ட மருத்துமவனைக்கு வந்தான். சிகிச்சை வராந்தாவின் முனை யிலுள்ள ரத்தம் கொடுக்கும் அறையில், ரத்த அதிகாரி லீ அளவு வயதுள்ள ஒருவர் அமர்ந்திருந்தார். சாய்வு மேசைக்கருகே ஒரு கரத்தை மேசை மீது வைத்து, கதவற்ற குளியலறையையே உற்றுப் பார்த்துக்கொண்டு அவர் அமர்ந்திருந்தார்.

அவர், ரத்த அதிகாரி லீ அணிந்திருப்பதைப்போன்றே வெள்ளை மேலங்கி அணிந்திருப்பதைப் பார்த்த ஸூ ஸன்க்வான் சொன்னான்: “நீங்கள்தான் இங்குள்ள ரத்த அதிகாரியாக இருப்பீர்கள். உங்கள் வெள்ளைக்கோட்டின் முன்புறமும் கோட்டின் கைப்பகுதியுமெல்லாம் கருப்பாக இருக்கிறது. நீங்கள் எப்போதும் சாய்வு மேசையில் அமர்ந்திருப்பதால்தான் கோட்டின் முன் பகுதி அப்படியானது. மேசைமீது கைகளை வைத்திருப்பதால் தான் கோட்டின் கைப் பகுதி அழுக்காகியிருக்கிறது. நீங்கள் எங்கள் ரத்த அதிகாரி லீயைப் போன்றிருக்கிறீர்கள். கோட்டின் பின்புறமும் கருப்பாகத்தான் இருக்கிறது. ஏனென்றால், நீங்கள் எப்போதும் நாள் முழுக்கச் சாய்ந்திருப்பதால்தான்.”

லின் படகுத்துறையின் மாவட்ட மருத்துவமனையில் ஸூ ஸன்க்வான் ரத்தம் விற்றான். பிறகு நகரத்தில் ஒரு ஹோட்டலுக்குச் சென்று வறுத்த பன்றி ஈரல் சாப்பிட்டான். மஞ்சள் அரிசி ஒயின் குடித்தான். அதன் பிறகு தெருக்கள் வழியே நடந்தான். பனிக்காலக் காற்று அவன் முகத்தைக் குளிர்வித்தது. காற்று, காலரின் இடையே கழுத்திற்கும் இறங்கியது. அவனுக்குக் குளிராக இருந்தது. பஞ்சு வைத்துத் தைத்த மேலங்கியின் அடியில் அவன் உடல் பட்டென்று குளிர்ந்தது. ரத்தம் விற்றதால்தான் இப்படி என்று அவனுக்குப் புரிந்தது. அவனது உடலின் எல்லா வெப்பத்தையும் விற்று விட்டான். காற்று வயிற்றுக்குள் இறங்குவதை அவன் உணர்ந்தான். அவன் வயிற்றுத் தசைகள் குளிரால் சுருங்கின. அவன் காலரை முன்னால் இழுத்தான். அவ்வாறு கழுத்தைச்சுற்றி மூடினான். காலரைப் பற்றி அந்த உடலை பாதை வழியே இழுத்துச் செல்வது போன்று தெரிந்தது.

லின் படகுத்துறை வழியே செல்லும் பாதைக்கு அப்புறம் சூரிய வெளிச்சம் ஒளிர்ந்து களித்தது. ஸூ ஸன்க்வானின் நடுங்கும் உடல் அந்த சூரிய வெளிச்சத்தின் ஊடே சென்றது. ஒரு தெருவைக் கடந்து மற்றொன்றுக்கு வந்தான். சூரியப் பிரகாசத்தில் குளித்து நிற்கும் பழையதொரு சுவரில் சாய்ந்து நிற்கும் கொஞ்சம் இளைஞர்களைப் பார்த்தான். வெப்பத்தைக் கிரகித்து அவர்கள் சாய்வாகப் பார்த்தவாறிருந்தார்கள். கைகளை சட்டைக் கையின் உள்ளே வைத்திருந்தார்கள். உரக்கச் சிரித்தபடியும் உரக்கக் கத்தியவாறும் அவர்கள் தங்களுக்குள் பேசிக்கொண்டிருந்தார்கள். ஸூ ஸன்க்வான் நொடி நேரம் அவர்கள் முன்னால் நின்றான். பிறகு அவர்களிடையே சென்றான். சூரிய பிரகாசத்தின் பொருட்டு சாய்வாகப் பார்த்தவாறு சுவற்றில் சாய்ந்து நின்றான்.

அவர்கள் திரும்பி நின்று தன்னைப் பார்ப்பதை ஸூ ஸன்க்வான் கண்டான். அதனால் அவன் சொன்னான்: "இங்கே கொஞ்சம் சூடு இருக்கிறது. காற்றும் அதிகமில்லை."

அவர்கள் தலையசைத்தார்கள். அவன் சுவரோடு சேர்ந்து நின்று காலரையே இறுக்கிப் பிடித்துக்கொண்டிருப்பதை அவர்கள் பார்த்தார்கள். அவர்கள் மெதுவாகச் சொன்னார்கள்: "அவரின் கைகளைப் பார்." , "காலரை இறுக்கிப் பிடித்திருக்கிறார். யாரோ அவரை நெரித்துக் கொல்லப்போகிறார்கள் என்று தோன்றுகிற தல்லவா?" , "இல்லையென்றால் தொண்டையில் கயிறு கட்டியது போல. நீ என்ன நினைக்கிறாய்?"

அவர்களின் இந்த கருத்துகளையெல்லாம் கேட்ட ஸூ ஸன்க்வான் அவர்களைப் பார்த்து சிரித்தான்: “காலர் வழியே காற்று வந்துவிடுமோ என்று பயப்படுகிறேன், அவ்வளவுதான்.” காலரின் ஒரு புறத்தை விட்டுவிட்டு அந்தக் கரத்தால் கழுத்தைச் சுட்டிக்காட்டினான்: “ஒரு வீட்டின் சன்னல்போல இது. பனிக்காலத்தில் வீட்டில் ஒரு சன்னல்கூட திறந்திருக்கக் கூடாது, அப்படித்தானே? சன்னல்களைத் திறந்துபோட்டால் எல்லோரும் குளிரில் செத்துவிடுவார்கள்.”

அவனது விளக்கத்தைக் கேட்டு அவர்கள் குபீரென்று சிரித்து விட்டார்கள். “உங்களைப்போல குளிருக்குப் பயப்படும் ஒருவரை நாங்கள் இதுவரை பார்த்ததில்லை. இவ்வளவு கனமான மேலங்கி அணிந்தும் உங்கள் பற்கள் அடித்துக்கொள்ளும் ஓசையை நாங்கள் கேட்கிறோம். எங்களைப் பாருங்கள். யாரும் பஞ்சு வைத்துத் தைத்த மேலங்கி அணியவில்லை. காலர்களை நாங்கள் திறந்துதான் வைத்திருக்கிறோம்.”

“வெறும் ஒரு நிமிடத்துக்கு முன்பு என் காலர்களும் திறந்துதான் இருந்தன. ஒரு நிமிடத்துக்கு முன்பு நதியிலிருந்து நான் எட்டு கிண்ணம் நீர் குடித்திருக்கிறேன்.”

அவர்கள் கேட்டார்கள்: “காய்ச்சலாக இருக்கிறதா?”

ஸூ ஸன்க்வான் சொன்னான்: “எனக்குக் காய்ச்சல் ஒன்று மில்லை.”

அவர்கள் சொன்னார்கள்: “இல்லையல்லவா, பிறகு எதற்கு இப்படி முட்டாள்தனமாகப் பேசுகிறீர்கள்?”

ஸூ ஸன்க்வான் சொன்னான்: “நான் முட்டாள்தனமாகப் பேசவில்லை.”

அவர்கள் சொன்னார்கள்: “நிச்சயமாக உங்களுக்கு காய்ச்சலாக இருக்கிறது. கடுமையாகக் குளிர்கிறது, அப்படித்தானே?”

ஸூ ஸன்க்வான் தலையசைத்தான்: “ரொம்ப சரிதான்.”

“அப்படியென்றால் உங்களுக்குக் காய்ச்சல் இருக்கிறது.” அவர்கள் சொன்னார்கள்: “காய்ச்சல் இருந்தால்தான் குளிராக இருக்கும். நெற்றியைத் தொட்டுப் பாருங்கள். பயங்கர சூடாக இருக்கும் என்று நான் பந்தயம் கட்டுகிறேன்.”

அவர்களைப் பார்த்து அவன் சிரித்தான்: “எனக்குக் காய்ச்சல் இல்லை. எனக்கு குளிர்கிறது, அவ்வளவுதான். ஏனென்றால், நான் விற்றேன்.”

அவர்கள் குறுக்கிட்டுச் சொன்னார்கள்: "உங்களுக்குக் மிகவும் குளிராக இருக்கிறது என்றால் கடும் காய்ச்சல் இருக்கவேண்டும். நெற்றியைத் தொட்டுப்பாருங்கள்."

ஸூ ஸன்க்வான் சிரித்தான். ஆனால் நெற்றிக்குக் கை உயர்த்த வில்லை.

அவர்கள் அவனைத் தூண்டிக்கொண்டேயிருந்தார்கள்: "பாருங்கள், நெற்றியில் கை வைத்துப் பாருங்கள்! காய்ச்சல் இருக்கிறதா இல்லையா என்று உடனே தெரிந்துகொள்ள வேண்டும். இது அவ்வளவு பெரிய வேலையொன்றும் அல்ல. கையைக் கொஞ்சம் தூக்கினால் போதும்."

அவர்கள் பார்த்துக்கொண்டிருக்கும்போது ஸூ ஸன்க்வான் கை தூக்கினான்.

"சூடாக இருக்கிறது, அல்லவா?"

ஸூ ஸன்க்வான் தலையசைத்தான்: "எனக்குத் தெரியவில்லை. என் நெற்றியும் கையும் ஒரே வெப்பநிலையில் இருப்பதால் என்னால் சொல்ல முடியவில்லை."

"நான் தொட்டுப் பார்க்கிறேன்." ஒருவன் முன்னால் வந்து ஸூ ஸன்க்வானின் நெற்றியைத் தொட்டுப் பார்த்தான். அவன் திரும்பி மற்றவர்களிடம் சொன்னான்: "இவர் நெற்றி மிகவும் குளிராக இருக்கிறது."

மற்றொருவன் சொன்னான்: "நீ இப்போதுதானே உன் பாக்கெட்டிலிருந்து கையை எடுத்தாய். அது சூடாயிருக்கும். உன் நெற்றியை அவர் நெற்றியுடன் சேர்த்து வைத்துப்பார்."

அவன் தன் நெற்றியை ஸூ ஸன்க்வானின் நெற்றியுடன் சேர்த்து வைத்தான். ஒரு கணம் நின்றான். பிறகு அவர்களை நோக்கித் திரும்பினான். கையால் மெதுவாக நெற்றியைத் துடைத்துக்கொண்டான்: "ஒருக்கால், எனக்குத்தான் காய்ச்சலாக இருக்கும்போலிருக்கிறது. என் நெற்றி அவர் நெற்றியைவிட சூடாக இருக்கிறது. நமக்குத்தான் காய்ச்சல் இருக்கிறது."

அவர்கள் சிரித்தவாறு அவனைச் சுற்றிலும் நின்றார்கள். சிரித்து முடித்த பிறகு ஒருவன் சீழ்க்கையிடத் தொடங்கினான். பிறகு பலரும் சீழ்க்கையிட்டார்கள். அவர்கள் சேர்ந்து சீழ்க்கை யிட்டவாறே நடந்து சென்றார்கள். அவர்கள் சென்று மறைவதுவரை, அவர்களின் சீழ்க்கையொலி அமைதியில்

கரைவதுவரை ஸூ ஸன்க்வான் அவர்களைப் பார்த்து நின்றான். பிறகு தனக்குத்தானே சிரித்துக்கொண்டு, மதிலுக்குக் கீழே இருந்த கல்லில் அமர்ந்தான். அவன் உடலில் சூரிய ஒளி பட்டது. சில நொடிகளுக்குள் முன்பைவிட வெப்பம் ஏற்பட்டது. குளிரால் கைகள் விறைத்துப்போகும் என்று தோன்றியபோது அவன் விரல்களை பைக்குள் வைத்துக்கொண்டான்.

ஐ

ஸூ ஸன்க்வான் வடக்குச் சதுப்புக்கு படகு பிடித்தான். அங்கிருந்து மேற்குக் கரைக்குச் சென்றான். வேறொரு படகில் நூறாவது மைலுக்குச் சென்றான். வீட்டைவிட்டுப் புறப்பட்டு மூன்று நாட்களாகின்றன. லின் படகுத்துறையில் ரத்தம் விற்று மூன்று நாட்கள் கடந்திருக்கின்றன. நூறாவது மைலில் மருத்துவமனைக்குச் செல்லவும் ரத்தம் விற்கவும் அவன் திட்ட மிட்டிருந்தான். நூறாவது மைலில் நதிக்கரையிலுள்ள தெருவில் அவன் நடந்தான். உருகும், சேறான பனி வழியருகில் குவிந்திருந் தது. காற்று முகத்தில் அடித்தபோது அவன் உடல் காய்ந்து வறண்டு, வீடுகளின் இறவாணத்திலிருந்து தொங்கவிட்ட உப்பிட்ட மீன்களைப்போலத் தோன்றியது. நீர் குடிக்கும் கிண்ணத்தை ஒரு கையில் பிடித்தவாறு, உப்புப் பொட்டலத்தை மேலங்கியில் வைத்து, உப்புக் கற்களைத் தின்றபடி அவன் நடந்தான். உப்புச் சுவையால் அவன் வாயில் கைப்பு ஏற்பட்டபோது அவன் படிகள் இறங்கி நீரின் மேற்புறப் படலமகற்றி இரண்டு கிண்ணம் குளிர்ந்த நீர் குடித்தான். பிறகு உப்புக் கற்களைத் தின்றுகொண்டு பாதை வழியே நடந்தான்.

அன்று மதியம், நூறாவது மைல் மருத்துவமனையில் ரத்தம் விற்று புறப்பட்டுபோது, வறுத்த பன்றி ஈரல் சாப்பிடவும், மஞ்சள் அரிசி ஒயின் குடிக்கவும் எதிரே உள்ள ஹோட்டலுக்குச் செல்ல தெருவைக் குறுக்காகக் கடக்கும் முன்பு, இனி சற்றும் நடக்க முடியாது என்று புரிந்துகொண்டான். பலத்த காற்றில் ஆடும் இலைகளற்ற மரக் கிளைகளைப்போல அவன் உறுப்புகள் நடுங்கின. முன்னும் பின்னும் உலைந்து ஆடினான். விழுந்து விடுவோம் என்று தோன்றியபோது அவன் நடுக்கத்தை நிறுத்து வதற்காக கரங்களால் தன் உடலைப் பிடித்துக்கொண்டான். அவனுக்குக் கீழே கால்கள் அமுங்கிப்போயின. அவன் நடை பாதையில் வீழ்ந்தான்.

அவனுக்கு நேராக நடந்து வந்துகொண்டிருந்த யாரோ ஒருவர் அவனிடம் என்ன பிரச்சினை என்று கேட்டார். ஆனால் ஸூ ஸன்க்வான் மிகவும் நடுங்கிக்கொண்டிருந்ததால், அவன் சொன்ன பதில் அவருக்குப் புரியவில்லை. யாரோ ஒருவர் அவனை மருத்துவமனைக்குக் கொண்டு செல்வதுதான் நல்லது என்று கருத்துச் சொன்னார். மற்றொருவர், "அதிர்ஷ்டம், ஆஸ்பத்திரி நான்கைந்து அடி தூரத்தில்தான் இருக்கிறது" என்று அவனை முதுகில் சுமந்துகொண்டு மருத்துவமனையை நோக்கி நடந்தார்.

ஆனால் அப்போது ஸூ ஸன்க்வானின் குரல் மேலும் தெளிவானது: "வேண்டாம், வேண்டாம்... வேண்டாம், வேண்டாம்..." அவன் மீண்டும் மீண்டும் சொல்லிக்கொண்டிருந் தான்: "நான் ஆஸ்பத்திரிக்கு வரவில்லை... நான் ஆஸ்பத்திரிக்கு வரவில்லை..."

அவர் சொன்னார்: "உங்களுக்கு உடம்பு முடியவில்லை. நீங்கள் மோசமான நிலையில் இருக்கிறீர்கள். நீங்கள் இப்போது நடுங்கு வதைப்போல எவரும் நடுங்கி நான் என் வாழ்க்கையில் இதுவரை பார்த்தது இல்லை. நாங்கள் உங்களை அவசியம் ஆஸ்பத்திரியில் சேர்ப்போம்."

ஆயினும் அவன் மீண்டும் மீண்டும் சொன்னான்: "வேண்டாம்... வேண்டாம்... வேண்டாம்... வேண்டாம்..."

அதனால் அவர்கள் கேட்டார்கள்: "அப்படியென்றால் உங்களுக்கு என்ன சிக்கல்? ஏதாவது ஆகிவிட்டதா? நீண்ட காலமாக ஏதாவது நோய் இருக்கிறதா? அது இப்போது திடீரென்று உங்களைத் தாக்குகிறது என்றால் உங்களை கட்டாயம் ஆஸ்பத்திரிக்குக் கொண்டு செல்லத்தான் வேண்டும்."

அவனது உதடுகள் துடிப்பதையும் வாய் அசைவதையும் அவர்கள் பார்த்தார்கள். ஆயினும் அவர்கள் யாருக்கும் அவன் என்ன சொல்கிறான் என்று புரிந்துகொள்ள முடியவில்லை. யாரோ கேட்டார்கள்: "இவர் நம்மிடம் என்ன சொல்கிறார்?"

"நமக்குப் புரியவில்லை. என்னவாயினும் நாம் இவரை ஆஸ்பத்திரியில் கொண்டுபோய்ச் சேர்த்துவிடுவோம்."

அத்துடன் அவன் குரல் மேலும் கொஞ்சம் தெளிவடைந்தது: "எனக்கு நோய் எதுவுமில்லை."

ஆயினும் அவன் வார்த்தைகள் முற்றிலும் தெளிவாக இருந்தன என்று சொல்ல முடியாது.

"தனக்கு நோய் எதுவுமில்லையென்று இவர் சொல்கிறார். நோய் இல்லையென்றால் பிறகு ஏன் இவர் இவ்வளவு நடுங்கு கிறார்?"

அவன் சொன்னான்: "எனக்குக் குளிர்கிறது."

இப்போது சொன்னது புரிந்துகொள்ளும் விதத்தில் தெளிவுட னிருந்தது. "குளிர்கிறது என்று இவர் சொல்கிறார். இவருக்கு அதிகமாகக் குளிர்கிறதுபோலிருக்கிறது. அப்படியென்றால் இவரை ஆஸ்பத்திரிக்கு அழைத்துச் செல்வதில் பயனில்லை. ஒரு ஹோட்டலுக்கு கொண்டு செல்வதுதான் நல்லது. இவர் பேச்சைக் கேட்டால் இவர் இந்தப் பகுதியைச் சேர்ந்த ஆளாகவும் தெரிய வில்லை."

அவர்கள் தன்னை ஹோட்டலுக்கு கொண்டு செல்கிறார்கள் என்று அறிந்தபோது ஸூ ஸன்க்வான் அமைதியடைந்தான். மிகப் பக்கத்தில் உள்ள ஹோட்டலுக்கு அழைத்துச் செல்ல அனுமதித்தான். அவர்கள் அவனை நான்கு படுக்கைகள் உள்ள ஒரு அறைக்குக் கொண்டு சென்றார்கள். அங்கே ஒரு படுக்கையில் படுக்க வைத்தார்கள். நான்கு படுக்கையிலும் இருந்த மெத்தைப் போர்வைகளை எடுத்து அவனுக்குப் போர்த்தினார்கள். நான்கு மெத்தைப் போர்வைக்கு அடியில் படுத்திருந்தாலும் ஸூ ஸன்க்வானின் உடல் நடுங்கியது. அவனுக்குச் சுற்றிலும் நின்று அவர்கள் கேட்டார்கள்: "சூடாக இருக்கிறதா?"

ஸூ ஸன்க்வான் தலையசைத்தான். போர்வைக்குள்ளிருந்து வெளியே வந்த தலை தூரதூரத்தில் எங்கோ இருப்பதாகத் தோன்றியது.

அவன் தலை அசைவதைப் பார்த்தபோது அவர்கள் சொன்னார்கள்: "உங்களுக்குக் குளிர்வதாக நீங்கள் நினைத்துக் கொள்வதால் இப்படி இருக்கலாம். இப்படி ஒரு எண்ணம் வந்தால் பிறகு நான்கு போர்வையின் கீழே படுத்தாலும் பத்துப் போர்வை யின் கீழே படுத்தாலும் குளிராகத்தான் இருக்கும். ஏனென்றால் குளிர் உள்ளே இருக்கிறது, வெளியே அல்ல. ஏதாவது சாப்பிட்டால் நன்றாகிவிடும்."

மெத்தைப் போர்வைகள் நடுங்கத் தொடங்குவதை அவர்கள் பார்த்துக்கொண்டிருந்தார்கள். சற்று நேரத்திற்குப் பிறகு ஸூ ஸன்க்வானின் கை, பத்து பென் நோட்டுடன் வெளியே நீண்டது: "நான் கொஞ்சம் நூடுல்ஸ் சாப்பிட வேண்டும்."

அவர்கள் நூடுல்ஸ் வாங்கச் சென்றார்கள். வாங்கி வந்து, சாப்பிடுவதற்காக அவனை சாய்த்து உட்கார வைத்தார்கள். நூடுல்ஸ் விழுங்கி முடிந்தபோது ஸூ ஸன்க்வானின் உடல் கொஞ்சம் வெப்பத்தை மீட்டெடுத்தது. சற்று நேரத்திற்குப் பிறகு தெளிவாக பேச முடிந்தது. நான்கு மெத்தைப் போர்வைகளைப் பயன்படுத்த வேண்டிய தேவை இல்லை என்று சொன்னான்: "இரண்டை எடுத்துவிடும்படி நான் உங்களிடம் கேட்டுக் கொள்கிறேன். எனக்கு மூச்சுவிடச் சிரமமாக இருக்கிறது."

அந்த இரவு இருட்டிய பிறகு வந்த ஒருவருடன் ஸூ ஸன்க்வான் அறையைப் பங்கிட்டுக்கொண்டான். அறுபது முடிந்த அவர் பஞ்சு வைத்துத் தைத்த மேலங்கி அணிந்திருந்தார். அது கிழிந்திருந்தது. அவரது இருண்ட சிவப்பு முகம் குளிர் காற்றால் வெடிப்புற்றிருந்தது. இரண்டு சிறிய பன்றிக்குட்டிகளை கையில் பிடித்துக்கொண்டு அவர் வந்திருந்தார். பன்றிக் குட்டிகளை படுக்கையின் மேலே வைப்பதை ஸூ ஸன்க்வான் பார்த்தான். அவை கத்தத் தொடங்கின. கூர்மையான மெல்லிய சப்தம். அவற்றை ஒன்றாக இணைத்து, கால்களை சேர்த்துக் கட்டி படுக்கையில் கிடத்தினார்

அவர் அவற்றிடம் சொன்னார்: "தூங்குங்கள், இப்போது தூங்குங்கள். இது தூங்குவதற்கான நேரம்." இப்படிச் சொல்லிக் கொண்டு படுக்கையின் மறு மூலையிலிருந்து இழுத்த மெத்தைப் போர்வையால் அவற்றைப் போர்த்தினார்.

படுத்த பிறகு ஸூ ஸன்க்வான் தன்னைப் பார்ப்பதை அவர் அறிந்தார்: "நள்ளிரவில் குளிர் பயங்கரமாக இருக்கும். இவை குளிரில் விறைத்துச் சாவதைவிட நான் என்னுடன் படுக்க வைப்பது நல்லது."

ஸூ ஸன்க்வான் தலையசைப்பதையும் நட்புடன் உள்ளூரச் சிரிப்பதையும் அவன் பார்த்தார். அவர் வடக்குச் சதுப்புக்கு அப்பால் உள்ள மாவட்டத்தைச் சேர்ந்தவர் என்றும் இரண்டு மகள்கள் இருக்கிறார்கள் என்றும் அவர்களுக்குத் திருமணம் ஆகிவிட்டது என்றும் அவர் சொன்னார். அப்புறம், திருமண மாகாத மூன்று மகன்களும் இரண்டு பேரப் பிள்ளைகளும் உண்டு. பன்றிக் குட்டிகளை விற்பதற்காகத்தான் அவர் நூறாவது மைலுக்கு வந்திருக்கிறார். "இங்கே நூறாவது மைலில் விலை சற்று அதிகம். அதனால் நான் கொஞ்சம் பணம் சம்பாதிக்கலாம் அல்லவா?" அவர் கடைசியில் சொன்னார்: "இந்த வருடம் எனக்கு அறுபத்து நான்கு வயது ஆகிவிட்டது."

"நான் அவ்வளவு வயது இருக்கும் என்று யூகிக்கவில்லை." ஸூ ஸன்க்வான் சொன்னான்: "அறுபத்து நான்கு. ஆயினும் இன்றும் வலுவாக இருக்கிறீர்கள்."

இதைக்கேட்ட அவர் வாய்க்குள் சிரித்தார்: "என் கண்கள் இப்போதும் நன்றாயிருக்கின்றன. காதுகளும் மிகத் தெளிவாக கேட்கின்றன. எனக்கு எந்தப் பிரச்சினையும் இல்லை. அன்று இருந்தது போன்று பலசாலியாக இப்போது இல்லை என்பதுதான் ஒரு விஷயம். இப்போதும் நான் தினமும் வயலில் வேலை செய்கிறேன். என் மூன்று மகன்களில் யார் செய்யும் வேலை அத்தனையையும் என்னால் செய்ய முடியும். அன்று இருந்தது போன்று பலசாலியாக இப்போது இல்லை என்பதைத் தவிர. களைப்படையும்போது என் முதுகு வலிக்கத் தொடங்கும்."

ஸூ ஸன்க்வான் இரண்டு மெத்தைப் போர்வைகளின் கீழே படுத்திருக்கிறான் என்று பார்த்தபோது அவர் கேட்டார்: "உங்களுக்கு ஏதும் உடம்புக்கு முடியவில்லையா? இரண்டு போர்வைகள் போர்த்தியிருக்கிறீர்கள், ஆயினும் ஒரு இலையைப் போல நடுங்குகிறீர்கள்."

ஸூ ஸன்க்வான் சொன்னான்: "என் உடம்புக்கு எந்தப் பிரச்சினையும் இல்லை. எனக்குக் குளிர்கிறது, அவ்வளவுதான்."

"இங்கு இன்னுமொரு போர்வை இருக்கிறது. உங்களுக்குப் போர்த்திவிடவா?"

ஸூ ஸன்க்வான் தலையாட்டினான்: "வேண்டாம். எனக்கு இப்போது மிகவும் பரவாயில்லை. இன்று மதியம் ரத்தம் விற்றபோது ஏற்பட்ட குளிரை என்னால் தாங்கிக்கொள்ளவே முடியவில்லை. ஆனால் இப்போது நான் மிகவும் நன்றாக இருக்கிறேன்."

"நீங்கள் இன்று ரத்தம் விற்றீர்களா?" அவர் தொடர்ந்தார்: "நானும் ஒரு காலத்தில் ரத்தம் விற்றிருந்தேன். கடைசியாக, என் கடைசி குழந்தைக்குப் பத்து வயது இருக்கும்போது."

"உடலின் எல்லா சூடும் போய்விடும். சூடே இல்லாமல் போய்விடும்."

ஸூ ஸன்க்வான் பேசிக்கொண்டிருக்கும்போது போர்வையின் அடியிலிருந்து கையை வெளியெடுத்து அவருக்கு நேரே சுட்டினான்: "மூன்று மாதத்தில் நான் மூன்று முறை ரத்தம் விற்றேன். இரண்டு பாட்டில் வீதம். அதாவது நாநூறு மில்லி

விட்டார். நான் என் எல்லா சக்தியையும் விற்றுத் தொலைத்து விட்டேன். மிச்சப்பட்டது என் சூடு மட்டும்தான். கொஞ்சம் நாட்களுக்கு முன்பு லின் படகுத்துறையில் நான் ரத்தம் விற்றேன். இன்று இங்கே நூறாவது மைலிலும். அத்துடன், பாக்கியிருந்த கொஞ்சம் சூடும் போய்விட்டது."

பேசி முடித்தபோது கடும் பிரயத்தனத்தால் அவன் மிகவும் திணறினான்.

வடக்குச் சதுப்பிலிருந்து வந்த முதியவர் சொன்னார்: "இதுபோல ரத்தம் விற்றால் கடைசியில் அத்துடன் சேர்த்து உன் உயிரையும் விற்றுத் தொலைத்துவிடுவாயே?"

ஸூ ஸன்க்வான் சொன்னான்: "சில நாட்களுக்குப் பிறகு தேவதாரு தோட்டத்திலும் கொஞ்சம் ரத்தம் விற்பேன்."

முதியவர் கேட்டார்: "முதலில் உன் சக்தியை விற்றாய். இப்போது சூட்டையும் விற்றாய். உயிரைத் தவிர இனி என்ன மிச்சமிருக்கிறது."

"அப்படி அது போகிறது என்றால் எனக்கு அதுவும் சம்மதம்தான்." ஸூ ஸன்க்வான் விளக்கினான்: "என் மகனுக்குக் கல்லீரல் நோய். அவன் ஷாங்காய் ஆஸ்பத்திரியில் இருக்கிறான். அவனது சிகிச்சைக்குத் தேவையான பணம் ஏற்பாடு செய்ய வேண்டும். சில மாதங்களுக்கு நான் ரத்தம் விற்பதை நிறுத்தி வைத்தால் அவனுக்கு ஆஸ்பத்திரிப் பணம் கட்டுவதற்கான ஒரே ஒரு வழியும் இல்லாது போய்விடும்."

மூச்சுமுட்டுவதால் அவன் நிறுத்தினான்.

"எனக்கு இப்போது ஏறத்தாழ ஐம்பது வயதாகிறது. வாழ்க்கை கொடுத்ததில் பெரும்பாலானவற்றின் மகிழ்ச்சியை நான் அனுபவித்தேன். அதனால் அது அவ்வளவு பெரிய இழப்பாக எனக்குத் தெரியவில்லை. ஆனால் என் மகனுக்கு இருபத்தியொரு வயதுதான் ஆகிறது. அவன் இதுவரை வாழ்க்கையை தொடங்கக் கூட இல்லை. அவனுக்கு ஒரு பெண் கிடைக்கவில்லை. ஒரு ஆணாக ஆவது என்றால் என்னவென்றுகூட அவனுக்குத் தெரியாது. அவன் போக நேர்ந்தால் அது அநியாயமாக இருக்கும்."

ஸூ ஸன்க்வானின் பேச்சைக் கேட்டுக்கொண்டு முதியவர் மீண்டும் மீண்டும் தலையாட்டிக்கொண்டிருந்தார்: "நீங்கள் சொன்னதெல்லாம் சரிதான். நம் வயதுவரை வாழும்போது ஒரு ஆண் என்றால் என்னவென்று புரிந்துகொள்ளக்கூடிய அளவு

அறிந்திருப்பான்." அப்போது இரண்டு பன்றிக்குட்டிகளும் ஓசையிட்டன. முதியவர் சொன்னார்: "காலை நகர்த்தியபோது அவற்றின் மீது பட்டுவிட்டது."

ஸூ ஸன்க்வான் இப்போதும் போர்வைக்கடியில் குளிர்ந்து நடுங்கிக்கொண்டிருந்தான்.

முதியவர் சொன்னார்: "உங்களைப் பார்த்தால் நகரவாசியைப் போலத் தோன்றுகிறது. உங்களைப்போன்ற நகரவாசிகள் சுத்தமாக இருக்க விரும்புகிறவர்கள். கிராமப்புறத்தில் உள்ள நாங்கள் அதை அவ்வளவு முக்கியமாக எடுத்துக்கொள்ள மாட்டோம். நான் ஏன் இதைச் சொல்கிறேன் என்றால்..." அவர் ஒரு நொடி நிறுத்தினார். "நான் ஏன் இப்படிச் சொல்கிறேன் என்றால்... உங்களுக்கு மறுப்பில்லையென்றால் பன்றிக்குட்டிகளை உங்களுடன் படுக்க வைத்துக்கொள்ளலாம். அவை உங்களுக்கு வெப்பமளிக்கும்."

"அதில் எனக்கென்ன கஷ்டம் இருக்கப்போகிறது. இது உங்கள் கருணை. ஒன்றை இங்கே படுக்க வையுங்கள். ஒன்றே போதும்."

முதியவர் எழுந்து ஒரு பன்றிக்குட்டியை எடுத்து ஸூ ஸன்க்வானின் காலருகே வைத்தார். பன்றிக்குட்டி தூங்கிக் கொண்டிருந்தது. அதனால் ஒரு படுக்கையிலிருந்து மற்றொரு படுக்கைக்கான பயணத்தை அது அறியவில்லை. ஆனால் ஸூ ஸன்க்வானின் பனிக்கட்டிப் போன்ற கால்கள் பட்டபோது அது கீச்சிட்டு, போர்வைக்குள் சுருண்டுகொண்டது.

முதியவர் மன்னிப்புக் கேட்கும் விதமாகக் கேட்டார்: "உங்களால் தூங்க முடியுமா?"

"என் கால்கள் மிகவும் குளிர்ந்திருக்கின்றன. அது இந்தப் பிராணியை எழுப்பிவிட்டதே."

முதியவர் சொன்னார்: "எப்படியிருந்தாலும் பன்றிகள் விலங்குகள்தான். ஆயினும் படுக்கையைப் பங்கிட யாரேனும் இருப்பது நல்லதுதான்."

"எனக்கு அதன் சூடு தெரிகிறது. இப்போதே எனக்கு அதிக சூடு தெரிகிறது."

௮

ஸூ ஸன்க்வான் நான்கு நாட்களுக்குப் பிறகு தேவதாரு தோட்டத்திற்குச் சென்றடைந்தான். அப்போது அவன் முகம் ஒட்டி

மஞ்சள் நிறமாகியிருந்தது. உடல் உறுப்புகளெல்லாம் மிகவும் சோர்ந்திருந்தன. தலை சுற்றியது. பார்வை மங்கி காதில் ரீங்காரம் தொடங்கியது. எலும்புகளெல்லாம் வலித்தன. நடக்க அடி எடுத்து வைக்கும்போது பாதங்கள் மிகவும் நடுங்கின.

ஸூ ஸன்க்வான் முன்னால் வந்து நிற்பதைப் பார்த்தபோது, தேவதாருத் தோட்டத்தின் ரத்த அதிகாரி கையசைத்து அகற்றினார். ஸூ ஸன்க்வான் சற்றும் பேச அனுமதிக்கவில்லை அவர்: "போய் சிறுநீர் கழி! உன் முகம் அந்தளவு மஞ்சளானதால் சாம்பல் நிறமாகத் தெரிகிறது. திணறாமல் உன்னால் ஒரு வார்த்தையும் பேச முடியாது. உன் ரத்தத்தை வாங்குவதா? நீ போய் ரத்தம் ஏற்றிக்கொள்ள வேண்டும் என்றுதான் நான் சொல்கிறேன்!"

ஸூ ஸன்க்வான் மருத்துவமனையை விட்டு வெளியேறினான். காற்றிலிருந்து பாதுகாப்பு தேடி சூரிய வெளிச்சமுள்ள ஒரு மூலையில் நின்றான். முகத்திலும் உடலிலும் சூரிய வெளிச்சம் படும்படி ஏறத்தாழ இரண்டு மணி நேரம் இருந்தான். முகம் வெப்பமடைந்தபோது அவன் எழுந்தான். மீண்டும் ரத்தம் கொடுக்கும் அறைக்குச் சென்றான்.

அவன் நடந்து வருவதை ரத்த அதிகாரி பார்த்தார். ஆனால் அவன் முன்பு வந்தவன்தான் என்று அடையாளம் காணவில்லை: "மொத்தத்தில் நீங்கள் எலும்பும் தோலுமாகத்தானே இருக்கிறீர்கள்? கொஞ்சம் பலத்த காற்று பட்டாலே தரையில் வீழ்ந்துவிடுவீர்கள். ஆனால் நல்ல நிறம் இருக்கிறது. முகம் நன்றாயிருக்கிறது; சிவப்பாயிருக்கிறது. நீங்கள் எவ்வளவு ரத்தம் விற்க வேண்டும்?"

"இரண்டு கிண்ணம்." ஸூ ஸன்க்வான் தன் மேலங்கியிலிருந்து ஒரு கிண்ணத்தை எடுத்துக் காட்டிக்கொண்டு சொன்னான்.

ரத்த அதிகாரி சொன்னார்: "இதுபோன்ற இரண்டு கிண்ணத்தில் பத்து அவுன்ஸ் அரிசி கொள்ளும். ஆனால் இதில் எவ்வளவு ரத்தம் கொள்ளுமென்று எனக்குத் தெரியவில்லை."

"நாநூறு மில்லிலிட்டர்." ஸூ ஸன்க்வான் சொன்னான்:

"கூடத்தின் மறு மூலைக்குச் செல்லுங்கள். அங்கிருக்கும் நர்ஸிடம் உங்கள் ரத்தம் எடுக்கச் சொல்லுங்கள்."

வெள்ளை முகமூடி அணிந்த ஒரு செவிலி, ஸூ ஸன்க்வான் கையிலிருந்து நாநூறு மில்லிலிட்டர் ரத்தம் எடுத்தாள். அவன் மெதுவாக எழுந்து நிமிர்ந்து அறையை விட்டுச் செல்வதை அவள்

பார்த்து நின்றாள். சிரமப்பட்டு எழுந்து நிற்க முடிந்த உடனே அவன் சுருண்டு தரையில் விழுந்தான். செவிலி பயந்து கத்தினாள். அவனை அவசர சிகிச்சைப் பிரிவுக்குச் சுமந்து சென்றார்கள். அங்கிருந்த மருத்துவர் அவனை படுக்க வைத்துப் பரிசோதிக்கத் தொடங்கினார். நெற்றியைத் தடவினார். கையைப் பிடித்து நாடித் துடிப்பைக் கவனித்தார். கண் இமைகளை விரித்துப் பார்த்தார். ரத்த அழுத்தத்தைப் பரிசோதித்தார். ஸூ ஸன்க்வானின் ரத்த அழுத்தம் 60 – 40 ஆக இருக்கிறது என்று அறிந்தபோது அவர் உடனே சொன்னார்: "ரத்தம் ஏற்ற வேண்டும்."

மருத்துவமனையில் விற்ற அந்த நாநூறு மில்லிலிட்டர் ரத்தமும் அப்படியே அவன் உடலுக்குள், ஸூ ஸன்க்வானின் ரத்த ஓட்டத்திற்கே கண்டுபிடித்துச் சென்றது. முதலில் ரத்தம் ஏற்றியதற்குப் பிறகு யாரோ ஒருவரின் முன்னூறு மில்லிலிட்டர் ரத்தத்தையும் ஏற்றிய பிறகுதான் ஸூ ஸன்க்வானின் ரத்த அழுத்த நிலை 100 – 60 என்ற நிலைக்கு வந்தது.

ஸூ ஸன்க்வானுக்குப் பிரக்ஞை வந்து, தான் மருத்துவமனை யில் கிடக்கிறோம் என்பதை மிகவும் அச்சத்துடன் புரிந்து கொண்டபோது அவன் உடனடியாக படுக்கையிலிருந்து கீழிறங்கி னான். வெளியே செல்வதற்கான வழியைக் கண்டுபிடித்தான். ஆனால் வெளியே செல்வதற்கு முன்பு அவர்கள் அவனைப் பிடித்துவிட்டார்கள். ரத்த அழுத்தம் இயல்பாக இருக்கிறது என்றாலும் கூடுதல் கண்காணிப்புக்காக இன்னும் ஒருநாள் மருத்துவமனையில் இருக்க வேண்டும் என்று சொன்னார்கள். ஏனென்றால், அவனது உடல் நிலை பாதிப்புக்கான காரணங்கள் மருத்துவர்களுக்கு இன்னும் புரியவில்லை.

"எனக்கு எந்தப் பிரச்சினையும் இல்லை. அதிக ரத்தம் விற்று விட்டேன் என்பதுதான் சிக்கல்."

ஒரு வாரத்துக்கு முன்பு லின் படகுத்துறையிலும் மூன்று நாட்களுக்கு முன்பு நூறாவது மைலிலும் தான் ரத்தம் விற்றதாக அவன் மருத்துவரிடம் சொன்னான்.

மருத்துவர் அவனை வியப்புடன் உற்றுப் பார்த்தார். நொடி நேர அமைதிக்குப் பிறகு ஒரு கேள்வியைத் துப்பினார்: "நீங்கள் தற்கொலை செய்துகொள்ள..."

"இல்லையில்லை, தற்கொலைக்கல்ல, என் மகனுக்காக "

பேச அனுமதிக்காமல் மருத்துவர் சட்டென்று கையசைத்துத் தடுத்தார்: "இங்கிருந்து போங்கள்!"

தேவதாரு தோட்டத்திலுள்ள மருத்துவமனை எழுநூறு மில்லி லிட்டர் ரத்தத்துக்கான விலையையும், அவசர சிகிச்சைக்கான செலவையும் ஸூ ஸன்க்வானிடமிருந்து வாங்கிக்கொண்டது. அந்தத் தொகை கடந்த இரண்டு முறை ரத்தம் விற்றுப் பெற்ற தொகைக்கு கிட்டத்தட்ட சமமாயிருந்தது.

தற்கொலைக்கு முயல்பவன் என்று குற்றம் சுமத்திய மருத்துவரைப் பார்த்து ஸூ ஸன்க்வான் புகார் சொன்னான்: "நான் நாநூறு மில்லிலிட்டர் ரத்தம் விற்றேன். நீங்களோ, எழுநூறு மில்லிலிட்டர் எனக்கு விற்றீர்கள். நீங்கள் எனக்கு விற்ற ரத்தத்தைப் பற்றி நாம் தற்சமயம் மறந்துவிடுவோம். ஆனால் நான் யாரின் ரத்தத்தையும் கேட்கவில்லை. அந்த முன்னூறு மில்லிலிட்டர் ரத்தத்தை நான் உங்களுக்குத் திருப்பித் தரட்டுமா?"

மருத்துவர் கேட்டார்: "நீங்கள் என்ன இழவைச் சொல்ல வருகிறீர்கள் என்று தெரியவில்லை."

"முன்னூறு மில்லிலிட்டர் ரத்தத்தை நீங்கள் திரும்ப எடுத்துக் கொள்ள வேண்டும்."

மருத்துவர் சொன்னார்: "உங்களுக்கு உடம்பு சரியில்லை."

ஸூ ஸன்க்வான் சொன்னான்: "எனக்கு எந்தப் பிரச்சினையும் இல்லை. கொஞ்சம் அதிகமாக ரத்தம் விற்றுவிட்டேன். நீங்கள் எனக்கு எழுநூறு மில்லிலிட்டர் ரத்தம் விற்றீர்கள். ஏழத்தாழ நான்கு புட்டி. எனக்கு இப்போது குளிராகவே இல்லை. மாறாக, உண்மையாகச் சொன்னால் எனக்கு வெப்பமாகத்தான் இருக்கிறது. வெப்பம். அதனால் முன்னூறு மில்லிலிட்டரை நான் உங்களுக்கு திருப்பித் தர விரும்புகிறேன்."

மருத்துவர் தன் தலையைச் சுட்டிச் சொன்னார்: "உங்களுக்கு மூளை சரியில்லை என்றுதான் நான் சொன்னேன்."

ஸூ ஸன்க்வான் சொன்னான்: "என் மூளை நன்றாகத்தான் இருக்கிறது. என்னுடையது அல்லாத ரத்தத்தை நீங்கள் திரும்ப எடுத்துக்கொள்ள வேண்டும் என்று மட்டுமே நான் கேட்கிறேன்." அதைக் கேட்பதற்காக சுற்றிலும் கூடியிருந்தவர்களை நோக்கி அவன் கேட்டுக்கொண்டான்: "வியாபார விஷயங்களில் எல்லோருக்கும் ஒரே நியாயம்தான். நான் ரத்தம் விற்றபோது எல்லாம் நேர்மையாக இருந்தது. ஆனால் திரும்ப எனக்கு எவ்வளவு ரத்தம் வேண்டும் என்று நீங்கள் ஏன் என்னைக் கேட்கவில்லை?"

மருத்துவர் சொன்னார்: “நாங்கள் உங்கள் உயிரைக் காப்பாற்றியிருக்கிறோம். நீங்கள் பிரக்ஞையற்றிருந்தீர்கள். நாங்கள் என்ன செய்யப்போகிறோம் என்று உங்களிடம் சொல்வதற்காகக் காத்திருந்தோம் என்றால் நீங்கள் இறந்திருப்பீர்கள்.”

ஸூ ஸன்க்வான் தலையசைத்தான்: “நீங்கள் என் உயிரைக் காப்பாற்ற முயன்றீர்கள் என்பது எனக்குத் தெரியும். நீங்கள் உங்கள் எழுநூறு மில்லிலிட்டரைத் திரும்ப எடுக்க வேண்டும் என்று நான் சொல்லவில்லை. என்னுடையதல்லாத அந்த முன்னூறு மில்லிலிட்டர் ரத்தத்தை மட்டும் திரும்ப எடுத்துக்கொள்ள வேண்டும் என்றுதான் நான் கேட்டுக்கொள்கிறேன். எனக்கு இப்போது ஐம்பது வயது. என்னுடையதல்லாத எதையும் நான் இதுவரை ஏற்றுக்கொண்டதில்லை.”

மருத்துவரைப் பார்க்கத் திரும்பியபோது, அவர் முன்பே சென்றுவிட்டார் என்று புரிந்தது. அவனைச் சுற்றிலும் நின்றிருந்தவர்கள் குபீரென்று சிரித்தார்கள். அவர்கள் தன்னைக் கேலி செய்கிறார்கள் என்று அவன் புரிந்துகொண்டான். அவன் நொடி நேரம் அமைதியாக நின்றான். பிறகு பின் திரும்பி மருத்துவமனையைவிட்டு வெளியேறினான்.

ஏறத்தாழ அந்திப்பொழுதாகிவிட்டிருந்தது. ஸூ ஸன்க்வான் தேவதாரு தோட்டத்தின் தெருக்கள் வழியே நீண்ட தூரம் நடந்து கடைசியில் நதிக்கரைக்கு வந்து சேர்ந்தான். தண்ணீரோடு சேர்ந்திருந்த வேலி அவன் நடையைத் தடுப்பதுவரை அவன் நடந்தான். சிவந்த நதியில் அஸ்தனமன சூரியன் விழுந்து இறப்பதைப் பார்த்துக்கொண்டு அவன் நின்றான். தூரத்திலிருந்து ஒரு படகு வந்தது. விறகுத் தீயால் செயல்படும் எஞ்சின் ஓசையிட அது தண்ணீரில் வந்தது. அது கடந்து செல்வதை ஸூ ஸன்க்வான் பார்த்துக்கொண்டு நின்றான். அதன் பின்புறத்திலிருந்து உருவான அலைகள் நதியின் கரைக் கற்களில் ஓசையுடன் வந்து மோதுவதைப் பார்த்துக்கொண்டிருந்தான்.

குளிரை உணர்வதுவரை இன்னும் கொஞ்சம் நேரம் அவன் அங்கேயே நின்றான். பிறகு பக்கத்திலுள்ள மரத்தடியில் அமர்ந்திருந்தான். சற்று நேரத்திற்குப் பிறகு மேலங்கிப் பையிலிருந்த பணம் முழுதையும் வெளியே எடுத்து எண்ணத் தொடங்கினான். மொத்தம் முப்பத்தேழு யுவானும் நாற்பது பென்னும். அவன் மூன்றுமுறை ரத்தம் விற்றிருந்தான். ஆயினும் இரண்டு கிண்ணம் ரத்தத்துக்கான பணம்தான் கையில் இருந்தது. அவன்

நோட்டுகளை கவனத்துடன் மடித்து உள் பையில் வைத்தான். தான் தவறு செய்துவிட்டதாக அவனுக்குத் தோன்றியது. கண்களில் கண்ணீர் நிறைந்து ததும்பியது. குளிர்ந்த காற்று அதை சிதறடித்தது. அது தரையில் விழுந்தது. அதனால் சற்று நேரத்திற்குப் பிறகு கண்களைத் துடைக்கப்பார்த்தபோது அது வற்றி வறண்டிருந்தது. அவன் இன்னும் கொஞ்சம் நேரம் அமர்ந் திருந்தான். அதற்குப் பிறகு எழுந்து நடக்கத் தொடங்கினான். ஷாங்காய்க்கு இன்னும் மிகநெடுந்தொலைவு இருக்கிறது என்று அவன் யோசித்தான். இனி பெரிய பாலம், ஆங்சாங் வாயில், ஜிங்யான், ஹுவாங் ஹோட்டல், புலித்தலைப் பாலம், மூன்று குகை, ஏழாவது மைல் கோட்டை, மஞ்சள் விரிகுடா, வில்லோ கிராமம், சாங்நிங், புதிய கிராமம் ஆகிய இடங்களைக் கடந்துதான் அங்கே செல்ல முடியும்.

இனி படகில் பயணம் செய்யக்கூடாது என்று ஸூ ஸன்க்வான் முடிவு செய்தான். தேவதாரு தோட்டத்திலிருந்து ஷாங்காய் செல்வதற்கு மூன்று யுவான் அறுபது பென் பயணச் செலவு வரும். இரண்டு முறை விற்றது வீணாகிவிட்டது. இனி கவனமற்றுச் செலவழிக்கக் கூடாது. அதனால், இரண்டு சகோதரர்கள் லக்ஸியும் லைஸுனும் செலுத்தும், பட்டுநூல் புழுக்கள் ஏற்றிச் செல்லும் பெரிய காங்கிரீட் படகில் செல்வதென்று தீர்மானித்தான்.

நதிக்கரையில் கற்படிகளில் நிற்கும்போது ஸூ ஸன்க்வான் அவர்களைப் பார்த்தான். லக்ஸி, மூங்கிலைத் தண்ணீரில் ஆழ்த்தி உந்தி படகை முன்னால் தள்ளியவாறு படகின் முன்புறத்திலிருந் தான். லைஸுன், நீண்ட துடுப்புடன் பின்புறத்தில் நின்றிருந்தான். ஸூ ஸன்க்வான் கைவீசிக் காட்டி எங்கே போகிறீர்கள் என்று கேட்டான். அவர்கள், ஏழாவது மைல் கோட்டைக்குச் செல்கிறோம் என்று பதில் சொன்னார்கள். அவர்கள், ஏழாவது மைல் கோட்டையில் உள்ள ஒரு பட்டுத் தொழிற்சாலைக்கு பட்டு நூல் புழுக்களைக் கொண்டு செல்கிறார்கள்.

ஸூ ஸன்க்வான் அவர்களிடம் சொன்னான்: “நாமெல்லாம் ஒரே திசையில்தான் செல்கிறோம். நான் ஷாங்காய்க்குச் செல்கிறேன். என்னையும் ஏழாவது மைல் கோட்டைக்கு அழைத்துச் செல்கிறீர்களா?” விளக்கி முடிக்கும்போது பெரிய படகு அவனைக் கடந்து சென்றிருந்தது.

ஸூ ஸன்க்வான் படகைப் பின்தொடர்ந்து ஓடினான். “இன்னும் ஒருவரை ஏற்றினால் படகு மூழ்கிவிடாது. நானும்

துடுப்பு வலிக்க உதவுகிறேன். மூவர் துடுப்பிடுவது, இருவர் துடுப்பிடுவதைவிட எளிதாயிருக்கும். உங்களின் உணவுச் செலவுக்கு என்னால் உதவ முடியும். மூவர் ஒன்றாகச் சாப்பிடுவது இருவர் சாப்பிடுவதைவிட லாபகரமானது எல்லோரும் ஒன்றிரண்டு கிண்ணம் வீதம் அதிக சோறு சாப்பிடலாம். மேலதிக காய்கறிகளும் உங்களுக்குத் தேவைப்படாது."

ஸூ ஸன்க்வான் சொல்வது சரிதான் என்று இரண்டு சகோதரர்களும் புரிந்கொண்டார்கள். அதனால் அவர்கள் படகுடன் கரையை சமீபித்து, அவன் ஏற அனுமதித்தார்கள்.

எப்படி துடுப்பிடுவது என்று ஸூ ஸன்க்வானுக்குத் தெரியாது. லைஸூனிடமிருந்து துடுப்பை வாங்கினான். அது அவன் கையிலிருந்து நழுவி தண்ணீரில் விழுந்தது. லக்ஸி உடனே மூங்கிலால் படகை நிறுத்தினான். படகின் முன்புறத்திலிருந்த லைஸூன் குனிந்து தண்ணீரில் துழாவி, துடுப்பு மேலே மிதந்து வந்தபோது அதை எடுத்தான்.

துடுப்பு திரும்பக் கிடைத்தவுடன் லைஸூன் ஸூ ஸன்க்வானைப் பார்த்துக் கத்தினான்: "துடுப்புப்போட உதவி செய்கிறேன் என்று நீங்கள் சொன்னீர்கள். ஆனால் துடுப்பை தண்ணீரில் போடத்தான் உங்களுக்குத் தெரியும். நீங்கள் வேறென்ன சொன்னீர்கள்? இப்படி உதவி செய்கிறேன், அப்படி உதவி செய்கிறேன் என்றெல்லாம் நீங்கள் சொன்னீர்கள். அதனால்தான் உங்களை இதற்குள் ஏற அனுமதித்தோம். உங்களுக்குத் தெரிந்த தொழில் இதுதான். இனி உங்களுக்கு வேறு என்ன செய்யத் தெரியும் என்று எனக்கு வியப்பாக இருக்கிறது."

"நான் உங்களுடன் சாப்பிடுவேன் என்று சொன்னேன். ஏனென்றால், இரண்டு பேர் சாப்பிடுதைவிட மூவர் சாப்பிடுவது லாபகரமானது என்று நான் சொன்னேன்."

"உங்களால் தின்ன முடியும் என்பதில் எனக்கு எந்த சந்தேகமும் இல்லை." என்று லைஸூன் கத்தினான்.

படகின் முன்புறத்திலிருந்த லக்ஸி குபீரென்று சிரித்தான்: "சரி, நீங்கள் நமக்காக சமையல் செய்யுங்கள். அது ஒரு ஆரம்பமாகட்டும்."

மேற்தளத்தில், செங்கற்களால் ஆன சிறிய அடுப்பினருகே ஸூ ஸன்க்வான் சென்றான். அடுப்புக்குப் பக்கத்தில் ஒரு பாத்திரமும் பக்கத்திலேயே ஒரு கட்டு சுள்ளியும் இருந்தன. அவன் சமைக்கத் தொடங்கினான்.

இரவானபோது லைஸுனும் லக்ஸியும் படகைக் கரையோரம் நிறுத்தினார்கள். மேற்தளத்திலிருந்த சிறிய இரும்புக் கதவைத் திறந்து கீழ் அறைக்குள் ஊர்ந்து சென்றார்கள். ஒரு மெத்தைப் போர்வையால் போர்த்திக்கொண்டார்கள். ஸு ஸன்க்வான் அப்போதும் வெளியேதான் இருக்கிறான் என்று அறிந்தபோது அவர்கள் அவனை அழைத்தார்கள்: “கீழே வந்து கொஞ்சம் தூங்குங்கள்.”

அந்த அறை, ஒரு கட்டிலைவிடச் சிறியதென்று தெரிந்து கொண்ட ஸு ஸன்க்வான் சொன்னான்: “நான் உங்கள் இருவரையும் நெருக்கிக்கொண்டிருக்க விரும்பவில்லை. நான் மேலேயே படுத்துத் தூங்குகிறேன்.”

லக்ஸி சொன்னான்: “குளிர்காலம். நீங்கள் மேலே படுத்தால் குளிரில் உறைந்து செத்துவிடுவீர்கள்.”

லைஸுன் சொன்னான்: “நீங்கள் குளிரில் இறந்துவிட்டால் எங்களுக்குத்தான் கஷ்டம்.”

“கீழே வா.” லக்ஸி சொன்னான்: “நாமெல்லாம் ஒரே படகுக் காரர்கள். அதனால் நல்லது கெட்டது எதுவானாலும் நாம் ஒன்றாகத்தான் எதிர்கொள்ள வேண்டும்.”

அவன் சொன்னது சரிதான் என்று ஸு ஸன்க்வானுக்குத் தோன்றியது. வெளியே பயங்கரக் குளிராக இருந்தது. ஹுவாங் ஹோட்டலில் கொஞ்சம் ரத்தம் விற்க வேண்டியிருக்கிறது என்பதையும் பரிசீலித்தபோது, இப்போது உடம்பு சரியில்லாமல் ஆவது நிச்சயம் நல்லது அல்ல என்று புரிந்துகொண்டான். அவன் அறைக்கு இறங்கினான். அவர்களிடையில் படுத்தான். லக்ஸி, மெத்தைப் போர்வையின் ஒரு மூலையை அவனுக்கும் கொடுத் தான். அவன் போர்த்துவதற்காக லைஸுன், கொஞ்சம் துணியை அவனுக்கு நேராக இழுத்தான்.

ஸு ஸன்க்வான் அவர்களிடம் சொன்னான்: “நீங்கள் இருவரும் சகோதரர்கள். ஆயினும் லைஸுனைவிட லக்ஸி மென்மையாகப் பேசுகிறார்.”

இரண்டு சகோதரர்களும் மெல்லச் சிரித்தார்கள். அது குறட்டையாக மாறியது. ஸு ஸன்க்வான் அவர்களுக்கிடையில் நெரிபட்டான். அவர்களின் தோள்கள் அவன் தோளை இறுக்கி நெரித்தன. சற்று நேரத்திற்குப் பிறகு அவர்களின் கால்கள் அவன் கால்கள் மீது விழுந்தன. சற்று நேரத்திற்குப் பிறகு அவர்களின்

கரங்கள் அவன் நெஞ்சில் விழுந்தன. ஸூ ஸன்க்வான் அதன் அடியில் அமுங்கினான். தண்ணீரின் அசைவுகளைக் கிரகித்துப் படுத்திருந்தான். ஓசைகள் மிகத் தெளிவாகவும் தனித்தும் கேட்டன. நீரோட்டத்துக்கு மேலே தெறித்துச் சிதறும் நீர்த் துளிகளின் ஒலிகள்கூட கேட்டன. நதியால் மூடப்பட்டு நதிக்குள் படுத்துத் தூங்குவதுபோன்றிருந்தது. அவனுடைய செவிகளை வருடும் நதியின் ஓசை வெகுநேரம் அவனை விழிப்புடனேயே வைத்திருந்தது. அதனால் அவன் யீலியைப் பற்றி நினைத்துப் பார்த்தான். ஷாங்காய் மருத்துவமனையில் அவன் எப்படி இருக்கிறானோ என்று கவலைப்பட்டான். ஸூ யுலானைப் பற்றி நினைத்துப் பார்த்தான். உடம்பு முடியாமல் வீட்டில் படுத்திருக்கும் ஏளையும் அவனுக்குப் பணிவிடை செய்யும் ஸான்லியையும் நினைவு கூர்ந்தான்.

இடுக்கமான அறைக்குள் இரவில் கொஞ்ச நேரம் இருந்தபோது ஸூ ஸன்க்வானின் எலும்புகள் வலித்தன. பகல் நேரத்தில் மேல் தளத்தில் அமர்ந்து அவன் முதுகை குத்திக்கொண்டான்; தோள்களை அமுக்கிவிட்டுக் கொண்டான்; கைகளை முன்னும் பின்னும் அசைத்தான்.

இதைப் பார்த்தபோது லக்ஸி சொன்னான்: "அறை மிகவும் சிறிதாக இருக்கிறது அல்லவா? உங்களால் சரியாகத் தூங்கவும் முடியவில்லை."

லைஸூன் சொன்னான்: "அவருக்கு வயதாகிறது. எலும்புகள் பட்டென்று உடைந்துவிடும்."

ஸூ ஸன்க்வான் முதுமையை உணர்ந்தான். தான் இளைஞன் அல்ல என்ற பிரக்ஞை ஏற்பட்டது.

லைஸூன் சொன்னது சரிதான். எனக்கு வயதாகிவருகிறது. அறை சிறியதாக இருப்பதால் அல்ல. சிறுவயதில் சுவரில் இருக்கும் சிறியதொரு பிளவில்கூட என்னால் படுத்துத் தூங்கமுடியும். ஒன்றும் ஆகாது.

படகு சென்றுகொண்டே இருந்தது. ஜிங்யாங் பெரிய பாலத்தைக் கடந்து சென்றது. அடுத்தது ஹுவாங் ஹோட்டல். இரண்டு நாட்களாக சூரியன் பிரகாசிக்கிறது. அதனால் நதியில் பனி உருகத் தொடங்கியிருந்தது. நதியின் இரு கரைகளிலும் உள்ள பண்ணை வீடுகளின் மேல் கூரைகளில் இப்போதும் பனித் துண்டுகள் இருந்தன. வயல்கள் வெறுமையாகக் கிடந்தன. வயல்களில் வேலை செய்பவர்களை அரிதாகத்தான் பார்க்க

முடிந்தது. ஆனால், நதிக்கரைப் பாதையில் தோளில் மூங்கில்களும் கூடைகளும் சுமந்துகொண்டு உரக்கப் பேசியபடி போகும் நிறைய பேரை அவர்கள் பார்த்தார்கள்.

ஸூ ஸன்க்வானும் இரண்டு சகோதரர்களும் கொஞ்சம் நாட்களுக்குள் மிகவும் நெருக்கமானார்கள். பட்டுநூல் புழுக்கூடுகளை கொண்டுபோய்க் கொடுக்கும் இந்த வேலைக்குப் பத்து நாட்கள் ஆகும் என்று அவர்கள் ஸூ ஸன்க்வானிடம் சொன்னார்கள். அவர்களது இந்தப் பிரயத்தனத்துக்கு வெறும் ஆறு யுவான்தான். அதாவது ஒருவருக்கு மூன்று யுவான் வீதம்தான் சம்பளம்.

அவர்களிடம் ஸூ ஸன்க்வான் சொன்னான்: "அப்படி யென்றால் நீங்கள் ரத்தம் விற்கலாமே. ஒவ்வொருமுறை ரத்தம் விற்கும்போதும் நீங்கள் முப்பத்தைந்து யுவான் வீதம் சம்பாதிக்கலாம்." அவன் தொடர்ந்து சொன்னான்: "உங்கள் கிணற்று நீர்போலத்தான். ஒருபோதும் வறண்டுபோகாது. எவ்வளவு மொண்டாலும் சரி."

பல வருடங்களுக்கு முன்பு ஆ ஃபாங்கும் ஜென்லோங்கும் தன்னிடம் சொன்னதையெல்லாம் ஸூ ஸன்க்வான் அவர்களிடம் சொன்னான். அவன் சொல்லி முடித்தபோது சகோதரர்கள் கேட்டார்கள்: "ரத்தம் விற்றால் ஆரோக்கியம் கெட்டுவிடாதா?"

"இல்லை." ஸூ ஸன்க்வான் பதில் சொன்னான்: "ஆயினும் கால்களுக்கு கொஞ்சம் நேரம் சற்று பலவீனம் ஏற்பட்டதாகத் தோன்றும். ஒரு பெண்ணுடன் இருந்த பிறகு எப்படியிருக்குமோ அப்படித்தான்."

அந்த சகோதரர்கள் கலக்கத்துடன் சிரித்தார்கள்.

அவர்களின் தடுமாற்றத்தைப் புரிந்துகொண்ட ஸூ ஸன்க்வான் கேட்டான்: "நான் என்ன சொல்கிறேன் என்று உங்களுக்குப் புரியவில்லையா?"

லக்ஸி தலையாட்டினான். லைஸுன் சொன்னான்: "எங்கள் இருவருக்கும் இதுவரை எந்தப் பெண்ணுடனும் தொடர்பு ஏற்பட்டதில்லை. அதனால் ஒரு பெண்ணுடன் இருப்பது என்றால் என்னவென்று எங்களுக்குத் தெரியாது."

ஸூ ஸன்க்வான் குலுங்கிச் சிரித்தான்: "அதைத் தெரிந்துகொள்வதற்கான ஒரே வழி ரத்தம் விற்பதுதான்."

லைஸுன் லக்ஸியிடம் சொன்னான்: "நாம் ஏன் அதுபோன்று முயலக் கூடாது? நாம் நிறைய பணம் சம்பாதிக்கலாம். அது எப்படியிருக்கும் என்றும் தெரிந்துகொள்ளலாம். ஒரு கல்லால் இரண்டு பறவை."

ஹுவான் ஹோட்டலுக்கு வந்தபோது லக்ஸியும் லைஸுனும் படகை கரையிலுள்ள அடி மரத்தில் கட்டினார்கள். ரத்தம் விற்பதற்காக ஸூ ஸன்க்வான் பின்னால் மாவட்ட மருத்துவ மனைக்குச் சென்றார்கள்.

நடந்து சென்றுகொண்டிருக்கும்போது ஸூ ஸன்க்வான் சொன்னான்: "நான்கு வகைப்பட்ட ரத்தம் இருக்கிறது. ஒன்றாவது O, இரண்டாவது AB, மூன்றாவது A, நான்காவது B."

லக்ஸி குறுக்கிட்டான்: "அதையெல்லாம் எப்படி எழுதுவது?"

ஸூ ஸன்க்வான் சொன்னான்: "அதெல்லாம் வெளிநாட்டு எழுத்துக்கள். எனக்கும் அதை எப்படி எழுதுவதென்று தெரியாது. முதலாவது மட்டும் எனக்குத் தெரியும். O. ஒரு வட்டம் வரையுங்கள். என் ரத்த வகை ஒரு வட்டம்."

மருத்துவமனையைக் காண்பதற்கு முன்புவரை ஸூ ஸன்க்வான் ஹுவாங் ஹோட்டல் தெருக்கள் வழியே அவர்களை அழைத்துக்கொண்டு நடந்தான். பிறகு நதிக் கரையின் கல் படிகளுக்குத் திரும்பி வந்தான். ஸூ ஸன்க்வான் தன் பையிலிருந்து ஒரு கிண்ணத்தை எடுத்து லக்ஸியிடம் கொடுத்தான்: "ரத்தம் விற்பதற்கு முன்பு நீங்கள் நிறையத் தண்ணீர் குடிக்க வேண்டும். நீங்கள் ரத்தத்தில் தண்ணீரைக் கலக்கலாம். யோசித்துப் பாருங்கள். தண்ணீர் சேர்த்து ரத்தத்தை நீர்க்கச் செய்தால், அவ்வளவு அதிகம் ரத்தத்தை விற்க முடியும். சரிதானே?"

லக்ஸி கிண்ணத்தை எடுத்துக் கேட்டான்: "நான் எவ்வளவு குடிக்க வேண்டும்?"

"எட்டு கிண்ணம்."

"எட்டு கிண்ணமா?" லக்ஸி வியந்தான். "எட்டு கிண்ணம் குடித்தால் வயிறு வெடித்துவிடுமே?"

ஸூ ஸன்க்வான் பதில் சொன்னான்: "என்னால் எட்டு கிண்ணம் குடிக்க முடியும். எனக்கு ஐம்பது வயது. உங்கள் இருவரின் வயதையும் சேர்த்த வயது. உங்கள் இருவரின் வயதையும் கூட்டினாலும் என் வயது வராது. ஒரு வயதான மனிதனின் அளவு உங்களால் குடிக்க முடியாதா?"

லைஸூன் லக்ஸியிடம் சொன்னான்: “அவரால் எட்டு கிண்ணம் குடிக்க முடியும் என்றால் நாம் ஒன்பது கிண்ணமோ பத்து கிண்ணமோ குடிக்க வேண்டும்.”

“ஒருபோதும் அப்படிச் செய்யக் கூடாது.” ஸூ ஸன்க்வான் சொன்னான்: “அதிகபட்சம் எட்டு கிண்ணம்தான் குடிக்க வேண்டும். அதற்கு அதிகமாகக் குடித்தால் உங்கள் சிறுநீர்ப் பை வெடித்துவிடும். ஆ ஃபாங்குக்கு ஏற்பட்டதுபோல.”

“யார் ஆ ஃபாங்?”

“அவனை உங்களுக்குத் தெரியாது. குடியுங்கள். நாமெல்லோரும் முதலில் ஒவ்வொரு கிண்ணம் குடிக்கலாம். பிறகு ஒவ்வொருவராக மாறி மாறிக் குடிக்கலாம்.”

லக்ஸி குனிந்தான். நீரின் மேற் படலத்தை விலக்கிவிட்டு ஒரு கிண்ணம் தண்ணீர் மொண்ட உடனே அவன் மார்பைக் கட்டிக்கொண்டு வியப்புடன் சொன்னான்: “பயங்கரமான குளிர். குளிரால் என் வயிறு இழுத்துக்கொள்கிறது.”

லைஸூன் சொன்னான்: “குளிர்காலத் தண்ணீர் உண்மையிலேயே மிகவும் குளிராக இருக்கும். எனக்குக் கிண்ணம் கொடுங்கள். நான் முதலில் குடிக்கிறேன்.” ஒரு வாய் குடித்த பிறகு அவன் கத்தினான்: “இல்லை! இல்லையில்லை! கடுங்குளிர். இது என்னால் முடியாது!”

அவர்களுக்கு இதுவரை உப்பு கொடுக்கவில்லை என்று ஸூ ஸன்க்வான் நினைவுகூர்ந்தான். அவன் பையிலிருந்து பொட்டலம் எடுத்து அவர்களிடம் கொடுத்தான்: “முதலில் கொஞ்சம் உப்பு தின்னுங்கள். வாய் வறளும்போது குடிக்க முடியும்.”

சகோதரர்கள் உப்பு தின்னத் தொடங்கினார்கள். சற்று நேரத்திற்குப் பிறகு லக்ஸி, குடிக்கத் தயார் என்று சொன்னான். மற்றொரு கிண்ணம் தண்ணீர் எடுத்து அவன் மூன்று மடக்கு குடித்தான். பிறகு அவன் நடுங்கத் தொடங்கினான்: “நீங்கள் சொன்னது சரிதான். வாய் முழுதும் உப்பாகும்போது குடிப்பது சுலபம்.”

அவன் இன்னும் சில மிடறுகள் குடித்தான். கிண்ணம் காலியானபோது அவன் அதை லைஸூனுக்குக் கொடுத்துவிட்டு, குளிரால் நடுங்கி தோளைப் பிடித்துக்கொண்டு கூனிக்குறுகி அமர்ந்தான். லைஸூனும் சில மிடறுகள் குடித்தான். ஆயினும் கொஞ்சமதிகம் சாப வசவுகளுக்கும் வியப்பொலிகளுக்கும் பிறகுதான் அதைக் குடித்துத் தீர்க்க முடிந்தது.

ஸூ ஸன்க்வான் கிண்ணத்தை எடுத்துக்கொண்டு அவர்களிடம் சொன்னான்: "நான் முதலில். எப்படி என்று பார்த்துத் தெரிந்துகொள்ளுங்கள்."

சகோதரர்கள் கற்படிகளில் அமர்ந்திருந்தார்கள். ஸூ ஸன்க்வான் கையில் உப்பைக் கொட்டி அதை வாயில் போடுவதைப் பார்த்தார்கள். அவன் வாய் கரித்தது. பிறகு ஒரு கிண்ணம் தண்ணீர் மொண்டு ஒரே மூச்சில் குடித்துத் தீர்த்தான். ஒரேயடியாக இரண்டு கிண்ணம் தண்ணீர் குடித்தான். பிறகு நிறுத்தினான். கையில் அதிக உப்பைக் கொட்டினான். பிறகு வாயில் போட்டான். எட்டு கிண்ணம் தண்ணீர் குடித்து முடிப்பதுவரை இப்படி மீண்டும் மீண்டும் செய்தான். வாய்க்குச் சுற்றிலுமுள்ள தண்ணீரை ஒருமுறைகூடத் துடைக்காமல், நடுங்குவதற்கு உடலை அனுமதிக்காமல் அவன் அதைக் குடித்துத் தீர்த்தான். குடித்து முடித்த பிறகுதான் அவன் வாயைத் துடைத்துக்கொண்டான்; கைகளைத் தோளோடு சேர்த்துப் பிடித்துக்கொண்டான்; குளிர்ந்து நடுங்கினான். பிறகு மூன்று முறை ஏப்பம் விட்டான்; மூன்று முறை தும்மினான்.

தும்மி முடித்த பிறகு அவன் சகோதரர்களிடம் திரும்பிச் சொன்னான்: "நான் போதுமான அளவு குடித்துவிட்டேன். இனி உங்கள் முறை."

இரண்டு சகோதரர்களும் தலா ஐந்து கிண்ணம் குடித்துவிட்டுச் சொன்னார்கள்: "என்னால் இன்னும் குடிக்க முடியாது. முடியவே முடியாது. இதற்கு மேலும் குடித்தால் என் வயிறு குளிர்ந்து உறைந்து கல்லாகிவிடும்."

'ஒரு வாய் உணவால் யாரும் குண்டாகிவிட மாட்டார்கள்' என்று அறிந்த ஸூ ஸன்க்வான் அவர்கள் அந்த அளவிலேயே நிறுத்திக்கொள்ளச் சம்மதித்தான். முதல் முயற்சியிலேயே அவர்கள் ஐந்து கிண்ணம் கடும் குளிர் நீரைக் குடிக்க முடிந்ததே தாராளம். அவன் எழுந்து அவர்களை மருத்துமனைக்கு அழைத்துச் சென்றான்.

அங்கே சென்றடைந்தபோது லக்ஸியும் லைஸூனும் முதன் முதலாக அவர்களின் ரத்தத்தை விற்றார்கள். அவர்களுக்கும் 'O' வகை ரத்தம்தான் என்றறிந்து ஸூ ஸன்க்வான் மகிழ்ச்சி யடைந்தான்: "நம் மூவருக்கும் 'வட்டமான' ரத்தம்."

ஹுவாங் ஹோட்டல் மருத்துவமனையில் ரத்தம் விற்ற பிறகு ஸூ ஸன்க்வான் நதிக்கரையில் உள்ள ஒரு ஹோட்டலுக்கு

சகோதரர்களை அழைத்துச் சென்றான். அவன் சன்னலுக்குப் பக்கத்தில் அமர்ந்தான். அருகில் சகோதரர்களும் அமர்ந்தார்கள். “மற்ற சமயங்களில் நீங்கள் சிக்கனமாக இருக்கலாம். ஆனால் இதுபோன்ற நேரங்களில் நீங்கள் கொஞ்சமதிகம் செலவழித்தே ஆக வேண்டும். ரத்தம் விற்றதற்கான உணர்வு இப்போது கால்களுக்கு ஏற்படுகிறது அல்லவா.” அவர்கள் தலையசைப்பதை அவன் பார்த்தான். “பெண்ணுடன் இருந்த பிறகு ஏற்படும் உணர்வும் இப்படித்தான் இருக்கும். உங்கள் கால்களுக்கு பலவீனம் ஏற்படுகிறது. இதுபோன்ற நேரங்களில் நீங்கள் ஒரு கிண்ணம் வறுத்த பன்றி ஈரலும், மஞ்சள் அரிசி ஒயின் இரண்டு கிளாஸும் குடிக்க வேண்டும். பன்றி ஈரல் ரத்தத்தை மீண்டும் உருவாக்குகிறது. ஒயின் அதற்கு உயிர் கொடுக்கிறது.” பேசிக்கொண்டிருக்கும்போதே அவன் நடுங்கத் தொடங்கினான்.

லைஸுன் கேட்டான்: “நீங்கள் மிகவும் நடுங்குகிறீர்கள். பெண்ணுடன் தொடர்புகொண்டால் கால்கள் இவ்வளவு மெலிதாகிவிடுமா?”

ஸூ ஸன்க்வான் உள்ளூரச் சிரித்துக்கொண்டு லைஸுனுக்கு நேராகச் சுட்டினான்: “நீ என்ன அர்த்தமாக்குகிறாய் என்று எனக்குப் புரிகிறது. வரும் வழியெல்லாம் நான் ரத்தம் விற்றதால் தான் இப்படி இருக்கிறது.” இரண்டு விரல்களைச் சேர்த்து பத்து என்ற எண்ணை உருவாக்கினான்: “கடந்த பத்து நாட்களில் நான் நான்கு முறை ரத்தம் விற்றேன். ஒரு பெண்ணுடன் ஒரு நாளில் நான்கு முறை தொடர்புகொண்டால், தளர்ந்த கால்களும் நடுக்கமும் ஒரு ஆரம்பம் மட்டும்தான். குளிர் நடுக்கமும் ஏற்படும்.”

பரிசாரகர் அவர்களின் மேசைக்கு வருவதைப் பார்த்து அவன் தாழ்ந்த குரலில் சொன்னான்:

“நீங்கள் கைகளை மேசை மீது வைத்துக்கொள்ளுங்கள். இதற்கு முன்பு ஹோட்டலுக்கே வராதவர்கள்போல கைகளை மேசைக்குக் கீழே தொங்கவிட வேண்டாம். இதுபோன்ற இடங்களுக்கு வழக்கமாகச் செல்பவர்கள்தான் நாங்கள் என்பதுபோல நடந்துகொள்ள வேண்டும். கொஞ்சம் ஒயின் மட்டும்தான் குடிக்கிறீர்கள் என்றாலும் தலை நிமிர்ந்து அமர்ந்திருக்க வேண்டும். இதையெல்லாம் நீங்கள் நாகரிகப் பாங்குடன் செய்ய வேண்டும். ஆடர் கொடுக்கும்போது மேசை மீது அடித்து உரத்த குரலில் சொல்ல வேண்டும். அப்போது அவர்கள் உங்களை ஏமாற்றத் துணிய மாட்டார்கள். உணவைக் குறைக்க மாட்டார்கள். ஒயினில்

தண்ணீரைக் கலக்க மாட்டார்கள். வெயிட்டர் நம் மேசைக்கு வரும்போது நான் செய்வதைப் பார்த்துக் கற்றுக்கொள்ளுங்கள்."

பரிசாரகர் மேசைக்கருகில் வந்து, என்ன வேண்டும் என்று கேட்டார். ஸூ ஸன்க்வானுக்கு இப்போது நடுக்கம் இல்லை. அழுத்தமாகச் சொல்வதற்காக அவன் மேசையில் அடித்துக் கத்தினான்: "வறுத்த பன்றி ஈரல் ஒரு பிளேட், மஞ்சள் அரிசி ஒயின் இரண்டு கிளாஸ்!" வலது கரத்தை காற்றில் அசைத்துச் சொன்னான்: "என்னுடைய ஒயின் வெதுவெதுப்பாக இருக்கட்டும்."

பரிசாரகர் அவன் சொன்னதைக் கேட்டுக்கொண்ட பிறகு லைஸூனுக்கு நேராகத் திரும்பினான். லைஸூன் முஷ்டி மடக்கி மேசை மீது குத்தினான். மேசை மிகவும் குலுங்கியது. "வறுத்த பன்றி ஈரல் ஒரு பிளேட், மஞ்சள் அரிசி ஒயின் இரண்டு கிளாஸ்."

அடுத்து என்ன சொல்வதென்று அவன் மறந்துவிட்டான். அவன் ஸூ ஸன்க்வானைப் பார்த்தான். ஆனால் ஸூ ஸன்க்வான் லக்ஸியைப் பார்த்தான். பரிசாரகர் லக்ஸியிடம் என்ன வேண்டுமென்று கேட்டார். லக்ஸி விரல் முனைகளால் மேசையில் தட்டினான். ஆனால் லைஸூனைப்போல காதைத் துளைக்கும் ஓசையில் சொன்னான்: "வறுத்த பன்றி ஈரல் ஒரு கிண்ணம். மஞ்சள் அரிசி ஒயின் இரண்டு குவளை!"

அதற்குப் பிறகு என்ன சொல்ல வேண்டும் என்று லக்ஸியும் மறந்துவிட்டான்.

பரிசாரகர் கேட்டார்: "உங்கள் ஒயினையும் வெதுவெதுப்பாக்க வேண்டுமா?"

இரண்டு சகோதரர்களும் கேள்வி முகமாக ஸூ ஸன்க்வானைப் பார்த்தார்கள். ஸூ ஸன்க்வான் தன் வலது கையை மீண்டும் ஒரு முறை காற்றில் அசைத்தான். நீதிபதியின் குரலில் சொன்னான்: "நிச்சயமாக!"

பரிசாரகர் சென்ற பிறகு ஸூ ஸன்க்வான் தாழ்ந்த குரலில் சொன்னான்: "நான் உங்களிடம் அலறச் சொல்லவில்லை. உரக்கச் சொல்லும்படிதான் சொன்னேன். நீங்கள் ஏன் இப்படி அலறுகிறீர்கள்? இங்கே ஏதாவது போர் நடக்கிறதா என்ன? லைஸூன், அடுத்த முறை நீ விரலைத்தான் பயன்படுத்த வேண்டும். முஷ்டி கூடாது. இல்லையென்றால் நீ மேசையை இரண்டாக உடைத்துவிடுவாய். ஒயினை வெதுவெதுப்பாக்கும் கடைசி

சடங்கையும் மறந்துவிடாதீர்கள். கடைசிப் பகுதியைக் கேட்டால், நீங்கள் ஹோட்டலுக்கு வழக்கமாக வருபவர்கள்தான் என்று அவர்களுக்குப் புரியும். அதுதான் முக்கியம்."

பன்றி ஈரல் தின்று ஒயின் குடித்த பிறகு அவர்கள் படகுக்குத் திரும்பினார்கள். லக்ஸி படகை அவிழ்த்தான். மூங்கிலால் தள்ளி, கரையோரத்திலிருந்து படகை நதிக்குக் கொண்டுவந்தான். லைஸுன் முன்புறத்திலிருந்து துடுப்பிட்டான். கரைப் பகுதியைக் கடந்து நதியின் மையப் பகுதிக்கு வந்தபோது லைஸுன் உரத்துச் சொன்னான்: "புலித்தலைப் பாலத்துக்கு!"

துடுப்பிடும்போது அவன் உடல் முன்னும் பின்னும் ஆடியது. முதலில் தண்ணீரில் விழும்போது துடுப்பு பாடியது. தண்ணீருக்கு மேலே நடனமாடியது. லக்ஸியின் கரங்களில் மூங்கில் மிக அழகான அசைவுகளுடன் அசைவதைப் பார்த்தவாறு ஸூ ஸன்க்வான், படகின் முன்புறத்தில் லக்ஸிக்குப் பின்னால் அமர்ந்திருந்தான். லக்ஸி, பாலம் வரும்போதெல்லாம் மூங்கிலால் பாலத்தின் அடிப்புறத்தை தள்ளி உயர்த்தி; சுலபமாகக் கடந்து செல்வதற்கான வளைவு உண்டாக்கினான்.

மதியச் சூரியனின் பிரகாசம் குறைந்தது. அவர்கள் முகத்தில் சூரிய வெளிச்சம் படவில்லை. ஹுவாங் ஹோட்டலைக் கடந்து செல்லும்போது, புதிதாகக் காற்றும் வீசத் தொடங்கியது. இருபுறத்திலுமுள்ள காட்டுச்செடிகள் அசைந்தன, ஓசை யெழுப்பின, பாடின. ஸூ ஸன்க்வான், படகின் முன்புறத்தில் அமர்ந்திருந்தான். குளிரலைகள் உடலைத் துளைத்தேறின. பஞ்சு வைத்துத் தைத்த மேலங்கியால் மூடிக்கொண்டான். முழங்காலைக் கட்டிக்கொண்டு பந்துபோன்று சுருண்டான், ஒரு விதப் பந்துபோல அமர்ந்திருந்தான்.

பின்னால் துடுப்பிட்டுக்கொண்டிருந்த லைஸுன் ஸூ ஸன்க்வானைப் பார்த்துக் கத்தினான்: "நீங்கள் அறைக்குச் செல்லுங்கள். நீங்கள் இங்கே எங்களுக்கு உதவி செய்ய வேண்டிய அவசியம் ஒன்றுமில்லை. அறைக்குள் சென்று கொஞ்சம் தூங்குங்கள்."

லக்ஸியும் சொன்னான்: "அறைக்குப் போங்கள்."

வியர்வையில் குளித்து திணறிக்கொண்டிருந்த லைஸுன் ஆவேசமாகவும் மகிழ்ச்சியாகவும் துடுப்பிடுவதைப் பார்த்து ஸூ ஸன்க்வான் சொன்னான்: "நீ இரண்டு கிண்ணம் ரத்தம் விற்றிருக்கிறாய். ஆயினும் நீ மிக மிகவும் உற்சாகமாக இருக்கிறாய். அப்படி ஒன்று நடந்ததாக தோன்றவே இல்லை."

லைஸுன் சொன்னான்: “அது முடிந்து பயணம் தொடங்கிய போது கால் சற்று பலவீனமாக இருந்தது. ஆனால் இப்போது ஒன்றும் இல்லை. அவன் கால் இப்போதும் பலவீனமாக இருக்கிறதா என்று லக்ஸியிடம் கேளுங்கள்.”

“அதெல்லாம் சற்று முன்புதான். இப்போது இல்லை.”

லைஸுன் லக்ஸியிடம் சொன்னான்: “ஏழாவது மைல் கோட்டைக்குச் செல்லும்போது நாம் இன்னும் இரண்டு கிண்ணம் ரத்தம் விற்கலாம். நீ என்ன சொல்கிறாய்?”

“நிச்சயமாக. அது முப்பத்தைந்து யுவான், அல்லவா?”

ஸூ ஸன்க்வான் அவர்களிடம் சொன்னான்: “நீங்கள் இருவரும் சிறுவயதுக்காரர்கள். நான் உங்களளவு வரமுடியாது. நான் தலையிலிருந்து கால்வரை நடுங்கிக்கொண்டிருக்கிறேன். நான் கீழறைக்குச் சென்று தூங்கப்போகிறேன்.”

பேசிக்கொண்டிருக்கும்போதே ஸூ ஸன்க்வான் அறைக் கதவின் தாழைத் திறந்தான். உள்ளே சென்று மெத்தைப் போர்வை யால் போர்த்திக்கொண்டான். தூங்கினான். விழித்தபோது வெளியே இருட்டாயிருந்தது. படகு நதிக்கரையில் கட்டப் பட்டிருந்தது. அறைக்குள்ளிருந்து வெளியே வந்த ஸூ ஸன்க்வான், சகோதரர்கள் மரத்துக்குப் பக்கத்தில் நிற்பதைப் பார்த்தான். கையளவு பருமனுள்ள ஒரு கம்பை மரத்திலிருந்து உடைத்தெடுக்க அவர்கள் பாடுபட்டுக்கொண்டிருந்தார்கள். அதை உடைத்தெடுத்த பிறகு, அது தேவையான அளவைவிடப் பெரிதாக இருக்கிறது என்றறிந்து காலால் அதைப் பாதியாக உடைத்தார்கள். பருமனான பகுதியை எடுத்துக்கொண்டு அவர்கள் படகுக்கு அருகில் வந்தார்கள். லக்ஸி, கம்பின் ஒரு முனையை தரையில் வைத்து அசையாமல் பிடித்துக்கொண்டான். லைஸுன் பெரியதொரு கல்லெடுத்து அதன் மேல் அடித்து தரைக்குள் இறக்கினான். ஐந்து அடி அடித்த பிறகு, கம்பின் மேற்பகுதி ஏறத்தாழ ஆறு அங்குலம் மட்டுமே வெளியே தெரிந்தது. படகின் மேற் தளத்திலிருந்து ஒரு கயிற்றை எடுத்து அந்த முளையில் கட்டினார்கள்.

மேலே நிற்கும் ஸூ ஸன்க்வானைப் பார்த்தபோது அவர்கள் கேட்டார்கள்: “நீங்கள் எழுந்துவிட்டீர்களா?”

ஸூ ஸன்க்வானின் பார்வை அவர்களையும் கடந்து சென்றது. தூர தூரத்தில் சிதறலாகத் தெரியும் சில வெளிச்சங்களைத் தவிர்த்தால் கடும் இருட்டு. “நாம் எங்கே இருக்கிறோம்?”

லக்ஸி சொன்னான்: “எங்கே என்று சரியாகத் தெரியவில்லை. ஆனால் புலித்தலைப் பாலம் இன்னும் வரவில்லை.”

அவர்கள் அடுப்பு பற்றவைத்தார்கள். நிலா வெளிச்சத்தில் படகின் மேற்தளத்தில் சமையல் செய்தார்கள். இரவுச் சாப்பாட் டுக்குப் பிறகு ஸூ ஸன்க்வானின் உடல் வெப்பமடைந்தது: "இப்போது எனக்கு சூடாக இருக்கிறது. கைகூட சூடாக இருக்கிறது."

மூவரும் அறைக்குள் படுத்தார்கள். இப்போதும் ஸூ ஸன்க்வான் நடுவில்தான் படுத்திருந்தான். மெத்தைப் போர்வைக்குக் கீழே அவர்கள் உடலுடன் இறுக்கமாகச் சேர்ந் திருந்தான். மூவரும் நெருக்கியடித்துக்கொண்டு படுத்திருந்தார்கள். ஆனால் சகோதரர்கள் இருவரும் மகிழ்ச்சியாக இருந்தார்கள். ஒரே சமயத்தில் ரத்தத்துக்கு முப்பத்தைந்து யுவான்! இதற்கு முன்பு நினைத்துக் கொண்டிருந்ததுபோல பணம் சம்பாதிப்பது அவ்வளவு கஷ்டமான காரியம் அல்லவென்று அவர்களுக்குத் தோன்றியது. படகு வேலை செய்வதை நிறுத்திவிட முடிவு செய்துவிட்டோம் என்று அவர்கள் ஸூ ஸன்க்வானிடம் சொன்னார்கள். வயல் வேலை முடிந்துவிட்டால் பிறகு படகு தரும் கொஞ்சம் பணத்தை சம்பாதிக்க வேண்டிய அவசியமில்லை. ஏனென்றால் படகு வேலை அவர்களை மிகவும் களைப்புறச் செய்கிறது. வழக்கத்தைவிட அதிகமாகப் பணம் வேண்டுமென்றால் இனி ரத்தம் விற்கலாம்.

லக்ஸி சொன்னான்: "ரத்த விற்பனை என்பது மிகவும் சிறப்பானதுதான். நீ பணத்தைத் தவிர வறுத்த பன்றி ஈரல் தின்ன லாம்; மஞ்சள் அரிசி ஒயின் குடிக்கலாம். பொதுவாக நாம் ஒரு ஹோட்டலுக்குச் சென்று இவ்வளவு ருசியான பன்றி ஈரல் தின்பதைப் பற்றி நினைத்துக்கூடப் பார்க்க முடியாது. ஏழாவது மைல் கோட்டைக்குச் செல்லும்போது நாம் மீண்டும் ரத்தம் விற்கலாம்."

ஸூ ஸன்க்வான் சொன்னான்: "அதைப் பற்றி நினைத்துப் பார்க்கக்கூட வேண்டாம். ஏழாவது மைல் கோட்டைக்குச் செல்லும்போது நீங்கள் ரத்தம் விற்க முடியாது." உறுதியாகச் சொல்வதற்காக அவன் விரலுயர்த்தினான்: "சிறுவயதில் நானும் இப்படித்தான் நினைத்திருந்தேன். ரத்தம் விற்பது என்பது மரத்தைக் குலுக்கிப் பணம் எடுப்பது என்று நானும் நினைத் திருந்தேன். பணம் இல்லாதபோது, வேறு சிறிய தேவைகளுக்குப் பணம் வேண்டும் என்று நினைத்த போதெல்லாம் நான் அந்த மரத்தைப் பிடித்துக் குலுக்குவேன். பணம் சிதறி விழும். ஆனால் அது அப்படி அல்ல. முதன் முதலாக ரத்தம் விற்கச் சென்றதை நான் இப்போதும் நினைத்துப்பார்க்கிறேன். அது எப்படியிருக்க

வேண்டும் என்று என் இரண்டு நண்பர்கள் எனக்கு காட்டினார்கள். ஒருவன் பெயர் ஆ ஃபாங். இன்னொருவன் பெயர் ஜென்லோங். அவர்கள் இன்று எங்கே? ஆ ஃபாங் அழிந்துவிட்டான். ரத்தம் விற்று விற்று ஜென்லோங்கும் இறந்தான். கூடுதல் ரத்தம் விற்பதைப் பற்றி நீங்கள் நினைத்தே பார்க்க வேண்டாம். பணத் தேவை இருந்தால், ஒவ்வொரு முறை ரத்தம் விற்ற பிறகும் நீங்கள் குறைந்தபட்சம் மூன்று மாதமாவது ஓய்வெடுக்க வேண்டும். ரத்தம் விற்றுக்கொண்டேயிருந்தால் அது உங்கள் ஆரோக்கியத்தை நீங்கள் அழிப்பதாயிருக்கும். நான் இப்போது சொல்வதை நீங்கள் என்றும் நினைவு வைத்துக்கொள்ள வேண்டும். ஏனென்றால் நான் அங்கே பலமுறை சென்று வந்திருக்கிறேன்."

ஸூ ஸன்க்வான் கை நீட்டி சகோதரர்கள் இருவரையும் ஒரு முறை மெல்ல அடித்தார்: "நான் இந்த முறை லின் படகுத்துறையில் ரத்தம் விற்றேன். மூன்று நாட்களுக்குப் பிறகு நூறாவது மைலில் இன்னும் கொஞ்சம் ரத்தம் விற்றேன். பின்னரும் நான்கு நாட்களுக்குப் பிறகு தேவதாரு தோட்டத்தில் விற்கச் சென்றபோது நான் முற்றிலும் தீர்ந்துவிட்டேன். நான் ஒரு அதிர்ச்சிக்கு ஆட்பட்டிருந்தேன் என்று மருத்துவர் சொன்னார். நான் அதற்கும் அப்பால் போய்விட்டேன் என்பதுதான் அதற்கு அர்த்தம். அதனால் அவர்கள் எழுநூறு மில்லிலிட்டர் ரத்தம் எனக்கு ஏற்றினார்கள். அதைத் தவிர, என்னைக் காப்பாற்றுவதற்கு அவர்கள் வாங்கிய தொகையைப் பார்த்தால், முதல் இரண்டு முறை நான் ரத்தம் விற்றது வீணாகிவிட்டது என்று அர்த்தம். விற்பதற்குப் பதிலாக, நான் வாங்குபவனாக ஆகிவிட்டேன். தேவதாரு தோட்டத்தில் ஏறத்தாழ நான் செத்துவிட்டேன்."

ஸூ ஸன்க்வான் பெருமூச்சுவிட்டான்: "எனக்கு வேறொரு வழியும் இல்லை. என் மகன் ஆபத்தான நோய் வந்து ஷாங்காய் மருத்துவமனையில் இருக்கிறான். அதனால் நான் ரத்தம் விற்றுக்கொண்டேயிருக்க வேண்டும். பணம் சேகரிப்பதற்கான ஒரு வழியை நான் கண்டுபிடிக்கவில்லையென்றால் டாக்டர்கள் அவனுக்கான மருந்துகளையும் ஊசிகளையும் நிறுத்திவிடுவார்கள். பல வருடங்கள் ஆகிவிட்டதால் என் ரத்தம் நீர்த்துவிட்டது. நான் உங்கள் இருவரைப்போல அல்ல. என் இரண்டு கிண்ணம் ரத்தம் அளவு நன்றாயிருக்கும் உங்கள் ஒரு கிண்ணம் ரத்தம். ஏழாவது மைல் கோட்டையிலும் சாங்நிங்கிலும் கொஞ்சம் விற்கலாம் என்று நான் திட்டமிட்டிருந்தேன். ஆனால் இப்போது அதற்கு எனக்குத்

தைரியமில்லை. ஏனென்றால், இனி ஒருமுறை நான் ரத்தம் விற்றால் அத்துடன் என் உயிரையும் விற்பதாயிருக்கும்.”

“நான் இதுவரை எழுபது யுவான் சம்பாதித்தேன். என் மகனை குணப்படுத்த அது போதுமென்று தோன்றவில்லை. அதனால், ஷாங்காய்க்குச் செல்லும்போது பணம் சம்பாதிக்க வேறு ஏதாவது வழி கண்டுபிடிக்க வேண்டியிருக்கிறது.”

லக்ஸி சொன்னான்: “எங்களின் ஒரு கிண்ணம் ரத்தம் உங்கள் இரண்டு கிண்ணம் ரத்தத்தைவிட அடர்த்தியாக இருக்கும் என்று தானே சொன்னீர்கள்? எங்கள் ஒரு கிண்ணத்துக்கு உங்கள் இரண்டு கிண்ணத்தைவிட அதிக விலையுண்டு என்பதா அதற்கு அர்த்தம்? ஏழாவது மைல் கோட்டைக்குச் செல்லும்போது நீங்கள் ஏன் எங்கள் ஒரு கிண்ணம் ரத்தத்தை வாங்கக் கூடாது? நாங்கள் உங்களுக்கு ஒரு கிண்ணம் ரத்தம் விற்கிறோம். நீங்கள் இரண்டு கிண்ணம் ரத்தம் ஆஸ்பத்திரிக்கு விற்கலாம்.”

இது ஒரு நல்ல திட்டம்தான் என்று ஸூ ஸன்க்வானுக்குத் தோன்றியது. அவன் பதில் சொன்னான்: “நான் எப்படி உங்களிட மிருந்து ரத்தத்தை எடுக்க முடியும்?”

லக்ஸி சொன்னான்: “நாங்கள் உங்களுக்கு ரத்தம் விற்கவில்லை யென்றால் வேறு யாருக்காவது விற்போம்.”

லைஸுன் சேர்த்துச் சொன்னான்: “எப்படியானாலும் ஒரு அந்நியரிடம் வியாபாரம் செய்வதைவிட ஒரு நண்பரிடம் செய்வது நல்லது.”

“நீங்கள் படகு செலுத்துகிறீர்கள். சக்தியைச் சேமித்து வைக்க வேண்டும்.”

“எனக்கொரு வழி தோன்றுகிறது.” லக்ஸி சொன்னான்: “நாம் சக்தியை சேகரிக்கலாம். நாங்கள் இருவரும் தலா ஒரு கிண்ணம் ரத்தம் உங்களுக்கு விற்கிறோம். நாங்கள் ஒரு கிண்ணம் தந்தால் அது உங்களுக்கு இரண்டுதானே? அப்படி நாம் சாங்நிங் செல்லும்போது நீங்கள் நான்கு கிண்ணம் ரத்தம் விற்கலாம்.”

ஸூ ஸன்க்வான் சிரித்தான்: “ஒரு சமயத்தில் இரண்டு கிண்ணத்துக்கும் அதிகமாக விற்க முடியாது.” அவன் மேலும் சொன்னான்: “எப்படியானாலும் சரி. நான் உங்கள் ஒரு கிண்ணம் ரத்தம் வாங்குகிறேன். என் மகனுக்காக மட்டும்தான் நான் இதைச் செய்கிறேன். ஆனால், இரண்டு கிண்ணம் வாங்குவதற்காகும் செலவை என்னால் தாங்க முடியாது. உங்கள் ஒரு கிண்ணம்

ரத்தத்தை நான் வாங்கினால், சாங்நிங்குக்குச் செல்லும்போது நான் இரண்டு கிண்ணம் விற்க முடியும். அதன் அர்த்தம், நான் கூடுதலாக ஒரு கிண்ணம் ரத்தத்திற்கான பணத்தைப் பெறுவேன் என்பதுதான்."

ஸூ ஸன்க்வான் பேசி முடித்தபோது சகோதரர்களின் குறட்டையொலி அறைக்குள் எதிரொலித்தது. அவர்களின் கால்கள் மீண்டும் அவன் கால்களின் மீது விழுந்தன. அவர்கள் அவனது முதுகை நெரித்து வலியேற்படுத்தினார்கள். இடுப்பில் அழுந்தி வேதனிக்கச் செய்தார்கள். ஆனாலும் இளம் உடல்களின் வெப்பத்தால் அவனுக்கும் கதகதப்பாக இருந்தது. சிறிய அறைக்கு வெளியே காற்று சீழ்க்கையிட்டது. காற்றில், படகின் மேற்புறத்திலிருந்த தூசு உள்ளே விழுந்தது. கதவின் இடைவெளியி னூடே அறைக்குள், அவனது முகத்திலும் தோளிலும் விழுந்தது. இடைவெளியினூடே, மங்கலான நட்சத்திரங்களைப் பார்த்தான். நிலவைப் பார்க்க முடியவில்லை. ஆயினும் இரவின் ஆகாயத்தில் நிலவைப் பனி மூடியிருப்பதாக பார்த்துத் தெரிந்துகொண்டான். ஆகாயத்தையே பார்த்துக்கொண்டு அவன் சற்றுநேரம் படுத்திருந் தான். படகில் வந்து மோதும் நீரின் ஓசையை கண்களை மூடிக் கொண்டு கேட்டான். அது மிகப் பக்கத்திலிருந்து கேட்பதாகத் தோன்றியது; அவன் காதில் வந்து மோதுவதைப்போல.

ஐந்து நாட்களுக்குப் பிறகு அவர்கள் ஏழாவது மைல் கோட்டைக்கு வந்து சேர்ந்தார்கள். ஏழாவது மைல் கோட்டையில் பட்டுத் தொழிற்சாலை, நகரத்தைவிட்டு ஒரு மைல் தொலைவில் இருந்தது. எனவே அவர்கள் நேராக மருத்துவமனைக்குச் சென்றார்கள். மருத்துவமனையின் வாயிலை அடைந்தபோது, ஸூ ஸன்க்வான் அவர்களைத் திருப்பிக் கூப்பிட்டான்: "இப்போது உள்ளே போக வேண்டாம். ஆஸ்பத்திரி எங்கே இருக்கிறது என்று தெரிந்துகொண்டோம். இனி நாம் நதிக்கரைக்குச் செல்லலாம்." அவன் தொடர்ந்தான்: "நீங்கள் இருவரும் இன்னும் தண்ணீர் குடிக்கவில்லையல்லவா?"

லக்ஸி சொன்னான்: "நாங்கள் இருவரும் கொஞ்சமும் குடிக்க வேண்டியதில்லை. நான் உங்களுக்குத்தான் ரத்தம் தருகிறேன் என்றால் என்னால் தண்ணீர் குடிக்க முடியாது."

ஸூ ஸன்க்வான் தன் தலையில் அடித்துக்கொண்டான்: "ஆஸ்பத்திரியைப் பார்த்தவுடனே எனக்கு தண்ணீர் குடிக்க வேண்டிய விஷயம்தான் ஞாபகத்துக்கு வந்தது. நீ எனக்குத்தான்

ரத்தம் தருகிறாய் என்பதையே நான் மறந்துவிட்டேன்." ஸூ ஸன்க்வான் சுருக்கமாகச் சொன்னான்: "லக்ஸி, ஆயினும் நீ கொஞ்சமாவது தண்ணீர் குடிக்க வேண்டும் என்றுதான் நான் விரும்புகிறேன். உன் சகோதரனின் நிலையை நீ சாதகமாகப் பயன் படுத்திக் கொள்ளாதே என்றுதானே நம் முன்னோர்கள் சொல்லி யிருக்கிறார்கள்?"

லைஸூன் சொன்னான்: "நீங்கள் யாரையும் பயன்படுத்திக் கொள்ளவில்லை."

லக்ஸி சொன்னான்: "நான் ஒரு துளி தண்ணீர் குடிக்க மாட்டேன். என் இடத்தில் நீங்கள் இருந்தால் நீங்களும் குடிக்க மாட்டீர்கள் என்று எனக்கு தெளிவு உண்டு."

ஸூ ஸன்க்வான், ஏற்றுக்கொள்ள வேண்டிய கட்டாயத்துக்கு ஆட்பட்டான். லக்ஸியின் இடத்தில் அவன் இருந்தால் என்றால் அவன் தண்ணீர் குடித்திருக்க மாட்டான். "நீ சொல்வதை என்னால் மறுக்க முடியவில்லை. உனக்கு நல்லதென்று படுவதை நீ செய்."

ரத்தம் கொடுக்கும் அறைக்கு மூவரும் சென்றார்கள். அவர் களிடமிருந்து விவரமறிந்த பிறகு, ஏழாவது மைல் கோட்டையின் ரத்த அதிகாரி லக்ஸியை நோக்கி விரல் சுட்டிக்கேட்டார்: "அப்படியென்றால் நீ எனக்கு ரத்தம் விற்கிறாய்." அப்புறம் ஸூ ஸன்க்வானை சுட்டிக்காட்டி கேட்டார்: "நான் இதை உங்களுக்கு விற்க வேண்டும் என்று நீங்கள் சொல்கிறீர்கள்."

அவர்கள் தலையசைத்து சம்மதிப்பதைப் பார்த்தபோது அவர் குபீரென்று சிரித்தார். தன் நாற்காலியைப் பார்த்தார்: "நான் பதிமூன்று வருடமாக இந்த நாற்காலியில் உட்கார்ந்திருக்கிறேன். ரத்தம் விற்பதற்கு இங்கே ஆயிரக்கணக்கானவர்களை நான் பார்த்திருக்கிறேன். ஆனால் ரத்தம் வாங்கும்படியும் விற்கும்படியும் ஒரே சமயத்தில் கோரும் ஆட்களை நான் இப்போதுதான் முதன் முதலாகப் பார்க்கிறேன்."

லக்ஸி சொன்னான்: "ஒருக்கால் இது ஒரு நல்ல சகுனமாகலாம். இந்த வருடம் உங்கள் அதிர்ஷ்ட வருடம் என்று அர்த்தமாகலாம்."

"அது சரிதான்." ஸூ ஸன்க்வான் சொன்னான்: "இதுபோன்று உலகத்தில் நடந்திருக்காதிருக்கலாம். லக்ஸியும் நானும் ஒரே நகரத்தைச் சேர்ந்தவர்கள்கூட கிடையாது. நாங்கள் வழியில் சந்தித்தோம். அவர்கள் ரத்தம் விற்க விரும்புபவர்களாகவும் நான்

வாங்க வந்தவனாகவும் ஆகிவிட்டோம். நாங்கள் ஒருவரை ஒருவர் பார்ப்பதற்கு பத்துலட்சத்தில் ஒரு வாய்ப்புதான் இருக்கிறது. இப்போது நாங்கள் ஒன்றாக உங்களிடம் வருவதற்கும் அதிர்ஷ்டம் ஏற்பட்டது. அதிர்ஷ்டம் ஆரம்பிக்கிறதுபோலிருக்கிறது."

ஏழாவது மைல் கோட்டையின் ரத்த அதிகாரி முழு மனதுடன் இல்லையென்றாலும், தலையாட்டினார்: "நிச்சயமாக இது ஒரு தற்செயல் பொருத்தம்தான்! யாருக்குத் தெரியும்? நீங்கள் சொல்வது சரியாயிருக்கலாம். ஒருக்கால், எனக்கும் அதிர்ஷ்டம் ஏற்படலாம்." அவர் பிறகும் தலையாட்டினார்: "அப்புறம் ஒருக்கால், சொல்வது கஷ்டம். நாசத்தின் வருடமாகவும் ஆகலாம். அசாதாரணமானதைப் பார்ப்பது கெட்ட சகுனம் என்றும் சொல்லப்படுகிறது. இந்தப் பழமொழியை நீங்களும் கேட்டிருப்பீர் கள். உங்கள் முன்னால் தவளைகள் பாதையைக் குறுக்காகக் கடந்து சென்றால், மழைப்பூச்சிகள் நிறைய வந்தால், அதிகாலையில் சேவலுக்குப் பதில் பெட்டைக்கோழி கூவினால்... நிச்சயமாகவே கெட்ட வருடம்தான்."

இந்த விஷயம் குறித்து ஸூ ஸன்க்வானும் சகோதரர்களும் ரத்த அதிகாரியிடம் ஏறத்தாழ ஒரு மணி நேரம் வாதிட்டார்கள். அதற்குப் பிறதுதான் அவர், லக்ஸி ஸூ ஸன்க்வானுக்கு ரத்தம் விற்க மெதுவாகச் சம்மதித்தார். கடைசியில் வியாபாரம் முடிந்து மூவரும் மருத்துவமனையைவிட்டு வரும்போது ஸூ ஸன்க்வான் சொன்னான்: "லக்ஸி வறுத்த பன்றி ஈரல் ஒரு கிண்ணம் சாப்பிட வேண்டும்; மஞ்சள் அரிசி ஒயின் இரண்டு குவளை குடிக்க வேண்டும். அதனால் அவனை ஹோட்டலுக்கு அழைத்துச் செல்வோம்."

லக்ஸி தலையாட்டினான்: "நான் இன்று ஒரு கிண்ணம் மட்டும்தான் ரத்தம் விற்றேன். அதனால் பன்றி ஈரல் இல்லா மலேயே என்னால் சமாளிக்க முடியும். ஒயின் இல்லாமலும் இருக்க முடியும்."

ஸூ ஸன்க்வான் சொன்னான்: "ரத்தப் பணத்தில் நீ கஞ்சத் தனம் காட்டாதே. நீ ரத்தத்தைத்தான் விற்றிருக்கிறாய். வியர்வையை அல்ல. வியர்வையாயிருந்தால் ஒன்றிரண்டு கிண்ணம் தண்ணீர் குடித்து ஈடு செய்துவிடலாம். ஆனால் ரத்தம் பழைய நிலைக்கு வருவதற்கு நீ பன்றி ஈரல் தின்றே ஆக வேண்டும். நான் சொல்வதைக் கேள். நான் இதையெல்லாம் எவ்வளவோ முறை செய்திருக்கிறேன்."

லக்ஸி சொன்னான்: "அது ஒரு பிரச்சினை அல்ல. ரத்தம் விற்பது என்பது ஒரு பெண்ணுடன் படுப்பதுபோல்தான் என்று நீங்கள்தானே சொன்னீர்கள்? மனிதர்கள் ஒவ்வொரு முறை அப்படிச் செய்யும்போது பன்றி ஈரல் தின்பதுண்டா? அதைப் பற்றி நீங்கள் என்ன சொல்கிறீர்கள்?"

ஸூ ஸன்க்வான் தலையாட்டினான்: "ரத்தம் விற்பது, பெண்ணுடன் படுப்பதுபோன்றது அல்ல."

லைஸுன் சொன்னான்: "பெண்ணுடன் படுப்பது போன்றது தான்."

ஸூ ஸன்க்வான் கேட்டான்: "அது உங்களுக்கு எப்படித் தெரியும்?"

லைஸுன் சொன்னான்: "நீங்கள்தானே சொன்னீர்கள்."

ஸூ ஸன்க்வான் சொன்னான்: "நான் அப்படிச் சொல்லியிருக்கலாம். ஆயினும் அது உண்மையல்ல."

லக்ஸி சொன்னான்: "நான் நன்றாக இருக்கிறேன். என் கால்கள் ரப்பர்போன்றிருக்கின்றன, அவ்வளவுதான். மிக நீண்ட தூரம் நடந்ததுபோன்றிருக்கிறது. சற்று நேரம் ஓய்வெடுத்தால் இப்படி ரப்பர்போன்று தோன்றாது."

ஸூ ஸன்க்வான் சொன்னான்: "நான் சொல்வதைக் கேள். நீ பன்றி ஈரல் தின்றுதான் ஆக வேண்டும்."

பேசிக்கொண்டே அவர்கள், படகு கட்டியிருந்த நதிக் கரைக்கு வந்தார்கள். லைஸுன் படகுக்குத் தாவினான். கட்டை அவிழ்த்த பிறகு லக்ஸி தாவியேறினான்.

லக்ஸி, படகின் மேற்தளத்தில் நின்றபடி ஸூ ஸன்க்வானிடம் சொன்னான்: "நாங்கள் பட்டுத் தொழிற்சாலைக்கு பட்டுநூல் புழுக்கள் கொண்டு செல்ல வேண்டியிருக்கிறது. அதனால் இனியும் உங்களை எங்களுடன் வைத்துக்கொள்ள இயலாது. நாங்கள் டோங்யுவானுக்குப் பக்கத்தில் எட்டாம் உற்பத்தி அணியில் வசிக்கிறோம். நீங்கள் என்றாவது டோங்யுவானுக்கு வந்தால் எங்களுடன் தங்கலாம். நாம் இப்போது நண்பர்கள்."

அவர்கள் நீரோட்டத்தை நோக்கித் துடுப்பிடுவதை ஸூ ஸன்க்வான் கரையிலிருந்து பார்த்துக்கொண்டிருந்தான். அவன் சொன்னான்: "லைஸுன், லக்ஸியை நன்றாகப் பார்த்துக்கொள். நன்றாக இருக்கிறேன் என்று அவன் சொல்வதை நம்ப வேண்டாம்.

அவனது உட்புறம் இப்போது காலியாக இருக்கிறது. அவன் களைத்துப்போகும்படி விடாதே. அதற்குப் பதிலாக நீ சற்று சோர்வடைந்தாலும் பரவாயில்லை. படகைத் தள்ளுவதற்கு அவனை அனுமதிக்காதே. நீ களைப்புற்று துடுப்பிட முடியாது போகும்போது படகைக் கரையில் கட்டி வைத்து ஓய்வெடு. அவனை உன் இடத்தில் அமர்த்தாதே."

லைஸுன் சொன்னான்: "நீங்கள் சொன்னதை நான் கேட்டுக்கொண்டேன்."

ஸூ ஸன்க்வான் லக்ஸியை அழைத்தபோது, படகு நதியின் நடுப் பகுதிக்குச் சென்றிருந்தது: "லக்ஸி, நீ வறுத்த பன்றி ஈரல் தின்ன மறுக்கிறாயென்றாலும், இரவு நன்றாகத் தூங்கவாவது வேண்டும். சாப்பிடுவதற்குத் தேவையானது கிடைக்கவில்லை யென்றால் தூங்குவதைத் தவிர வேறொன்றும் செய்வதற்கில்லை. சக்தியை மீட்டெடுக்க தூக்கம் உதவி செய்யும்."

சகோதரர்கள் துடுப்பிட்டுச் சென்றார்கள். அப்படி தூர தூரமாகச் செல்லும்போது அவர்கள் அவனைப் பார்த்து கையசைத்தார்கள். படகு பார்வையிலிருந்து மறைவது வரை ஸூ ஸன்க்வான் கைவீசினான். பிறகு கரைக்கும் தெருவுக்குமான கற்படிகள் ஏறுவதற்காகத் திரும்பினான்.

அன்று மாலையே வேறொரு படகில், ஏழாவது மைல் கோட்டையிலிருந்து சாங்நிக்குக்குப் புறப்பட்டான். அங்கே அவன் நானூறு மில்லிலிட்டர் ரத்தம் விற்றான். சாங்நிங்கிலிருந்து அவன் படகில் செல்லவில்லை. ஏனென்றால், ஷாங்காய்க்கு ஒரு பேருந்து இருந்தது. படகுச் செலவைவிட பேருந்துச் செலவு அதிகம் என்றாலும் அவன் சீக்கிரம் யீலியிடம் சென்றுவிட வேண்டும் என்று அவசரப்பட்டான். முடிந்தவரை விரைவில் ஸூ யுலானைப் பார்க்கவும் வேண்டும். விரல்களால் அவன் நேரத்தைக் கணக்கிட்டுக்கொண்டிருந்தான். ஸூ யுலான் யீலியை அழைத்துக் கொண்டு ஷாங்காய்க்குச் சென்று பதினைந்து நாட்கள் ஆகியிருக் கின்றன. ஆயினும் யீலியின் உடல் நிலை குணமடைந்ததா, மோசமாயிற்றா என்று தெரிந்துகொள்வதற்கு அவனுக்கு ஒரு வழியும் இல்லை. அவன் ஒரு பேருந்தில் ஏறினான். அது புறப்படத் தொடங்கியபோது அவன் நெஞ்சுக்குள் இதயம் படபடவென்று அடித்துக்கொள்ள ஆரம்பித்தது.

ஸூ ஸன்க்வான், சாங்நிங்கிலிருந்து காலையில் புறப்பட்டு மதியத்திற்குப் பிறகு ஷாங்காய்க்கு வந்து சேர்ந்தான். ஆனால்,

யீலிக்கு சிகிச்சையளிக்கும் மருத்துமனையை கண்டுபிடித்தபோது மாலையாகிவிட்டிருந்தது. அவன் யீலி வசிக்கும் அறைக்கு நடந்து சென்றான். அங்கே ஆறு கட்டில்கள் இருந்தன. ஐந்தில் ஆட்கள் இருந்தார்கள். ஒன்று காலியாகக் கிடந்தது.

“ஸூ யீலியை நான் எங்கே பார்க்க முடியும்?”

காலியாகக் கிடந்த கட்டிலை சுட்டிக்காட்டி அவர்கள் சொன்னார்கள்: “இதோ இங்கே.”

அவன் தலையில் பெரும் கர்ஜனை முழங்கியது. சட்டென்று அவன் ஜென்லோங்கை நினைத்துப் பார்த்தான். ஜென்லோங் இறந்த அன்று அவன் மருத்துவமனைக்கு ஓடிச் சென்றான். ஆனால் ஜென்லோங்கின் கட்டில் காலியாகக் கிடந்தது. ஜென்லோங் இறந்துவிட்டான் என்று அவர்கள் சொன்னார்கள். ஒருக்கால், யீலியும் இறந்திருக்கலாம். அஞ்சி நடுங்கி சிலைபோன்று நின்றான் ஸூ ஸன்க்வான். பிறகு அழத் தொடங்கினான். அவன் அழுகை அலறல்போன்று உரத்த குரலிலிருந்தது. அடிக்கடி கண்ணீரைத் துடைத்து மருத்துவமனைக் கட்டிலில் சிந்திக் கொண்டிருந்தான்.

அப்போது அவன் பின்னால் உரத்த குரல் கேட்டது: “ஸூ ஸன்க்வான், கடைசியில் நீங்கள் வந்துவிட்டீர்கள்!”

ஸூ ஸன்க்வானின் அழுகை நின்றது. அவன் திரும்பி, யீலியைப் பிடித்து கட்டிலுக்கு அழைத்துவரும் ஸூ யுலானைப் பார்த்தான். அவனது கண்ணீர், சிரிப்புக்கு வழிவிட்டது. அவன் தனக்குத்தானே சொல்லிக்கொண்டான்: “யீலி சாகவில்லை. அவன் செத்துவிட்டான் என்று நான் நினைத்துவிட்டேன்.”

ஸூ யுலான் கேட்டாள்: “நீங்கள் என்ன இழவுக்கு அழு கிறீர்கள்? யீலி நன்றாகத் தேறிவிட்டான்.”

யீலியின் உடல் நிலை மிகவும் மேம்பட்டிருந்தது. பிறர் உதவி இல்லாமல் அவன் நடந்தான். திரும்ப கட்டிலில் படுத்த பிறகு ஸூ ஸன்க்வானைப் பார்த்து சிரித்து அழைத்தான்: “அப்பா...”

ஸூ ஸன்க்வான் யீலியின் தோளில் தடவினான்: “யீலி, நீ இப்போது மிகவும் நன்றாயிருக்கிறாய். உடல் நிறமும் நன்றாயிருக்கிறது. வெளிறி சாம்பல் நிறத்தில் காணப்படவில்லை. குரலும் உரத்திருக்கிறது. நீ மிகவும் உற்சாகமாக இருப்பதாகத் தோன்றுகிறது. ஆயினும் தோள்களில் எலும்புகள் துருத்திக் கொண்டிருக்கின்றன. இப்போது நான் வந்தபோது உன் கட்டில்

காலியாகக் கிடந்தது. நீ இறந்துவிட்டாய் என்றே நான் நினைத்தேன்." பேசிக் கொண்டிருக்கும்போதே தன்னையறியாது அவன் கண்களிலிருந்து கண்ணீர் பெருகியது.

ஸூ யுலான் அவனை சற்றே தள்ளினாள்: "நீங்கள் எதற்கு இப்போது அழுகிறீர்கள்?"

ஸூ ஸன்க்வான் கண்ணீரைத் துடைத்துக்கொண்டான்: "யீலி இறந்துவிட்டான் என்று நினைத்து சற்று முன்னால் நான் அழுதேன். உயிருடன் இருக்கிறான் என்று அறிந்து இப்போது அழுகிறேன்."

29

ஸூ ஸன்க்வான் தெருவழியே நடந்தான். அவன் முடி நரைத்திருந்தது. ஏழு பற்கள் போயிருந்தன. ஆயினும் பார்வை நன்றாகத் தெரிந்தது. என்றும்போல எல்லாவற்றையும் நன்றாகப் பார்க்க முடிந்தது. மிக மிக தூரத்திலிருந்தான ஓசைகள்கூட தெளிவாகக் கேட்டதால், காதுகளுக்கும் பிரச்சினை ஒன்றுமில்லை என்று அவனுக்குத் தெரியும்.

ஸூ ஸன்க்வானுக்கு இப்போது அறுபது வயது. யீலி நகரத்துக்குத் திரும்பி வர எட்டு வருடங்களுக்கு முன்பு அனுமதி கிடைத்திருந்தது. அவன் இப்போது ஒரு காலணி தயாரிப்பு நிறுவனத்தில் வேலை செய்கிறான். ஏள், அரிசிக் கடைக்குப் பக்கத்திலுள்ள பல்பொருள் அங்காடியில், அங்காடிக்குப் பொருட்கள் விற்கும் பிரிவில் வேலை செய்கிறான். கொஞ்சம் வருடங்களுக்கு முன்புதான் யீலி, ஏள், ஸான்லி ஆகியோர் திருமணம் முடிந்து தனிக் குடித்தனம் சென்றார்கள். இந்த மகன்கள் சனிக்கிழமைகளில் மட்டும் தங்கள் மனைவி மக்களுடன் வருவார்கள்.

ஸூ ஸன்க்வானுக்கு இப்போது பிள்ளைகள் சார்ந்த பொறுப்பு இல்லை. அவனும் ஸூ யுலானும் சேர்ந்து சம்பாதிக்கும் பணம் அவர்களுக்கு மட்டும்தான். பணத்துக்குச் சிரமமும் இல்லை. அவர்கள் உடைகளில் கிழிசல்களோ, தையல்களோ இல்லை. அவர்களின் வாழ்க்கை, ஸூ ஸன்க்வானின் ஆரோக்கியத்தைப் போன்றிருந்தது. அது அவன் வழியில் பார்ப்பவர்களிடம் சொல்வதுபோல மிகவும் நன்றாயிருந்தது. தெருவில் இறங்கும் போதெல்லாம் அவன் முகத்தில் புன்னகை படர்ந்திருப்பதும் நதியலைகள்போல அவன் முகத்தில் சுருக்கங்கள் காணப்பட்டதும் அதனால்தான். அந்த சுருக்கங்கள் சூரிய வெளிச்சத்தில் ஒளியும்

நிழலுமாகக் காட்சியளித்தன. மற்றவர்கள் அவனைச் சிரித்த முகமாகத்தான் பார்த்தார்கள். அப்படிப்பட்ட ஒரு புன்னகையுடன் தான் அவன் வீட்டுக்கு வெளியே, தினமும் ஸூ யுலான் காலையில் முன்னேரத்திலேயே பலகாரங்கள் செய்யும் கடையைக் கடந்து, ஏள் வேலை செய்யும் பல்பொருள் அங்காடியைக் கடந்து, முன்பு திரையரங்காயிருந்த மூவி ஹௌஸைக் கடந்து, தொடக்கப் பள்ளியைக் கடந்து, மருத்துவமனையைக் கடந்து, ஐந்து நட்சத்திரப் பாலத்தைக் கடந்து, கடிகாரக் கடையைக் கடந்து, இறைச்சிக் கடையைக் கடந்து, ஹெவன்ரெஸ்ட் கோயிலைக் கடந்து, புதிதாகத் திறக்கப்பட்ட பெண்களுக்கான கடையைக் கடந்து, அடுத்தடுத்து நிறுத்தப்பட்டிருக்கும் இரண்டு லாரிகளைக் கடந்து, விக்டரி ஹோட்டலையும் கடந்து சென்றான்.

ஆனால் விக்டரி ஹோட்டலைக் கடந்து சென்றபோது, அதில் அடுக்களைக்கு மேலே உள்ள சன்னல் வழியாக எண்ணெய் அம்சமுள்ள உணவு சமைக்கும் புகையுடன் வரும் பன்றி ஈரல் வறுக்கும் மணத்தை அவன் முகர்ந்தான். அவன் ஹோட்டலைக் கடந்து சென்றுவிட்டிருந்தான். ஆயினும் அந்த மணம் வழியிலேயே அவனைப் பிடித்து நிறுத்தியது. அந்த மணத்தை மேலும் முகர்வதற்காக நாசித் துளைகள் விரிந்தன. வாய் திறந்தது.

அப்படித்தான் ஸூ ஸன்க்வான், ஒரு கிண்ணம் வறுத்த பன்றி ஈரலுக்கும் இரண்டு குவளை மஞ்சள் அரிசி ஒயினுக்கும் பெருமோகம் கொள்ளத் தொடங்கினான். அவனது அந்த ஆசை சீரற்று வளர்ந்து வந்தது. அத்துடன் அவனுக்கு வேறொரு ஆசையும் ஏற்பட்டது. அவன் கொஞ்சம் ரத்தம் விற்கவும் விரும்பினான். ஆ ஃபாங் மற்றும் ஜென்லோங்குடன் அவன் சன்னலருகில் அமர்ந்திருந்ததையும் ஹுவாங் ஹோட்டல் உணவு விடுதியில் லக்ஸி மற்றும் லைஸூனுடன் அமர்ந்திருந்ததையும் அவன் நினைத்துப் பார்த்தான். மேசையில் விரலால் தாளமிட்டு பரிசாரகர்களிடம் உரத்துச் சொன்னதையும் நினைத்துப் பார்த்தான்: “வறுத்த பன்றி ஈரல் ஒரு பிளேட்; இரண்டு கிளாஸ் மஞ்சள் அரிசி ஒயின், எனக்காக அதை வெதுவெதுப்பாக்குங்கள்.”

ரத்தம் விற்க மருத்துவமனைக்குப் போக முடிவு செய்வதற்கு முன்பு, விக்டரி ஹோட்டலின் வாயிலில் ஐந்து நிமிட நேரம் நின்றான். அவன் போவதற்காகப் பின் திரும்பினான். கடைசியாக ரத்தம் விற்று ஏறத்தாழ பதினைந்து வருடங்கள் கடந்திருந்தன. இன்று அவன் இன்னொரு முறை விற்பான். இன்று அவன் தனக்காக மட்டும்தான் ரத்தம் விற்கிறான். அவன் அவனுக்காக

வேண்டி மட்டும் ரத்தம் விற்பது இது முதல் முறையாயிருக்கும். முன்பெல்லாம் அவன் வறுத்த பன்றி ஈரல் தின்றதும் மஞ்சள் அரிசி ஒயின் குடித்ததும் ரத்தம் விற்றோம் என்ற காரணத்தால் மட்டும்தான். இன்று அது மாறாக இருக்கும். இன்று அவன் ரத்தம் விற்பான். அதனால் அவன் வறுத்த பன்றி ஈரல் சாப்பிடவும் இரண்டு குவளை மஞ்சள் அரிசி ஒயின் குடிக்கவும் முடியும். அவன் இரண்டு லாரிகளைக் கடந்து, புதிய துணிக் கடையைக் கடந்து, ஹெவன் ரெஸ்ட் கோயிலைக் கடந்து, இறைச்சிக் கடையைக் கடந்து, கடிகாரக் கடையைக் கடந்து, ஐந்து நட்சத்திரப் பாலத்தைக் கடந்து இறுதியில் மருத்துவமனைக்கு வந்தான்.

ரத்தம் கொடுக்கும் அறையில் மேசைக்குப் பின்னால் இப்போது அமர்ந்திருப்பது ரத்த அதிகாரி லீ அல்ல. மாறாக, முப்பது வயதுகூட ஆகியிராத ஒரு இளைஞன்தான் அங்கே இருந்தான். அந்த இளைய ரத்த அதிகாரி, வெள்ளை முடியுள்ள, முன்புறம் நான்கில் மூன்று பற்கள் இல்லாத ஒருவர் உள்ளே வருவதைப் பார்த்தார்.

இந்த முதியவர் ரத்தம் விற்க வந்திருக்கிறார் என்று அறிந்த போது, தவிர்த்து அனுப்புவதைப்போல கைவீசினார்: "நீங்கள் ரத்தம் விற்க வேண்டுமா? உங்களைப்போன்ற ஒரு கிழவர்! உங்கள் ரத்தம் யாருக்கு வேண்டும்?"

ஸு ஸன்க்வான் சொன்னான்: "நான் கிழவனாயிருக்கலாம். ஆனால் நான் நல்ல ஆரோக்கியத்துடன் இருக்கிறேன். அதனால், என் முடி நரைத்தால் என்ன? பற்கள் விழுந்தால் என்ன? என் பார்வை இப்போதும் நன்றாகத்தான் இருக்கிறது! எனக்கு நெற்றியில் ஒரு அதிர்ஷ்ட மச்சம் இருக்கிறது! காதுகள் எப்போதும் போலத்தான். எந்தப் பிரச்சினையும் இல்லை. நான் என் வீட்டில் இருந்தால்கூட தெருவில் யாராவது ரகசியமாகப் பேசுவதைக்கூட கேட்க முடியும்."

இளைஞரான அந்த ரத்த அதிகாரி சொன்னார்: "நான் உங்கள் கண்களைப் பற்றியோ காதுகளைப் பற்றியோ வேறு எதைப் பற்றியும் தெரிந்துகொள்ள விரும்பவில்லை. எனக்கு ஒரு உதவி செய்கிறீர்களா. இங்கிருந்து போகிறீர்களா?"

ஸு ஸன்க்வான் சொன்னான்: "பழைய ரத்த அதிகாரி லீ ஒருபோதும் இப்படிச் சொன்னதில்லை."

இளம் அதிகாரி சொன்னார்: "என் பெயர் லீ அல்ல. என் பெயர் ஷென். அதிகாரி ஷென் தனக்கு விருப்பமான படி பேச முடியும்."

ஸூ ஸன்க்வான் சொன்னான்: "அதிகாரி லீ இங்கு இருந்த போது நான் ரத்தம் விற்க எப்போதும் இங்கு வருவேன்."

இளம் அதிகாரி சொன்னார்: "அந்த அதிகாரி லீ இறந்து போய்விட்டார்."

ஸூ ஸன்க்வான் சொன்னான்: "அவர் இறந்துவிட்டார் என்று எனக்குத் தெரியும். அவர் மூன்று வருடத்துக்கு முன்பு இறந்தார். நான் ஹெவன்ரெஸ்ட் கோயில் வாயிலில் நின்று, அவர் உடலை மயானத்துக்கு எடுத்துச் செல்வதைப் பார்த்துக்கொண்டிருந்தேன்."

இளம் அதிகாரி சொன்னார்: "நீங்கள் இங்கிருந்து போங்கள். உங்கள் ரத்தத்தை நான் வாங்க மாட்டேன். உங்களுக்கு மிகவும் வயதாகிவிட்டது. உங்கள் ரத்த நாளங்களில், உயிருள்ள ரத்தத்தைவிட இறந்த ரத்தம்தான் அதிகமாக இருக்கிறது. உலகத்தில் யாருக்கும் உங்கள் ரத்தம் வேண்டாம். வார்னிஷ் பூசுபவனுக்கு மட்டும், ஒருக்கால் உங்கள் ரத்தம் தேவைப்படலாம்." இளம் அதிகாரி ஏளனமாகச் சிரித்தார். "வார்னிஷ் பூசுபவருக்கு உங்கள் ரத்தம் எப்படிப் பயன்படும் என்று தெரிந்துகொள்ள வேண்டுமா? வீட்டு மரப் பொருள் ஒன்றில் வார்னிஷ் பூசுவதற்கு முன்பு முதலில் அதன் மேல் பன்றி ரத்தத்தால் துடைப்பார்கள்." இளைஞர் குபீரென்று சிரித்தார். "இப்போது புரிந்ததா? மரச் சாமான்களுக்கு மட்டும்தான் உங்கள் ரத்தம் பயன்படும். அதனால் ஆஸ்பத்திரி யிலிருந்து வெளியே சென்று இடது பக்கம் திரும்புங்கள். ஐந்து நட்சத்திரப் பாலத்துக்குப் பக்கத்தில்தான் வார்னிஷ்காரன் இருக்கிறான். அதிக தூரமில்லை. அவன் பெயர் வாங். வார்னிஷ் வேலைக்குப் புகழ்பெற்றவன். நீங்கள் அவனுக்குக் கொஞ்சம் ரத்தம் விற்க முயற்சிக்கக் கூடாதா? அவன் வாங்கக்கூடும்."

ஸூ ஸன்க்வான் எல்லாவற்றையும் அமைதியாகக் கேட்டுக் கொண்டான்: "நீங்கள் இப்போது என்னிடம் சொன்னதை யெல்லாம் நான் மறப்பேன். ஆனால், என் மூன்று மகன்களும் இதைக் கேட்டால் உங்கள் வாயை அடித்து உடைத்துவிடுவார்கள் என்பதை நினைவு வைத்துக்கொள்ளுங்கள்."

இப்படிச் சொல்லிவிட்டு அவன் திரும்பி நடந்தான். மருத்துவ மனையைவிட்டுத் தெருவுக்கு வந்தான். மதியப் பொழுதா யிருந்தது. மதிய உணவருந்தப் புறப்பட்டவர்களால் அந்தத் தெரு நிறைந்திருந்தது. சைக்கிளோட்டி வரும் இளம் பணியாளர்கள் அலையலையாக வந்துகொண்டிருந்தார்கள். தோளில் புத்தகப் பை சுமந்த பள்ளிப் பிள்ளைகள் கூட்டம் கூட்டமாக தெருவோர

நடைபாதையில் பறந்தோடினார்கள். ஸூ ஸன்க்வானும் நடைபாதையில் நடந்தான். அவன் இதயத்தில் துக்கமும் கோபமும் நிறைந்தது. இளம் அதிகாரியின் வார்த்தைகளால் வலியுற்ற அவன் பாதையோரத்தில் விலகி, சிந்தனையில் மூழ்கி அப்படியே நின்றுவிட்டான். இப்போது அவன் ஒரு முதியவன். அவனுடைய ரத்தத்தில் உயிருள்ளதைவிட செத்ததுதான் அதிகம். அவன் ரத்தத்தை இனி யாரும் வாங்க மாட்டார்கள். வார்னிஷ் பூசுபவனுக்குத்தான் தேவைப்படும். நாற்பது வருடத்தில் முதன் முறையாக இப்போதுதான் அவன் ரத்தம் விற்க அனுமதிக்கப்பட வில்லை. இந்த நாற்பது வருடத்தில் குடும்பத்தில் ஏற்பட்ட எல்லா துன்பங்களையும் அவன் ரத்தம் விற்றுத்தான் தாங்கினான். இனிமேல் யாருக்கும் அவன் ரத்தம் வேண்டாம். இனியும் குடும்பத்தில் ஏதேனும் கஷ்டம் வந்தால் என்ன செய்வது?

ஸூ ஸன்க்வான் அழத் தொடங்கினான். சட்டையைத் திறந்துவிட்டுத்தான் அவன் நடந்தான். அவன் நெஞ்சிலும் முகத்திலும் காற்று வீசியது. விழிகளிலிருந்து பெரும் பெரும் கண்ணீர்த் துளிகள் உதிர்ந்து விழுந்தன. மெதுவாக கன்னங்கள் வழியே கண்ணீர் பெருகி, கழுத்தின் வழியாக நெஞ்சில் விழுந்தது. முகத்தைத் துடைப்பதற்காக அவன் கை தூக்கினான். கையில் கண்ணீர் வழிந்து, உள்ளங்கை விரலிடுக்கு வழியே புறங்கையில் கசிந்தது. நடைபாடையில் பாதங்கள் அசையும்போதும் கண்ணீர்த் துளிகள் உதிர்ந்து வீழ்ந்துகொண்டேயிருந்தன. அவன் தலை நிமிர்த்தினான். முதுகை நிமிர்த்தினான். சக்தியுடனும் சுறுசுறுப்புடனும் கால்களை முன்னோக்கி அசைத்தான். முன்னும் பின்னும் கரங்களை வீசினான். ஆயினும் முகத்தில் துயரம் இருந்தது. ஒரு சன்னல் கண்ணாடியில் வீழ்ந்த மழைபோல, அல்லது வெகு புராதனமான சீனக் களிமண் கிண்ணத்தில் மயிரிழையளவான தெறிப்புகள்போல, அல்லது ஒரு வயதான மரத்திலிருந்து நீண்டிருக்கும் கிளைகள்போல, வயல்களில் படர்ந்திருக்கும் பாசனக் கால்வாய்கள்போல, நகரத்தில் பரவியிருக்கும் தெருக்களின் பின்னல்போல, கண்ணீர் அவன் முகத்தில் ஒரு வலை நெய்தது.

அமைதியாக அழுது தெருவில் நடந்து, தொடக்கப்பள்ளி கடந்து, திரையரங்கம் கடந்து, பல்பொருள் அங்காடியைக் கடந்து, ஸூ யுலானின் பலகாரக் கடையைக் கடந்து, தன் வீட்டின் வாயிலையும் கடந்து ஒரு தெருவிலிருந்து மற்றொரு தெருவுக்கு நடந்துகொண்டேயிருந்தான். விக்டரி ஹோட்டலைக் கடந்து

செல்வதுவரை நடந்தான். பிறகு அதையும் கடந்து நடந்தான். துணிக் கடையைக் கடந்து, ஹெவன்ரெஸ்ட் கோயிலைக் கடந்து, மாமிசக் கடையைக் கடந்து, ஐந்து நட்சத்திரப் பாலத்தைக் கடந்து, மருத்துவமனை வருவதுவரை நடந்தான். அவன் மீண்டும் நடக்கத் தொடங்கினான். தொடக்கப்பள்ளியைக் கடந்து, திரையரங்கைக் கடந்து, நகரத்துத் தெருக்களையெல்லாம் ஒருமுறை சுற்றிவந்தான். மீண்டும் ஒருமுறை சுற்றிவந்தான். தெருவில் போகும் மக்கள், அமைதியாக அழுதுகொண்டு செல்லும் அந்த மனிதனைப் பார்ப்பதற்காக நின்றார்கள்.

அவனைத் தெரிந்தவர்கள் அழைத்தார்கள்: "ஸூ ஸன்க்வான், ஸூ ஸன்க்வான், ஸூ ஸன்க்வான், ஸூ ஸன்க்வான், நீங்கள் ஏன் அழுகிறீர்கள்? நீங்கள் ஏதாவது பேசக்கூடாதா? நாங்கள் சொல்வதைக் கேட்கக் கூடாதா? நீங்கள் ஏன் இப்படிச் சுற்றிக் கொண்டிருக்கிறீர்கள்? என்ன பிரச்சினை?"

யாரோ யீலியிடம் சொன்னார்கள்: " ஸூ யீலி, சீக்கிரம்! உன் அப்பா அழுதுகொண்டு தெருவில் அலைகிறார்."

யாரோ ஏளிடம் சொன்னார்கள்: "ஸூ ஏள், ஒரு கிழவர் அதோ தெருவில் அழுதுகொண்டிருக்கிறார். அதைப் பார்ப்பதற்காக நிறைய ஆட்கள் அவரைச் சுற்றி நிற்கிறார்கள். நீ போய்க் கொஞ்சம் பார். அது உன் அப்பாதானே?"

யாரோ ஸான்லியிடம் சொன்னார்கள்: "ஸூ ஸான்லி, உன் அப்பா தெருவில் அழுதுகொண்டிருக்கிறார். அவர் அப்படி அழுவதைப் பார்த்தால் யாரோ இறந்துவிட்டார்கள் என்று எண்ணத் தோன்றும்."

யாரோ ஸூ யுலானிடம் வந்து சொன்னார்கள்: "ஸூ யுலான், நீ என்ன செய்கிறாய்? சமைக்கிறாயா? எல்லாவற்றையும் விடு! இப்போதே என்னுடன் வா. உன் புருசன் ஸூ ஸன்க்வான் தெருவில் அழுதுகொண்டிருக்கிறான். நாங்கள் அவரிடம் பேச முயன்றோம். ஆனால் அவர் எங்களைப் பார்க்கக்கூட இல்லை. என்ன விஷயம் என்று கேட்டோம். அவர் எங்களிடம் எதுவும் சொல்லவில்லை. என்ன நடக்கிறது என்று எங்களுக்குத் தெரியவில்லை. சீக்கிரம் வா."

யீலியும், ஏளும், ஸான்லியும் தெருவிலிறங்கி ஓடினார்கள். ஐந்து நட்சத்திரப் பாலத்தைக் கடந்து செல்ல முயலும் ஸூ ஸன்க்வானின் எதிரில் நின்றார்கள்.

“அப்பா, நீங்கள் ஏன் அழுகிறீர்கள்? உங்கள் துயரத்தின் காரணம் என்ன? எங்களிடம் சொல்லுங்கள்.”

பாலத்தின் கைப்பிடியில் சாய்ந்து நின்று ஸூ ஸன்க்வான் தேம்பினான்: “எனக்கு வயதாகிவிட்டது. இனி யாருக்கும் என் ரத்தம் தேவையில்லை. இனி அதைப் பயன்படுத்தக்கூடிய ஒரே ஆள் வார்னிஷ் பூசுபவன் மட்டும்தான்.”

அவனது பிள்ளைகள் கேட்டார்கள்: “அப்பா, நீங்கள் என்ன சொல்கிறீர்கள்?”

ஸூ யுலானின் எண்ணங்கள் பழையபடியே தொடர்ந்தன: “இனியும் கஷ்டம் வந்தால் நாம் என்ன செய்வோம்? அவற்றை நாம் எப்படி சமாளிப்போம்?”

“நீங்கள் என்ன சொல்ல வருகிறீர்கள் அப்பா?”

அந்த நேரத்தில் ஸூ யுலான் அங்கே வந்தாள். அவனது சட்டைக் கையைப் பற்றினாள்: “உங்களுக்கு என்ன ஆயிற்று? புறப்படும்போது உங்களுக்கு எந்தப் பிரச்சினையும் இல்லையே? இப்போது ஏன் ஒரு குழந்தையைப்போல அழுது கொண்டிருக் கிறீர்கள்?”

ஸூ யுலான் வந்துவிட்டாள் என்று தெரிந்தபோது ஸூ ஸன்க்வான் தலைநிமிர்த்திக் கண்ணீரைத் துடைத்துக் கொண்டான்: “ஸூ யுலான், இப்போது நான் ஒரு கிழவன். இனி ஒருபோதும் என்னால் ரத்தம் விற்க முடியாது. என் ரத்தம் இனி யாருக்கும் தேவையில்லை. நமக்கு ஏதாவது கஷ்டம் வந்தால் நாம் என்ன செய்வோம்?”

ஸூ யுலான் சொன்னாள்: “ஸூ ஸன்க்வான், இனி நீங்கள் ஒருபோதும் ரத்தம் விற்க வேண்டிய அவசியமில்லை. நமக்குத் தேவையான பணம் இருக்கிறது. அதில் இனி மாற்றம் வராது. பிறகு எதற்கு நீங்கள் ரத்தம் விற்க வேண்டும்? எப்படியாயினும், நீங்கள் இன்று எதற்கு ரத்தம் விற்கச் சென்றீர்கள்?”

ஸூ ஸன்க்வான் சொன்னான்: “நான் ஒரு கிண்ணம் வறுத்த பன்றி ஈரல் சாப்பிட வேண்டும். இரண்டு குவளை மஞ்சள் அரிசி ஒயின் குடிக்க வேண்டும். ரத்தம் விற்றால் பன்றி ஈரல் தின்று ஒயின் குடிக்கலாம் என்று நினைத்தேன்.”

யீலி சொன்னான்: “இங்கே இந்தத் தெருவில் நின்று அழ வேண்டாம். பன்றி ஈரல் சாப்பிட வேண்டும், மஞ்சள் அரிசி

ஒயின் குடிக்க வேண்டும் என்றால் நான் பணம் தருவேன் அல்லவா? இங்கே நின்று அழாதீர்கள். நீங்கள் வெளிப்படையாக இப்படி அழுதால், பார்ப்பவர்கள் நாங்கள் உங்களை நன்றாகப் பார்த்துக்கொள்ளவில்லை என்று சொல்வார்கள்."

ஏள் சொன்னான்: "இந்த மதியப்பொழுது முழுதும் இப்படி நடந்துகொண்டது பன்றி ஈரல் சாப்பிடவும் ஒயின் குடிக்கவும் தானா? எங்களுக்கிருந்த முகத்தை நீங்கள் இதற்காகத்தானா தொலைத்தீர்கள்?"

ஸான்லி சொன்னான்: "இங்கே வெளியில் நின்று இப்படி அழ வேண்டாம். அழவேண்டும் என்றால் வீட்டுக்குச் சென்று உட்கார்ந்து அழக்கூடாதா? வெளியே நின்று இப்படி அழ வேண்டாம். இது அவ்வளவு நல்லதாகப் படவில்லை."

ஸூ யுலான் தன் மூன்று மகன்களையும் சுற்றி வந்து, அழுத்தமாகச் சொல்வதற்காக காற்றிடையில் கத்தினாள்: "உங்கள் மூவருக்கும் என்ன ஆயிற்று? உங்களுடைய மனசாட்சியை நாய் தின்றுவிட்டதா? அப்பாவிடம் இப்படிப் பேச உங்களால் எப்படி முடிந்தது? அதெல்லாம் உங்களுக்காகத்தான் செய்தது. ரத்தம் விற்று சம்பாதித்த ஒவ்வொரு பென்னையும் உங்களுக்காகத்தான் செலவு செய்தோம். இவருடைய ரத்தத்தில்தான் நீங்கள் வளர்ந்தீர்கள். பஞ்ச காலத்தில், நாம் குடிப்பதற்கு வெறும் சோளக் கஞ்சி மட்டுமே இருந்த காலத்தில் நீங்கள் மூவரும் எலும்பும் தோலுமாகக் கிடந்தபோது, நீங்கள் நூடுல்ஸ் சாப்பிடுவதற்காக மட்டுமே அவர் ரத்தம் விற்றார். அதைப் பற்றியெல்லாம் நீங்கள் மூவரும் மறந்துவிட்டீர்கள் என்று நினைக்கிறேன். ஏள், கிராமப்புறத்தில் வேலைக்கு அனுப்பப்பட்ட ஒரு காலம் இருந்தது. உங்கள் அப்பா ஒன்றல்ல, இரண்டு முறை ரத்தம் விற்றார். அணித் தலைவரின் நல்லக் குறிப்பேட்டில் ஏள் இடம்பெற வேண்டும் என்பதற்காக மட்டும். உங்கள் அப்பா அவருக்கு சிறப்பான உணவு கொடுத்தார். எல்லாவிதமான பரிசுகளும் கொடுத்தார்; உன்னைக் கொஞ்சம் காலத்திற்கு முன்பே வீட்டுக்கு அனுப்ப வேண்டும் என்பதற்காகத்தான். ஏள், அதுவொன்றும் உனக்கு இப்போது நினைவில்லை அல்லவா? யீலி சொன்னதுதான் மிகவும் கஷ்டமாக இருந்தது. உன்னால் எப்படி மற்றவர்களை விட்டுவிட்டு அப்பாவிடம் இப்படிப் பேச முடிந்தது? மற்றவர்களைவிட இவருக்கு உன்னைத்தான் எப்போதும் அதிகம் பிடிக்கும். அவர் உண்மையில் உன் அப்பாகூட இல்லை. ஆயினும் இவர் உன்னிடம் எப்போதும் நன்றாக நடந்துகொண்டார், உன்னை மிகவும்

நன்றாகப் பார்த்துக்கொண்டார். நீ ஷாங்காய் ஆஸ்பத்திரிக்குப் போக வேண்டி வந்தபோது, அந்த நீண்ட வழியில் எல்லாயிடத்திலும், முடிந்த இடத்திலெல்லாம் ரத்தம் விற்றார். ஏனென்றால், நம்மிடம் ஆஸ்பத்திரிக் கட்டணத்திற்குப் பணம் இல்லை. ஒரு முறை ரத்தம் விற்றபிறகு குறைந்தபட்சம் மூன்று மாதத்திற்குப் பிறகுதான் மறுமுறை ரத்தம் விற்க வேண்டும். ஆனால் உன் உயிரைக் காப்பாற்றுவதற்காக இவர் தன் உயிரையே ஆபத்திற்குள்ளாக்கிக் கொண்டார். ரத்தம் விற்ற மூன்றாம் நாளே இவர் மறுபடியும் ரத்தம் விற்றார். பிறகு ஐந்து நாட்களுக்குப் பிறகு மீண்டும் விற்றார். அதனால் தேவதாருத் தோட்டத்தில் கிட்டத்தட்ட சாகத் தெரிந்தார். ஆனால் நீங்கள் அதை மறந்து விட்டீர்கள். உங்கள் மூவருக்கும் என்ன குறை? உங்கள் மனசாட்சியை உண்மையிலேயே நாய்தான் தின்றிருக்க வேண்டும்?"

ஸூ யுலானின் குரல் முணுமுணுப்பாகச் சுருங்கிவந்தது. அவள் முகத்திலும் கண்ணீர் வழிந்தது. அவள் ஸூ ஸன்க்வானின் கையைப் பிடித்தாள்.

"ஸூ ஸன்க்வான், நாம் போகலாம். வறுத்த பன்றி ஈரல் சாப்பிடவும் ஒயின் குடிக்கவும் போகலாம். இப்போது நம்மிடம் நிறையப் பணம் இருக்கிறது." அவள் பாக்கெட்டில் துழாவினாள். பணத்தாள்களை வெளியே எடுத்தாள்: "பாருங்கள், இவை ஐந்து யுவான் நோட்டுகள், இவை இரண்டு யுவான் நோட்டுகள், இனியும் இருக்கிறது. உங்களுக்கு வேண்டியதையெல்லாம் சாப்பிடலாம்."

ஸூ ஸன்க்வான் சொன்னான்: "எனக்கு ஆகமொத்தம் வேண்டியது வறுத்த பன்றி ஈரலும் மஞ்சள் அரிசி ஒயினும்தான்."

ஸூ யுலான் அவனை விக்டரி ஹோட்டலுக்கு அழைத்து வந்தாள். ஒரு மேசைக்கருகில் அமரவைத்தாள். வறுத்த பன்றி ஈரல் ஒரு பிளேட்டும் இரண்டு கிளாஸ் மஞ்சள் அரிசி ஒயினும் கொண்டு வரச் சொன்னாள். அதன் பிறகு மெனு கார்டை எடுத்து ஸூ ஸன்க்வானிடம் காட்டினாள்.

"இங்கே இன்னும் நிறைய உணவு வகைகள் இருக்கின்றன. எல்லாம் நன்றாக இருக்கும். நீங்கள் என்ன சாப்பிட விரும்புகிறீர்கள். என்னிடம் சொல்லுங்கள்."

"எனக்கு வேண்டியது வறுத்த பன்றி ஈரலும், மஞ்சள் அரிசி ஒயினும் மட்டும்தான்."

ஸூ யுலான் அவனுக்கு இன்னுமொரு பிளேட் வறுத்த பன்றி ஈரல் கொண்டு வரச் சொன்னாள். மீண்டும் ஒன்று. ஒரு புட்டி

மஞ்சள் அரிசி ஒயினும் பின்னால் வந்தது. எல்லாம் மேசைக்கு வந்த பிறகு, சாப்பிடுவதற்கு வேறு ஏதாவது வேண்டுமா என்று அவள் மீண்டும் கேட்டாள். இந்தமுறை அவன் தலையாட்டினான்.

"இது போதும். இன்னும் ஏதாவது உணவு வகை இருந்தால் அதை என்னால் சாப்பிட்டுத் தீர்க்க முடியாது."

ஸூ ஸன்க்வானின் முன்னால் இருந்த மேசையில், வறுத்த பன்றி ஈரல் மூன்று கிண்ணம், மஞ்சள் அரிசி ஒயின் ஒரு புட்டி, அதைத் தவிர நான்கு குவளை ஒயினும் இருந்தது. பன்றி ஈரல் சாப்பிட்டு ஒயின் குடிக்கும்போது அவன் சொன்னான்: "என் வாழ்க்கையிலேயே மிகவும் நல்ல சாப்பாடு."

மருத்துவமனையில் ரத்தம் எடுக்கும் அறையிலிருந்த அந்த இளம் அதிகாரியை நினைத்து அவன் சிரித்தான். சாப்பிடும்போது, மருத்துவமனையில் அந்த அதிகாரி என்ன சொன்னான் என்பதை ஸூ யுலானிடம் விவரித்தான்.

அதைக் கேட்டவுடன் ஸூ யுலான் அந்த அதிகாரியை வசைபாடத் தொடங்கினாள்: "அவனுடையதுதான் பன்றியின் ரத்தம்! உங்களுடையது அல்ல! வார்னிஷ் பூசுபவனுக்குக்கூட அவன் ரத்தம் தேவைப்படாது! சாக்கடைக்கோ கழிவுநீர்க் குழாய்க்கோதான் அவன் ரத்தம் தேவைப்படும். தன்னை யார் என்று அவன் நினைத்துக் கொண்டிருக்கிறான்! அவன் யார் என்று எனக்குத் தெரியும். அவன் அந்த முட்டாள் ஷென்னின் மகன்! அவன் அப்பன் ஒரு படுமடையன். அந்தளவுக்கு வடிகட்டிய முட்டாள். ஒரு யுவான் நோட்டுக்கும் ஐந்து யுவான் நோட்டும் உள்ள வித்தியாசம்கூட அவனுக்குத் தெரியாது! அவன் அம்மாவையும் எனக்குத் தெரியும். அவள் உண்மையில் ஒரு வேசிதான்! இந்த அப்பன் பேர் தெரியாதவன் யாரின் வித்தோ? அவன் ஸான்லியைவிட சின்னவன்! ஆயினும் உங்களிடம் இப்படிப் பேசத் துணிந்தான், அப்படித்தானே! நமக்கு ஸான்லி இருக்கும்போது இவன் தன் அம்மாவின் பார்வைக்கே படவில்லை. இப்போது தான் உலகின் உச்சியில் இருப்பதாக நினைத்துக் கொண்டிருக் கிறான்."

ஸூ ஸன்க்வான், ஸூ யுலானிடம் சொன்னான்: "அதனால்தான் ஆட்களுக்கு புருவம் வளர்ந்த பிறகே மர்மஸ்தானத்தில் முடி முளைக்கிறது. ஆயினும் கடைசியில் அதன் நீளம் அதிகரிக்கும்."